# ENGLISH - TELUGU TECHNICAL & SCIENTIFIC DICTIONARY

## IN 2 PARTS

# ENGLISH - TELUGU TECHNICAL & SCIENTIFIC DICTIONARY

## IN 2 PARTS

## D.V. SIVA RAO

### Part 1

**Telugu Synonyms, Meanings, Explanations and Definitions of English Words and Phrases Relating to Politics, Economy and Law; Public Finance; Stock Exchange, Business and Co-operation.**

**With**
**A Glossary of Hindustani Terms**

### Part 2

**Telugu Synonyms of English Words and Phrases Relating to Maths, Physics, Chemistry, Biology, Botany, Physiology, Zoology, Anatomy, Astronomy, Logic, Physiography, Geography, Hygiene, Medicine, Philosophy etc.**

GYAN

*Published by*

GYAN

Gyan Publishing House
5, Ansari Road
Daryaganj, New Delhi-110002
Phone: 011-47034999, 9811692060
E-mail: books@gyanbooks.com

*Distribution Network*
gyanbooks.com
India, USA, Canada, UK, Australia, France



ISBN : 978-81-212-4363-6 (PB)
First Published, 1937

2nd Impression 2020

*Printed at:* Gyan Press, Delhi.



**English - Telugu Technical & Scientific Dictionary**
Author: D. V. Siva Rao

# పీఠిక

అనుక్షణము నభివృద్ధి గాంచుచున్న ప్రపంచవిజ్ఞానమునకు, శాస్త్రపరిశోధనలకు, రాజకీయార్థిక ప్రజాజీవనమునకు వ్యవహారములకు సంబంధించిన నూతనభావములనుగూర్చి మాటలాడుకొనుటకు, వ్రాయుటకు నేదో యొక పరిభాషయుండుట యావశ్యకమని అందరంగీకరింతురు. అయితే "ఆ పరిభాష కేవలము సంస్కృతాంధ్రపదభూయిష్ఠముగ నుండవలెనా లేక అన్యభాషీయ పదములు, మిశ్రసమాసములు కలిగినదిగకూడ నుండవచ్చునా?" అను విషయమున మాత్రము పండితులయం దభిప్రాయభేదము కలదు. క్రొత్త భావమునుగూర్చి క్రొత్తపదమును నిర్మించుటలో సాధ్యమైనంతవరకు దేశీయపదములనే ఉపయోగించుట యుక్తమేగాని దేశములోని జనసామాన్యములో వాడుకలోనికి వచ్చి, నూటికి తొంబదిమందికి అర్థమగుచున్న వాడుక పదము దేశీయమైనను అన్యదేశీయమైనను, సాధువైనను అసాధువైనను, భాషలోనుండి తొలగించవలసినదని మాత్రము పలుకుట కెవ్వ రంగీకరింపరు. మహమ్మదీయ ప్రభువుల పాలనకాలమున పార్సీ ఉర్దూభాషలనుండియు నేడు ఇంగ్లీషులోనుండియు తెనుగున వాడుకలోనికివచ్చిన వివిధములగు హిందూస్తానీ ఇంగ్లీషుపదములగు తాసిల్దారు, రోజు, ఆవర్జా, కోర్టు, మోటారు, రైలు, జైలు మున్నగు పదము లిట్టివే. ఈపదములకు సంస్కృత పర్యాయపదము లున్నను గూడ అవి యింత జనాదరణను పొందజాలవు. అట్టిపదము లింగ్లీషులోనుండి సంతతవృష్టిగా వచ్చి మన తెనుగులో నింకను జేరుచున్నవి.

భాషలోనికివచ్చిన పదములను విమర్శించి సంస్కరించి నిఘంటువు లందుచేర్చి వానికి స్థిరరూపము నిచ్చు పండిత పరిషత్తులును తుద కాపదముల కర్థములు దెలుపు నిఘంటువులైనను లేనందువలన అనుక్షణమును వృద్ధి జెందుచున్న క్రొత్తపదములకు స్థిరరూపములేక ఎవరికి తోచినట్లువా రుపయోగించుట తటస్థించుచున్నది. అందువలన నొకేభావమునకు పలువురు పలువిధము లగుపదము లుపయోగించుటయు తటస్థించుచున్నది. మఱియు పదములు వృద్ధియైనను వాని అర్థములందు సూక్ష్మభేదములు స్థిరపడి భాషకుపకరించుటకును నవకాశము లేకున్నది. వాడుకలోనున్న పదములకు అర్థములు సరిగా

తెలియనందున విద్యార్థులు సామాన్యజనులు వానిని విపరీతార్థములందు వాడుటయుకూడ తటస్థించుచున్నది.

వాడుకలోనున్న పదములు సంస్కరింపబడి సరియగు సాంకేతిక పదజాలము నిర్మింపబడువరకు నిఘంటువులలో నుదాహరింపమని భీష్మించుకొని కూర్చుండుట 'పెళ్ళియైనగాని పిచ్చికుదురదు, పిచ్చికుదిరినగాని పెండ్లికా' దను వితండవాదమువలె పరిణమించును. తప్పులో ఒప్పులో కొన్నివాడుక పదములు, వాని అర్థములు, నొక్కచోట నున్నగదా అవి సాధువులో అసాధువులో యను తలంపును, ఇంపులో కటువులో అనుయోజనయు; కలిగి సంస్కరణాభిలాష కలుగుట? ఈ తమ ఆంగ్ల నిఘంటువులందు దేశ్యములు, వికృతులు, మాత్రమే గాక విపరీత సమాసపదములు, పామరజను లుపయోగించు వ్యాకరణ విహీనపదములు, కూడ చేర్చబడుట కానవచ్చుచున్నవి. ఆ పద్ధతి మనకు లేకపోవుట సంతాపకరము.

సాంకేతికపదములనునవి యావత్ప్రపంచమునకును సంబంధించిన విజ్ఞానమును గూర్చిన క్రొత్తభావములను సూచించునవి గనుక వీలైనచో యావద్భారతదేశమున కొకే పారిభాషికపదము లుపయోగింపబడుచో దేశమునకెంతో మేలు కలుగగలదనుట నిశ్చయము. ఈ సంగతిని గమనించియే హిందీమహారాష్ట్ర విద్వాంసులు ఆయాభాషలందలి సాంకేతికపదములు సాధ్యమగునంతవరకు యావద్భారతదేశమున కుపయోగించులాగున సంస్కృత పదములతోనే నిర్మించిరి. అందువలననే ఆభాషావిదులు ప్రకటించిన హిందీ సయింటిఫిక్ గ్లాసరీ, ట్వంటియత్ సెంచరీ ఇంగ్లీషు మరాటీ నిఘంటువులు ఆభాషలవారికేగాక భారతదేశములోని తక్కిన అన్నిభాషలవారికిని అమితోపయోగకరములుగ నున్నవి. కీర్తిశేషులగు కొమర్రాజు లక్ష్మణరావు గారు విజ్ఞానచంద్రికామండలిద్వారా ప్రకటించిన శాస్త్రగ్రంథములందును విజ్ఞానసర్వస్వమందును సమకూర్చిన శాస్త్రవిజ్ఞాన సాంకేతిక పదజాలము కూడ ఈనిఘంటువుల సాహాయ్యముననే నిర్మింపబడియున్నది. ఈపదజాలము సర్వజనాదరణీయమై మెప్పువడసి అనేక గ్రంథకర్తలచేత నుపయోగింపబడుచున్నది. నేటి పాఠ్యగ్రంథములందుకూడ చాలవరకీపదములే ఉపయోగములో నున్నవి. తుదకు సాంకేతికపదములను పరిష్కరించుటకు మద్రాసు

ప్రభుత్వమువారేర్పరచిన ఉపసంఘమువారు ఇటీవల ప్రకటించిన "Telugu Equivalents of English Terms" అను చిన్నపొత్తములలో కూడ పై పరిభాషనే స్వీకరించినారు. అందువలన ఈ పదజాలమునకు స్థిరత్వ మేర్పడినదని చెప్పవచ్చును.

క్రొత్తపారిభాషిక పదములమాట యటులుండనిచ్చి పైనచెప్పబడిన పదజాలమైనను సర్వజనోపయోగకరముగ నుండునట్లు ఒక్కచోట చేర్చి ప్రకటించిన నిఘంటువు లేనందునను, ఉన్ననిఘంటువులలో పై పదము లన్నియు చేర్చబడియుండనందునను, ప్రభుత్వమువా రింతవరకు ప్రకటించిన పదములపట్టిక లందుకూడ సమగ్రమగు వైజ్ఞానికశబ్దజాలము లేనందునను అపట్టికలుకూడ వేరువేరు పొత్తములుగా ప్రకటింపబడినందునను పారిభాషికపదనిఘంటువులేని కొరంత నేటికిని దీరలేదు. పైపదజాలమెల్ల నొక్కచో జేర్చి ప్రకటించుటయు, దానిలో చేరనట్టియు ఆధునిక ప్రపంచ విజ్ఞానమునకు శాస్త్రపరిశోధనలకు రాజకీయార్థిక ప్రజాజీవనమునకు సంబంధించిన నూతనభావములను తెలుపునట్టియు ఇంగ్లీషు సాంకేతిక పదములకు తెలుగున పర్యాయపదములుగా ఆంధ్రదేశమున నెక్కడనో యొక్కచోట ఎవ్వరివలననో యొకరివలన నుపయోగింపబడి గ్రంథస్థములై వాడుకలోనికి వచ్చినట్టి ఇంగ్లీషు. హిందీ తెలుగు సంస్కృతపదములును, గురికి బారెడు హెచ్చుతగ్గుగా క్రొత్తభావములకు సాంకేతికములుగా సామాన్యజనులసంభాషణలందు విరూపముజెంది ఉపయోగింపబడు అన్యభాషీయ పదములును, ఇట్టివికూడ లేనప్పుడు మనభాషాసంప్రదాయమునకు దగ్గర బంధువులగు హిందీకోవలో చేరిన భాషలలో నీక్రొత్తభావములకు పర్యాయపదములుగానుపయోగింపబడుచున్న సాంకేతిక పదములను నొక్కచోట జేర్చి ప్రకటించుటయే ఈ చిన్న నిఘంటువుయొక్క ప్రధానోద్దేశ్యము.

ఈ చిన్న నిఘంటువు నిరూపమున బ్రకటింతునని నేనెన్నడును తలంపలేదు. పారిభాషిక నిఘంటువును రచించు నుద్దేశ్యముతో దీనిని నేను రచియింపను లేదు; ప్రకటింపను లేదు. అట్టి నిఘంటురచనమున కిది తోడ్పడినచో ధన్యుడనే. రాజకీయార్థిక విజ్ఞానమునుగూర్చి నేను కొంతకృషిసలిపి తెనుగున కొన్నివ్యాసములు పుస్తకములు వ్రాసిన సందర్భములో నేను సమకూర్చి

యుపయోగించిన పారిభాషిక పదములే యీ నిఘంటురచనమునకు మూల కారణములు. ఆపదముల నన్నిటి నొక్కచో జేర్చి ప్రకటించినచో అవి విద్యాధికులచే విమర్శింపబడి సంస్కరింపబడుటకు అవకాశము కలుగుననియు, పారిభాషికనిఘంటువు లేనందువలన నదియొక చిన్న నిఘంటువుగా కొందరి కైన నుపయోగింపక పోవదనియు నా మిత్రులు ప్రోత్సహింపగా నేను సమకూర్చిన రాజకీయ, ఆర్థిక, న్యాయశాస్త్ర వ్యవహారములకు సంబంధించిన పదములకు అర్థములు నిర్వచనములును వ్రాసి 'వ్యవహారకోశము' అను పేరిట కొంతకాలముక్రిందట ప్రచురించితిని. నాయందలి వాత్సల్యమువలననో, అది పారిభాషికపదములను గూర్చిన ప్రథమగ్రంథ మగుటనో లేక నిజముగా దానియందు గుణలేశముండుటవలననో ఆంధ్రాంగ్లపత్రికలును, విద్యాధికులును దాని నాదరించి సదభిప్రాయము లొసగుట తటస్థించినది. అందువలననే ఆ పదములతో పాటు నేను సేకరించిన ఇతర శాస్త్రవిజ్ఞానమునకు సంబంధించిన శాస్త్రపారిభాషికపదములనుగూడ జేర్చి యీ నిఘంటువు నీరూపమున ప్రకటింప సాహసించుచున్నాను.

ఈ సాంకేతికపదజాలమే సర్వోత్కృష్టమును నిర్దుష్టమునని గాని, ఈ నిఘంటువే పరమప్రమాణముగ గైకొనబడవలెనని కాని పలుకునంతటి మూఢుడను కానుగాని తక్కిన భాషలందువలెనే మనకును పరిపూర్ణములును నిర్దుష్టములును ప్రమాణభూతములు నగు ఉత్తమసాంకేతిక ద్విభాషిక నిఘంటువులుగాని విజ్ఞానకోశములుగాని లేనందువలనను, ఉన్న నిఘంటువులందైనను ఆధునికవిజ్ఞానమునకు శాస్త్రపరిశోధనలకు సంబంధించిన పదములు లేనందునను ఏదో యొకదారి త్రొక్కినగాని పదజాలమునకు వాని అర్థములకు ఉపయోగమునకు నొక స్థిరత్వ మేర్పడదనియు, వాని నిర్మాణపు ఔచితి సౌష్ఠవములను గూర్చిన తలంపులును సంస్కారాభిలాషయు కలుగుటకే అవకాశములు కలుగవనియు, అంతవరకు ప్రజోపయోగముకొరకు నిఘంటువే కరవగుననియు తలచి, నిఘంటునిర్మాణమునకు వలసిన అంగ బలము, అర్థబలము, విద్యాబలముకూడ కలిగియున్న విద్యాధికుల విమర్శనముకొరకు పారిభాషికపదజాలముయొక్క చిత్తుప్రతి నొకదానిని తయారుచేయుట యావశ్యకమనికూడ తలచి, ఈనిఘంటువు నీ రూపమున

బ్రకటింప సాహసించితిని. ఈపదజాలమును బరిశీలించి విమర్శించి సంస్కరించుటయు, ఇంకను జేర్పవలసిన క్రొత్తపరిభాషను జేర్చియు ఆంధ్రమునకూడ తక్కిన గొప్పభాషలందువలెనే ఒక ప్రమాణభూతమగు ఉత్కృష్ట పారిభాషిక నిఘంటువును నిర్మించవలసిన బాధ్యత, పండితపరిషత్తువారిదే.

భాషాభిమాను లెవ్వరైనను ఈనిఘంటువులోనిపదములను బరిశీలించి విమర్శించి వానిని సంస్కరించు విషయమునందైన సూచనల జేసినచో వానినెల్ల కృతజ్ఞతాపూర్వకముగ స్వీకరించి శిరసావహించెదను. ఈనిఘంటు రచనమున నాకు తోడ్పడిన సంస్కృతాంధ్రాంగ్లగ్రంథములయొక్కయు, పత్రికలయొక్కయు పట్టిక నింకొకచోట నుదాహరించుచున్నాను. ఈ నిఘంటురచనలో నాకమితముగా తోడ్పడిన ట్వంటియత్ సెంచరీ ఇంగ్లీషు మరాటీ నిఘంటువును, హిందీసైంటిఫిక్ గ్లాసరీ (క్రొత్తముద్రణమును) మరల నిక్కడ కృతజ్ఞతా పూర్వకముగా స్మరించుచున్నాను. ఆయా గ్రంథకర్తలకు, ప్రకాశకులకు నేను కృతజ్ఞుడను. ఈ నిఘంటురచనలో నాకు కీర్తిశేషులగు కొమఱ్ఱాజు లక్ష్మణరావుపంతులుగారి అమూల్య గ్రంథసముదాయము మిక్కిలి తోడ్పడినది. ఆ పుస్తకములు చదువుకొనుటకు నందులో నాకు వలసిన ప్రధాన గ్రంథములను నాకడ చాలకాలమువరకు నుంచుకొనుటకు నవకాశ మిచ్చి నా కమిత సాహాయ్యము జేసిన మిత్రులు ఉభయభాషాప్రవీణ కామూరి వీరభద్రేశ్వరరావు, బి. ఏ., యల్. టి., గారి యుపకారము మఱువజాలను. ద్వైభాషిక నిఘంటు ముద్రణమునందు గలుగు శ్రమలకెల్ల నోర్చి పుస్తకమును జాగ్రత్తగా నచ్చొత్తించిన ఆంధ్రగ్రంథాలయ ముద్రాశాలాధికారులకును నందు ముఖ్యముగా అచ్చుచిత్తుల దిద్దుటలో నా కమిత సాహాయ్యమొనర్చిన శ్రీయుత కుందా నరసింహామూర్తిగారికిని కృతజ్ఞుడను.

భావసం. — దీపావళి,
6-11-34.

— దిగవల్లి వేంకటశివరావు.

## ఈ నిఘంటురచనకు ముఖ్యముగా తోడ్పడిన గ్రంథములు, పత్రికలు.

1. The Twentieth Century English Marathi Dictionary (Literary, Scientific and Technical) by R. B. Kanade, B.A.
2. The Hindi Scientific Glossary, (The Nagari Pracharini Sabha, Benares)
3. English Sanskrit Dictionary —V. S. Apte, M.A.
4. Wilson's Glossary.
5. English Telugu Dictionary —C. P. Brown
6. English Telugu Dictionary. —Sankara Narayana.
7. Kanarese English Dictionary —Rev. F. Kittel
8. Canarese English Dictionary —Rev. W. Reeve
9. Manual of the Administration of the Madras Presidency Vol III—Maclene.
10. Glossary of Law Terms —Tamil, Telugu, Canarese and Malayalam. (Madras Govt)
11. Telugu Equivalents of English Terms Madras Govt.
12. The Encyclopaedia Britannica —XIVth edition
13. Gresham's New Cyclopaedia
14. Indian Plants and Drugs—Nadkarni
15. Translation tests (old series) —Madras Govt.
16. Hindu Adminisirative Institutions —Dikshitar (1929)
17. Ancient Hindu Juris prudence —Priyanath Sen
18. Artha Sastra of Kautilya —Shama Sastri.

| | |
|---|---|
| అమరకోశము | మనుస్మృతి |
| హిందీ వైజ్ఞానిక కోశము | లక్ష్మీ నారాయణీయము |
| శబ్దరత్నాకరము | వస్తుగుణమహోదధి |
| ఆంధ్రవిజ్ఞానసర్వస్వము | చరకసంహిత |
| శబ్దార్థచంద్రిక | ఆంధ్రసాహిత్యపరిషత్పత్రిక |
| గౌతమధర్మసూత్రములు | వాత్స్యాయనముని కామసూత్రములు |
| విజ్ఞానచంద్రికా గ్రంథమాల | ప్రచురణములు |

శ్రీ వీరేశలింగంపంతులు గారి రచనలు

శ్రీ కొమర్రాజు లక్ష్మణరావుపంతులుగారి రచనలు

శ్రీ వావిలికొలను సుబ్బారావుపంతులుగారి రచనలు

శ్రీ గిడుగు రామమూర్తిపంతులుగారి రచనలు

శ్రీ చేకుమళ్ళ రాజగోపాలరావుపంతులుగారి రచనలు

శ్రీ ముట్నూరి కృష్ణారావుపంతులుగారి వ్యాసములు

ఆంధ్రపత్రిక ఉగాదిసంచికలు

కృష్ణాపత్రిక; భారతి; శారద.

---

## సాంకేతికాక్షరముల వివరము

| | |
|---|---|
| (ప్రా) = ప్రాచీనపరిభాష | (గణి) = గణిత శాస్త్రము |
| (హిం) = హిందీ | (జీవ) = జీవశాస్త్రము |
| (ర) = రసాయన శాస్త్రము | (జ్యోతి) = జ్యోతిశ్శాస్త్రము |
| (వ్యాక) = వ్యాకరణ శాస్త్రము | (ఖగో) = ఖగోళ శాస్త్రము |
| (తర్క) = తర్క శాస్త్రము | (శరీ) = శరీర శాస్త్రము |

# OPINIONS

SIR V. RAMESAM.

"GOPAL VIHAR",
Elliot's Road, Mylapore.
30—9—34

"The English-Telugu Dictionary of Technical terms is a very useful publication It enables one to write books on a Technical subject in the Telugu language without using foreign terms. At present, this is difficult for want of a refined collection of technical terms. The work is somewhat like that performed by the Nagari Pracharini Sabha of North India. I am informed that he proposes to add a supplement for purely scientific terms though some are to be found already. Such a supplement will enhance its usefulness still further."

(Sd) V. RAMESAM.

"Is sure to prove indispensable for purposes of reference in all Public Libraries and in Government and other Offices where translation from English to Telugu and *vice versa* has to be done. All honour is due to pioneers like Mr. Siva Rao."

— THE HINDU, 19—6—34

"The author has provided the basis for a committee to work on, and as such deserves the congratulations and best wishes of scholars all over Andhra Desa"

REV. CANON, D. ANANTHAM.

"I have found the Telugu equivalents very apt. I can very well recommend it to any person who wants to translate difficult English words and phrases"

V. PURNAIYA ESQ, B.A., B.L.
Retired District Judge.

"The translation is meticulously accurate."

R. VEMBU IYER Esq, B. A., B. L.
Subordinate and Asst. Sessions Judge.

# వ్యవహారకోశము.

## A

Abandonment = పరిత్యాగము; విసర్జనము; వదలుట.

ఉ॥ (1) శిశువును నిరాధారముగా వదలుట; కని పారవేయుట.

(2) రైతు తనభూమిని వదలుకొనుట.

Abatement = నివర్తి; ఆగిపోవుట; తగ్గింపు; నిలుపుదల.

ఉ॥ దావా నిలిచిపోవుట.

Abdication = పదచ్యుతి; పదభ్రష్టము; స్వత్వత్యాగము; రాజు అధికారము త్యజించుట.

Abetment = అపరాధ ప్రోత్సాహము; మద్దతు; ప్రేరేపణ; కుమ్మకు చేయుట; నేరములుజేయ నింకొకనిని ప్రోత్సహించుట.

Abolition = (1) రద్దుచేయుట; ఒక కచ్చేరీ నొక యూరినుండి తీసివేయుట. (2) తొలగించివేయుట; ఎత్తివేయుట.

Abortion = గర్భస్రావము; కడుపుదింపుట; పోవుట.

Abrasion = కొట్టుకొనిపోవుట; చీరుకొనిపోవుట.

Abridgement = సమాహృతి; సంక్షిప్తగ్రంథము; సంక్షేపము; తగ్గించుట.

Absconding = పలాయనము; పరారీయగుట; కనుబడకుండ పారిపోవుట; తిరోధానము.

Absolute Estate = సంపూర్ణహక్కులు; అనుభవపుహక్కు మాత్రమేగాక సర్వాధికారములుండుట; దానవిక్రయాద్యధికారసంక్రమణము.

Absolute Monarchy = నిరంకుశ రాజరికము.

Abuse of authority = అధికారదుర్వినియోగము; అధికారమును దుర్వినియోగపరచుట.

**Abuse** = తిట్లు; దూషణభాషణములు.

**Academy** = పరిషత్తు; పండితసభ; విద్వత్సభ.

**Acceleration** = వేగవృద్ధి; త్వరితగతి; త్వరపెట్టుట; శీఘ్రసంక్రమణము; ఎప్పుడో సంక్రమింపవలసిన హక్కు త్వరగా సంక్రమించుట.

**Acceptance** = అంగీకారము, స్వీకారము, ఒప్పుదల, సమ్మతి, పుచ్చుకొనుట, ఖాయపరచుట.

(1) ఒకడు చేసిన సూచనను రెండవవాడు అంగీకరించినచో అప్పుడది సరియైన కరారునామా లేక కంట్రాక్టు అగును.

(2) ఎవనిపేర హుండీ వ్రాయబడినదో వాడు దానిని స్వీకరించుటకంగీకరించినట్లు దానిపైన ఒప్పుదలను వ్రాయును. అట్లు వ్రాయుటయే "స్వీకారసూచన" లేక స్వీకారము అనబడును.

(3) General acceptance = బేషరతు ఖాయము; అనగా ఎట్టిషరతులు లేకుండా హుండీని స్వీకరించుట.

(4) Qualified acceptance = షరతుఖాయము; షరతుకు లోబడిన స్వీకారము. ఏదో ఒక సందర్భములోగాని ఒక షరతుకులోబడిగాని ఒక వాయిదా లోపుగాగాని ఒక చోటగాని పుచ్చుకొనుటకంగీకరించుట.

(5) Acceptance for Honour Supra Protest = మర్యాద కాపాడుటకు స్వీకారము; హుండీ చిరునామాదారుచేత తృణీకరింపబడినట్లు ఫిర్యాదు (ప్రొటెస్టు) చేయబడినను లేక అదనపు హామీ క్రిందను. హుండీ పత్రిహస్తుని అనుమతితో దానిక్రింద బాధ్యతలేని ఇతరు డెవ్వడైనను దానిని స్వీకరించి హుండీ వ్యవహారములోని ఆసామీల పరపతిని కాపాడవచ్చును.

**Acceptor** = పరిగ్రహీత; గ్రాహకుడు; స్వీకర్త; స్వీకరించువాడు; అంగీకరించువాడు; పుచ్చుకొనువాడు.

(1) హుండీపుచ్చుకొనువాడు; అంగీకరించువాడు; స్వీకరించువాడు; ఖాయముచేయువాడు.

(2) ప్రతిజ్ఞాస్వీకర్త; ఖరారునామా అంగీకరించువాడు;

**Accessary or Accessory** = దుష్కార్యసహాయకుడు; సహకారి; నేరము చేయుటకు సాహాయ్యమొనరించువాడు.

**Accessary rights** = తత్సంబంధపు హక్కులు; అధికస్వత్వములు; ఉపకరణస్వత్వములు; ఔపకారికస్వత్వములు; ఉ:-ఒక భూమిని క్రయముబొందినవానికి దానిలోనికి నీటివచ్చుటకుగూడ హక్కులు కల్గును.

**Accession** = అధిరోహణము; ఆరోహణము; సింహాసనమునకు వచ్చుట.

**Accident** = ఆపద; విపత్తు; ఆకస్మిక అపాయము; ప్రమాదము; తలవని తలంపుగా సంభవించునది.

**Accident Insurance** = అపాయ నష్టపరిహారపు భీమా.

**Accomodation Bill** = సర్దుబాటుహుండీ; ఒకని అక్కరతీర్చుటకు పుచ్చుకొనిన బరాతము.

**Accomplice** = సాపరాధి; మద్దతుదారు; సలహానిచ్చువాడు; ఒకని నేరములో పాల్గొన్నవాడు; తోడి నేరస్థుడు.

**Account** = అక్కౌంటు; లెక్క; ఖాతా; జమాఖర్చు; గణనము; హిస్సేబు.

**Accountable** = లెక్క చెప్పవలసిన; బాధ్యత; జవాబుదారు.

**Accountant** = అక్కౌంటెంటు; లెక్కగాడు; గణకుడు; కరణము.

**Accounts Office** = అక్కౌంట్సు కచ్చేరీ; సర్కారు లెక్కలకచ్చేరి

**Accord and Satisfaction** = పరిష్కారము; ఒకహుండీదారునికి రొక్కమిచ్చిగాని ఇతరవిధముగాగాని వానిని సమాధానపఱచి పరిష్కరించుట.

**Accrue** = అధికార సంక్రమణము; (లాభము) కలుగుట; స్వత్వలబ్ధి.

**Accumulation** — సంచయీకరణము; రాశీకరణము; పోగుచేయుట; సంచయనము; కూడబెట్టుట; వృద్ధియగుట.

**Accusation** — నేరారోపణము; నిందారోపణము.

**Accused** — ముద్దాయి; నేరము మోపబడినవాడు; నిందితుడు.

**Acknowledgement** — అక్నాలెడ్జిమెంటు; ఒప్పుదల; బాకీఒప్పుదల; రశీదు; కాలదోషముపట్టకుండా బాకీ ఒప్పుదల యగుట; (హిం) ఏకరారు; ఒప్పుకోలు.

**Acquiescence** — సమ్మతి; ఒప్పుదల; లోబడు.

**Acquire** — సంపాదించు; పొందు.

**Acquisition** — ఆర్జన; సంపాదన.

**Acquittal** — అపరాధమోచనము; (నేరస్థుని) విడుదల.

**Acquittance** — చెల్లుచీటి; పరిష్కారపు రశీదు.

**Act** — (1) ఆక్టు; చట్టము; శాసనము; న్యాయవిధి ప్రకల్పనము.
(2) కార్యము.

**Act of God** — దైవికకృత్యము; ఆకస్మిక విపత్తు; అపౌరుషేయ క్రియ.

**Act of state** — రాజకీయచర్య; రాష్ట్రీక వ్యవహారము; ప్రభుతను పురస్కరించుకొని చేయుపని; (దీనిని కాదనుటకు కోర్టువారికి కూడ హక్కు లేదు).

**Act of Insubordination** — అధికారతిరస్కారము; అవిధేయత.

**Actionable claim** — దావాహక్కుగల బాకీ; దావావేసి రాబట్టుటకు వీలుగల బాకీహక్కు; వ్యాజ్యమాడదగిన హక్కు.

**Active Bonds** — ఆక్టివుబాండ్సు; పలుకుబడిగల పత్రములు; "స్టాకు ఎక్ఛేంజి" హుండీల (వినిమయ)బజారులో చలామణి యగుచు ఒక నిర్ణీత వడ్డీరేటు కలిగి జారీచేయబడిన లగాయతు పూర్తిగా చెల్లుబడియగు పత్రములు.

**Additional** = అదనపు; అధికపు; (హిం) ఇజాఫా.

**Additional Security** = అదనపు సెక్యూరిటీ; అదనపుహామీ; అధికాధారము.

**Additional Sessions Judge** = అడిషనల్ సెషన్సు జడ్జి; క్రిమినలు విచారణ కొఱకు జిల్లాజడ్జికి అదనముగా నియోగింపబడు న్యాయాధిపతి.

**Address** = అడ్రెసు; (1) విలాసము; చిరునామా. (2) అభినందనపత్రము; సన్మాన పత్రిము.

**Addressee** = చిరునామాదారు.

**Adherents** = ఆశ్రితులు; పక్షీయులు; అనుసరించి యుండువారు.

**Adhesive** = అంటించదగిన; అతికింపదగిన.

**Adhesive stamp** = అతికించు స్టాంపుబిళ్ళ, చీటీబిళ్ళ.

**Adhoc** = ఒకదాని కని ప్రత్యేకముగా.

**Ad-infinitum** = అంతములేకుండా.

**Ad-interim** = మధ్యకాలపు.

**Adjournment** = వాయిదా; వ్యవధి; కాలదానము; సభను. కేసును, విచారణను మఱియొక నాటికి మార్చుట.

**Adjudication** = నిర్ణయము; స్థాపనము; తీర్మానము; ఉదా: దివాలా తీసినట్లు కోర్టువారు స్థిరపరచుట.

**Adjust** = రాజీచేయు; సర్దు; సరిపుచ్చు; పరిష్కరించు.

**Adjustment** = సర్దుబాటు; పరిష్కారము; సరిపుచ్చుట; చక్కబెట్టుట; సవరించుట; కుదుర్చుట; సరిచేయుట.

**Ad-litem** = దావాకొరకు.

**Administration** = అడ్మినిస్ట్రేషన్; ప్రభుత్వవ్యవహారము; పరిపాలనము; ప్రభుత్వనిర్వహణము.

Administration of Justice = న్యాయపరిపాలనము; (ప్రా) ధర్మాధికరణము; ధర్మ పరిపాలనశాఖ.

Administration Report = అడ్మినిస్ట్రేషన్ రిపోర్టు: ప్రభుత్వనివేదిక; పరిపాలనా వ్యవహారిక నివేదిక.

Administration Suit = అడ్మినిస్ట్రేషన్ దావా: ఒకని ఆస్తిని అప్పు లనుగూర్చిన వ్యవహారణాభియోగము; చనిపోయినవాని ఆస్తినిర్వాహకత్వమునుగూర్చిన దావా.

Administrator = పరిపాలకుడు; రాజ్యాంగవ్యవహారనిర్వాహకుడు.

Admirality = అడ్మిరాలిటీ; ఆంగ్ల నౌకా కార్యాలయము.

Admissible = అంగీకరింపదగిన; స్వీకరింపదగిన.

Admissibility of Evidence = సాక్ష్యము యొక్క స్వీకారయోగ్యత, ప్రవేశార్హత, అంగీకారయోగ్యత.

Admission of claim (by defendant) = సత్యోత్తరము; సంప్రతిపత్తి; ప్రతివాది దావా నొప్పుకొనుట.

Admissions = అడ్మిషనులు; ఒప్పుదలలు; అంగీకారాంశములు.

Admission Register = అడ్మిషను రెజిస్టరు; ప్రవేశపుస్తకము; దరఖాస్తుల పుస్తకము.

Admit = (1) అంగీకరించుట; ఒప్పుకొను. (2) రానిచ్చు.

Admitted facts = ఒప్పుకొన్న సంగతులు; నిర్వివాదాంశములు.

Adopt = (1) దత్తు; దత్తుచేయు: దత్తుతీసికొను.
(2) స్వీకరించు; తనదిగా గ్రహించు.

Adult = యుక్తవయస్సు వచ్చినవాడు; వయోజనుడు: తరుణవయస్కుడు.

Adult Education = వయోజనవిద్య; ప్రాప్తయౌవనుల విద్య.

Adulteration = కల్తీ; అశుద్ధీకరణము; హీనద్రవ్యమిశ్రణము; మంచి వస్తువులలో హీనపదార్థములను గలిపి విలువతగ్గించుట.

**Adultery** = వ్యభిచారము; జారత్వము.

**Ad-valorem** = అడ్వేలోరం: విలువనుబట్టి: కిమ్మతువారీ; దావా విలువనుబట్టి రుసుముకట్టుట.

**Advance** = అడ్వాన్సు: (1) బయానా; సంచకరువు; ముందుగా నిచ్చు సొమ్ముమొత్తము. (2) ముందునకు రప్పించు; జరుపు.

**Advance Contract** = అడ్వాన్సుకంట్రాక్టు; జట్టీ.

**Advantage** = లాభము; అనుకూలము; ప్రయోజనము.

**Adventures** = సాహసకార్యములు.

**Adverse** = విరుద్ధమగు; వ్యతిరేకమగు; ఎదిరి; ఎదటి

**Adverse Inference** = వ్యతిరేక అభ్యూహ; ప్రతికూల అభ్యూహ; వాదించువాని వాదన అబద్ధమని యూహించుట.

**Adverse Possession** = అడ్వర్సు పొజెషన్; వ్యతిరేకభుక్తము; ప్రతిపక్షానుభవము; ఒకనియాస్తియం దింకొకడు ప్రవేశించి బహిరంగముగా అనుభవించినచో పండ్రెండేండ్లకా ఆస్తిలో హక్కు కలుగును.

**Advertisement** = అడ్వర్టయిజ్‌మెంటు; ప్రకటన; వ్యాపారపు ప్రకటన.

**Advice** = అడ్వైస్; (1) సలహా; ఆలోచన. (2) కబురు తెలియపరచుట; సమాచారము. (3) ఒక ముక్త్యారునకుగాని, లేఖరికిగాని కొత్తదారునకుగాని, ఒకవ్యాపార వ్యవహారము జరిగినట్లు తెలియజేయుట. ష.రా. అట్టి కబురులేనిచో హుండీని తిరస్కరింపవచ్చును.

**Advocacy** = అడ్వొకసీ: పక్షవాదము; అనుకూలవాదము; పరార్థవాదము.

**Advocate** = అడ్వొకేట్; పరార్థవాది; ఒకనిపక్షము పూని వాదించువాడు; వకీలు.

**Advocate General** = అడ్వొకేట్‌జెనరలు; ప్రధానప్రభుత్వన్యాయవాది.

**Ærated waters** = ఎరేటెడ్ వాటర్సు. వాయుమిశ్రితపానీయములు; సోడాపానీయములు.

Ærial warfare = మావినయుద్ధము; ఆకాశయుద్ధము.

Æronautics = వైమానికశాస్త్రము; ఆకాశయానశాస్త్రము;

Æroplane = ఏరోప్లేను; (ఆకాశ) విమానము.

Affect = బాధించు; ప్రతికూలము చేయు; బాధకము.

Affidavit = అఫిడెవిట్; అఫిడెవిట్ పత్రము; ప్రమాణపత్రిక; కోర్టులో దాఖలుచేయుటకు ప్రమాణపూర్వకముగ వ్రాసినపత్రము.

Affiliated = స్వీకరింపబడిన; దత్తుచేయబడిన శాఖగా జేర్పబడిన; సంఘమును ఒక సమితియధికారముక్రింద జేర్చుట.

Affiliated Society = స్వీకృతసంఘము; ఒకసమితిలో చేర్చుకొనబడిన సహకారసంఘము.

Affiliation = అఫిలియేషన్; స్వీకారము; సంఘమును ఒక సమితిలో చేర్చుకొనుట.

Affirm = స్థిరీకరించు; రూఢిపరచు; నిజమని ప్రమాణముచేయు.

Afforestation = అటవీకరణము; అటవీనిర్మాణము.

Affray = ద్వంద్వయుద్ధము; కలహము; పోట్లాట; జగడము; గత్తర.

After sight = 'కనబర్చినపిదప' 'దాఖలు తరువాత' 'దర్శన దరిమిలా' అని హుండీపైన వ్రాసినచో హుండీదారుడు దానిని జూపించువరకుగాని దానిపైన నమోదు చేయువరకుగాని వసూలు వాయిదా గడువు మొదలు పెట్టదనుట.

Age = యుగము; కాలము.

Agency = ప్రాతినిధ్యము; సహాయభూతత్వము; ద్వారా.

Agenda = ఎజెండా; సమావేశకార్యానుక్రమణిక; చర్చనీయాంశముల పట్టిక; సభ లేక సమావేశకార్యక్రమము; సమావేశ విషయానుక్రమణిక; సభలో చర్చకువచ్చు విషయానుక్రమణిక.

Agent - ఏజెంటు; ముక్తారు; ప్రతిహస్తుడు; ప్రతినిధి; ఒకనికిమారుగా పనిచేయుటకు అధికారమును పొందినవాడు.

Agreement = అగ్రిమెంటు; కరారునామా; ఒడంబడిక; ఒప్పందము; సమయము; ప్రతిజ్ఞ.

Agreement between several persons = సంవిత్పత్రము; సమాఖ్య; చాలామంది వ్రాసుకొనిన ఒడంబడిక.

Aggrieved party = బాధితపక్షమువాడు; పీడితుడు; దుఃఖితపక్షము; అపకృతుడు; అన్యాయముపొందినవారు; నష్టపడినవారు.

Agrarian = కార్షిక; కృషిసంబంధ.

Aid = సహాయము; తోడ్పాటు.

Aircraft - వాయువిమానసముదాయము.

Air ways = వాయుపథములు; వాయుమార్గములు.

Alarm = అలారం; ఆసన్నభయసూచకము; గడబిడ; బెదరు; మేలుకొలుపు.

Alchemy = రసవాదము.

Alcohol = మద్యసారము.

Alderman = ఆల్డర్ మన్; మునిసిపలుసంఘములో నొక గౌరవసభ్యుడు; పెద్ద; నగరపాలక; వృద్ధజనుడు. (ప్రా) జైత్రక;

Alibi = అలిబీవాదన; ఇంకొకచోనున్నట్లు సాక్ష్యము; గైరుహాజరు; అన్యత్రస్థితి; స్థలాంతరమందున్నట్లు ఋజువుచేయుట.

Alien = అన్యదేశీయు; పరదేశీయు.

Alienate = అన్యాక్రాంతముచేయు.

Allegiance = ప్రభుభక్తి; కొలుపు; ఆశ్రయగుణము.

Alliance = సమాశ్రయము; నేస్తము; స్నేహసంబంధము.

Allies = మిత్రులు; మిత్రమండలి.

Allied Forces = మిత్రబలములు.

Allocation = నిర్ణయించు, ఏర్పాటుచేయు; పంచు.

Allotment = అలాట్మెంటు; వాటాలుపంపిణీచేసి యిచ్చుట; భాగముల పంపిణీ విషయమై నిర్ధారణచేసి తెల్పియిచ్చుట; ఎవరెవరి కెంతరావలసి నది తేల్చుట; వంతు నిర్ధారించుట; వంతు; నిర్ణయింపబడిన భాగము.

Allow = అనుమతించు: ఒప్పుకొను; అంగీకరించు.

Allowances = అలవెన్సులు; అదనపుజీతములు; అధికవేతనములు; హెచ్చుగానిచ్చు మొత్తములు; తరుగులు; మామూళ్లు.

All Round Price = ఆల్‌రౌండు ప్రైస్; ఏకమొత్తము ధర; సాధారణ ముగా వ్యాపారములోనుండు అన్నిబాపతుల హెచ్చు మొత్తములం కలుపుకొనిన మొత్తముకెల; దీనికి ఓవర్ హెడ్ ప్రైస్ అని కూడా పేరు.

Alluvion and Deluvion = మెరకవేయుట; కోసివేయుట.

Alteration = మార్పు; దిద్దుబాటు.

Alternative = పక్షాంతరము; అన్యతరము: రెంటిలోనేదోయొకటి; వికల్పము; గత్యంతరము; వరణావకాశము.

Alternative plea = ఆల్టర్నెటివు వాదన; పక్షాంతర వాదము; వికల్పకారణము, విమిత్తము; దావాలో తనకుగల హక్కునుగూర్చి రెండు కారణములు కలవని చూపుట; ఎవ్విధముగాజూచినను తనకు హక్కు కలదని చూపుట.

Alternative Relief = పక్షాంతర పరిహారము; ఒక పక్షములో గాకపోయినను నింకొకపక్షములో నైన తనకు పరిహారము దయచేయుమని కోరుట.

Altered coin = మార్పుచేయబడిన నాణెము.

Altitude = ఎత్తు; ఔన్నత్యము; లంబము.

**Amalgamation** అమాల్గమేషను; సమ్మేళనము; రెండుమూడు వ్యాపార సంఘముల కలయిక.

**Ambiguity** = సంధిగ్ధార్థము; ద్వంద్వార్థము. రెండు అర్థములు స్ఫురించుట

**Amendment** = అమెండ్మెంటు; సవరణ; ప్రతిసూచన.

**Ammunition** = మందుగుండు సామగ్రి.

**Amnesty** = సకలాపరాధవిమోచనము; సార్వజనికక్షమాపణము; మాఫీనామా; సకల దండిత విముక్తి.

**Amortisation** = ఋణవిమోచన; గవర్నమెంటు, కంపెనిలు తమ ఋణ పత్రములను తీర్మానించుట.

**Anaesthetic** = ఎనాస్తటిక్కు: చేతనాహారకము; స్మృతి తప్పించుమందు.

**Analogy** = ఉపమానము; సాదృశ్యము; పోలిక.

**Analysis** = వ్యవచ్ఛేదము; పృథక్కరణము; విభజించుట; విభజన; పరిశీలన.

**Anamalous Mortgage** = మిశ్రస్వభావతనఖా; విపరీతషరతులుగల తనఖా.

**Anarchy** = అరాజకము: అనాయకత్వము.

**Ancestral** = పిత్రార్జితపు; పూర్వార్జితపు.

**Ancient Document** = పురాతన లేఖ్యము; ప్రాతదస్తావేజు; షరా: 30 సం॥ పైబడిన దస్తావేజునకు ఋజువక్కరలేదు.

**Annates** = ప్రథమఫలసాయము; ఆంగ్లదేశమునందలి ఆచారమును బట్టి రాజుకు చెందవలసిన ఒక పన్ను.

**Annexation** = అన్నెక్సేషన్: కలుపుకొనుట; సంయోగీకరణము; ఒక రాజ్యమును కలుపుకొనుట; చేర్చుకొనుట.

**Annuity** = అన్యూయిటీ; వార్షికము; వర్షాశనము; ఏటేట నివ్వబడు ద్రవ్యము; సాలువారీగా నివ్వబడుసొమ్ము; సాలుకు ఇన్నివాయిదాల చొప్పున అని ఏర్పాటుజరిగినదానికికూడా ఇదే పేరు.

**Annulment** = అన్నల్మెంటు: రద్దుచేయుట; కొట్టివేయుట.

**Annulment of Adjudication** = దివాలారద్దు; దివాలా నిర్ణయముయొక్క రద్దు.

**Anodyne** = వేదనాశమనకము; నొప్పిలేకుండచేయునది.

**Answer or Statement** = ఆన్సరు; స్టేటుమెంటు; ఉత్తరము.

**Antecedent** = పూర్వగామి; పూర్వగత; ముందుగవచ్చు, సంభవించు.

**Antecedent Debt** = పూర్వఋణము: ఋణార్ణము; ఏ అప్పుఅర్చుటకు ఈ ఋణముచేయబడినదో ఆ అప్పు.

**Antedate** = వెనుకటి తేదివేయు; లో తేదివేయుట.

**Anthropology** = మానుషశాస్త్రము: మానవోత్పత్తి వృద్ధి క్రమములను గూర్చినది.

**Antidote** = విషాపహారము; విరుగుడు.

**Antiseptic** = ఆంటిసెప్టిక్: చెడకుండ కాపాడు ఔషధము; రోగము వ్యాపించకుండ, కుళ్లకుండచేయునది.

**Antitoxin** = శరీరజన్యవిషఘ్నము; శరీర విషమునకు విరుగుడు.

**Apex Bank** = ఎపెక్సుబ్యాంకు: ఒక ఉన్నతసహకారబ్యాంకు.

**Aphorisms** = సూత్రములు; నీతులు.

**Appeal** = అప్పీలు: ఉపర్యభియోగము; పైమనవి; హైకోర్టుకు, పైయధికారికి చేసికొనువిన్నపము.

**Appearance** = హాజరగుట; (హాజరు) వచ్చియుండుట; సాక్షాత్కారము; ప్రత్యక్షమగుట

**Appellant** = అప్పెల్లెంటు; అప్పీలువాది; అప్పీలుదారు; వివాది.

**Appellate** = పైఅధికారముగల; అప్పీలు పునర్విచారణ అధికారముగల: ఉత్తరాధికారముగల.

**Applicable** = వర్తించు; ఉపయోగించు; ప్రయోగింపదగిన.

Applicant = అప్లికెంటు; దరఖాస్తుదారుడు అర్జీదారు; (ప్రా) అర్థి; వేడువాడు.

Application = అప్లికేషన్; దరఖాస్తు; అడుగుకోలు; ప్రార్థన; మనవి.

Apportionment = యథాయోగ్యవిభజనము; వంతులప్రకారము పంపిణీ నిర్ణయము.

Appreciation of Evidence = సాక్షివిమర్శ; సాక్షిగుణగ్రహణము, వివేచనము; సాక్షివిలువను తూచిచూచుట.

Apprehension of Offender = అపరాధిని పట్టుకొనుట.

Apprentice = అప్రెంటిస్; పారిశ్రామిక విద్యార్థి; "ఉమేజువారీ;" పనినేర్చుకొనువాడు; అభ్యాసకుడు.

Appropriate = నిర్దిష్టవినియోజనము; అసలు క్రిందనుగాని వడ్డీ క్రిందను గాని లేక ఫలానా బాకీ క్రిందనుగాని జమకట్టునట్లు నిర్దేశించి అట్లు జమకట్టించుట; ప్రత్యేకింపుచేయుట.

Appropriation of Revenues = ఆదాయ వినియోగనిర్ణయము.

Approval = అప్రూవలు; అనుమతి; అంగీకారము; మంజూరు.

Approver = అప్రూవరు; సాపరాధసాక్షి; అపరాధమొనర్చి దానిని బయలుపెట్టు సాక్షి.

Approximate = ఉజ్జాయింపు; సుమారు; రమారమి.

Arable Lands = సేద్యపుభూములు.

Arbitration = ఆర్బిట్రేషన్; మధ్యవర్తిత్వము, పంచాయతి; మాధ్యస్థము.

Arbitration Board = ఆర్బిట్రేషన్ బోర్డు; వివాద పరిష్కారసంఘము; మాధ్యస్థసంఘము.

Arbitrator = మధ్యస్థుడు; మధ్యవర్తి; న్యాయతీర్పరి; న్యాయకర్మికుడు; పంచాయతిదారుడు.

Arc = ధనుస్సు; విల్లుఆకారము.

**Arch bishop** = ఆర్చిబిషప్పు అనబడు క్రైస్తవ మతగురువు.

**Archealogy** = ప్రాచీనవస్తుశాస్త్రము; పురాతత్వశాస్త్రము;

**Area** = ఏరియా; వైశాల్యము; క్షేత్రఫలము; విస్తీర్ణము.

**Argument** = ఆర్గ్యుమెంటు; వాదన; వాదించుట.

**Arithmetical Progression** = లెక్కప్రకారము వృద్ధియగుట; జరుగుట; గమనము; గణితశ్రేణి.

**Aristocracy** = కులీనులు; విశిష్టజనము; ప్రభువర్గము; ప్రభువర్గపరిపాలన ప్రభుతంత్రము; శ్రీమంతప్రభుత్వము.

**Armistice** = యుద్ధవిరామసంధి.

**Arrangement** = అరేంజిమెంటు; ఏర్పాటు.

**Arrears** = బకాయబాకీలు; బకాయిలు.

**Arrest** = అరెస్టు; ఆసేధము; నిరోధము; చెఱ; మనుష్యుని పట్టుకొనుట.

**Arrest Before Judgement** = తీర్పుముందు అరెస్టు; తీర్పునకుముందే మనుష్యుని పట్టుకొనుట; డిక్రిముందు అరెస్టు; ఋణగ్రస్తుడు పలాయనుడగునని భయమున్నచో కోర్టువా రాతనిని ముందుగానే పట్టింతురు.

**Arrest Warrant** = అరెస్టువారంటు; ఆసేధపత్రము; ఒక మనుష్యుని పట్టుకొనుట కిచ్చు అధికారపత్రిక.

**Arsenal** = అయుధాగారము; అయుధశాల.

**Arson (Incendiarism)** = గృహదహనము; ఇండ్లుతగులబెట్టు నేరము.

**Articles of Association** సంఘనిబంధనలు; సంఘవ్యవస్థాపనవిధులు; ఒక కంపెనీవారు వ్రాసుకొను నిబంధనలు, విధులు. ఇవి మెమోరాండం ఆఫ్ అసోసియేషననబడు సంఘసమాఖ్యకు అనుబంధముగానుండును.

**Articulate** = ఉచ్చరించు; భావప్రకటన.

**Artificial** = కృత్రిమ; కల్పిత; మనుష్యకృత.

Artificial Respiration = కృత్రిమశ్వాస; శ్వాస ఆగినప్పుడు అసహజ పద్ధతులచేత ఊపిరివిడుచునట్లు చేయుట.

Artillery = శతఘ్నిగళము.

Artisans = శిల్పులు; పారిశ్రామికులు; చేతిపనులుచేయువారు; మేస్త్రీలు.

Ascendancy = ప్రాబల్యము; ప్రాధాన్యత.

Ascertainment = నిర్ణయము; నిర్ధారణ; నిరూపణ; (మొత్తము) తేల్చుకొనుట.

Asphyxia = శ్వాసావరోధము; ఉక్కిరిబిక్కిరి.

Assault = దౌర్జన్యము; పారుష్యము; పైబడుట.

Assault and Battery = దండపారుష్యము; ఆక్రమముగా పైబడికొట్టుట.

Assembly = (1) అసెంబ్లీ (శాసన) సభ; ప్రజాప్రతినిధిసభ; సమితి; (ప్రా) మహాసభ. (2) సమావేశము; సభ.

Assent = అంగీకారము; సమ్మతి.

Assertion = ఖండితముగా చెప్పుట; దృఢవక్తవ్యము.

Assessment = అసెస్సుమెంటు; పన్నుకట్టుట; విలువకట్టుట.

Assessor = అస్సెసరు; న్యాయసభాసదుడు; కొన్ని నేరములు విచారించునప్పుడు జిల్లాజడ్జికి సలహానిచ్చుటకు నియమింపబడు ప్రమాణపురుషుడు.

Assets = అస్సెట్సు; ఆస్తి; ధనము; ధనసర్వస్వము; ఒకవ్యక్తియొక్కగాని కంపెనియొక్కగాని ఆస్తి.

Assets for Distribution = పంచిపెట్టదగిన సొమ్ము.

Assets and Liabilities = ధనఋణములు; ఆస్తిఅప్పులు.

Assignee = అసైనీ; కార్యనియుక్తుడు; ముఖిజు; కార్యకర్త.

Assignment = అస్సైన్‌మెంటు; సమర్పణము; ఉపకల్పన; ఒప్పగింత; అన్యపరముచేయుట; ట్రాన్సుఫరు.

Assimilation = జీర్ణము; అవగతము;

size = అస్సైజు; ఇంగ్లాండులోని జిలా న్యాయసభ.

**Association** = సంఘము; సమాజము.

**Assurance** = భీమా; (2) అభయము.

**Asylum** = ఆశ్రియము; రక్షకస్థానము; శరణాలయము.

**"At Sight"** = "చూడగానే;" దర్శనమాత్రమున; 'దర్శని' హుండీలపై నిటు వ్రాయుదురు.

**At the instance of** = (ఒకరి) కోరికపైన.

**Atom** = పరమాణువు.

**Attachment** = అటాచ్మెంటు; జప్తు; ఆస్తిని పట్టుకొనియుంచుట.

**Attachment before Judgement** = తోడజప్తు; పైలుజప్తు; తీర్పునకు ముందుజప్తు; కోర్టుతీర్మానమునకుముందుగనే ఆస్తిని పట్టుకొనుట.

**Attainder** = అధర్షణము, ద్రోహవిచారణ,

**Attempt** = యత్నము: ప్రయత్నము;

**Atendance** = అటెండెన్సు; హాజరు; హాజరుపట్టిక.

**Attestation** = అటెస్టేషను; సాక్షి చేవ్రాలుచేయు; సాక్ష్యముచేయు.

**Attornment** = కౌలు ఒప్పందము; అచ్చుకోలు; కైకోలు; అంగీకారము; క్రొత్త భూస్వామికి రైతు అచ్చుకొనుట.

**Attribute** = ధర్మము; లక్షణము; గుణము.

**Auction** = ఆక్షను; ఏలము; ఎవడు హెచ్చుగా పాటబాడిన వానికి విక్రయించు బహిరంగ క్రయము.

**Auctioneer** = ఏలగాడు; ఏలము వేయువాడు.

**Auction purchaser** = ఏలములో కొన్నవాడు.

**Audit** = ఆడిట్; లెక్కలతనిఖీ, విమర్శన; గణితశోధన.

**Audit Certificate** = ఆడిట్ సర్టిఫికెట్టు; లెక్కతనిఖీ నిదర్శన పత్రము.

**Auditor** = ఆడిటరు; లెక్కవిమర్శకుడు; గణితశోధకుడు; మజుందారు.

Authenticate = ధృవపరచు; రూఢిపరచు; ప్రమాణీకరించు; నిజపరచు.

Authorise = అధికారమిచ్చు; అధికారము కలుగజేయు; ఉత్తరువిచ్చు.

Authorised Capital = ఆథరైజ్డు కాపిటల్; నియుక్తమూలధనము.

Authority = అధికారము; అధికారి.

Autocracy = నిరంకుశాధిపత్యము; నిరంకుశప్రభుత్వము.

Automobile = మోటారు; తనంతటతాను నడుచునది.

Autonomous = స్వతంత్రతగల; స్వాతంత్ర్యముగల.

Autonomy = స్వతంత్రాధికారము; స్వాతంత్ర్యము.

Autrofoice Acquit = ఆట్రోఫాయి అక్విట్; ఒకమారు విచారించి విమోచనము చేయబడినవాడు మరల విచారింప బడరాదు.

Average = యావరేజి; దామాషా; సగటు.

Averment = దృఢవక్తవ్యము; రూఢిగా చెప్పినసంగతి. వాదన;

Award = అవార్డు; పంచాయతితీర్పు; మధ్యవర్తి తీర్పు.

Axiom = సాక్షాత్తత్వము; ప్రతిపాదకసిద్ధాంతము

Auxiliary = సాహాయ్యక; ఉపబలమైన.

Auxiliary Force = సహాయసేన; సహాయసైన్యములు.

# B

B. A. = బి. ఏ. పట్టపరీక్ష.

B. C. = క్రీస్తు పుట్టుటకు పూర్వము. క్రీ॥పూ।,

Backing = పైహామీ; కాపుదల

Bad Character = మర్మార్గుడు; మర్వర్తనుడు:

Bad debts = పారుబాకీలు; రానిబాకీలు; చేఉమ్మెజుబాకీలు.

Bail = బెయిల్; జామీను; ప్రతిభువు; ప్రతిభావ్యము; హామీ; పూటబడుట; ఒకనికొరకు కింకొకరు పూచీపడుట.

Bail Bonds = బెయిలుబాండ్లు; పూచీకత్తులు; జామీనుపత్రములు; పూట కౌపుపత్రములు; జామీనుఖత్తు; ఒక ముద్దాయిని హాజరుపరుచుటకు జామీనుదారులు వ్రాసియిచ్చు పూచీకత్తులు.

Bailee = బెయిలీ; ఆస్తిహామీదారుడు; ఆస్తిపూటకౌపు; నమ్మకముపైన వస్తువును దగ్గఱనుంచుకొనువాడు.

Bailiff = బెయిలిఫ్: కోర్టువారంటు అమలుజరుపు అమీనా.

Bailment = బెయిల్మెంటు: ప్రతిభావ్యము; ప్రతిభావ్యనిక్షేపము; పూట పడుటు; నిక్షేపణము; ఒకని పూచీపైన ఆస్తిని దాచుట; నిక్షేపించుట.

Bailor = బెయిలర్; ఆస్తిని, వస్తువు నొకని దగ్గఱనుంచిన వాడు.

Balance = బ్యాలన్సు; కౌతానిల్వ; కౌతాబాకీ; కౌతామొత్తము; నిలువ: బాకీ; శేషము; అవశిష్టము; ప్రాప్తి; మిగులు.

Balance on hand = చేతనున్న బ్యాలన్సు: చితా నిలువ; ఫర్యాషితము.

Balance of Power = పరాక్రమ సమతోలనము; వివిధరాష్ట్ర బల సమతోలనము.

Balance Sheet = బ్యాలన్సుషీటు; అవశిష్టపత్రము; అదాయవ్యయశేష పత్రము; పాప్తిపత్రము; అడవాపట్టి; ధనఋణదర్శకపత్రము; జమా ఖర్చు నిలువపట్టీ; నిలువబాకపట్టి; అదాయవ్యయశేషముల దెలుపు సంగ్రహపు లెక్క; అంకణాజాబితా. బాకీహిస్సెబు.

Balance of Trade = వర్తకవాటము; ఒక దేశమునకు వ్యాపారము లాభ ముగా, అనుకూలముగా నున్నదా లేదా యను సూచన; సానుకూల లేక ప్రతికూల వర్తకప్రాప్తి.

Balancing = బ్యాలన్సు లెక్క సరిపుచ్చుట; గణనాసమీకరణము.

Ballast = పడికట్టుసరకు; బరువుసరిపోవుటకు వేయు (బరువు) వస్తువులు.

Ballot = బాలట్; బ్యాలటు; లిఖితసమ్మతి; లిఖితమూలకనియోజనము; రహస్య నియోజనము; చీట్లువేసి అభిప్రాయమును సూచించుపద్ధతి.

Ballot Box = బాలటు బాక్సు; వోట్లపెట్టె.

Ballot Paper = బాలట్ పేపరు; వోటుకాగితము: నియోజనపత్రము.

Ban = నిషేధాజ్ఞ; నిరోధాజ్ఞ.

Bandage = బంధనము; కట్టు; గాయపుకట్టు.

Banishment = బలాత్కారప్రవాసము; దేశమునుండి వెళ్లగొట్టుట.

Bank = బ్యాంకి: బ్యాంకు; ధనాగారము; కోఠీ; పేఠీ; షరాఫీ; షరాబు వ్యవహారములనుజేయు సంస్థ.

Banker = బ్యాంకరు; సాహుకారు; కోఠీదారుడు; షరాబు.

Banking = బ్యాంకువ్యాపారము; షరాబువ్యాపారము; కోఠీవ్యాపారము.

Banking Operations= బ్యాంకివ్యవహారములు; ధనాగారవ్యవహారములు.

Bank Note = బ్యాంకినోటు; పత్రము; రొక్కపురూపాయలకుమారుగా వాడబడు రూపాయల నోట్లవంటి పత్రములు.

Bank rate = బ్యాంకిరేటు; బ్యాంకువారిచ్చిపుచ్చుకొను సొమ్ముపైనవడ్డీ.

Bankrupt = దివాలాకోరు; బాకీలు చెల్లించలేనివాడు.

Bar = అటంకము; నిషేధము.

Bargain = బేరము; లాభసాటిబేరము.

Barometer = బెరామీటర్; భారమితి; గాలియొక్క హెచ్చుతగ్గులు, ఒత్తిడిని తెలియజేయు కొలత పరికరము.

Baron = 'బారన్' అంగ్లజాగీరుదారుడు; ప్రభువు.

Baronet = బారనెట్: ఇంగ్లాండులో వంశపారంపర్యముగా శ్రేష్ఠునకు సర్ బిరుదుగలవారు.

Barred (by time) = అతీతకాలము; కాలదోషము; కాలదోషము పట్టినది.

Barrister = బ్యారిస్టరు; అంగ్ల న్యాయవాది.

Barter = బార్టరు; వస్తుమార్పిడి; సాటాబేరము; సరకునకు సరకుపుచ్చుకొనుట; కుండమార్పు; పరిదానము.

Batta = బేటా; బత్తెము; (ప్రా) దత్తపథ్యశనము; దత్తమార్గాశన హేతు భూత ద్రవ్యము.

Battle Order = యుద్ధవ్యూహము; వ్యూహము.

Bear = బేర్; వాటాల జట్టిబేరగాడు.

Bearer = బేరరు; పత్రహస్తుడు; (పత్రము) తెచ్చువాడు; పత్రముదారు;

Bearer cheque or bond = బేరరు చెక్కు; పత్రహస్తహుండీ; పత్రము నెవరు తెచ్చిన వారికి చెల్లించు హుండీ.

Becomes Recoverable = పునఃప్రాప్యతాస్థితి; వసూలు వాయిదా వచ్చిన బాకీ.

Benamidar = బినామీదారు; ఒకని కొఱకు నామకః వ్యవహరించువాడు.

Benami Transaction = బినామీ వ్యవహారము.

Bench of Honorary Magistrates = బెంచిమేజస్ట్రేటులు; జీతము లేకయే న్యాయవిచారణచేయు గౌరవదండవిధాయివర్గము.

Bench Mark = బెంచిమార్కు; సర్వేగుఱుతు.

Benefit of the Doubt = సంశయలాభము; నేరముచేసెనో లేదో యను సంశయము కలిగినప్పుడు, ఆ సంశయలాభము ముద్దాయి కొసగి వానిని వదలివేయవలయును.

Beneficiary = బెనిఫిషియరీ; ఔపకారికుడు; అనుభోక్త. ఉపకారము పొందిన వాడు; ఒక ధర్మశాసనము క్రింద నుపకృతిపొందువాడు; లాభ మును పొందువాడు; ప్రయోజనము ననుభవించువాడు;

Benefit Society = బెనిఫిట్ సంఘము; ఉపకారసంఘము,

Benevolent Despotism = ధార్మికనిరంకుశత్వము.

Bequest = బిక్వెస్టు; మరణశాసన మూలకదానము; ప్రదానము; చని పోయినవాడొసగిన ధనము, దానము; శాసిత దానము; మరణశాసనము ద్వారా శాసింపబడినదానము.

Betting = ప్రతిజ్ఞ; పందెము వేయుట.

Beverages = రుచికర పానీయములు

Bicameral system = ద్విమందిర సభావిధానము; ద్విసభావిధానము; రెండు శాసనసభలుగల రాజ్యాంగ విధానము.

Bid = పాట; ఏలములో పాట.

Bigamy = ద్విభార్యాత్వము; ఇద్దరు భార్యలను పెండ్లాడుట; (ఇది క్రైస్తవ ధర్మవిరుద్ధము.)

Bill = (1) బిల్లు; చిత్తుచట్టము (హిం) మస్విదా; మసోదా.
(2) హుండీ; పత్రము; లెక్క; చీటీ.

Bill at Par = పారువిలువహుండీ. పత్రములో సూచింపబడిన విలువకే అమ్ముడుపోవు హుండీ.

Bill Book = బిల్లుల బుక్కు; విక్రయపట్టీల పుస్తకము; నగదు పట్టీలు, అరువుపట్టీలు; అని రెండు రకముల బిల్లులుండును;

Bill Broker = బిల్లు బ్రోకరు; హుండీలను మార్చువాడు; హుండీమారక దలాలీ లేక దలారీ.

Bill of Credit = పరపతి హుండీ; బరాతము.

Bill Discounting= హుండీని మారకమునకు కొనుట; వట్టమునకు కొనుట; కొంతసొమ్ము తీసివేసి కొనుట; మార్చుట.

Bill of Exchange = బిల్ ఆఫ్ ఎక్స్చేంజి; బదలాయింపు హుండీ; మార్పిడి బరాతము; వినిమయయోగ్యపత్రము; మారకపుపత్రము; అన్యపరముచేయతగిన పత్రము; కొంత మొత్తమును పెంటనేగాని ఫలాన వాయిదాలోగా గాని, ఒక అసామికిగాని, అతని ఉత్తరువు పొందిన వారికిగాని, పత్రహాసునికిగాని అడిగిన వెంటనే చెల్లించవలసినదని ఒక డింకొకని పేర లిఖితమూలముగా వ్రాసి యిచ్చిన పత్రము. బరాతములు, హుండీలు నిట్టివే; ఇట్టి పత్రము లొక రింకొకరికి బదలాయించవచ్చును; అనగా అన్యపరముచేయవచ్చును.

Bill of Lading = బిల్లాఫ్ లేడింగు: ఓడవాడు ఎగుమతిదారు కిచ్చుసరకుల రశీదు పత్రము. ఈకాగితము ప్రకారము సరకులు ఒప్పగించును.

Bill of Parcels = సరకుల ఖాబితా; మూటలపట్టి; వారినామా.

Bill of Rights = వాక్కుల చట్టము.

Bill payable to Order = ఆర్డరుహుండీ; ఎవరికి చెల్లించమని వ్రాయబడిన వారికి చెల్లించు హుండీ; ఉత్తర్వుమేరకు హుండీ.

Bill payable at sight = దర్శనహుండీ; "దర్శని"; చూపగానే చెల్లించవలసిన హుండీ.

Bill payable sometime after Presentation = వాయిదాహుండీ.

Bimetallism = ద్విలోహప్రమాణము; ద్వివిధలోహప్రమాణ చలామణి; రెండులోహములు చలామణిగానుండు పద్ధతి.

Binding = బైండింగు; బాధించునది; బంధించునది; బాధ్యతకలిగించునది; బద్ధత; బద్ధునిగజేయునది.

Birth Rate = జననసంఖ్య.

Bishop = బిషప్ : ఒక క్రైస్తవ మతగురువు.

Blame = నింద.

Blank Bill = ఖాళీహుండీ లేక అనిర్దిష్టబరాతము.

Blank Endorsement = ఖాళీఎండార్సుమెంటు; పత్రము పీఠిన ఏమియూ వ్రాయకయే ఊరక దస్కతుచేయుట. (See Endorsement.)

Blood Boisoning = రక్తగతవిషదోషము.

Blood Stains = రక్తపుచారికలు; రక్తపుడాగులు.

Board = బోర్డు; కార్యాలోచనసభ; సంఘము.

Board of Commissioners = విచారణసంఘము; ఉపసంఘము.

Board of Revenue = రెవిన్యూబోర్డు; రెవిన్యూ వ్యవహారములపైన అధికారముగల సంస్థ.

B. S. O. = బోర్డుస్టాండింగు ఆర్డర్లు (రివిన్యూ) బోర్డువారి స్థిరతీర్మానములు

Body Corporate = సాముదాయిక సంఘవ్యక్తిత్వము; సంఘీభూతమైన సభ; ఏకీభూతసంఘము; సాముదాయిక వ్యక్తిత్వముగల సంఘము; శాస్త్రీయవ్యక్తిత్వముగల సంఘము; ఇట్టిసంఘము తనపేరున దావాలు వేయవచ్చును.

Bog = బాడవనేల.

Bolshevism = బోల్షివిజము; రష్యాదేశమున సంఘస్వామిత్వముగల ఆర్థిక రాజకీయ సార్వజనిక పరిపాలనము స్థాపించుటకు 'లెనిన్' నాయకత్వమున నిర్వహింపబడిన ఉద్యమము. (See Communism)

Bomb = బాంబు; ప్రేలుడువస్తువు.

Bonafide = బోనాఫైడీ; సదుద్దేశముతో; సద్భావముతో; వాస్తవముగా; యథార్థముగా.

Bonafide claim of Right = బోనాఫైడీ హక్కువాదన; సద్భావముతో తాను హక్కుగలదని వాదించుట; యథార్థాధికారవాదన.

Bonafide Holder = బోనాఫైడి హోల్డరు: యథార్థపత్రహస్తుడు; యథార్థస్వత్వదారుడు; ఒక హుండికి డబ్బిచ్చి దాని హక్కుపొందినవాడు.

Bonafide Purchaser = యథార్థక్రయకుడు; సదుద్దేశపూర్వకక్రాయకుడు నిష్కపటముగ కొనినవాడు; న్యాయముగా సొమ్మిచ్చి కొనినవాడు.

Bond = బాండు; పత్రము; ఋణలేఖ్యము; ఒప్పుదలపత్రము.

Bonus = బోనసు; లాభపంపకము; వేతనాధికదానము; (హిం) బక్షీస్; భీమాకంపెనీలు తమ పట్టాదారులకు పంచిపెట్టు బహూకృతిధనము.

Book Debts = దస్త్రంబాకీలు; కాతాబాకీలు.

Boom = ఆకస్మికవాణిజ్యాభివృద్ధి.

Boors = మోటుమనుష్యులు.

Borders = పొలిమేరలు, సరిహద్దులు

Borrower = ఋణగ్రహీత; అప్పుపుచ్చుకొన్నవాడు; బదులుపుచ్చుకొన్న వాడు.

Booth = పందిరి; పందిలి; ఆవరణ;ప్రదేశము.

Botanical Garden = బొటానికలు తోట; చిత్రవనవాటిక; ప్రదర్శ నోద్యానము.

Bottomry Bond = బాటమ్రీబాండు; ఓడవ్యాపారమునకు చెందిన పత్రము.

Boundary = బౌండరీ; వేల; సీమ; సరిహద్దు.

Boundary Dispute = సీమవివాదము; మర్యాదాస్థాపనము; సరిహద్దు తగాదా.

Bounty = బౌంటీ; పరిశ్రమలను ప్రోత్సహించుటకు ప్రభుత్వమొసగు ద్రవ్యము; ప్రోత్సాహక ద్రవ్యదానములు; ధనసహాయము.

Boycott = బాయికాటు; బహిష్కారము.

Brand = బ్రాండు; (వస్తువులయొక్క) తరహా; సరకుతరహా, దానిరకము, ప్రాశస్త్యమును తెలుపు వర్తకచిహ్నము.

Branding = వాతలువేయుట; కాల్చుట.

Breach = ఉల్లంఘనము; భంగము.

Breach of Contract = కంట్రాక్టుభంగము; కరారుభంగము; ఒడంబడిక భంగము; వాగ్దానభంగము; ప్రతిజ్ఞాభంగము.

Breach of peace = శాంతిభంగము; ప్రజాశాంతిభంగము; నెమ్మదికి భంగము.

Breach of trust = విశ్వాసఘాతము; నమ్మకద్రోహము.

Bribery = (1) లంచమిచ్చుట; (2) లంచము పుచ్చుకొనుట.

Brief = సంక్షిప్తము; క్లుప్తము.

Brittleness = పెళుసుదనము.

Broad-casting = బ్రాడ్ కాస్టింగు; వైర్లెసు రేడియోయంత్రముపైన ఉపన్యాసములను సంగతమును వ్యాపింపజేయుట.

Broker = బ్రోకరు; దలారి; కాయిదాదారుడు· తరగరి; అడితీదారుడు.

Brokerage = బ్రోకరెజి, దలారీ, కాయిదా; రుసుము; దలారితరుగు; అడిత;

Brothel = వేశ్యాగృహము; వ్యభిచారగృహము.

Brought Forward = ఉతారు. బ్రాటోవరు; కాతాలో వెనుకట మొత్తము ముందునకు గొనివచ్చుట.

Bruise = నలుగుట; నలుగుడు గాయము.

Budget = బడ్జెటు; జమాఖర్చుడౌలు; ఆదాయ వ్యయఅంచనా; అందాజు పట్టీ; మదింపులెక్క; రాబోవు సంవత్సరపు ఖర్చు నిర్ధారణకై గతసంవత్సరముల ఆదాయ వ్యయములనుబట్టి సిద్ధముచేయు ఆదాయవ్యయ అంచనాపట్టీ.

Budget Allotment = బడ్జెటు అల్లాట్మెంటు; అందాజుభాగము; ఆదాయవ్యయ అంచనాలో నిర్దేశింపబడిన మొత్తము లేక భాగము.

Buffer state = బఫ్ఫర్ రాజ్యము; శాత్రవమధ్య స్థితరాజ్యము.

Building Fund = బిల్డింగుఫండు; భవన నిర్మాణనిధి

Bulk = సముదాయము; మొత్తము.

Bullion = ముద్దబంగారు వెండి; కోరాబంగారు వెండి; మేలిమి చాదీ.

Buoy = బోయాకట్టె; లంగరు గురుతు; తేలుడుగుండ్లు; ప్లవము. రేవులలోను సముద్రములలోను మెరకలు మొదలగువానిని సూచించుటకు తేలవేయు బోలు ఇనుపగుండు.

Burden of proof = క్రియాభారము; రుజువుభారము; రుజువు చేయవలసిన బాధ్యత; దృష్టాంతీకరణబాధ్యత.

Bureaucracy = బ్యూరాక్రసీ; అనియంత్రిత ప్రభుత్వయంత్రము; నిరంకుశ యంత్రమువంటిరాజ్యాంగ పద్ధతి; నిరంకుశాధికారవర్గ ప్రభుత్వము.

Burgess = పౌరుడు.

Burglary = భిత్తిచౌర్యము; గృహభంగము; ఇంటిలో జొరబడి దొంగతనము చేయుట.

Business = వర్తకము; వ్యాపారము.

Business Activity = వ్యాపారప్రవృత్తి.

Buyer = క్రయకుడు; క్రేత; కొనువాడు; గ్రాహకుడు.

By Election = బైఎలెక్షను; ఉపనియోజన; అనుబంధనియోజన; నైమిత్తికముగా జరుగు ఎన్నిక; మధ్య జరుగు ఎన్నిక.

Bye industry = ఉపపరిశ్రమ: అనుగతపరిశ్రమ; ఒకదానికనుగుణముగా నుండు పరిశ్రమ.

Byelaw (By-law) = బైలా; ఉపనిబంధన; ఉపవిధి; ఒక ప్రభుత్వశాఖగాని చట్టముప్రకారము అధికారములు పొందిన సంఘముగాని కంపెనీవారుగాని తమ వ్యవహారనిర్వహణముకొఱకు చేసికొను నిబంధనలు.

By degrees = క్రమక్రమముగా.

By Implication = భావద్యోతకముగా.

By Products = ఉపద్రవ్యములు; అనుగతోత్పత్తులు.

By virtue of = కారణమువలన.

## C

Cabinet = కాబినెట్టు; ఇంగ్లాండుదేశ మంత్రిమండలి; గూఢమంత్రణసభ, మంత్రివర్గము.

Cabinet system = కాబినెట్టు; మంత్రిమండలి పద్ధతి లేక మంత్రి సభా విధానము. ఇంగ్లాండులోని పార్లమెంటు అనగా రాజు ప్రభువులసభ, కామన్సుసభ కలిసిన రాజ్యాంగముయొక్క పరిపాలనాపద్ధతిలోని కార్య

నిర్వాహక వర్గము, మంత్రిమండలి. ఇంగ్లాండులో చాలకాలము నుండి కన్సర్వేటివులు, లిబరలులు, లేబరు అను మూడు రాజకీయ పక్షములుండెను. కామన్సుసభకు ఎన్నుకొనబడు ప్రజాప్రతినిధులలో ఏపక్షమువా రధిక సంఖ్యాకులుందురో ఆపక్షనాయకుని మంత్రివర్గమును నిర్మాణము చేయుమని రాజాహ్వానించును. అతడే ప్రధానమంత్రి. అతడు కామన్సుసభలోనుండి, ప్రభువుల సభలోనుండి తన పక్షమువారిని అనుకూలురను మంత్రిమండలిసభ్యులుగా పేర్కొనును. వీరిలో నేడుగురు రాజ్యాంగమంత్రులగుదురు. తక్కినవారు వివిధ ప్రభుత్వ శాఖాధ్యక్షులగుదురు. ఈమంత్రిమండలిలో నిప్పుడు ఇరువదిమందియున్నారు. ఈసభలో చేరని అధికారులుగూడా ముప్పదిమందియున్నారు. ప్రధానమంత్రి అన్నిశాఖలపైన పైఅధికారము కలిగియుండును. మంత్రిమండలిసభకత డధ్యక్షత వహించును. ఈసభలో పరిపాలనా వ్యవహారములెల్ల చర్చింపబడును. దీనితీర్మానముల నతడు రాజుకు తెలిపి ఆయనచేవ్రాళ్లుపొందును. ఈతీర్మానముల నాతడే కామన్సుసభలో ప్రవేశపెట్టును. మంత్రిమండలి కామన్సుసభవారికి సమష్టిగా బాధ్యతవహించును. అనగా మంత్రిమండలిసభవారి తీర్మానము అందరి మంత్రుల యభిప్రాయ మైనట్లే. కామన్సుసభవా రామోదించనిచో అందరుమంత్రులు రాజీనామా నీయవలెను. మంత్రిమండలి సభలో నేమంత్రియైన ప్రధానమంత్రితో నేకీభవించనిచో అతడు రాజీనామానిచ్చి కామన్సుసభలో తన యభిప్రాయమును వెల్లడించవచ్చును. కామన్సుసభవారు మంత్రిమండలి యభిప్రాయమునకు వ్యతిరేకముగా తీర్మానించినచో మంత్రిమండలివారు రాజీనామానైన నీయవలెను; లేక కామన్సుసభను విలయముచేసి క్రొత్త ఎన్నికలైన జరుపవలెను. దీనికి పార్లమెంటరీపద్ధతియని కూడా పేరు.

**Cable** = కేబిల్ (1) సముద్రములోని తంతిమోకు. (2) నావమోకు.

**Cable gram** = సముద్ర తంతివార్త; దేశాంతరతంతి.

Calendar = కాలెండరు; పంచాంగము; తారీఖులసూచిక.

Call = కాల్; (1) వాటాకిస్తీ; కంపెనీవారు వాటాలసొమ్ము కోరుట; వాయిదామొత్తము; (2) పిలుచు; జ్ఞాపకముచేయు.

Call money = వాయిదాధనము; కిస్తీసొమ్ము; "హవాతీధనము"

Cammouflage = కామాఫ్లేజ్; భ్రమకల్గించుకొఱకు కృత్రిమాకారముగ జేయుట; భ్రమీకరణము.

Campaign = దండయాత్ర.

Cancellation = కాన్సెలేషను; రద్దు; రద్దుచేయుట.

Candidate = కాండిడేటు; అభ్యర్థి; దరఖాస్తుదారు; ఒకపదవికొఱకు ప్రయత్నించువ్యక్తి.

Cannon = శతఘ్ని, ఫిరంగి.

Canton = కాంటన్; స్విజర్లాండులోని తాలూకాలు.

Contonment = కంటోన్మెంటు; దండువిడియు ప్రదేశము; శిబిరము.

Capital = కాపిటలు; మూలధనము; పెట్టుబడి; పరిపణము. మునుముందు వస్తూత్పత్తి కొఱకు ప్రత్యేకించబడిన ద్రవ్యము - ఇది రెండువిధములు: భూవసతి, యంత్రములు, ఇతర వ్యాపారవస్తుజాలము మున్నగునవి స్థావర మూల - ధనము. దీనికే 'ఫిక్సెడ్ కాపిటల్' అనిపేరు. లోకుల చేతులలో త్రిప్పువాటాలు డిబెంచర్లు పత్రములు మొదలగునవి చర మూలధనము దీనికి సర్క్యులేటింగు లేక ఫ్లోటింగు కాపిటల్ అందురు.

Capitalism = కాపిటలిజం: ధనాఢ్య ప్రాబల్యార్థిక పద్ధతి; నేడు పాశ్చాత్యదేశములందు కనబడుచున్న ఆర్థిక పారిశ్రామిక పద్ధతికే ఈ పేరు. దరహాముపైన (Large scale) వ్యాపారము నడుపుట, తాము పెట్టుబడి పెట్టి నడుపు వ్యవహారములలో సాధారణముగా తామేపనియు స్వయముగా చేయకుండగనే చాలామంది ప్రైవేటు సాహుకారులు వ్యాపారమునకు యజమానులై యుండుటయు ఈ పద్ధతిలోని ప్రథమ

లక్షణము. రెండవలక్షణము అనేకమంది కర్మకరులు, కూలివాండ్రు, జీతములపైన కూలికి కష్టించుచుండుటయు, వీరికా వ్యాపారములందుగాని తాముపయోగించు పరికరములందుగాని హక్కులు లేకుండుట. ఈవిధానమునకు 'సోషలిజం' అను సిద్ధాంతము విరుద్ధమైనది.

Capitalization = మూలధనార్జన; మూలధనసంగ్రహణము; పెట్టుబడి పోగుచేయుట.

Capitalist = కాపిటలిస్టు. పెట్టుబడిదారు; షావుకారు.

Capitalist industry = ధనికాధీనపరిశ్రమ.

Capital Offence = ఘోరాపరాధము; పెద్దనేరము.

Capital Punishment = అతితీవ్రదండన; ఉరిశిక్ష.

Capital value = మూలధనపు విలువ.

Capriciously = చలచిత్తముగా.

Carat = కారట్: క్యారట్టు; (1) రత్నముతూనిక: రతి ఒక క్యారట్టునకు 4 వడ్లగింజలు; (2) బంగారువన్నె; 24 వన్నెలపరిమితి.

Care = జాగరూకత; శ్రద్ధ.

Cargo = సరకు; ఓడబరువులు.

Carried = (తీర్మానము) అంగీకరింపబడుట; గెలుచుట.

Carrier = భారవహుడు; రవాణాదారు; సరకు లొకచోటినుండి ఇంకొకచోటికి గొంపోవువాడు.

Carrying Balance = ఉతారునిల్వ.

Case = కేసు; దావా; ఫిర్యాదు; వ్యవహారము; అభియోగము; వ్యాజ్యము: క్రిమినలు సివిలు చర్య.

Case Diary = కేస్ డైరీ; నేరవిచారణల దినచర్య పుస్తకము; పోలీసువారు తమకు ఫిర్యాదుచేయబడినట్టియు తాము విచారణ చేయునట్టియు నేరములను గూర్చి వ్రాయు దినచర్య పుస్తకము.

**Cash** = క్యాష్; రొక్కము: నగదు; సొమ్ము.

**Cash Credit** = క్యాష్‌క్రెడిటు; నగదుపరపతి; రొక్కపరపతి.

**Cash Keeper (Cashier)** = క్యాషుకీపరు; క్యాషియరు; ఖజానాదారు; షరాబు.

**Cash Reserve** = రొక్కనిధి.

**Casting Vote** = కాస్టింగు వోటు; అధికసమ్మతి; నిర్ణాయకసమ్మతి. ఉభయపక్షములును సమానమైనప్పుడు అధ్యక్షుడు తన అధికసమ్మతిని నొకపక్షమున కిచ్చి తీర్మానించును.

**Castle** = కోట.

**Casual** = ఆకస్మికపు; యాదృచ్ఛికపు.

**Casual Election** = నైమిత్తిక నియోజనము; ఏదో ఒకప్పుడుకలిన ఖాళీని పూర్తిచేయుటకు చేయు ఎన్నిక.

**Casual Vacancy** = క్యాజుయల్ వేకెన్సీ; నైమిత్తికపుఖాళీ; దైవికపు ఖాళీ; ఆకస్మికపుఖాళీ.

**Casus omissus** = చట్టమువలన నిబంధింపబడని విషయములు.

**Cathedral** = కతీడ్రల్; క్రైస్తవప్రార్థనాలయము.

**Cattle Tresspass** = పశువులవలని పీడ; పశువులు ఇతరుల భూములలోబడి మేసియు త్రొక్కియు నష్టము కల్గించుట.

**Causation** = కారణత్వము; హేత్వర్థకము.

**Cause** = (1) కారణము; హేతువు. (2) వ్యాజ్యము.

**Cause of Action** = వ్యాజ్యకారణము; దావాకారణము.

**Caveat** = ఆక్షేపణపత్రము.

**Cell** = ఖైదుకొట్టు; గది.

**Censor** = సెన్సారు; శాస్త్రనిషిద్ధ ప్రకటనాశోధకుడు; శాస్త్రమునిషేధించిన ముద్రణములు, సినిమాలు పరిశీలించు ఉద్యోగి.

Census = సెన్సస్; సెన్ససులెక్క; జనాభాలెక్క.

Censure = దూషణ; నింద.

Centigrade Thermometer = శతవిభాగి థర్మామీటరు; నూరంశము లుగా విభజింపబడిన (ఉష్ణతామాపక) జ్వరమానము

Central Bank = సెంట్రలు బ్యాంకు; కేంద్రబ్యాంకు.

Central Jail = సెంట్రలు జైలు; కేంద్రబంధనాగారము.

Centralisation = కేంద్రీకరణము.

Century = శతాబ్ది

Certificate = సర్టిఫికెట్టు; నిర్ణయపత్రము; నిదర్శనపత్రము; ధృవపత్రము; యోగ్యతాపత్రము.

Certified Copies = సర్టిఫైడ్ కాపీలు; సర్టిఫైడు నకళ్లు; ప్రమాణ ప్రతిలేఖ్యములు; అధికారరీత్యా ఇవ్వబడిన నకళ్లు.

Certifying payment = వసూలు నమోదు; చెల్లు ధ్రువపరుచుట; కోర్టు కవిలెలో వసూలు నమోదు చేయుట.

Cess = శెస్సు; చిల్లరపన్నులు.

Cestu que et trust = సెట్యూక్యూ ఎట్ ట్రస్టు; ఐచ్ఛిక ధర్మకర్తృత్వము. కొన్ని పరిస్థితులలో ఏర్పడు ధర్మవ్యవహర్తృత్వము.

Challenging = ఛాలెంజింగు; ఛాలెంజిచేయుట; యుద్ధాహ్వానము; ఆమంత్రణము; దూషణము; పంతమాడుట; పోటీ లేక ప్రతిజ్ఞచేయుట.

Chamber of Commerce = ఛేంబర్ ఆఫ్ కామర్సు అనబడు వణిక్సంఘ సమితి; వణిక్సభ; వణిక్సంఘము.

Chamberlain = ఛేంబర్లెయిను అనబడు నొక అంతఃపురోద్యోగి; ఒక ఆంగ్ల అధికారి. అంతర్వంశికుడు;

Champerty & Maintenance = వివాదప్రోత్సాహనము; దావామద్దతు, వివాదగ్రస్త విషయములో భాగమును పొందిసహాయము చేయుట.

Chancellor = ఛాన్సిలర్; అధ్యక్షుడు, ప్రధానాధికారి. మంత్రి

Chancellor of the Exchequer = ఛాన్సిలర్ ఆఫ్ ది ఎక్స్చెకర్ అనబడు కోశాధ్యక్షమంత్రి.

Chancery = ఛాన్సరీ అనబడు ఆంగ్లన్యాయస్థానము.

Change = మార్పు; వికారము.

Chaplain = చాప్లెయిన్. క్రైస్తవార్చకుడు.

Character Evidence = శీలసంబంధ సాక్ష్యము, ప్రవర్తనను గూర్చిన సాక్ష్యము.

Charge = చార్జి; (1) బాధ్యత, హక్కు—మోపుదల; బద్ధత; ఒక ఆస్తిపైన బాకీ వసూలుచేయుటకు హక్కు కలుగజేయబడుట; ఒకవిధమగు హామీ మోపుదల; (2) చార్జి; ఫిర్యాదు; ఆరోపణ.

Charge Sheet = చార్జిషీటు; పోలీసువారు మేజిస్ట్రేటుదగ్గఱ దాఖలు చేయు ఫిర్యాదుపత్రము.

Charitable Endowment = ధర్మప్రతిష్ఠ, దానము, ధర్మము.

Charitable Institution = ధర్మప్రతిష్ఠాపనము; (ప్రా) ధర్మావసతి.

Charter = చార్టరు; రాజశాసనము; పట్టా; ఫర్మానా.

Charter Party = ఓడ యిజారా.

Charter of Liberty = స్వాతంత్ర్య ప్రదానపత్రము; స్వాతంత్ర్య స్థాపన శాసనము.

Chartist movement = చార్టిస్టు ఉద్యమము. సార్వజనిక పౌరస్వత్వముల గోరు ఆంగ్ల రాజకీయ ఉద్యమము.

Chattel = గృహోపకరణము.

Cheat = దగాచేయు; మోసముచేయు; వంచనచేయు.

Chemical Examiner = రాసాయనిక శోధకుడు.

Cheque = చెక్కు; బ్యాంకుహుండీ; బ్యాంకిబరాతము; ఒక ఆసామి యింకొకనికిగాని పత్రహస్తునకుగాని ఆయన కోరినవారికిగాని కొంతసొమ్ము చెల్లించవలసినదని ఒక బ్యాంకుకు వ్రాయుబరాతము.

Cheque Crossed = క్రాసుచేయబడిన చెక్కు; అనగా గీతలుగీయబడిన చెక్కు; పత్రము తెచ్చువానికి చెల్లించవలసిన చెక్కు; ఇతరుల చేతులలో పడినను నష్టములేకుండుటకు ఒక హుండీపైన రెండు సమాంతరరేఖలు గీచి వాటిమధ్య "కంపెనీవారికి" అని వ్రాసినచో దానికి జనరల్ క్రాసింగు అనిపేరు. కంపెనీపేరుకూడా వ్రాసినచో స్పెషల్ క్రాసింగు అనిపేరు.

Cheque to Bearer= బేరర్ చెక్కు; పత్రహస్త హుండీ. సొమ్ము వసూలు చేసుకొనువానిపేరు ప్రక్క 'టు బేరర్' 'పత్రహస్తునికి' అని వ్రాయబడినహుండీ. అప్పుడు దానిపైనవాడు (ఇండార్సుమెంటు) బదలాయింపు సూచన వ్రాయకుండగనే సొమ్ము వసూలివ్వబడును. అది క్రాసుచేయబడినచో బ్యాంకుద్వారానే వసూలు చేయబడవలెను.

Cheque to Order = ఆర్డర్ చెక్కు; ఎవరిపేర చెక్కు వ్రాయబడినదో అతని పేరుతరువాత 'వారికిగాని వారి ఆర్డరుకుగాని' అని వ్రాయుట; ఇట్టి పత్రిందారు దానిని తన యిష్టమువచ్చినవానికి బదలాయింపు చేయవచ్చును. ఈ చెక్కు క్రాసు చేయబడినచో నది బ్యాంకిలోనే దాఖలుచేయవలెను.

Chicken Pox = అల్లమ్మ.

Chief Justice = ప్రధానన్యాయమూర్తి: (ప్రా) ప్రాడ్వివాకుడు.

Chieftain = (ప్రా) మాండలికుడు; సరదారు; నాయకుడు.

Child welfare = శిశుసంరక్షణ.

Chit = చీటి; ఉల్లాసు; ఖండపత్రిక; జాబు; కాగితపుముక్క.

Chit Fund = చీటిఫండు; చీటీనిధి; కొందరుచేరి చందాలు చెల్లించుచు ప్రతినెలకో వారముకో లాటరీచీట్లువేసి (అది ఎవరికి వచ్చిన వారుగాని

లేక వేలము పాటపాడి హెచ్చువట్టము పెట్టుకొనినవారికిగాని ఇచ్చు చుండుపద్ధతి.

Chivalry = సాహసౌదార్యగుణము; ఐరోపాలోని పూర్వకాలమునాటి శూరుల సాహసౌదార్య సంపద. ఆర్తజనరక్షణ, స్త్రీసంరక్షణదీక్ష.

Cholera = కలరా; విషూచి.

Chronicler = చరిత్రకారుడు; (ప్రా) సూతుడు; (హిం) అక్బర్నవీసు.

Chronological = తేదీలవారీ; సంవత్సరములవారీ.

Church = క్రైస్తవ మతము.

Circle = వృత్తము; వలయము; చక్రము. (2) మండలము.

Circuit = సర్క్యూటు; సంచారము; పర్యటనము.

Circular = సర్క్యులరు; ప్రకటన పత్రిక; తాఖీదు.

Circular Order = సర్క్యులర్ ఆర్డరు; ఏదైన నొక విషయమునుగూర్చి విరళముగా చెప్పుఆజ్ఞ; తాకీదు; పలువురకు పంపబడు ప్రకటన పత్రిక.

Circulating Capital = సర్క్యులేటింగు కాపిటల్; వ్యావర్తక మూల ధనము. జనుల చేతులలో తిరుగు వాటాలు పత్రములు మొ॥

Circulation of money = ధనప్రచారము.

Circulation of a paper = కాగితమును సర్క్యులేషను చేయుట; సర్క్యులేషనుకంపుట; పత్ర పరిభ్రమణీకరణము. అందఱి యభిప్రాయము కొఱకు కాగితమును వారివారి కంపుట.

Circulating False Report = పుకారువేయుట; అసత్యవార్తాప్రకటన; అబద్ధపు సంగతులు పుకారువేయుట.

Circumference = పరిధి; కైవారము; చుట్టుకొలత.

Circumstance = పరిస్థితి; స్థితిగతి.

Circumstantial Evidence = అప్రత్యక్షసాక్ష్యము; పరిస్థితిసంబంధసాక్ష్యము; సంభవాత్మకసాక్ష్యము.

Citizen = పౌరుడు.

Citzenship = పౌరస్వత్వము; పౌరస్వామ్యము.

Civics = సివిక్సు; పౌరవ్యవహారములు; పౌరధర్మములు; లోకజ్ఞానము.

Civil = (1) సివిలు; ధర్మస్థీయ; వ్యావహారిక; పౌర; నాగరిక. (2) దివాని; (క్రిమినలు; దండవిధి; సైనికధర్మములకిది విరుద్ధార్థకము.) ప్రజలలో ధనమునుగూర్చియు అధికార స్వత్వములను గూర్చియు కలుగు వివాదములను తీర్మానించు వ్యవహారధర్మము.

Civil Court = సివిలుకోర్టు; దివాని అదాలతు; సివిలుదావాలను పరిష్కరించు న్యాయస్థానము.

Civil list = సివిలు లిస్టు; పౌరోద్యోగుల జాబితా.

Civil Prison = సివిలుఖైదు; సివిలు కోర్టువారు విధించు బంధనాగారము.

Civil Procedure Code = సివిలు ప్రొసీజరు కోడ్డు; సివిలు వ్యవహారధర్మస్మృతి.

Civil Rules of Practice = సివిలురూల్సు; సివిలువ్యవహారవిధులు; దావాగ్రంథములగూర్చి హైకోర్టువారి నిబంధనలు.

Civilian; Civil servant = సివిలియను; సివిలు సర్వెంటు; ఐ. సి. ఎస్. ఉద్యోగి. సివిలు శాఖోద్యోగి; ముల్కీనౌకరు; అనగా సైనికశాఖలో చేరని పరిపాలనా శాఖోద్యోగి.

Civil war = సివిలు యుద్ధము; అంతఃకలహము; దేశములోనిపోరు.

Claim = క్లెయిము; స్వత్వప్రతిపాదనము; హక్కుదరఖాస్తు; దావా.

Claim Petition = క్లెయిము పిటీషను; హక్కుదరఖాస్తు; జప్తుఋద్దు దరఖాస్తును గూర్చిన వాదన; జప్తు తొలగించవలసినదని హక్కుదారుడు చేయు దరఖాస్తు.

Class Conflict = వర్గవైరము; జాతివైషమ్యము.

Classificaton = వర్గీకరణము.

Clause = క్లాజు; ఉపపరిచ్ఛేదము; ఉపసంబంధము; వాక్యభాగము.

Clearance sale = సర్వవస్తువిక్రియము.

Clearing House = క్లియరింగుహౌస్; విడుదలగృహము; వివిధబ్యాంకుల హుండీలు చలామణిచేసి లెక్కలుజూచు వర్తకకార్యాలయము. వివిధ రైల్వేవారి లెక్కలు సరిపుచ్చి ఇచ్చి పుచ్చుకోళ్లు జరుపు కార్యాలయము.

Clerk = క్లర్కు, లేఖకుడు; గుమాస్తా; వ్రాతగాడు.

Client = క్లయింటు; కక్షిదారుడు; వ్యాజ్యగాడు; కాతాదారు; న్యాయవాదిని నియమించిన వాది లేక ప్రతివాది.

Climate = శీతోష్ణస్థితి.

Clog on Redemption = రెడెంప్షనుకు ఆటంకము; తనఖా వదలించుకొనుటకు; ఆటంకము; తీర్మానాటంకము; తనఖా తీర్చుటకు గల ప్రతిబంధకము.

Co-accused = సహాపరాధి; తోడిముద్దాయి.

Coalition Ministry = భిన్నకక్షీయ మంత్రిమండలి; వివిధపక్షప్రాతినిధ్య మంత్రివర్గము.

Coast = కోస్తా; సముద్రతీరము.

Coastal trade = తీరపువర్తకము; కోస్తావర్తకము.

Code = కోడు; సంహిత, ధర్మవిధుల సంపుటీకరణము.

Codicil = కోడిసిలు; పరిశిష్ట మరణశాసనము; అనుబంధమరణశాసనము.

Co-education = సహశిక్షణము: బాలబాలికలు కలిసి చదువుకొనుపద్ధతి.

Coercion = నిర్బంధము; జులుము; బలవంతము; బలాత్కారము.

Cognizable Offences = కాగ్నిజబుల్ నేరములు; జ్ఞేయాపరాధములు; చట్టముప్రకారము పోలీసువారే గమనించి విచారించు నేరములు; విచారణకు పట్టదగిన నేరము. అట్లు పోలీసువారు కలుగజేసికొనని నేరమునకు నాన్ కాగ్నిజబుల్ నేరము అందురు.

Cohesion = సంశ్లేష; సంయోగము; అంటుకొనుట; కలసియుండుట.

Coin = నాణెము; టంకము; నిష్కము.

Collateral = అనుషంగిక; ఒకదానితోపాటుగా నుండు;

Collateral Agreement = కొలేటరల్ ఎగ్రిమెంటు; ఒకే కాలమున నొక యొడంబడికతో పాటు చేయబడిన యేర్పాటు; అనుషంగిక ప్రతిజ్ఞ; అనుబంధికపు టొడంబడిక.

Collateral Evidence = అనుబంధిక సాక్ష్యము; అనుషంగిక సాక్ష్యము.

Collateral Security = పైభద్రతగల హామీ; అదనపు జామీను.

Collectivism = కలెక్టివిజం; సమష్టి వాదము; ఆర్థిక విషయములందు ఉమ్మడిపద్ధతి.

Collector = కలెక్టరు; కరగ్రాహి; జిల్లాలో రెవిన్యూ వసూలుచేయు ప్రధానోద్యోగి; మేజస్ట్రేటు.

Collusion = లాలూచీ; కుట్ర (ఆలోచన); లోపాయకారీ.

Colonial Self-Government = వలసరాజ్యస్థ స్వపరిపాలనము; బ్రిటిసు వారిక్రింద నున్న దేశాంతరరాజ్యములలో నున్న బాధ్యతాయుత ప్రజా స్వపరిపాలనా పద్ధతి.

Colonize = వలస నెలకొనుట.

Colony = వలసదేశము.

Column = కాలమ్; పత్రభాగము; ముద్రితాక్షర పంక్తులవరుస.

Coloured people = శ్వేతేతరులు; రంగువారు.

Combined = సంకలితమైన; కలిసిన.

Command = విధాయకవాక్యము; ఆజ్ఞ; విధి; ఉత్తరువు.

Commander-in-chief = కమాండర్ ఇన్ ఛీఫ్; ప్రధాన సేనాధిపతి, మహాసేనాని; సర్వసేనాని.

Commencement = ప్రారంభము; మొదలు.

Commerce = వాణిజ్యము; వ్యాపారము; వర్తకము.

Commercial Bank = కమర్షియల్ బ్యాంకు; వాణిజ్య బ్యాంకి.

Commercial Court = వాణిజ్య న్యాయస్థానము.

Commissar= కమ్మిజార్; రష్యాదేశపు మంత్రికి పేరు.

Commission = కమీషను; (1) అధికారమిచ్చి పంపుట; అట్లు పంపబడిన విచారణసంఘము; అధికార మివ్వబడినప్రకారము జరుగు విధానము. (2) రుసుము; తరుగులాభము; అడితి; ఒక వర్తకుడు మఱియొకడంపు సరకులనమ్మి వానికి సరకులు గొని పంపుటకై వానియొద్ద నూటికింతయని పుచ్చుకొను తరుగు.

Commitment to Sessions = సెషన్సు కోర్టుకు కమిటుచేయుట; జిల్లా కోర్టు విచారింపదగిన నేరమైనట్లు తోచినచో మేజస్ట్రేటు ఆకేసును సెషన్సు జడ్జికి పంపును. దీనినే కమిట్ చేయడమందురు.

Committee = కమిటీ; ఉపసంఘము; పరిపాలక సంఘము; ఒక సంఘము యొక్క సభయొక్క వ్యవహారములు నిర్వహించుటకొఱకు నియమింపబడు చిన్న సంఘము.

Common object = ఏకోద్దేశము; ఒక అపరాధముజేసిన నేరగాండ్రకు అందరికినికూడ ఒక దురుద్దేశ ముండుట.

Common Good Fund = కామన్ గుడ్ ఫండు; సాముదాయిక క్షేమ నిధి; సాముదాయిక వినియోగనిధి.

Common-wealth = కామన్వెల్తు; ప్రజాధీనరాజతంత్రము; ఆస్ట్రేలియా రాజ్యాంగము "కామన్వెల్తు" అని వ్యవహరింప బడుచున్నది.

Communal Representation = కులములవారీ నియోజన; సంఘముల వారీ నియోజన; వివిధసంఘములకు ప్రాతినిధ్యముగల ఎన్నికలు.

Communal Republic = (ప్రా)కులసంఘము; ప్రాచీన ప్రజాసంఘములు,

Communication = సంసర్గమార్గము: ఉత్తర ప్రత్యుత్తరములకు, రాకపోకలకు మార్గము.

Communication of offer = సూచనానివేదనము; ఒక వ్యవహారసూచన రెండవవాని కెఱుకపఱుచుట, రెండవవా డంగీకరించినచో నది ఒడంబడికయగును.

Communism = కమ్యూనిజము; రష్యాదేశ రాజకీయవిధానము; వ్యక్తులకు ఆస్తిహక్కులు లేకుండా ప్రజాప్రభుత్వమునకే అన్ని హక్కులుకలిగిన సమష్టిజీవన పరిపాలనావిధానము. సర్వసమానసంఘ స్వామిత్వపద్ధతి; సంఘుస్వామ్యము. ఈసిద్ధాంతములను గ్రహించువారికికమ్యూనిష్టులని పేరు. జనులలో ఆర్థిక తారతమ్యములను పూర్తిగా నిర్మూలించి, ధనవంతులు, ధనహీనులునను తరగతులుగల సంఘవిభేదములు లేని సర్వసమాన సంఘమునుస్థాపించి, జనుల ఆర్థికసంపదను జనసామాన్యముయొక్క సమాన క్షేమలాభములకొరకు వినియోగించు సంఘ వ్యవస్థ. వ్యక్తిస్వామ్యములను నిర్మూలించి సమష్టి సంఘస్వామ్యములను స్థాపింపదలచును. అర్థోత్పత్తి విభజనము, అనుభవములను శ్రమవిభాగపద్ధతిని జనశ్రేయముకొరకు పరిపాలన యంత్రముయొక్క వశమున నుంచుపద్ధతి. కాపిటలిస్టు పరిపాలనను తరుగ తోడినపిదప సర్వసమాన ప్రజాస్వామ్యముయొక్క పరిపూర్ణస్థితి సిద్ధించువరకు, మార్పుదల కాలమున సర్వాధికారములు, జనసామాన్యమే వహించుపద్ధతి నెలకొల్పబడును. దీనికే సర్వసామాన్య జనాధిపత్యము (Dictatorship of the Proletariat) అనిపేరు. జనసామాన్యము స్వయముగా పరిపాలింపనేరదు గనుక జనసామాన్యముయొక్క అభిప్రాయమును ప్రభుయంత్రమున ప్రతిఫలింప జేయుటకొరకొక సామాన్యజనసంఘసభ "కమ్యూనిష్టు పార్టీ" అను నది ఏర్పడును. దీని యభిప్రాయానుసారముగా ప్రభుత్వ శాసనసభ శాసనములు చేయును. కార్యనిర్వాహకవర్గము పరిపాలించును. దేశములోని కార్మి

కులు రైతులు చిన్నచిన్న (కవున్సిల్లు) సోవియటు జనసంఘములుగా విభజింపబడి గ్రామపట్టణ సంఘములకు ఎన్నికలు జరుగును. ఈ సంఘములు సోవియటు కాంగ్రెసుకు ప్రతినిధుల నంపును. (See U.S.S.R.)

Community = జనసంఘము.

Commutation = (1) రొక్కపు శిస్తుగా మార్చుట; (2)ఒక శిక్ష ఇంకొక శిక్షగా మార్చుట.

Commutation of Sentence = శిక్షతగ్గింపు; మార్పు; ఒకవిధమగు శిక్ష నుంచి మఱియొక విధమగు శిక్షకుమార్చుట.

Company = కంపెనీ; వ్యాపారసంఘము; వర్తకసంఘము; సహవాసము.

Compensation = పరిహారము; నష్టపరిహారము.

Compensation for Depreciation = పరిహీణతాపూర్తి; తఱుగుభర్తీ.

Compensation price = నష్టపరిహారము; నిర్బంధముగా కొన్నస్థలమునకు సర్కారిచ్చు విలువ. (గ్రా) వార్యవనదేయన్.

Compensatory costs = నష్టపరిహారముగా నివ్వబడు ఖర్చులు; నష్టపరిహారపు ఖర్చులు.

Competition = స్పర్ధ; పోటీ.

Complainant = కంప్లెయినెంటు; ఫిర్యాదీ; అభియోక్త; ఆవేదకుడు; నేరముమోపువాడు; ఫిర్యాదుచేయువాడు.

Complimentary = (1) పరస్పరాశ్రిత ములు; (2)గౌరవార్థము; అభినందనపురస్సరము.

Composition = కాంపోజిషన్; (1) పరిష్కారము; రాజీయేర్పాటు; బాకీదారులతో దామాషాగా పరిష్కరించుకొనుట (2) మతలబు; దస్తావేజు విషయము, సంగతులు. (3) వ్యాసరచన; రచన.

Compound = సంయుక్త; సమ్మిళిత; కలిసిన.

Compound Interest = కాంపౌండువడ్డీ; వడ్డీకి వడ్డీ; ఇబ్బడివడ్డీ; చక్రవడ్డీ;

Comprehensive = నిఖిలార్థము; విపులము.

Compulsory Aquisition = నిర్బంధసంపాదనము.

Compute = గణించు; లెక్కకట్టు.

Compromise = రాజీ; సమయము; తగవు పరిష్కారము.

Compulsory Registration = నిర్బంధపు రెజిష్ట్రేషను; నిర్బంధ లేఖ్యారూఢము; బలవంతముగా రిజిష్టరు చేయించుట.

Computation of Time = కాలగణనము; ఒక యభియోగమునకు వ్యవహారమునకు కాలదోష మున్నదో లేదో తెలిసికొనుటకు కాలమును లెక్కించుట.

Comrade = కామ్రేడ్; సఖుడు; సహచరుడు; సహాయుడు; మిత్రుడు; వయస్యుడు; సహవాసి; సోబత్.

Concealment = గోపనము; ప్రచ్ఛన్నత; గుప్తత; మరుగుజేయుట; దాగుట

Conciliation = శాంతి; సఖ్యము; సమాధానము.

Concise = సంక్షేపము· సంగ్రహము; క్లుప్తము.

Conclusive = నిశ్చితము; నిస్సంశయము; స్థిరము; తిరుగులేని; నిర్వివాదము.

Conclusive Proof = నిశ్చయప్రమాణము; స్థిరీభూతప్రమాణము; తిరుగులేని రుజువు; నిస్సంశయమగు రుజువు.

Concordat = ఒడంబడిక; లౌకిక మతాధికారుల మధ్యరాజీ.

Concurrent Jurisdiction = కంకరెంట్ జూరిస్డిక్షను; సమానాధికారము; ఒకేవ్యవహారము విచారించుటకు రెండుకోర్టుల కధికార ముండుట.

Concurrent Sentence = కంకరెంటు శిక్ష; ఏకకాలానుభవనీయ శిక్ష; ఒకేమారుగ అనుభవించునట్లు వేసిన శిక్ష.

Condition = (1) దశ; స్థితి. (2) షరతు.

Condition precedent = కండిషన్ ప్రిసిడెంటు; సాపేక్షత్వకారణము; ముందుగా నెరవేర్చవలసిన షరతు. ఒక కార్యమన్యకారణముపై నాధారపడియుండుట; అది జరిగినగాని యిది జరుగదు.

Conditional = షరతునకు లోబడిన; షరతుబద్ధమైన.

Conditional Lease = ముద్దతుకౌలు; కొంతకాలపరిమితి షరతుగలకౌలు.

Conditional Sale = ముద్దతుక్రియము; అవధిక్రయము; కొంతకాల పరిమితి షరతు గలక్రియము.

Conditional Transfer = కండిషనల్ ట్రాన్సుఫరు; ఇంకొక షరతుపై నాధారపడినట్లు చేసినక్రియము లేక కలుగజేయు హక్కు; నిబంధనకు లోబడిన ట్రాన్సుఫరు.

Conduct = కొండక్టు; ప్రివర్తనము; వర్తనము; నడత.

Conduct of Suit = దావాగ్రంథము; వ్యాజ్యవ్యవహారము; వ్యాజ్యనిర్వహణము.

Conductors = నిర్వాహకులు.

Confederation = సమ్మేళనము; తాత్కాలిక సమాఖ్య.

Confession = ఒప్పుకోలు; ఒక నేరమునుగాని తప్పుగాని తాను జేసితినని యంగీకరించుట.

Confession and Avoidance = ప్రత్యవస్కందనము; వాది దావాసంగతులు నిజములని యంగీకరించుచు అది చెల్లదనుటకు కారణములు చూపి తప్పించుకొనుట.

Confession of guilt = ఆత్మకాసితము; అపరాధము ఒప్పుకొనుట.

Confession of judgement = సత్యోత్తరము; తీర్పున కొప్పుకొనుట.

Confirmation (of sentence) = (శిక్ష) స్థిరముజేయుట, ఖాయముజేయుట.

Confidential Communication = రహస్యవిజ్ఞాపనము; గుప్తనివేదన.

**Confiscation** = కాన్ఫిస్కేషన్; ప్రభుత్వపుజప్తు; దండార్థహరణము; ఆస్తిలాగికొనుట.

**Conformity** = అనుసరణము; నుగుణముగా నుండు.

**Congress** = కాంగ్రెసు: కాంగ్రెసుమహాసభ; 1. అమెరికా సంయుక్త రాష్ట్రముల పార్లమెంటు, శాసనసభ. దీనిలో సెనేటు అనబడు శిష్టసభయు, హౌస్ ఆఫ్ రిప్రెజెంటేటివ్సు అనబడు ప్రజాప్రతినిధుల సభయు గలవు. ఈసభ మొదట 1789 మార్చి 4 వ తేదీన సమావేశమైనది. (See U. S. A.) 2. భారతదేశములోని జాతీయమహాసభకు కాంగ్రెసు అనిపేరు. 1885 లో బొంబాయిలో మొదటిసమావేశము జరిగినది. ప్రతియేట సమావేశమగుచుండును. గాంధిమహాత్ముని అధ్వర్యమున 1921 లో జరిగిన అహమ్మదాబాదు కాంగ్రెసు సుప్రసిద్ధమైనది. కాంగ్రెసు వ్యవస్థ సంస్కరింపబడెను. 4726 ప్రతినిధులు సమావేశమైరి. లాహోరులో 1929 లో సంపూర్ణస్వాతంత్ర్య తీర్మానమామోదింపబడెను. శాసనోల్లంఘనోద్యమానంతరము గాంధి ఇర్విన్ ఒడంబడిక నామోదించుచు 1931 మార్చిలో జరిగిన కరాచీకాంగ్రెసులో సార్వజనిక ప్రాతిపదిక హక్కులు సిద్ధాంతీకరింపబడెను.

**Consecutive Meetings** = వరుసమీటింగులు; వరుసగా జరుగు సమావేశములు; అనుక్రమసభలు; ఒకటి తరువాత నొకటిగా జరుగుసభలు.

**Consecutive sentences** = కాన్సిక్యూటివ్ శిక్షలు; యథాక్రమానుభవనీయ శిక్షలు; ఒకదాని తరువాత నొకటి యనుభవించునట్లు వేయబడినశిక్షలు.

**Consent Decree** = కన్సెంట్ డిక్రీ; ఒప్పుదలడిక్రీ; ఒప్పుదలతీర్పు; సమ్మతి తీర్మానము.

**Conseqeunt** = ఉత్తరగామి; ఒకకార్యముయొక్క- (ఫలితముగాసంభవించు) ఫలితార్థము.

Consequential Relief = కాన్సిక్వెన్షియల్ రిలీఫ్; పరిణామక పరిహారము; అనువర్తిక పరిహారము; దావా గెలుచుటవలన ఫలితముగా జరుగవలసిన కార్యములను గూర్చినతీర్పు.

Conservancy = కన్సర్వెన్సి; (పుర) సంరక్షణము; పాకీపని; శుభ్రపరచుపని.

Conservatives = అనుదారవాదులు; కన్సర్వేటివులు; ఇంగ్లాండులో నొక రాజకీయ కక్షి; మార్పు నంగీకరింపని పక్షము.

Concession = కన్సెషన్; సమపాయము; సౌకర్యపుహక్కు.

Consideration = కన్సిడరేషన్; ప్రతిఫలము; ఒడంబడికకుగాని ప్రతిజ్ఞకుగాని శాస్త్రప్రకారము ప్రతిఫల ముండితీరవలయును. లేనిచో చెల్లదు.

Consignee = కన్సైని; సరకు ఎవనికి పంపబడునో వాడు.

Consignment = కన్సైన్మెంటు; పంపబడిన సరకు; రవాణాసరకు.

Consolidation = కన్సాలిడేషన్; ఘనీకరణము; సాంద్రీకరణము; గట్టిచేయు; క్రోడీకరణము; ఏకీభూతముచేయు; ఒకటిగా చేయుట; దృఢీకరణము.

Consolidation of suits = దావాలను కలిపి విచారించుట; వ్యాజ్య క్రోడీకరణము; కొన్ని వ్యాజ్యములను విచారణనిమిత్తము ఒకటిగా చేయుట.

Conspiracy = కుట్ర.

Constituency = కాన్స్టిట్యూయెన్సి; (1) ఎన్నికఫిర్కా; నియోజక మండలము; (2) నియోజకవర్గము; వోటరుల సముదాయము.

Constituent Assembly = రాజ్యాంగ నిర్మాణకసభ; రాజ్యాంగమును సృజించుకొనగల సభ.

Constitute = నిర్మించు; ఏర్పాటుచేయు.

Constitution = కాన్‌స్టిట్యూషన్; నిర్మాణ విధానము; రాజ్యాంగ వ్యవస్థ, కట్టుబాటు, నిర్మాణము.

Constitution of a Company or a Society = సంఘనిర్మాణము, వ్యవస్థ, కట్టుబాటు.

Constitutional Monarchy = ధర్మనిబద్ధరాచరికము; నియమబద్ధరాచరికము.

Constitutional Government = కాన్‌స్టిట్యూషనల్ గవర్నమెంటు; నియమబద్ధ ప్రభుత్వము.

Construction of Document = లేఖ్యార్థరచన; అన్వయము; దస్తావేజుయొక్క అర్థమును తెలియపఱచుట.

Constructive = భావద్యోతకమైన; అర్థమునుబట్టి ఊహింపదగిన.

Constructive Res judicata = కన్‌స్ట్రక్టివ్ రీస్ జూడికేటా; అప్రత్యక్ష ప్రతిబంధక న్యాయోత్తరము; శాస్త్రప్రకారము ప్రత్యక్షముగా గాక పోయినను కొన్ని కారణములనుబట్టి క్రొత్తవాదన చేయుటకు వీలులేక పోవుట.

Constructive Trust = కన్‌స్ట్రక్టివ్ ట్రస్టు; అప్రత్యక్ష ధర్మశాసనము; ప్రత్యక్షముగా గాక ఏదో ఒకసందర్భమున కలిగిన అవాప్తి; ఇంకొకని లాభముకొఱకు తన ధనములోనుండి కొను ఆస్తి.

Consul = కౌన్సలు; పరరాజ్యప్రతినిధి.

Consumer = వినియోజకుడు; ఉపయోగించుకొనువాడు; అనుభోక్త; అనుభవించువాడు.

Consumer's rent = వినియోజకశేషము.

Consumption = (1) వినియోగము; వస్తువుల యనుభవము. (2) క్షయ

Contagion = అంటుడు; సోకుడు; సాంక్రామికరోగము.

**Contemporaneous Agreement** = సమకాలపు టొడంబడిక; ఏర్పాటు; ఏకకాలముననే జరిగిన యేర్పాటు.

**Contempt of Court** = కోర్టు కంటెంప్టు నేరము; న్యాయస్థాన తిరస్కారము; అవమానము; న్యాయస్థాన తృణీకారము.

**Contentious** = వివాదాస్పదమైన

**Contents of Documents** = దస్తావేజులోని సంగతులు; పత్రస్థవిషయములు.

**Contested by two parties** = ఉభయపక్షములు వివాదము చేయునది.

**Context** = పూర్వోత్తర సంబంధము.

**Contingency** = (1) అనిశ్చయము; సంభావ్యము; కలుగబోవునది. (2) అవసరపుఖర్చు; చిల్లరఖర్చు.

**Contingent Bequest** = కంటింజెంటు బిక్వెస్టు; తదనంతర సంభావ్యదానము; ఆగంతుకముగా నొక షరతునకు లోబడి చెందునట్లు మరణశాసనముద్వారా సంక్రమింప జేయుసొత్తు.

**Contingent contract** = నైమిత్తిక (ఒడంబడిక) అనిశ్చిత నియమపత్రము; ఒక షరతుపై నాధారపడి అది జరిగినమీదట జరుగవలసిన కరారు.

**Contingent Interest** = కంటింజెంటు ఇంటరెస్టు; దైవాయత్త స్వత్వఘటన; ఒకషరతుపై నాధారపడి రాగలహక్కు; నైమిత్తిక సంబంధము.

**Continuing Breach** = నిరంతర ప్రతిజ్ఞాభంగము; అనవరతముగా జరుగు భంగము, నష్టము.

**Continuing Guarantee** = కంటిన్యూయింగు గ్యారంటీ; అనవరత ప్రతిభావ్యము; ఒక వ్యవహారమునకేగాక కొన్ని వ్యవహారములవరకు నిరాటంకముగనుండు ఏర్పాటు గల జామీను, లేక పూచీ.

**Continuously** = వరుసగా; నిరంతరముగా; ఎడతెగకుండా.

Contraband = నిషిద్ధ; నిషేధిత; నిషేధింపబడిన;

Contract = కంట్రాక్టు; ఒడంబడిక; కరారునామా; సమయము; ఏర్పాటు.

Contract of service = దాస్యసమయము; కూలి ఒడంబడిక; కూలికంట్రాక్టు.

Contract to serve = నౌకరీ కంట్రాక్టు పత్రము; నౌకరీ కరారు; దాస్యపత్రము.

Contractor = (1) కంట్రాక్టరు; కంట్రాక్టుదారు; గుత్తకు దీసికొన్నవాడు. (2) కరారుచేసినవాడు; (3) ఒకవ్యాపారము చేయుట కంగీకరించినవాడు.

Contradiction = (1) విరుద్ధము; అసంబద్ధము; (2) ఎదిరించుట.

Contribution = కంట్రిబ్యూషన్; అంశభాగదానము; కొంతభాగమును భరించుట; చందాయిచ్చుట; వంతుభరించుట.

Contributory Negligence = సాహాయ్య కారక ప్రమాదము; స్వాపరాధ ప్రమాదము; కొంతవరకు తానుగూడ కారణమైన ప్రమాదము లేక ఉపేక్ష.

Control = కంట్రోలు; (1) ఖాయిదా; ధరలను నిర్ధారణచేయు పద్ధతి; పై పెత్తనము; అదపు; వశము; అధికారము; ఆజ్ఞలో నుండు; ఏలుబడి (2) సామర్థ్యము; నడుపుట.

Contusion = బొప్పి; బొప్పికట్టిన దెబ్బ

Convention = లోకసమ్మతి; ఆచారము; రాజనిమంత్రిణసభ.

Conversion = (1) మార్పు; తబ్దీలు; (2) మతాంతరీకరణము.

Conveyance = కన్వేయన్సు; (1) యానము. (2) సమర్పణపత్రము; విక్రయపత్రము; దానవిక్రయాది అధికారముల అన్యాక్రాంతపత్రము.

Convict = కన్విక్టు (1) దోషనిర్ధారణచేయు; అపరాధనిర్ధారణచేయు. (2) కాన్విక్టు; దోషి; అపరాధి; శిక్షితుడు.

**Convict warder** = కాన్విక్టు వార్డరు; బందీకాపరి; ఖైదీసిపాయి; బంధ వాగారములో తక్కిన ఖైదీలను కనిపెట్టి చూచునొక ఖైదీకాపరి.

**Convocation** = కాన్వొకేషను పట్టప్రదానోత్సవసభ.

**Co-operation** = కో- ఆపరేషను; సహాకారము; ధర్మబద్ధములగు సాధనములతో తమ ఆర్థికస్థితిని జీవనమును చక్కజేసికొనుటకు, కొంద రొక సంఘముగా జేరి తమలో నొక్కొక్క వ్యక్తియు తక్కిన వారందరికొరకును అందరును గలసి యొక్కొక వ్యక్తికొరకును పాటుపడు సాముదాయిక స్వయంసాహాయ్య స్వయంకృషి పద్ధతికే సహకార మనిపేరు. వాణిజ్యవ్యవసాయ పరిశ్రమలందు సమష్టికృషి సమష్టిపెట్టుబడి నుపయోగించి సమష్టిలాభములను పొందజూచు సంఘశ్రేయోద్యమము; సాంఘిక సేవాపద్ధతి. ఈయుద్యమము అప్పులిచ్చు పరపతిసంఘములు వస్తూత్పత్తి నిర్మాణ క్రియవిక్రియములను జేయు సంఘములు మాత్రమేగాక నవీన ప్రజాజీవనమం దన్ని విధములగు పనులకు నుపయోగించు వివిధములగు సంఘముల రూపముదాల్చి పనిచేయుచు ప్రజల క్షేమలాభములకు తో డ్పడుచున్నవి. పెట్టుబడిదారుల బారినుండి కార్మికులను సంరక్షించు చున్నది. కంపెనీలందు వలెగాక సహాకార సంఘములందు పనిచేయు వారికి, సరకు కొనువారికి గూడ దానిలాభములు చెందును.

**Co-operative Credit Society** = కో- ఆపరేటివు క్రెడిట్ సొసైటీ; సహాకారపరపతిసంఘము; అప్పులిచ్చు సహాకారసంఘము.

**Co-operative Diary** = కో- ఆపరేటివు డెయిరీ; దుగ్ధశాల; దధిమంతన గృహము.

**Co-operative Housing** = సహాకారభవన నిర్మాణము.

**Co-operative Inspector** = కో ఆపరేటివు (సహాకార) ఇన్స్పెక్టరు.

**Co-operative Sale and Purchase** = సహాకార క్రియ విక్రియము.

Co-operative Societies' Act = సహకారసంఘముల చట్టము.

Co-operative Supervisor = సహకారపు సూపర్వైజరు; సహకార శాఖావిచారణోద్యోగి.

Co-operative Undertaking = సంభూయ సముత్థానము; సహకారవ్యవహారము, కార్యాచరణము.

Co-optation = కో ఆప్టేషన్; కో ఆప్టుజేయుట; సహనియామకము; ఒక సంఘమువారు ఇతరులను తమతో కలిసి పనులు చేయనిచ్చుట. (అట్లు చేర్చుకొనబడినవారు అసలుసభ్యులతోపాటు సమానాధికారము గలవారగుదురు.)

Co-ordination = సంశ్లేషము; సమానాధికారము; సమానావశ్యకత.

Co-ownership = సహభాగస్వామిత్వము; ఉమ్మడిహక్కు.

Co-parcenary = సహభాగత్వము; సంసృష్టత్వము; సమష్టి (అవిభక్త) కుటుంబము.

Co-Plaintiff = కో ప్లెయింటిఫ్; సహవాది.

Copy hold Tenure = పట్టాదారి; కౌలుపద్ధతి.

Copy right = కాపీరైటు; కాపీరైటుహక్కు; గ్రంథస్వామ్యము.

Coroner = కొరోనర్; మరణవిచారణాధికారి.

Corporal Punishment = శరీరదండనము; దెబ్బలశిక్ష.

Corporation = కార్పొరేషను; సంఘము; నగరపరిపాలకసంఘము. ఉ॥ చెన్నపురి కార్పొరేషను.

Corporation of Merchants = (ప్రా) శ్రేణి; వర్తకసంఘము, సంస్థ.

Corporation President = కార్పొరేషను ప్రెసిడెంటు. మహానగర పురపాలకాధ్యక్షుడు; (ప్రా) పురాధ్యక్షుడు.

Corporative State = కార్పొరేటివు స్టేట్; ఫ్యాసిస్టు సంఘ ప్రభుత్వము; (See Facist state).

Correction = దిద్దుబాటు; సవరణ.

Corroboration = సమర్థనము; దృఢీకరణము; ఒకడు చెప్పినదానిని మఱల నింకొకడు సాక్ష్యముచేత బలపఱుచుట; ప్రమాణీకరించుట.

Corrosive substance = తినివేయునట్టి పదార్థము.

Cosmopolitan = కాస్మాపొలిటన్; సార్వజనీన; జాతిభేదరహితమైన.

Cost Price = కొనుగోలుధర

Costs = ఖర్చులు; వ్యయములు; తగులుబడి.

Cottage Industry = గృహపరిశ్రమ.

Council = కవున్సిలు; కౌన్సిలు; ఆలోచనసభ; సంఘము.

Council Chamber = కవున్సిలు ఛేంబరు; సభాభవనము.

Counsel = మంత్రాంగము; సలహా; మంత్రణము, ఆలోచన చెప్పుట; అడ్వకేటు.

Counterfeiting = కృత్రిమరూప్యరచన; దొంగనాణెములు చేయుట.

Counterfoil = కౌంటరుఫాయిలు; మారుప్రతి; ఒకపత్రమునకు నకలుగా నుంచబడు ప్రతిలేఖ్యము; చెక్కుగాని బిల్లుగాని రసీదుగాని జారీచేయు నప్పుడు దానిని జారీచేయువా డుంచుకొనుప్రతి.

Counterpart = కౌంటరుపార్టు; పూరకభాగము; ఎదురుబడిప్రతి; ఎదురు ప్రతి; సమానాకృతికభాగము; ప్రతిరూపము.

Counter petitioners = కౌంటరుపిటీషనర్లు; ఎదిరిపిటీషనర్లు; ఎదిరి దరఖాస్తుదార్లు, ఎదిరిపక్షమువారు; ప్రతిపక్షీయులు; వివాదదారులు; ఒకపిటీషనులో రెండవపక్షమువారు.

Countersign = కౌంటరు దస్కతు; ఒక దస్కతుపై పైతనిఖీ దస్కతు చేయు; మంజూరుదస్కతుచేయు.

Counter Suit = కౌంటరు (కవుంటరు); ఎదురు, దావా; అడ్డుదావా; ప్రత్యభియోగము.

Country = (ప్రా) జనపదము; దేశము; నాడు; సీమ; పల్లెటూరిసీమ.

Coupon = కూపను; చీటీ; ఉ:-మనియార్డరు కూపను.

Court = కోర్టు; ధర్మసభ; న్యాయస్థానము; న్యాయసభ; కచ్చేరి; కొలువుకూటము; న్యాయవిచారణ స్థలము.

Court Hall = కోర్టుహాలు; కచ్చేరిచావడి.

Court Fees = కోర్టుఫీజు; దావా మదింపునుబట్టి చెల్లింపబడురుసుము.

Court Keeper = కోర్టుకీపరు; సాధ్యపాలకుడు; న్యాయాధిపతి సమక్షమున నుండి ఆయన చెప్పినపని జేయువాడు; డలాయతు.

Court martial = కోర్టుమార్షలు; సైనికధర్మసభ; అట్టి సభవారి యెదుట విచారణచేయుట; ఆసభవారు శిక్ష విధించుట.

Court Offences by Parties = కోర్టు నేరములు; పరోక్షదోషములు; కోర్టువారియెదుట వ్యాజ్యగాండ్రు చేయు నపచారములు.

Court of First Instance = అసలు విచారణ జరిగినకోర్టు.

Court Rolls = కోర్టురోల్సు; కోర్టువారిజాబితా, పట్టిక.

Covenant = ఒడంబడిక; సమయము.

Craftsman = శిల్పి; పనివాడు; పనిమేస్త్రీ.

Creamery = క్రీమరీ; క్షీరజయంత్రాలయము; వెన్నచేయు యంత్రాలయము.

Credit = క్రెడిటు; (1) పరపతి; ప్రతిష్ఠ; ఘరానా; పరపత్తెము. (2) అరువు; అప్పు; బదులు; బాకీలు. (3) జమ; జమకట్టు; రాబడిమొత్తము; (4) నమ్మకము; నమ్మదగిన.

Creditor = క్రెడిటరు; ఋణప్రదాత; సాహుకారు; అప్పిచ్చినవాడు; ఉత్తమర్ణుడు.

Credit Transaction = ఋణవ్యాపారము; అరువు బేరము.

**Criminal** = క్రిమినల్; (1) దండవిధి; (హిం) ఫౌజ్‌దారీ; అపరాధ శాఖ; (ప్రా) కంటకశోధన; నేరముల విచారణను గూర్చిన వ్యవహార ధర్మము, (2) కంటకుడు; నేరగాడు.

**Criminal Breach of Trust** = నమ్మకద్రోహ నేరము; విశ్వాసఘాత నేరము; ఒకనివశమున నుంచబడిన సొత్తును అక్రమవినియోగము జేసి హరించుట.

**Criminal Conspiracy** = కుట్ర; దురాలోచన; బంధుకట్టు.

**Criminal Misappropriation** = పరులయాస్తి నపహరించుట, కాజేయుట; అక్రమవినియోజన; పరస్వాపహారము.

**Criminal Proceeding** = క్రిమినలుచర్య; వ్యవహారము.

**Criminal Procedure Code** = క్రిమినల్ ప్రొసీజరు కోడ్డు; దండన వ్యవహారావిధ సంహిత.

**Criminal Tribe** = నేరగాండ్రజాతి: నేరములు జేయు జాతులు;

**Crisis** = విషమస్థితి; క్లిష్ట పరిస్థితి; ఒడుదుడుకు.

**Cross Decrees** = క్రాసుడిక్రీలు; ఎదురు డిక్రీలు; ప్రతితీర్మానములు.

**Crossed Cheque** = గీతలు గీయబడిన చెక్కు; అన్యపరము చేయ వీలులేదు. (See Cheque crossed)

**Cross Examination** = క్రాసుపరీక్ష; అడ్డుసవాలు.

**Cross Objections** = ప్రతిపక్షాక్షేపములు. ఒకరు దావా అప్పీలు చేసినచో గెలుపొందిన రెండవ పక్షమువారుకూడ క్రింది కోర్టు తీర్పుపైన కొన్ని ఆక్షేపణలు జేసి వాదించుట "క్రాసు అబ్జెక్షనులు" అని పిలువబడుచున్నది.

**Crown Colony** = క్రౌనుకాలని; ప్రభుత్వ వలసరాజ్యము; బ్రిటీషుసామ్రాజ్యములో చేరిన ఒక విధమగు వలసరాజ్యము.

**Crown Land** = (ప్రా) స్వభూమి; రాజుయొక్క సొంతభూమి.

**Crude Current, not closed, unripe** = కచ్చా.

**Cruelty to Animals** = పశుహింస; జంతుహింస; జీవహింస

**Crusade** = క్రూసేడ్; క్రైస్తవమతయుద్ధము; శిలువయుద్ధము.

**Culpable Homicide** = దోషయుక్తహత్య; సదోష నరవధ; నేరము గల నరహత్య.

**Culpable Homicide not amounting to Murder** = హత్య; ఖూని గాకపోయినను దోషయుతమేయగు నరవధ.

**Culpable Negligence** = దోషయుక్త ప్రమాదము: దోషయుక్త ఉపేక్ష

**Cumulative Preference shares** = క్యూములేటివు ప్రిఫరెన్సు షేర్లు; ఒక నిర్ణీత రేటుప్రకారము లాభవిభాగము (డివిడెండు) ఇవ్వబడు వాటాలు; వీనిపైన ఒక సంవత్సరమువరకు లాభవిభాగము పంచిపెట్టనిచో అట్లు పంచిపెట్టువరకు సొమ్ము మొత్తము పెరుగుచుండును. తక్కిన లాభములు పంచిపెట్టుటకు ముందుగా నివి పంచిపెట్టబడవలెను.

**Curator** = క్యూరేటరు; భాండాగారి: ఒక ప్రభుత్వోద్యోగి.

**Currency** = కరెన్సి; చలామణి; ప్రచలనమున నున్న ధనము.

**Currency Notes** = కరెన్సినోట్లు; రూపాయిలనోట్లు; చలామణిపత్రములు.

**Current Account** = కరెంట్ అక్కౌంటు; ప్రచలనకాతా; జరుగుచున్న కాతా; జరుగుచున్న లెక్క; వర్తమానకాతా; 'చాలూకాతా'.

**Current Deposit** = కరెంటుడిపాజిటు; కరెంటుధరావతు; వర్తమానోపనిధి; వ్యావహారికోపనిధి; సిద్ధనిక్షేపము; వ్యవహారనిక్షేపము.

**Current Market rate** = ప్రస్తుతపు బజారుధర; అర్జు బాజారీధర.

**Current rate** = ప్రస్తుతపుధర; అర్జుధర.

**Custody** = ఖైదు; కావలి; స్వాధీనత; అధీనత; బాధ్యత.

**Custody of court** = కోర్టుస్వాధీనము;

Custom and usage = రివాజు, అలవాటు; ఆచారము, సాంప్రదాయము; మామూలు, వాడుక.

Customs = సుంకము; పన్ను; (హిం) సాయర్.

Customary = ఆచారరీత్యా; రివాజునుబట్టి; మామూలు.

Customary Easement = రివాజు ఈజ్మెంటుహక్కు; రివాజుప్రకారము పరునిఆస్తిపైన ఒకనికి సంక్రమించిన రాకపోకహక్కు మొదలగు అనుభవహక్కులు; ఆచారమునుబట్టి పరభూమిలో 'సముపాయపు హక్కులు,' కలుగుట; అట్లు కలిగిన అనుభోగ బాధ్యత.

Customary Law = మామూలుధర్మము; ఆచారము ననుసరించు ధర్మము.

Customary Tenant = మామూలు రైతు; శిస్తుచెల్లించుచున్న రైతు.

Customer = ఖాతాదారుడు.

## D

Dacoity = డెకాయిటీ; బందిపోటు; దోపిడి; లూటీ; దస్యుకర్మము.

Dairy Products = పాడిదినుసులు.

Damages = డామెజెస్; (1) నష్టపరిహారము; నష్టి; నష్టము; సటరస్కార నష్టము; నిష్కృతి ధనము (2) హాని; చెఱుపు.

Day Book = డేబుక్కు; రోజుపుస్తకము; చిఠా

Damages to crops, pastures, roads, etc. = వివోత క్షేత్ర పథహింస; పంటలకు, బీళ్లకు, దారులకు నష్టము చేయుట.

Days of Grace = గ్రేసుదినములు; దాక్షిణ్యాపు గడువుదినములు; హుండీ చెల్లించుటకు ఆచారముగా మూడుదినములు గడువుక్రింద నిచ్చెదరు- అట్టి దినములు; 'ముజరాదినములు'.

Dead lock = స్తంభనము; పని ఆగిపోవుట.

**Deadly weapon** = ఘాతుకాయుధము; ఘోరాయుధము; ప్రాణాంతకాయుధము.

**Dealer** = వర్తకుడు; వ్యాపారి.

**Death Duties** = వారసత్వపు పన్నులు; ఇంగ్లాండులో ఒకడు మరణించినచో వాని ఆస్తికి, హక్కు పొందు వారసులు చెల్లించుపన్ను.

**Debasing Coinage** = నాణెములను సంకరముచేయుట; తక్కువ విలువ వానిని హెచ్చు విలువనాణెములుగా జారీచేయుట.

**Debate** = డిబేటు; చర్చ; వాదప్రతివాదము; వాదయుద్ధము; హేతువాదము; తర్కము.

**Debenture** = డిబెంచరు; ఋణపత్రము; ప్రతిజ్ఞాపత్రము; అప్పు కావలసినప్పుడు ప్రభుత్వమువారు పెద్దకంపెనీలు మ్యునిసిపాలిటీలు జారీచేయు పత్రములు. ఒక ప్రభుత్వముతరఫున నొక అధికారి గాని, ఒక కార్పొరేషనుసంఘము గాని ఒక కంపెనీవారుగాని అప్పు పుచ్చుకొన్నసొమ్ము వడ్డీతో నిచ్చునట్లు చేవ్రాలు జేసిన పత్రము. ఇదికొన్ని సంవత్సరములలో తీర్మానించునట్టిది అట్టి నియమము లేనట్టిది అని రెండువిధములుగా నుండును.

(1) డిబెంచరుబాండుపత్రము: గవర్నమెంటు, కంపెనీ, ఇతర సంస్థలు గాని బదులుపుచ్చుకున్న ఒక నిర్ధారితమొత్తము నొకనిర్ధారిత వాయిదానాటికివడ్డీతోనిచ్చునట్లును బాండు పరిపక్వమై పరిష్కరింపబడు వరకును కిస్తీలప్రకారము వడ్డీ చెల్లించుటకును పూచీపడి వ్రాయుపత్రము.

(2) డిబెంచరు స్టాకు: ఇవి డిబెంచరు బాండ్లవంటి పత్రములేగాని సాధారణముగా తీర్మానింపబడు పత్రములు కావు. ఈ పత్రములు కొన్నవాని పేరున ఆపత్రముదాఖలా అసలు మొత్తము లెక్కలలో నమోదు (రిజిష్టరు)చేయబడును. వడ్డీమాత్రము పత్రందారు ఇష్టప్రకారము వాని

అర్డరుకు ఇవ్వబడుచుండును. లాభవిభాగముల పంపిణీకి ముందుగా ఈ వడ్డీలు చెల్లింపబడును.

Debenture Holder = డిబెంచరుదారుడు; పత్రమును కొన్నవాడు.

Debenture in circulation = వ్యాప్తిలోనున్న డిబెంచరు; పరిభ్రమణములో నున్న డిబెంచరు.

Debit = డెబిట్; ఖర్చు; వ్యయము; ఖర్చువ్రాయు.

Debtor = డెట్టరు; ఋణస్థుడు; ఋణగ్రస్తుడు; అప్పుదారు; అప్పుపుచ్చుకొనినవాడు; అధమర్ణుడు.

De-centralisation = అపసమాకర్షణము; వికేంద్రీకరణము; అధికార విభజనము.

Decision = తీర్మానము; ఫైసలా; తీరుపు; నిర్ణయము; పరిష్కారము.

Declaration = డిక్లరేషను; ప్రకటనము; ప్రకటన పత్రిక; స్పష్టీకరణము; సిద్ధాంతపరచుట; నిర్ణయము; రూఢిపత్రము; స్పష్టీకరణ వాఙ్మూలము.

Declaration of Trust = ట్రస్టును రూఢిపరచు పత్రము.

Declaratory Suit = డిక్లరేటరీ వ్యాజ్యము; స్పష్టీకరణాభియోగము; ప్రకటీకరణాభియోగము; ఒక హక్కును కోర్టుద్వారా ప్రకటనచేయించుటకొరకు వేయుదావా.

Decree = డిక్రీ; తీర్పు; నిర్ణయము; శాసనము.

Decree Holder = డిక్రీహోల్డరు; తీర్పుబాకీదారుడు; డిక్రీదారుడు; తీర్పు పొందినవాడు.

Dedication = (1) అర్పణము; సమర్పణము. (2) కృతిసమర్పణము.

Deed = పత్రము; దస్తావేజు.

Defalcation = ద్రవ్యాపహరణము; సొమ్మునపహరించుట.

Defamation = వాక్పారుష్యము; అపనింద; అపవాదము.

Default = డిఫాల్టు; (1) బకాయ; గుజస్తు. (2) చేయవలసిన పనిచేయకపోవుట; తప్పినడుచుట. (3) గైరుహాజరగుట.

Defaultor = డిఫాల్టరు (1) బకాయదారుడు; ద్రవ్యము మాతినవాడు.

Defeated = నిరాకరింపబడెను; ఓడిపోయెను; తీర్మానము త్రోసివేయబడెను.

Defects = లోపము; లోటు; తక్కువ; తఫావతు.

Defective Title = వైకల్యస్వత్వము; లోపముగల హక్కు.

Defence = డిఫెన్సు; (1) దేశరక్షణము; సైనికవ్యవస్థ (2) ప్రతివాదనము; (3) ప్రతివాదిపక్షము లేక ముద్దాయి పక్షము.

Defendent = డిఫెండెంటు; ప్రతివాది; ప్రత్యర్థి; అభియుక్తుడు; అభిప్రశ్న్య.

Defence Witness = డిఫెన్సు సాక్షి; ఉత్తరసాక్షి; ముద్దాయి తనవాదన రుజువుపరచుకొనుటకు విచారించు సాక్ష్యము; మాదిసాకిరి.

Deficit = లోటు.

Definite Powers = నిర్దిష్టాధికారములు; చట్టమునందు లేదా పత్రమునందు స్పష్టీకరింపబడిన అధికారములు; రాజ్యాంగమున స్పష్టముగా వివరింపబడిన అధికారములు. అట్లు వివరింపబడని అధికారములు అనిర్దిష్టాధికారములు. ఫెడరలు రాజ్యాంగమున నివి కేంద్రప్రభుత్వమునకో లేక రాష్ట్రప్రభుత్వములకో యుండును.

Definition = నిర్వచనము; లక్షణ నిరూపణము.

Deflation of currency = ప్రచారములోనున్న చలామణిని తక్కువచేయుట; చలామణిని సంకోచింపజేయుట.

Defraud = దగాచేయు; మోసపుచ్చు.

Delay = ఆలస్యము; తడయుట,

Delegate = డెలిగేటు; (1) నియోగించు. (2) ప్రతినిధి; నియుక్తుడు; అధికారమిచ్చి పంపుట; అట్లు పంపబడినవాడు.

**Delegation** = డెలిగేషను; ప్రాతినిధ్యము; ప్రతినిధిగణము.

**Delegation of Powers** = అధికారప్రదానము. కొన్ని అధికారముల నింకొక అధికారికిగాని సంస్థకుగాని ఇచ్చుట.

**Deleterious Substance** = ఘాతుకపదార్థము; ప్రాణాంతకపదార్థము; అపాయకరమగు వస్తువు.

**Delivery** = డెలివరీ; (1) అప్పగింత; అర్పణము; స్వాధీనపఱుచుట; ఇచ్చివేయుట (2) ప్రసవము; పిల్లను గనుట.

**Demand** = (1) డిమాండు; అక్కఱ; గిరాకి; జరూరు; అవసరము; (2) బాకీ వసూలు డౌలు. (3) గట్టిగా అడుగుట; చెల్లింపవలసినదనికోరుట, తగాదాపఱుచుట.

**Demand Draft** = డిమాండు డ్రాఫ్టు. అడిగినప్పుడు చెల్లించ వలసిన హుండీ.

**D. C. B. (Demand Collection & Balance)** = (జుమ్మా) డౌలు వసూలు బాకీ; ఇవ్వవలసినది, ఇచ్చినది, దిగబడినది, శిస్తు లెక్క.

**Demeanour** = వైఖరి; హావభావచేష్టలు; ముఖముతీరు; నడవడి; రీతి; ప్రవర్తనము.

**Demesue land** = స్వంత సేరీభూమి, స్వంతకమతము.

**Democracy** = డెమాక్రసీ; ప్రజాప్రభుత్వము; ప్రజాసత్తాకము; ప్రజాపాలితరాజ్యము; ప్రజాయత్త రాజ్యతంత్రము. ప్రజాప్రతినిధుల పరిపాలనాపద్ధతి. ప్రజలవలన ప్రజలకొరకు నిర్వహింపబడు పరిపాలనాపద్ధతికే డెమాక్రసీయని పేరు. ఈ పద్ధతిలో కార్యనిర్వహణాధికారము ప్రజలెన్నుకొను ప్రజాప్రతినిధులయం దుండును. ఇంగ్లాండు స్వరూపమున రాజరికమైనను స్వభావమున ప్రజాప్రభుత్వముగా పరిగణింపబడుచున్నది. ఏలనన అచ్చటి రాజ్యాంగాధికారములెల్ల ప్రజాప్రతి

నిధుల సభయగు కామన్సుసభయందుగలవు. అమెరికాసంయుక్త రాష్ట్రములు, ఫ్రాన్సు, స్విజర్లాండులు రాజరికములేని(ప్రజాస్వామ్య)రిపబ్లికులు. ఇవి స్వరూపమున స్వభావమునగూడ ప్రజాప్రభుత్వములే.

పూర్వకాలమునాటి గ్రీసుదేశపు ప్రత్యక్ష ప్రజాప్రభుత్వము (Direct or Primary Democracy) లో ప్రజలు ప్రతినిధులద్వారా గాక స్వయముగానే పరిపాలించుచుండిరి. నేటి ప్రజాప్రభుత్వములందు ప్రజాప్రతినిధులే శాసనసభలందు వ్యవహరింతురు. ప్రజాప్రతినిధి ముఖ్యులే మంత్రులై పరిపాలకవర్గముగానున్నారు. ప్రభుత్వములు ప్రజలకు బాధ్యతకలిగి యుండుటకు నేటి నవీన రాజ్యాంగములందు కొన్ని ప్రజాధికారరక్షణలు (Democratic checks) కలవు.

(1) Referendum = రెఫరెండం; ప్రజాభిప్రాయ పరీక్ష; ప్రజాభిమతప్రకటనావకాశము. ప్రభుత్వము శాసనసభవారుచేయు వ్యవహార తీర్మానములు ప్రజలసమ్మతిని బడసినవోలేవో కనుగొనుటకు అప్పుడప్పుడు వానిని వోటరులు లేక నియోజకవర్గమువారి విమర్శకొరకు పంపి వానినిగూర్చి ప్రజల (వోటర్ల) సమ్మతులు (వోట్లు) గైకొనబడును

(2) Popular Initiative = పాప్యులర్ ఇనిషియేటివు. వ్యవహార ఆరంభమునుగూర్చి ప్రజలు సూచనచేయుట. తాము శాసనసభకుపంపిన ప్రతినిధు లేయే తీర్మానములను ప్రవేశపెట్టవలసినది, ఏకార్యములు ప్రారంభింపవలసినది ముందుగానే వోటరులు సూచించుటకుగల హక్కు.

(3) Recall = రీకాల్ హక్కు; ప్రతినిధులను తొలగించు హక్కు. తృప్తికరముగా పనిచేయని ప్రతినిధులను వారి నిర్ణీతకాలము పూర్తిగాక మునుపే వారి పదవులనుండి వారిని తొలగించుటకు నియోజకులకు గల అధికారము.

ఈ అధికారములు స్విస్ ప్రజాస్వామికమందును, జర్మని; అమెరికా సంయుక్త రాష్ట్రముల రాజ్యాంగములందును గానవచ్చుచున్నవి. ఇంగ్లాం

డులో ప్రత్యేకముగా నిట్టి అధికారములు లేకపోయినను ఆచారమువలన ఏపద్ధతులు అమలు జరుగుచున్నవి. (See Swiss Republic; U. S. A.)

Demurrage = డెమరేజి; రైలుపైనగాని ఓడపైనగాని వచ్చిన సరకులు తీసికొనుగడువు మీఱినచో వసూలు చేయబడు రుసుము.

Denial = మిథ్యోత్తరము; కాదని వాదించుట.

Denovo trial = పునర్విచారణ; తాజావిచారణ; మేజస్ట్రీటు మారినచో కేసు మరల విచారించుట; క్రొత్తగా విచారణ.

Density = సాంద్రత; దట్టము; చిక్కన.

Department = డిపార్టుమెంటు; ప్రభుత్వశాఖ.

Departmental Enquiry = డిపార్టుమెంటల్ విచారణ; న్యాయస్థానమునగాక తప్పుచేసిన ఉద్యోగుల పైఅధికారుల వలననే చేయబడు విచారణ.

Dependency = డిపెండెన్సి; అధిగతరాజ్యము; అన్యతంత్రరాజ్యము; ఆయత్తరాజ్యము: సామంతరాజ్యము; పరాధీనరాజ్యము.

Deposit = డిపాజిట్టు; నిక్షేపము; ఉపనిధి; ధరావతు; బ్యాంకిలో సొమ్ము దాచబెట్టుట; సంచకారము,

Deposit in Court = కోర్టులో సొమ్ము దాఖలుచేయుట; కోర్టు ధరావతు

Deposition = వాఙ్మూలము; సాక్షి ప్రమాణముమీద చెప్పుసంగతులు.

Depositor = డిపాజిటరు; డిపాజిటుదారుడు; నిక్షేపకుడు. ఔపనిధికుడు; ధరావతుదారుడు; దాపరి.

Depot = డిపో; కొఠారు.

Depreciation = అపకర్షణము; పరిహీనత; తగ్గుదల; తరుగు.

Depression = మాంద్యము; స్తబ్ధత.

Deputy Collector = డిప్యూటీ కలెక్టరు; సహాయకరగ్రాహి.

Deputy Commissioner of Police = డెప్యూటీ పోలీసు కమీషనరు.

Description = వర్ణనము.

Descriptive Science = నిర్దేశకశాస్త్రము.

Despatches = డెస్పాచీలు; నివేదికలు; లేఖలు; పైఅధికారులకంపు పత్రమానములు.

Despotism = డెస్పాటిజం; నిరంకుశపరిపాలనము; నిరంకుశ ప్రభుత్వము.

Destruction of Record = దస్తావేజులు మొదలగు రికార్డు తగులబెట్టుట; నాశనము చేయుట.

Detached = అసంహిత; విడిగానున్న; ప్రత్యేకముగానున్న.

Detection = (ప్రా) అపరాధ పరిశోధనము; మానవప్రకాశనము.

Detective = డిటెక్టివు; అపరాధ పరిశోధకుడు; సూచకుడు; ఫత్తేదారు.

Determined by two sets of issues = ద్విగతి; రెండుజతల సారాంశముల ప్రకారము తీర్మానించబడినది.

Devisee = డివైసీ; మరణశాసనముద్వారా హక్కుపొందినవాడు.

Devolution of property=(ఆస్తి) సంక్రమణము; (ఆస్తి) ప్రాప్తించుట.

Diagnosis = రోగనిదానము; రోగనిర్ణయము.

Diagonal = కర్ణము; ఒకమూలనుండి యెదుటిమూలకు గీయుగీత.

Diameter = వ్యాసము; వలయములో కేంద్రముమీదుగ ఒకవైపునుండి మఱియొక వైపునకు గీయబడినగీత.

Diary = డైరీ; దినచర్య పుస్తకము; ఒకరు ప్రతిదినము జరుగు సంగతులను గురించి వ్రాయువివరణము.

Dictator = డిక్టేటరు; నియంత; సర్వాధికారి.

Dictatorship = డిక్టేటరుపరిపాలన; అనియంత్రణ ప్రభుత్వము; అప్రతిబంధక సత్తాకము.

Diet = (1) ఆహారము; పథ్యము; (2) డైటుసభ; ఐరోపాదేశముల పార్లమెంటుసభలు.

**Dietetics** = పథ్యపానములు; ఆహారవిధులు.

**Difference** = అంతరము; వ్యత్యాసము; భేదము.

**Diligence** = శ్రద్ధ; జాగరూకత; వ్యాసంగము.

**Diminution of Revenue** = పరిహాపనము; (ప్రా) రాజస్వపరిహాపనము; రెవిన్యూ తగ్గిపోవుట

**Diplomacy** = రాజ్యతంత్రము; సామప్రయోగము; మంత్రాంగము; కూటనీతి; రాజ్యతంత్రచతురత.

**Diplomatist** = రాజ్యతంత్రజ్ఞుడు.

**Direct** = డైరెక్టు; (1) ప్రత్యక్షము; సవ్యము; తిన్నని; సరాసరి; సరియైన; సూటియైన, సరళమైన (2) ఉత్తరువుచేయు.

**Direct Election** = డైరెక్టు ఎన్నిక; ప్రత్యక్షనియోజనము; ప్రజలు శాసనసభకు తిన్నగా ప్రతినిధుల నెన్నుకొనుపద్ధతి; 'ఇన్‌డైరెక్టు' లేక అపసవ్యపు నియోజనలో మొదట ప్రజలు కొందరిని నియమింపగా వీరు ప్రతినిధుల నెన్నుకొనుట జరుగును.

**Director of Public Health** = పబ్లిక్ హెల్తు డైరెక్టరు: రాష్ట్రీయప్రజారోగ్యాధికారి.

**Director of Public Instruction** = ప్రధాన విద్యాధికారి.

**Directors** = డైరెక్టర్లు; నడుపువారు; అధిష్ఠాతలు; వ్యవస్థాపకులు; మార్గదర్శకులు, విధాయకులు; విచారణకర్తలు.

**Directory** = డైరెక్టరీ; ధర్మము దెలుపుట; చేయవలసిన విధిని దెలుపుట. (2) దర్శిని; దీపిక; సూచిక.

**Disability** = అపాత్రత; అనర్హత; హక్కులను పొందుట కనర్హత; ప్రతిబంధకము; అశక్తత.

**Disaffection** = (ప్రభుత్వమునెడల) ప్రీతిలేమి, భక్తిహీనత, విరోధము అతృప్తి, విరోధభావము.

Disafforestation = అటవీనాశనము; అడవులను ఛేదించుట.

Disarmament=ఆయుధవిసర్జనము;ఆయుధములను సైన్యములను తగ్గించుట, తీసివేయుట; అస్త్రసన్యాసము.

Disbursements = డిజ్బర్సుమెంట్సు; (1) వ్యయములు. (2) బట్వాడా; సొమ్ముచెల్లించుట.

Discharge = డిశ్చార్జి (1) నిర్బంధము క్తి; ముద్దాయిని నిర్బంధము నుండి తొలగించుట; విముక్తి; విడుదల. (2) బాకీతీర్మానము; చెల్లుపెట్టుట (3) దివాలా విముక్తి. (4) స్రవించుట.

Discipline = క్రమశిక్షణము; తర్బీతు; శిక్ష.

Disclosure = బహిరంగపఱచుట; బయల్పఱచుట; చెప్పుట.

Discount = డిస్కౌంటు: బేరము కుదిర్చినవాడు నూటికింత యని పుచ్చుకొను తరుగు, మారకము, తగ్గింపు, వట్టము; అడితి; మినహాయింపు; బాకీలో కొంత తీసివేయుట లేక ఏదైనా వ్యవహారములో మారకము లేక వట్టము, మినహాయింపు.

Discounting a Bill = ఒకహుండీని వట్టమునకు మార్చుట.

Discount Trade = అడితిసాటా; అడిసాటా: తరుగుబేరము (ఒకవర్తకునికిగాను సరకు లమ్మేటకు కొనిపంపుటకు, నూటి కింతయని పుచ్చుకొను తరుగుకు అడితియని పేరు)

Discovery and Inspection = పరిశోధనము, పరీక్షణము; దావాలో ఎదిరిపక్షము వారి లిఖితసాక్షి సాధనములను తెలిసికొని పరీక్షించుపద్ధతి.

Discretionary Powers = వివేకాధీనాధికారములు; వివేచనాధీనాధికారములు; కోర్టువారు యుక్తాయుక్త వివేచనము చేయగలందులకు వదలబడి శాస్త్రములో స్పష్టముగా కనబడని అధికారములు.

Discrimination = విచక్షణము.

**Dishonestly** = (1) దగాయుద్దేశముతో; అన్యాయ్యముగా; వంచనోద్దేశముతో. (2) అయోగ్యముగా.

**Dishonouring a Bill** = హుండీ తిరుగగొట్టుట; నిరాకరణము; తృణీకరణము; త్రిప్పివేయుట.

**Disinfectant** = శుచికరి; శుద్ధికారిణి. (అంటురోగ) క్రిమిఘ్నౌషధము.

**Dismiss** = డిస్మిసు; బర్తరఫుచేయు; పంపివేయుట; పనినుండి తొలగించుట; తోసివేయు.

**Dismissal for Default** = దావాను డీఫాల్టుక్రింద కొట్టివేయుట; గైరుహాజరు అయినందులకు దావాను కొట్టివేయుట.

**Disobedience of order** = ఉత్తరువు నుల్లంఘించుట.

**Dispensers** = అనుశాసకులు; విధాయకులు.

**Dispensing Power** = అనుశాసనాధికారము; విధాయకాధికారము.

**Disperse** = చెదరగొట్టుట; చెదరిపోవుట.

**Disposal of suit** = దావావిచారణ పూర్తిచేయుట; దావాపరిష్కారము.

**Disposition** = వినియోగ పఱుచుట; ఇచ్చివేయుట; స్వాధీనపఱుచుట, ఏర్పాటు.

**Dispossession** = స్వాధీనభ్రష్టత; స్వాధీనమునుండి లేవగొట్టుట; తొలగించుట; అనుభవించువాని నుద్వాసనముజేయుట.

**Dispute** = వివాదము. తగాదా; ఘర్షణ; తకరారు; తగవు.

**Disqualification** = అనర్హత; అనర్హత్వకారణము; అయోగ్యత; తగమికి కారణము.

**Disrepair** = మరమ్మతు; బేమరామతు; పాడువడియుండుట.

**Dissent** = డిస్సెంటు; అభిప్రాయభేదము; ఒప్పుకొనకుండుట.

**Dissenters** = డిస్సెంటర్లు; భిన్నాభిప్రాయులగు క్రైస్తవమతస్థులు.

Dissolution = డిజల్యూషను; విలయనము; పరిసమాప్తిచేయుట; విరమింపు; ముగింపు; చాలింపు; మరబు; సంఘవిచ్ఛిత్తి; పని చాలించుట. సంఘమును ఎత్తివేయుట.

Dissolution of partnership = పాలివ్యాపారముగింపు; భాగ్యస్వామ్య విలయనము; పాలివ్యాపారము చాలించుట. ముగించుట.

Dissolving the Parliament = పార్లమెంటు విలయనము, పరిసమాప్తి, అంతరింపజేయుట, రద్దుపరచుట, చాలించుట, మరబుచేయుట.

Distillation = స్రావము; బట్టీదింపుట.

Distraint = జప్తు; చరాస్తిని పట్టుకొనుట.

Distress = దుస్థితి; వ్యాకులము.

Distribution = విభజనము; పంచుట; పంపిణీ.

Distributive Society = వస్తువిభాజక సంఘము; సహకారపద్ధతిని ఉత్పత్తిచేయబడిన వస్తువులను పంపిణీచేయు సంఘము.

District = డిస్ట్రిక్టు; జిల్లా; మండలము.

District Board = డిస్ట్రిక్టుబోర్డు; జిల్లాబోర్డు.

District Collector = జిల్లాకలెక్టరు; మండలకరగ్రాహి.

District Federation = జిల్లాఫెడరేషను; జిల్లాసమ్మేళనము; సహకార సంఘముల జిల్లాసమితి.

District Judge = డిస్ట్రిక్టు లేక జిల్లాజడ్జి; మండల న్యాయాధిపతి.

District Magistrate = జిల్లామేజస్ట్రేటు; మండల దండవిధాయి.

District Police Superintendent = జిల్లాపోలీసు సూపరింటెండెంటు; మండల రక్షకాధ్యక్షుడు.

Divest = నివర్తిచేయు; హక్కు-వదలిపోవు.

Dividend = డివిడెండు; లాభవిభాగము; భాగము; పాలు; లాభములోవంతు; లాభాంశము; కంపెనీవారు పంచిపెట్టులాభము.

Dividend Equalising Fund = డివిడెండు ఈక్వలైజింగుఫండు; లాభ విభాజ్య సమీకృత్యనిధి; లాభవిభాజ్యమును సమానముచేయుటకు ఏర్పడిన నిధి.

Divisibility = విభజనీయత.

Division = డివిజను; విశ్లేషము; విభజనము; పంపిణీ; వ్యష్టియగుట; (2) ఫిర్కా; భాగము.

Division in Status = కుటుంబము వ్యష్టియగుట లేక వేరుపడుట: భిన్న భాండాశనులై ఆస్తిఅంతయు గాని కొంతగాని పంపిణీ కాకయుండుట.

Division of Labour = శ్రమవిభాగతత్త్వము; ప్రయాసవిభజనము.

Division of Powers = ప్రభుత్వాధికారముల విభజన.

Divorce = వివాహవిచ్ఛేదము; దాంపత్యవిమోచనము; వివాహవిమోచనము; విడాకు లిచ్చుట.

Dock = డాకు; ఓడలు మరామతుచేయు స్థలము (2) ముద్దాయిబోను.

Docketting = డాకెటింగు; విషయ సంగ్రహసూచన; కాగితముల పైన విషయసారాంశములను సంగ్రహముగా వ్రాయుట.

Dockyard = డాక్యార్డు: ఓడలు మరమతు చేయుస్థలము.

Doctor = డాక్టరు; (1) పెద్దవైద్యుడు. (2) గొప్పపండితుడు.

Doctrine of lapse = లాప్సు సిద్ధాంతము; హక్కుబదలాయింపు సిద్ధాంతము, వారసులేకుండ పోయినవాని ఆస్తి ప్రభుత్వమునకు చెందునను సిద్ధాంతము. దీని ప్రకారము చాలా సంస్థానములు ఇంగ్లీషువారు వశపరచుకొనిరి.

Document = డాక్యుమెంటు; లిఖితము; లేఖ్యము; పత్రము, దస్తావేజు; ఆధారపత్రము; సాధనపత్రము.

Documentary Evidence = లిఖితసాక్ష్యము.

Document of country parts= స్థానకృతలేఖ్యము.

**Public Document** = అధికారిక లేఖ్యము.

**State Document** = రాజ్యలేఖ్యము; రాజకీయలేఖ్యము.

**Document in one's own hand** = స్వహస్తలిఖితము.

**Dogma** = సిద్ధాంతము.

**Dollar** = డాలరు; అమెరికా నాణెము (రమారమి 3 రూపాయలు విలువ గలది.)

**Domestic** = గృహసంబంధ; స్వదేశీయ; దేశీయ.

**Domestic industry** = గృహపరిశ్రమ; నివేశకవృత్తి; దేశీయపరిశ్రమ.

**Domicile** = నివాసస్థానము; వసతి; శాశ్వతనివాసము. స్థిరనివాసము.

**Dominent and Servient Owner** = స్వత్వానుభవక స్వత్వదాస్య దారులు; పరభూమిపైన అధికారముగలవాడు; తన ఆస్తిపైన పరుని కధికారానుభవము లిచ్చువాడు.

**Domination** = ప్రాబల్యము, విజృంభణము, ఆధిపత్యము.

**Dominion** = డొమినియను (1) అధికారము; ప్రభుత్వము; ఆధిపత్యము (2) రాజ్యము; అధినివేశము; ఉపనివేశము; అధినివేశరాజ్యము.

**Dominion Status** = డొమినియను స్టేటసు; అధినివేశస్వరాజ్యము; బ్రిటీషు సామ్రాజ్యాంతర్భాగముగానుండి బ్రిటీషు దీవులతోపాటు సరిసమాన గౌరవము, ప్రజాప్రభుత్వము, స్వాతంత్ర్యముగల రాజ్యము. 'తమ అంతరంగిక వ్యవహారములందుగాని విదేశవ్యవహారములందుగాని ఏవిధముగను ఒకదాని కింకొకటి లోబడని స్వపరిపాలనముగల స్వతంత్ర జనసమూహములు' అని 1926 సంవత్సరమున (బ్రిటిషు) సామ్రాజ్యసభవారు అధినివేశస్వరాజ్యమునకు ఒక నిర్వచనమును తీర్మానించినారు. కెనడా, దక్షిణాఫ్రికా ఆస్ట్రేలియా కామన్వెల్తు,ఐరిషుఫ్రీస్టేటు రాజ్యములు అధినివేశ రాజ్యములు. అధినివేశ రాజ్యములందలి ప్రభుత్వాధికారములన్నియు ఇంగ్లాండునందు వలెనే పార్లమెంటు అనబడు రాజ్యాంగసంస్థలలో ల

కొల్పబడినవి. దీనిలో గవర్నరు లేక గవర్నరుజనరలు ధర్మబద్ధుడగు ఆంగ్ల రాజావలెనుండును. ఈతడు అన్నివ్యవహారములు ప్రజాప్రతినిధుల అభిప్రాయానుసారము జరుపును. దీనిలో ఒకశిష్టసభ లేక ఉన్నతసభ యుండును మరియు నొక ప్రజాప్రతినిధులసభయుండును. దీనిలో నేపక్షములోని ప్రజాప్రతినిధు లధికసంఖ్య వారుందురో ఆపక్షమువారి నాయకుడు ప్రధానమంత్రిగాను అతడు పేర్కొనిన ఇతర ముఖ్యులు తక్కిన మంత్రులుగను, గవర్నరుజనరలు నియమించును. ప్రజాప్రతినిధుల విశ్వాసము గోల్పోయిన మంత్రివర్గము వారు రాజీనామానిచ్చి తొలగవలెను. లేదా శాసనసభకు క్రొత్తఎన్నికలు జరుగవలెను. దేశప్రజలకు వ్యక్తిస్వాతంత్ర్యము, వాక్స్వాతంత్ర్యము సమావేశస్వాతంత్ర్యము నుండును. **1931** సం॥ వెస్టుమినిస్టరు చట్టమునుబట్టి ఇంగ్లాండుప్రభుత్వమువారికీ అధినివేశరాజ్యముల ప్రభుత్వములపైన నేయధికారములును లేవు. దేశరక్షణ; అర్థికవిదేశవ్యవహారములన్నియు ఆప్రభుత్వముల సంపూర్ణాధికారముక్రింద నేయుండును. అవి ఇంగ్లాండుతోపాటు సరిసమాన స్వతంత్రరాజ్యములుగా నున్నవి. హిందీలో దీనికి ఔపనివేశిక స్వరాజ్య మందురు.

**Donor and Donee** = దాత, ప్రతిగ్రహీత; దానమిచ్చువాడు, పుచ్చుకొనువాడు; దఖలుచేయువాడు; దఖలు పొందువాడు.

**Dose** = డోసు; మోతాదు; ఔషధపరిమాణము.

**Doubt** = సంశయము; అనుమానము.

**Dozen** = డజను; పండ్రెండు.

**Draft** = డ్రాఫ్టు; చిత్తు; మసోదా; ముసాయిదా.

**Drain** = కర్షణము; మురుగు; జలదారి; ప్రవాహము; జలనిరమము.

**Drain of Gold** = సువర్ణకర్షణము. నిర్గమము

**Dram** = డ్రాము; ఔన్సులో పదునారవవంతు.

**Drapers** = వస్త్రవిక్రేతలు; బట్టల వ్యాపారులు.

**Drawee** = డ్రాయీ; పత్రము (హుండీ) ఎవనిపేర వ్రాయబడినదో అట్టివాడు; సొమ్ముచెల్లించవలసినవాడు; పత్రస్వీకర్త.

**Drawer** = డ్రాయర్; హుండీ వ్రాసియిచ్చినవాడు.

**Drill** = డ్రిల్లు; కవాతు.

**Due** = బాకీగాచేరవలసిన; ఇంకనుబాకీయున్న.

**Due date** = వాయిదా తేది.

**Duke** = "డ్యూక్" ఆంగ్లదేశమునందలి ప్రభువర్గమునందు అత్యుత్తమ హోదా (See Earl)

**Duplicate** = డూప్లికేటు; నకలు; జతపత్రి; ప్రతిలేఖ్యము; రెండవప్రతి; మారుప్రతి.

**Duration** = కాలపరిమితి; ఆయుష్యము; మనుగడ.

**Duress** = బంధనము; నిర్బంధనము; ఖైదు; మనుష్యుని ఆస్తిని పట్టి కావలిలో నుంచుట.

**Duty** = (1) సుంకము; పన్ను; (2) కర్తవ్యము; ధర్మము.

**Dyarchy** = డయార్కీ; ద్వంద్వప్రభుత్వము; ద్వైతపరిపాలన; ద్వంద్వాధిపత్యము. ప్రభుత్వాధికారములు రెండు సంస్థలకు విభజింపబడుట.

**Dying Declaration** = డయింగ్ డిక్లరేషన్. మరణపూర్వకవక్తవ్యము; చనిపోయెదనను అనుమానముతో చెప్పినమాటలు; చేసిన ప్రకటన; ఘాతవల్ల మరణము కలుగునని తోచినప్పుడు చెప్పుమాటలు.

**Dynasty** = రాజవంశము; వంశము.

# E

**E. E. or E. & O. E. (Errors and Omissions excepted)** = బిల్లుల క్రింద గాని లెక్కల క్రింద గాని ఈ అక్షరములు వ్రాయబడినచో వానిలోని తప్పులు లోటుపాటులు సవరణ చేయుపద్ధతిలో నవి జారీచేయబడినట్లు తెలుపు సూచన.

Earl = ఎరల్; ఆంగ్లప్రభువు; మార్క్విస్ అనుతరగతి ప్రభువుకు పైవాడు, వైకౌంట్ అనుతరగతివానికి క్రిందవాడు. వీరందరి కన్న డ్యూక్ అధికుడు.

Earning Capacity = సంపాదనశక్తి; గడనశక్తి.

Earnest Money = బయానా; సంచకరము.

Earthen ware = మృణ్మయ సామగ్రి; మంటిసామాను.

Easement = ఈజ్మెంటు; సముపాయపుహక్కు; అనుభోగ బాధ్యత; ఇతరులఆస్తిపై నింకొకనికిగల రాకపోకల హక్కు; నీటిపారుదల హక్కు మొదలగు సముపాయపు హక్కులు.

Easement of Necessity = అవసరమగు ఈజ్మెంటు; అవసరాను భోగబాధ్యత లేక సముపాయపు హక్కు. ఇతరునిభూమిలో అవశ్యకాధికారము; అవశ్యకతవలన పరుని భూమిపై మురుగునీరు వదలుట మున్నగు నధికారములు; సముపాయపుహక్కులు.

East India Company = ఈస్టుయిండియా కంపెనీ; తూర్పు యిండియా వర్తక సంఘము.

Ecclesiastical = మతాచారసంబంధము.

Economic Crisis = ఆర్థికోత్పాతము; ఆర్థిక క్షోభ.

Economic Goods = ఆస్తి; సొత్తు.

Economic Law = ఆర్థిక న్యాయము.

Economic National life = జాతీయార్థిక జీవనము.

Economics = అర్థశాస్త్రము; ఆర్థికశాస్త్రము.

Economic Wealth = అర్థము; సంపద.

Economy = మితవ్యయము; పొదుపు.

Editor = ఎడిటరు; సంపాదకుడు; పత్రికాధిపతి: గ్రంథప్రకాశకుడు.

Educationist = విద్యాప్రబోధకుడు.

**Effect** = కార్యము; ఫలము; ప్రయోజనము.

**Effervescent** = పొంగునట్టి ద్రవములు; సోడా

**Efficient** = సమర్థతతోగూడిన; కార్యనిర్వహణ నైపుణ్యముగల; కార్య సాధకత్వముగల.

**Einstein's Theory of Relativity** = ఈన్‌స్టైను శాస్త్రజ్ఞుని ససాంబంధికతాసిద్ధాంతము; ఒక వస్తుస్వరూపముగాని స్వభావముగాని దానిని గమనించువా రుండు స్థలమునుబట్టి దూరమునుబట్టి లక్షణములనుబట్టి నిర్వచింపబడు ననువాదము.

**Ejectment** = ఎజెక్టుమెంటు; స్వాధీనభ్రంశనము; వెళ్ళగొట్టుట; ఉద్వాసనము; అక్రమప్రవేశమునుండి తొలగించుట.

**Ejusdem Generis** = ఎజుస్డెం జెనరిస్; తత్సంబంధమైన; ఒకేజాతికి చెందిన.

**Elasticity** = స్థితిస్థాపకశక్తి; రబ్బరు మున్నగువానివలె లాగినప్పుడు సాగి మరల విడిచిపెట్టగనే యథాస్థితికి వచ్చుగుణము. (రాజ్యాంగ ధర్మములు సులభముగా మార్చుటకు యథాస్థితికి తెచ్చుటకు వీలున్నప్పుడీ మాట వాడుదురు).

**Elect; Election** = ఎన్నుకొను; ఏరుకొను; కోరుకొను; ప్రతినిధుల నెన్నుకొనుట; ఎలెక్షను లేక ఎన్నిక; నియోజన.

**Electoral Roll** = ఓటర్ల పట్టిక లేక జాబితా

**Electorate** = నియోజకవర్గము; సర్వాచకగణము; వరణాధికార విశిష్ట వర్గము; ఎన్నికవర్గము; ఎన్నికదారుల సమూహము.

**Electors** = నియామకులు; నియమించువారు; ఎన్నికదారులు; నియోజకులు.

**Election as to Remedies** = వ్యవహారగత్యంతర నియోజనము; పరిహార వరణము; రెండు పరిహారములుగాని పద్ధతులుగాని కోరుకొనుటకు వీలున్నచో నొక పరిహారమునుగాని పద్ధతినిగాని ఏరుకొనుట.

Election officer = ఎలెక్షను ఆఫీసరు; ఎన్నికల అధికారి.

Election Petition = ఎలెక్షను పిటీషను; ఎన్నికదావా, అర్జీ.

Eligiblity for Re-election = పునర్నియోజనార్హత; పునర్నియుక్తార్హత; మఱల ఎన్నుకొనబడుటకు పాత్రత.

Elementary Education = ఎలిమెంటరీ విద్య; ప్రాథమికవిద్య; ప్రారంభవిద్య.

Embargo = ఎంబార్గో: దిగుమతి నిషేధము; ఏదైన సరకుయొక్క దిగుమతిని ప్రభుత్వమువారు నిషేధించుట.

Embarrasing Pleading = సంభ్రమజనకవాదము; క్లిష్టవాదము: రెండు విధములుగా అర్థమగువాదన.

Embassador = రాయబారి; దూత,

Embassy = రాయబారము; దౌత్యము.

Embroidery = బుటేదారిపని.

Emergency expenditure = వ్యయప్రత్యయము; (ప్రా). ఆపద్ధర్మ వ్యయము; అత్యవసరసందర్భవ్యయము; అగత్యవ్యయము.

Emigration = వలస; స్వదేశత్యాగము; పరదేశమునకు జీవనార్థము పోవుట; విదేశగమనము.

Employee = పనిచేయువాడు; కార్మికుడు; కూలివాడు; నౌకరు; సేవకుడు.

Employer = యజమాని; పారిశ్రామిక యజమాని: కూలికి పనిచేయించువాడు.

Employment = పని; ఉద్యోగము; నౌకరీ;

Employment of capital = అర్థప్రయోగము; వినియోజనము; మూలధనము వడ్డీకి వేసికొని వృద్ధిచేయుట. (see Investment)

Empower = అధికారము కలుగజేయు.

Encroachment =ఆక్రమణము; అతిక్రమణము; అన్యాయముగా నింకొకని భూమి నాక్రమించుట.

Endorsee = ఎండార్సీ; పత్రము వెనుక పీఠీన వ్రాయబడిన చిరునామా దారు; పత్రము పుచ్చుకొనువాడు.

Endorsement = (1) ఎండార్సుమెంటు; పత్రము వెనుక పీఠీన వ్రాయు వ్రాత లేక పత్రముపైన వ్రాయు లిఖితసూచన; బరాతములు ప్రోనోట్లు మున్నగునవి ఇతరులు పగనుగా వసూలిమ్మని వ్రాయు "వినిమయ సూచన" బరాతపువ్రాత; బదలాయింపు సూచన. (2) అంగీకరించుట; బలపరచుట.

Endorsement in Blank = ఖాళీ యెండార్సుమెంటు; ఖాళీబరాతము అనిర్దిష్ట వినిమయము; ఫలానవానికి అని పేరు వ్రాయక బదలాయించుట. అప్పుడు పత్రహస్తుడు వసూలు చేసికొనవచ్చును.

Endorsor = ఎండార్సరు; పత్రము వెనుక పీఠీన బదలాయింపునూచన వ్రాయువాడు; అన్యపరము చేయువాడు. పత్రము వెనుక సంతకము; చేయువాడు.

Endowment = దానము; ధర్మార్పణము; ధర్మదాయము.

Endowment Policy = ఎండోమెంటుపాలిసీ: కొన్నాళ్ళవరకుమాత్రమే ప్రీమియముల కిస్తీలను చెల్లించవలసిన పద్ధతిగల భీమాపట్టా. నిర్ణీతకాల మైన తరువాత పట్టాదాఖలా మొత్తము తీసికొనవచ్చును లేక వడ్డీకి నిలువయుంచవచ్చును

Enforce = అమలుజరుపుట; ప్రవర్తింపజేయుట; ఆచరణములో బెట్టుట; మాటచెల్లించుట.

Enfranchisement of Inam = ఈనాము ఎన్ఫ్రాంఛైజ్మెంటు; ఇనాం షరతు మాఫీచేయుట; ఈనామునకు పట్టాయిచ్చుట; ఈనాముయొక్క నౌకరీషరతు మొదలగు షరతులు విముక్తిచేయుట; ఈనామును కట్టుబా

టులనుండి విడుదలచేయుట; జోడీకట్టుట; మొదట నౌకరీ పద్ధతితో నివ్వబడిన యీనాము నౌకరీ చాలించబడినపుడు గవర్నమెంటువారు తీసికొని శిస్తువిధించి హక్కు గలిగించుట.

**English Constitution** = ఆంగ్లరాజ్యాంగము; ఇంగ్లాండు లేక బ్రిటిషుదీవుల పరిపాలనము. స్వరూపమున రాచరికము, స్వభావమున ప్రజాప్రభుత్వము. పరిపాలనాధికారములు, ప్రభుత "పార్లమెంటు"లో నెలకొల్పబడినవి రాజ్యాంగమున రాజు నిమిత్తమాత్రపు అధీశుడు. అన్నిపనులును ప్రజాప్రతినిధిసభలోని మంత్రుల యిష్టానుసారమే అతడు జరిపించును. పార్లమెంటు తీర్మానముల నతడు కాదన వీలులేదు. ఉన్నతసభ ప్రభువులసభ, రెండవది కామన్సుసభ లేక ప్రజాప్రతినిధులసభ. శాసనములెల్ల రెండుసభలు అంగీకరించ వలెను. గాని నిజమగు అధికారములన్నియు కామన్సుసభలోనే కలవు. ద్రవ్యసంబంధపు చట్టములెల్ల కామన్సుసభలోనే ప్రతిపాదింపబడవలెను. కామన్సుసభవారి తీర్మానములను త్రోసివేయు నధికారము ప్రభువులసభకు లేకుండ పోవుటవలన కామన్సుసభ సర్వాధికారియై ప్రజాప్రభుత్వమునకు పునాదియైనది. కామన్సుసభలో అధిక సంఖ్యాకపక్షమువారి నాయకుడు ప్రధానమంత్రి యగును. తక్కిన మంత్రుల నతడు పేర్కొనును. ఈ మంత్రిమండలి సభ లేక 'కాబినెట్టు' కార్యనిర్వాహకవర్గము కామన్సుసభవారిలో అధికసంఖ్యాకుల విశ్వాసము పోయినచో నీమంత్రిమండలి రాజీనామా నీయవలెను లేక కామన్సుసభను చాలించిక్రొత్త ఎన్నికలు జరుపవలెను.

(చూడు: పార్లమెంటు ప్రభుత్వము; కాబినెట్టు పద్ధతి.)

**English Mortgage** = ఇంగ్లీషుతనఖా; విక్రయ దస్తావేజుగానే వ్రాసి తనఖాబాకీ వాయిదానాటికి తీర్చినచో మఱల హక్కు విడుదల దస్తావేజు వ్రాయుపద్ధతితో తనఖాపెట్టుట.

Enhancement of Sentence = శిక్ష హెచ్చించుట; శిక్షావృద్ధి:

Enjoyment = అనుభవము; భుక్తము; అనుభుక్తి; అనుభూతి; అనుభోగము.

Enlargement of Time = నిర్ణయకాలమును హెచ్చించుట; కాలవిస్తృతము; ప్రవృద్ధి: కాలవిస్తారము; వాయిదానిచ్చుట.

Enquiry = ఎంక్వైరీ; వ్యవహారదర్శనము: విచారణ; దర్యాప్తు; పృచ్ఛ.

Enroll = పట్టీలోచేర్చు; నమోదుచేయు.

Entrepreneur = అంటర్ప్రినార్; అనుసంధాయకుడు. వ్యాపారములలో పనివానికి యజమానులకు పొత్తుకలిపి పనిచేయు మధ్యవాడు; వ్యావహారికుడు.

Enterprise = కార్యసాహసము; కర్మసాహసము; తెగువ.

Enticing away a married woman = వివాహితయగు పరస్త్రీని లేవదీసికొనిపోవుట; ఆకర్షణచేసి తీసికొని పోవుట.

Entrance Fee = ప్రవేశకట్నము; దరఖాస్తురుసుము; ప్రవేశరుసుము.

Entrust = ఒకనిపరముచేయు; వశమునసుంచు.

Entry = ఎంట్రీ: నమోదుచేయుట; లెక్కలో నెక్కించుట, పద్దు;

Environment = (1) ఆవరణము; (2) పరిణామకపరిస్థితి; (3) ఉపాధి; (4) పరిసరములు.

Envoy = దూత; రాయబారి.

Epigraphy = పురాతన శిలాశాసన పరిశోధనము. ప్రాచీనలిపి పరిశోధన.

Episcopacy = ఎపిస్కోపసీ; బిషప్పు లనబడు క్రైస్తవ మతాచార్యుల పరిపాలనముగల మతవ్యవస్థ.

Epochs of Economic Evolution = ఆర్థిక యుగములు; శకములు.

Equal = సరాసరి; సమానమైన; సమత్వముగల.

Equated Annual Instalments = సమీకృతవార్షికపు కిస్తీలు; సమానసాలువారీ కిస్తీలు.

**Equation** — సమీకరణము.

**Equitable Mortgage** — ఈక్విటబుల్ తనఖా; హక్కుపత్రములను షావుకారువద్ద నుంచి సొమ్ము బదులు పుచ్చుకొనుపద్ధతి; అదిరాజధానినగరములలో చెల్లును.

**Equitable Treaty** = సమసంధి.

**Equity** = న్యాయధర్మము; పక్షపాతరహితధర్మము; ఆత్మతోషణా ధర్మము.

**Equity of Redemption** — తనఖా విడిపించుకొనుహక్కు.

**Erosion** = (ప్రవాహమువల్ల) కోసివేయుట; ముంపు.

**Escape** = తప్పించుకొనిపోవుట; పలాయనము.

**Escape from Lawful custody** = బందోబస్తునుండి పారిపోవుట,

**Escheat** = ఎస్చీటు; అభిగ్రహము. బేవారసు ఆస్తి సర్కారుకు చెందుట.

**Escrow** = ఎస్క్రోవాదము; ఒకపత్రమును వ్రాసి ఒకసందర్భములో అమలు జరుగుపద్ధతితో నొకమధ్యస్థుని దగ్గఱ ఉంచబడినందునను ఆసందర్భము జరుగనందునను నిది చెల్లదని వాదించుట.

**Establishment** — ఎస్టాబ్లిష్మెంటు : ఉద్యోగవర్గము; సిబ్బంది, సంస్థాపనము.

**Estates Land Act** — ఎస్టేటులాండుఆక్టు. జమీందారీభూముల చట్టము.

**Estimate** = ఎస్టిమేటు; అంచనా; ఫలపరిమితినూహించుట; కరీదుకట్టుట; మదింపువేయుట; విలువకట్టుట.

**Estimator** — మదింపు వేయువాడు; అంచనాదారు.

**Estoppel** = ఎస్టాపేల్: ప్రతిబంధము: ఈ సిద్ధాంతమువలన ఒక కోర్టు వారి తీర్పువలనగాని ఒకడుచేసిన వ్యవహారమునుబట్టిగాని ఒకని కొక నమ్మకముగాని అవస్థాభేదముకాని గలిగినచో మొదటివాడు తరువాత విరుద్ధవాదము జేయుటకు శాస్త్ర మంగీకరింపదు.

Estoppel in pais = ప్రవర్తనకారణావరోధము; ఒకడు తనప్రవర్తనచే నింకొకనికినమ్మకము కలిగించినందున వానిని మరల కాదనుటకు అవరోధింపబడును.

Ethics = నీతిశాస్త్రము.

Ethinology = మానవజాతిశాస్త్రము.

Eugenics = మర్మశాస్త్రము.

Evasive Denial = వక్రమిథ్యోత్తరము; వాదియొక్క వాదన (పూర్తిగా కాదనిచెప్పక కుటిలవాక్యములతో కాదనుట.)

Even = సమ; సరి.

Evidence = ప్రమాణము; సాక్ష్యము.

Evolution = పరిణామము; వికాసము.

Ex = (హిం) భూతపూర్వ; పూర్వమునాటి.

Exact = నిర్ధారితముగా; స్థిరముగా; సమముగా; సెపలుగా; సరిగా; ఖరాగా.

Ex All= 'అన్నియు మినహాగా' ఇది స్టాకుఎక్స్చేంజిపదము. హుండీలు, పత్రములు విక్రయించునప్పుడు అప్పటికివ్వవలసిన లాభవిభాగము, వడ్డీ, బోనసులాభము మినహాగా నాపత్రము విక్రయింపబడినదని తెలుపుమాట.

Examination in Chief = ఛీఫుపరీక్ష; ప్రధానపరీక్ష; విచారణ ప్రారంభించువారు చేయుపరీక్ష.

Examination of Accused = ముద్దాయిపరీక్ష; నేరమునుగూర్చి ముద్దాయిని ప్రశ్నించుట.

Examiner of coins = (ప్రా) రూపదర్శకుడు. నాణెముల పరీక్షకుడు

Example = దృష్టాంతము; ఉదాహరణము.

Exceptions = (1) అపవాదములు; అపవర్గము; భిన్నవాదము; కారణాంతరము. (2) మినహాయింపులు; వినాయింపులు; వదలిపెట్టబడినవి.

**Exchange** = ఎక్స్ఛేంజి (1) మారకము; వినిమయము; పరివర్తనము; పరటా; ఫిరాయింపు; సాటా. (2) ఒకదేశముచలామణికి విదేశచలామణిలో గల విలువ; వివిధదేశముల ద్రవ్యముల మారకము; (3) వర్తకులుచేరి తమ నానా పత్రములు మున్నగునవి క్రయవిక్రయములు చేసికొను మచ్చుల చావడి; మారకపుబజారుకు గూడా ఎక్స్ఛేంజి అనిపేరు.

**Exchangeability** = వినిమయసాధ్యత.

**Exchanged goods** = అపమిత్యకములు; ఒకవస్తువిచ్చి దానికి మారుగా పుచ్చుకొన్న మరియొకవస్తువు.

**Exchange Rate** = ఎక్స్ఛేంజి రేటు; మారకపుధర; వినిమయమానము; ఒకదేశముయొక్క నాణెములకు నింకొకదేశము నాణెములకు గల విలువ తేడాను బట్టి ఇది అనుకూలముగా నుండును.

**Exchange standard** = మారకపు ప్రమాణము. **Standard of Exchange**- విదేశచలామణి మారకపుప్రమాణము; చలామణిలో సాధారణముగా బంగారము వినిమయ ప్రమాణము.

**Exchequer** = ఎక్స్చెకరు; ప్రభుత్వకోశము; రాజధనాగారము: కోశాగారము; బొక్కసము.

**Excise** = ఎక్సైజు; అబ్కారీ. తీరువ; సుంకము; పన్ను;

**Exciting cause** = ప్రేరేపకము; ఉద్రేకకారణము.

**Exclusion** = వర్జనము; వ్యావృత్తి; బహిష్కారము.

**Exclusive** = అనన్యసామాన్యముగా; ప్రత్యేకముగా.

**Ex-communication** = బహిష్కారము;అంత్య.

**Ex-drawing** = 'పంపిణీ లాభములు మినహాగా' బాండు పత్రము అమ్మి నప్పుడు అప్పుడు చేయబడుచున్న డ్రాయింగు పంపిణీలో దానికిరింద వచ్చు లాభమివ్వబడదని తెలుపుసూచన.

Execution = ఎగ్జిక్యూషను; (1) తీర్పు నమలు జరుపుట; అమలు (2) నెఱవేర్చుట; జరుపుట; (3) ఉరిదీయుట.

Execution Sale = కోర్టు (వారంటు) అమలు విక్రియము; కోర్టువేలము;

Executive = ఎగ్జిక్యూటివు; కార్యనిర్వాహక వర్గము; పలపాలక వర్గము. కార్యపరిపాలన; వ్యవహారనిర్వహణాధికారముగల.

Executive Committee = ఎగ్జిక్యూటివు కమిటీ; కార్యనిర్వాహక వర్గము; వ్యవహారికోపసంఘము; పరిపాలక సంఘము; పాలకసంఘము.

Executive Council = ఎగ్జిక్యూటివు కవున్సిలు; కార్యనిర్వాహక సంఘము; పరిపాలకసంఘము.

Executive Engineer = ఎగ్జిక్యూటివు ఇంజనీరు.

Executive power = కార్యనిర్వహణాధికారము; పరిపాలనాధికారము; వ్యవహరణాధికారము.

Executor = ఎగ్జిక్యూటరు; మరణశాసన వ్యవస్థాపకుడు; మరణశాసనములోని షరతులు నిర్వహించుటకు నియమింపబడిన ధర్మకర్తలు.

Executory Consideration = భవిష్యార్థ ప్రతిఫలము; ముందుచేయవలసిన కార్యము ప్రతిఫలముగాగలది.

Exemption = విముక్తత; రాహిత్యము; ఏదైన నొక కార్యము చేయవలసిన పని లేకుండుట; వినాయింపు; మినహాయింపు; బాధ్యతనుండి తప్పించుట.

Exercise = చలాయించు; అధికారమును జూపు; వ్యవహరించు; సాధన.

Exhibition = ఎగ్జిబిషను. ప్రదర్శనము

Exhibit Mark = ఎగ్జిబిటు మార్కు; గుర్తుపత్రము; నిదర్శనపత్రము; నిదర్శనపత్రచిహ్నము.

Exile = ప్రవాసము; దేశభ్రష్టత్వము. ప్రవాసి,

Ex-Minister = భూతపూర్వమంత్రి; పూర్వపుమంత్రి.

**Ex-New** = 'క్రొత్తవిమినహాగా' అప్పుడు జారీచేయబడుచున్న క్రొత్త స్టాకు పత్రములందుగాని వాటాలలోగాని హక్కులేకుండా అని తెలుపు సూచన.

**Ex- Ship** = 'ఓడపైననే' ఓడమీద సరకుకొన్నవాడు; ఓడనుండి తన ఖర్చుపైన దిగుమతిచేసికొను బాధ్యతపైన కొనుటను సూచించును.

**Ex-Officio** = ఎక్సఫీషియో; ఉద్యోగరీత్యా; అధికారమునుబట్టి; అధికారపూర్వముగా.

**Expansion and contraction** = విక్షేపసంక్షేపములు; వికాసముకుళనములు; దీర్ఘహ్రస్వములగుట.

**Exparte** = ఎక్సుపార్టీ; పరోక్షముగా

**Exparte Decree** = ఎక్సుపార్టీ డిక్రీ; పరోక్షపుడిక్రీ; కక్షిదారుడు లేనిదే తీర్పు.

**Expedition** = యాత్ర; ప్రయాణము.

**Experiment** = ప్రయోగము; తార్కాణము చూచుట; నూతనప్రయత్నము.

**Expert Evidence** = ప్రవీణుని సాక్ష్యము; వైజ్ఞానిక సాక్ష్యము; ప్రావీణ్య సాక్ష్యము; నిపుణుని సాక్ష్యము.

**Explanation** = (1) సమాధానము. (2) వివరణము; స్పష్టీకరణము; వ్యాఖ్యానము.

**Exploitation** = కొల్లగొట్టుట; అధికలాభము సంపాదించుట; స్వలాభార్థ వినియోజనము; స్వప్రయోజనముకొరకుపయోగించుట.

**Exploration** = దేశాన్వేషణము; నవ్యదేశపరీక్షణము; నూతన భూపరిశోధన; క్రొత్తదేశములు చూచుట.

**Exporter** = ఎగుమతిదారుడు.

**Express Authority** = అసందిగ్ధాధికారము; అసందిగ్ధసత్తా; స్పష్టమైన సత్తా; వివరింపబడిన అధికారము

Express Trust=వివరింపబడినట్రస్టు; స్పష్టీకరింపబడినధర్మవ్యవహారకర్తృత్వము

Expulsion of a member = సభాస్థానోచ్చాటనము; సభ్యుని వెడలగొట్టుట; సభికావరోధము; సభాభ్రష్టత్వము కలిగింపబడుట.

Expulsion of Tyranny = బాధాపనోదము; ప్రజాపీడకుని వెడలగొట్టుట.

Expelled = అపరుద్ధ; వెడలగొట్టబడు.

Expunging = మాపుజేయుట; తీసివేయుట; అశ్లీలపుమాటలను తీసివేయుట; ఆక్షేపణీయములగు మాటలను (రికార్డులోనుండి) తొలగించుట.

Extension = వైశాల్యము; పరిమేయత; వ్యాప్తి; విపులముజేయుట; పెంపుచేయుట.

Extensions = కాలవిస్తరణము; గడువుహెచ్చించుట.

Extents of Lands = భూముల పరిమితులు; కొలత మొత్తములు.

External = బాహ్య; బహిర్గత.

External Sovereignty = బాహ్యప్రభుత; పరదేశములతోడి వ్యవహారములందు నిర్నిరోధముగా యథేష్టముగా స్వేచ్ఛగా వ్యవహారము జరుపు హక్కు కలిగియుండుట; బాహిక ప్రభుత్వాధికారము.

Extinguishment = అధికారవిధ్వంసనము; హక్కుమాఫీ; కర్తవ్య నిర్మూలనము; కొట్టివేయుట; రద్దుజేయుట; నశింపుచేయుట; చెల్లాచుట.

Extortion = బలాత్కారచౌర్యము; బలాత్కార స్వీకరణము; అపహరణము; దోపిడి.

Extractive Industry = పరికర్షణకళ; భూమిలోనుండియు గనులనుండియు త్రవ్వి సంపాదించు పరిశ్రమ.

Extraordinary Jurisdiction = ఎక్స్ట్రార్డినరీ జూరిస్డిక్షన్; అసాధారణాధికారము; అసామాన్యాధికారము; విశిష్టాధికారము.

Extra Territorial Jurisdiction = సీమాంతరాధికారము; సముద్రతీరము నకు మూడుమైళ్ళవరకు ఆ తీరముయొక్క దేశధర్మమే అనుసరణీయ మగును. అది దాటినపిదప సీమాంతరప్రదేశము. ఓడలపైనగూడ ఆయోాడ ఏపరిపాలనమునకు జెందినదో అధర్మమే చెల్లుబడియగును.

Extrinsic Evidence of Independent Facts = స్వతంత్రములగు విష యములను గూర్చిన బాహికసాక్ష్యము.

Ex-Ware house = 'గిడ్డంగిదగ్గరనే' గిడ్డంగిదగ్గరనుండి సరకును తీసికొని వెళ్లుటకగు ఖర్చులు కొనువాడు భరించు పద్ధతిని విక్రయించుటను సూచించును.

Evolution = పరిణామము.

# F

Fabricating Accounts = (ప్రా) అవస్థారము; దొంగలెక్కలు వ్రా యుట: సృష్టించుట

Fabrication of False Evidence = కూటసాక్ష్య నిర్మాణము; అసత్య సాక్ష్యకల్పన; దొంగసాక్ష్యము కల్పించుట

Facism = ఫ్యాసిజం : ఇటలీదేశ రాజకీయ సిద్ధాంతము. దీని పరమలక్ష్యము జాతీయకల్యాణము, జాతీయాభివృద్ధి. రష్యాలోవలె కేవలమొక్క కష్ట జీవుల (కార్మికకర్షక) సంఘముయొక్క క్షేమలాభములు మాత్రమేగాక జాతిమొత్తముయొక్క క్షేమలాభములనే ప్రధానలక్ష్యముగా గైకొనును. ఈ యుద్దేశమును నెరవేర్చుటకొరకు అందరు వ్యక్తులు, ప్రజలు, ప్రభు త్వముయొక్క ప్రత్యక్షతనిఖీక్రింద పాటుపడవలెనను సూత్రముతో ప్రభుత్వము పరిపాలించుచున్నది. దేశముయొక్క పరిపాలనావిధానము కూడ దీని ననుసరించియేయున్నది. దేశములోని వృత్తిసంఘములు ఇతర రాజకీయాభిప్రాయములను కలిగియుండరాదు. ఈ రాజకీయ సిద్ధాంత ములకు వ్యతిరేకముగా పనిచేయరాదు. అట్టివి అణచివేయబడును.

**Facist State of Italy** = ఫ్యాసిస్టు రాజ్యము; ఇటలీదేశపు నవీన రాజ్యాంగము. దీనిని కార్పొరేటివుస్టేటు అని కూడా వ్యవహరింతురు. ఇంగ్లాండు రాజ్యాంగమునందువలెనే ఇటలీలోకూడా ధర్మబద్ధమగు రాజు కలడు. పార్లిమెంటు సభవంటి గ్రాండు కవున్సిలును కలదు. మంత్రిమండలియు కలదు. అయితే 1922 లో ఫ్యాసిజం విప్లవము వచ్చినపిదప నివియెల్ల ఫ్యాసిస్టుపక్షమువారి చేతిలో పడి సామాన్య ప్రజాప్రతినిధి ప్రభుత్వపద్ధతులు పోయినవి. దేశములోని ఎన్నికదారుల నందరిని 6 వ్యవసాయసంఘములుగను 6 కార్మికసంఘములుగను 1 వృత్తివంతుల సంఘముగను మొత్తము 13 సంఘములుగా విభజించినారు. ఈ ఎన్నికదారులే గ్రాండుకవున్సిలుకు సభ్యులను ఎన్నుకొందురు. ఎన్నిక చిత్రమైనది. గ్రాండుకవున్సిలు నిర్ణీతసభ్యులు 400 మంది. ఈసంఖ్యకు 2½ రెట్లు మంది పేర్లను పైనచెప్పబడిన 13 నియోజక సంఘములవారు సూచింతురు. అంతట పాతగ్రాండుకవున్సిలువారీపేర్లలో కొన్నిటిని తీసివేసియు కొన్నికలిపియు 400 మంది పేర్లపట్టికను తయారు చేయుదురు. అంతట ఎన్నికదారులీ పట్టికలోనివారిని ఒక్కుమ్మడిగా ఎన్నుకోవలెను. ఆపేర్లకు అధికసంఖ్య వోట్లు రానిచో జాబితా మరల సవరింపబడును. ఈగ్రాండుకవున్సిలునుండి ప్రధానామాత్యుడు తక్కిన మంత్రులు నియమింపబడుదురు. 1922 మొదలు ఇప్పటివరకు సీనియర్ ముసోలినీగారే ప్రధానామాత్యులుగా నున్నారు. గ్రాండుకవున్సిలు సభవారీయనకు సర్వాధికారములు నిచ్చినారు. అందువలన ఫ్యాసిజం అనగా సర్వాధికారిప్రభుత్వముగా పరిణమించినది. అన్ని విషయములలో ఆయన అభిప్రాయప్రకారము పరిపాలన జరుగుచున్నది.

**Factor** = వర్తకుల గుమాస్తా.

**Factory** = ఫ్యాక్టరీ; కర్మాగారము; పరిశ్రమాలయము; యంత్రాగారము కార్ఖానా.

**Factories' Act** = ఫ్యాక్టరీలచట్టము; కార్ఖానాల చట్టము.

**Facts** = సంఘటనలు; సంగతులు; వాస్తవాంశములు.

**Fairs** = సంతలు.

**Fallacy** = దోషము; అభాసము; హేత్వాభాసము; కారణముల నిరూపించుటలో తప్పు.

**Fallow** = బీడు; బంజరు.

**False Declaration** = అసత్య ప్రకటనము.

**False Document** = కూటలేఖ్యము; అబద్ధపు దస్తావేజు; దొంగదస్తావేజు.

**False Evidence** = కూటసాక్ష్యము; అబద్ధపు సాక్ష్యము; దొంగ సాక్ష్యము.

**False Imprisonment** = అక్రమ నిర్బంధము; కృత్రిమపు ఖైదు.

**False Personation** = మోసపునటనము; ఇంకొక మనుష్యునివలె నటన చేయుట.

**Falsification** = కల్పించుట; వస్తువిపర్యాసము; లెక్క తబ్దీలుచేయుట.

**Falsify** = అయథార్థము; అబద్ధము చేయుట.

**Family** = కులము; కుటుంబము.

**Family Soviet** = (ప్రా) కులసంఘము.

**Faults in pleadings** = పత్రదోషములు; వాదదోషములు.

**Fauna** = జంతువర్గము; దేశములోని జంతువులు.

**Fedaralism** = ఫెడరలిజం; సంయుక్త రాజ్యాంగపద్ధతి; కొన్ని రాష్ట్రములు కలిసియుండు పద్ధతి. రాజ్యాంగముయొక్క పరమ ప్రాధాన్యత, ప్రభుత్వాధికారములయొక్క విభజన, ధర్మపరిపాలక న్యాయస్థానముల ఉన్నత అధికారము- ఇవి ఫెడరలిజం లక్షణములు. అమెరికా సంయుక్త రాష్ట్రములలో అధికారవిభజనము రెండురూపములు దాల్చినది. కేంద్ర రాష్ట్రీయ ప్రభుత్వముల అధికారములు స్పష్టీకరింపబడి విభజింపబడినవి. కావున

శాసననిర్మాణ, కార్యనిర్వహణ న్యాయపరిపాలనాధికారములు ఒకదానికింకొకటి లోబడని విధముగా విభజింపబడినవి. రాజ్యాంగ లక్షణములను నిర్వచనముచేసి సిద్ధాంతీకరించుటకును తగవులు పరిష్కరించుటకును ఉన్నతన్యాయస్థానమునకే సంపూర్ణాధికార మివ్వబడినది.

**Federal Government** = ఫెడరల్ ప్రభుత్వము; సంయుక్తరాష్ట్ర ప్రభుత్వము; ఫెడరలు ప్రభుత్వము; రెండు రాజ్యములుగాని అంతకన్న ఎక్కువ రాజ్యములుగాని తమ శాశ్వత క్షేమలాభముల కొరకు కొక కేంద్ర ప్రభుత్వముక్రింద కలిపియుండు ముఖ్యసూత్రములుగల రాజ్యాంగవిధానమునకే సంయుక్త లేక సమాఖ్యరాజ్యాంగమని పేరు. పరిపూర్ణమగు ఫెడరలు రాజ్యాంగవిధానమున సంశ్లిష్టమైన రాజ్యములు తమకు స్వతస్సిద్ధముగగాని ప్రత్యేకముగాగాని ఉన్నటువంటి ప్రభుత్వాధికారములలో కొన్నిటిని కేంద్ర, సంయుక్త లేక ఫెడరలు ప్రభుత్వమున కొసగుట కంగీకరించును. సంయుక్త ప్రభుత్వము ఆయధికారములకు సంబంధించినంతవరకు సంశ్లిష్టమైన రాష్ట్రజనసమూహములపైనను వేరువేరు రాష్ట్రములందలి పౌరులపైనను అనగా వ్యక్తులపైననుగూడ రాష్ట్రప్రభుత్వములతో నిమిత్తములేకుండగనే అధికారములను చలాయించును. కేంద్రసంయుక్త ప్రభుత్వమున కొసగకుండ నిలువయుండు అనిర్దిష్టములగు నధికారములాయా ప్రత్యేకరాష్ట్రములకే యుండును. అందువలన సంయుక్త ప్రభుత్వ పరిపాలనలోని ప్రజలు రెండుప్రభుత్వములను గొలువలెను. కేంద్రరాష్ట్రీయ ప్రభుత్వశాసనములకు బద్ధులుకావలెను. విదేశ వ్యవహారములు సాధారణముగా సంయుక్త కేంద్రప్రభుత్వమునకేయుండును. అమెరికా సంయుక్తరాష్ట్రములు, ఆస్ట్రేలియా కామన్వెల్తు ఫెడరలు రాజ్యాంగవిధానమును కలిగియున్నవి.

**Federal States** = ఫెడరల్ రాష్ట్రములు; సంయుక్తరాష్ట్రములు.

Federation = ఫెడరేషను; ఫెడరలు రాజ్యాంగవిధానము; సంయుక్త రాజ్యాంగ విధానము. సమాఖ్యరాజ్యాంగ విధానము; సంధిసంశ్లిష్ట రాజ్యాంగవిధానము; సంశ్లిష్టరాజ్యాంగవిధానము;కొన్ని రాష్ట్రములు కలిసిన సంశ్లిష్ట ప్రభుత్వము; ఫెడరలు ప్రభుత్వము, కొన్ని సంఘముల సమ్మేళనము లేక సమితికికూడ ఫెడరేషను అనిపేరు. అమెరికా సంయుక్తరాష్ట్రములు, ఆస్ట్రేలియా కామన్‌వెల్తు యీరాజ్యాంగపద్ధతికి జెందినవి.

Fees = ఫీజు; ఇంతయిచ్చెదమని ఒడంబడిన ద్రవ్యము; రుసుము.

Fermentation = పులియుట.

Feudalism = ఫ్యూడలిజము; ఆంగ్ల జాగీరుదారీపద్ధతి; జమీందారీ; స్వామికి(మిలిటరీ) నౌఖరీచేయుచు భూములనుభవించుపద్ధతి; మొఖాసాపద్ధతి; నౌఖరీ యీనాంపద్ధతి.

Feudatory = సామంతరాజ్యము.

Fiduciary Relation = నిక్షేపకసంబంధము, ధనసంబంధము; పరునిఆస్తిని గూర్చిన సంబంధము గలవారు. ఉ: ధర్మకర్త; ఆర్థికసంబంధములు.

Fief = జాగీరు; (చూ. ఫ్యూడలిజం.)

Field Marshall = ఫీల్డుమార్షలు; మహాసేనాపతి; సేనాని

Field-Piece = చిన్నఫిరంగి.

Final = ఫైనల్: అంతిమ; కడపటి; తిరుగులేని. (పైఅప్పీలులేనిది.)

ఉ: The Decision shall be final = ఆతీర్పు పరమప్రమాణము, పైఅప్పీలున కవకాశము లేకుండునది.

Final Decree = ఫైనలుడిక్రీ; అంతిమడిక్రీ; అంత్యతీర్మానము; తనఖాదావాలో సొమ్మికట్టుట కేర్పడిన వాయిదాబందీ; మొదటిడిక్రీ తర్వాత ఇవ్వబడిన డిక్రీ.

Final Order = ఫైనల్ ఆర్డరు; అంతిమాజ్ఞ; కడపటి ఉత్తరువు.

Finance = ఫైనాన్సు; దేశాదాయము; రాజస్వము; కోశము; రాజ్యాదాయము; అర్థము; ద్రవ్యము; రాజద్రవ్యము; రాబడి.

Finance Minister = కోశమంత్రి; (ప్రా) సుమంతుడు.

Financial Statement = ఫైనాన్షల్ స్టేటుమెంటు; ఆయవ్యయనివేదనాపత్రము; పర్యాయ జమాఖర్చు పత్రము.

Financing Bank = ఫైనాన్సింగు బ్యాంకు; పెట్టుబడుల బ్యాంకి; అప్పులిచ్చు బ్యాంకి; సహకారకేంద్రబ్యాంకులకు పేరు.

Finding of Facts = సారాంశనిర్ధారణము; విషయనిర్ణయము; సారాంశతీర్మానము; వాస్తవాంశము వ్యక్తపఱుచుట.

Fine = ఫైను; (1) ధనదండనము; అపరాధము; జుల్మానా; జరిమానా; దండుగ; అధికారి అపరాధివలన పుచ్చుకొను ధనము; (2) అందమైన; ఘనమైన.

Fire Insurance = ఫైర్ ఇనురెన్సు; అగ్నినష్టనివారణభీమా.

Firm = ఫరము; భాగస్వామ్య వ్యాపారము; భాగస్థులుగల అంగడి; కొట్టు; వర్తకసంఘము: (2) దృఢము.

First Charge = ఫస్టుచార్జి: ప్రథమబాధ్యత; మొదటిహామీ; (తక్కిన బాకీలకన్న) ముందుగా రాబట్టుకొనుహక్కు.

First Class Magistrate = ఫస్టుక్లాసు మేజస్ట్రీటు; మొదటి తరగతి మేజస్ట్రీటు.

First Information Report = ఫస్టు ఇన్‌ఫర్మేషను రిపోర్టు; నేరమును గూర్చి పోలీసువారి కివ్వబడిన మొదటి సంజాయిషీ పత్రము; ప్రథమ ఫిర్యాదునామా; తొలినివేదనము.

Fiscal = రాజస్వసంబంధమైన.

Fishery = మత్స్యనిలయము; మత్స్యాశ్రయము; మత్స్యపరిశ్రమ.

Fixed = ఫిక్స్‌డ్; అచలము; స్థావరము; స్థిరము.

**Fixed Capital** = ఫిక్సిడు కాపిటలు; స్థిరమూలధనము.

**Fixed Deposit** = ఫిక్సిడు డిపాజిట్టు; స్థావరనిక్షేపము; ప్రతిష్ఠితోపనిధి; స్థిరధరావతు.

**Fixed or irremovable Executive** = స్థిరపరిపాలకవర్గము: శాసనసభకుగాక ప్రభుత్వ అధ్యక్షునకే బాధ్యతకలిగి శాసనసభవారి విశ్వాసము గోల్పోయినను తొలగని కార్యనిర్వాహకవర్గము.
(See Non Parliamentary or Presidential Govt.)

**Fixed rental** = శాశ్వతకిస్తు.

**Fixtures** = స్థావరసంబంధవస్తువులు; స్థిరాస్తినంటియుండు వస్తువులు. ఉ : తలుపులు, దర్వాజాలు.

**Flag** = పతాకము; టెక్కెము; జెండా.

**Flexible & Rigid Constitutions** = సరళరాజ్యాంగము; కఠినరాజ్యాంగము. రాజ్యాంగము లిఖితమూలకమైనను గాకపోయినను దాని స్వరూపములో మార్పులుచేయుటకు సాధారణ శాసనసభకు పరిపూర్ణాధికారము కలదా లేదాయను లక్షణమే సరళ కఠినరాజ్యాంగముల తారతమ్య లక్షణము. అట్టి పరిపూర్ణాధికారముగల రాజ్యాంగమే సరళరాజ్యాంగము. అట్టి యధికారములో ఏమాత్రపు లోప మున్నను ఏమాత్రపు హద్దున్నను అది కఠినరాజ్యాంగ మగును. కొన్ని సందర్భములలో మాత్రమే మార్చుటకు సామాన్య శాసనసభకధికారము గలుగుట, రెఫరెండం (ప్రజాభిమత పరీక్ష)చే మార్చుట, ప్రత్యేక రాజనిమంత్రిణసభ సమావేశపరచి మార్పుచేయుటయుకూడ కఠినరాజ్యాంగ లక్షణములుగా పరిగణింప బడుచున్నవి. ఇంగ్లాండు సరళరాజ్యాంగము.

**Floating Capital** = ఫ్లోటింగ్ కాపిటలు; చరమూలధనము; ప్రచలన మూలధనము.

**Flora** = వృక్షవర్గము; దేశములోని వృక్షజాతులు.

**Fluctuations** = హెచ్చుతగ్గులు; పెరుగుతరుగులు; చాంచల్యము.

**Fluid Resources** = సిద్ధసాధనములు; సర్వదా ఉపయోగించుటకు అందు బాటులో నుండుసొమ్ము.

**Focus** = కేంద్రము; మండలమధ్యము.

**Fomentation** = కాపడము.

**Foot rule** = అడుగుబద్ద.

**Forbearance to sue** = దావాదాఖలుచేయకుండ ఉపేక్షించుట; దావా మానుకొనుట.

**Forced Labour** = నిర్బంధ పరిశ్రమ; బలవంతపుసేవ.

**Foreclosure** = ఫోర్‌క్లోషరుహక్కు: తనఖా తీర్మానించుకొనుటకు ఋణదాతనికిగల హక్కును పరిసమాప్తిచేయుటకు బాకీదారు వ్యాజ్యము వేయవచ్చును దీనికే ఫోర్‌క్లోషరు దావా అనిపేరు.

**Foreign Judgement** = విదేశతీర్పు; దేశాంతరపు జడ్జిమెంటు.

**Foreign Policy** = ఫారెన్ పాలసీ; విదేశవ్యవహార రాజనీతి; వైదేశిక రాజ్యతంత్రము; విదేశాంగరాజనీతి.

**Foreign Secretary** = విదేశరాజ్యాంగ మంత్రి; ఆంగ్ల విదేశరాజ్యాంగ కార్యదర్శి.

**Forest Produce** = ఆటవిక సంపద. (ప్రా) కూప్యము ; అడవులలో నుత్పత్తియగు వస్తువులు.

**Forest Regulation Offence** = అటవీశాసనసంబంధాపరాధము; అడవి చట్టమునుగూర్చిన నేరము.

**Forfeiture** = ఫర్ఫీచరు; రాజహార్యము; ప్రాయశ్చిత్తార్థాపహరణము శాస్త్రముక్రింద దోషియొక్క ఆస్తిని ప్రభుత్వమునకు జెందజేయుట.

**Forgery** = ఫోర్జరీ; కూటలేఖ్యరచన:దొంగదస్తావేజువ్రాయుట, సృష్టింపు.

**Formed Regiment** = వ్యూహము; యుద్ధముకొఱకు నేర్పులో నిలుప బడిన సైనిక సమూహము.

**Forms** = ఫారమ్సు; (1) నమూనాలు; మాదిరిపత్రములు; (2) తరగతులు.

**Fortress** = దుర్గము.

**Forward Contracts** = ఫార్వార్డుకంట్రాక్టులు; అడ్వాన్సు కంట్రాక్టులు; జట్టీలు ముందుకొన్నాళ్లకు జరుపవలసినషరతులతో చేసికొను ఒడంబడికలు.

**Fraction** = భాగము; భిన్నము; చిల్లర.

**Fracture** = విరుగగొట్టుట; ఎముక విఱుగుట.

**Frame of Suit** = దావారచన; వాదనరచన; వ్యాజ్యస్వరూపము.

**Franchise** = నియోజనాధికారము; ఎన్నికహక్కు. (i) Adult Franchise = వయోజన యెన్నికహక్కు, వయస్సువచ్చిన స్త్రీపురుషులకు యెన్నికహక్కు; (ii) Female Franchise = స్త్రీలకు యెన్నికహక్కు; (iii) Manhood Franchise = పురుషులకు యెన్నికహక్కు. (See Suffrage)

**Fraudulently** = అక్రమలాభాపేక్షతో (చేయు అసత్కార్యము); అపకృతిచే; దగాగా; వంచనచేత; మోసముగా; కృత్రిమముగా.

**Fraudulent Preference** = పక్షపాత లాభదానము; బాకీదారునికి పక్షపాతముజేయుట; తక్కినవారికి నష్టకరముగా ఒకనికి లాభముజేయుట.

**Fraudulent Transfer** = దగా విక్రియము, పరివర్తనము.

**Free access** = నిరంతరపరీక్షణావకాశము; నిర్నిరోధదర్శనస్వాతంత్ర్యము; యథేచ్ఛగా దగ్గరకు పోవుటకుగాని చూచుకొనుటకుగాని అవకాశము.

**F. A. S. (Free Along Side)** = "నాకాదరికి"; ఓడచేరువకు.

**F. O. B. (Free on Board)** = "నాకపైవరకు"; ఓడపైచేర.

**F. O. R. (Free of Railway)** = ఒక రైలుస్టేషను చేర విక్రియము.

**Freedom of Association** = సమావేశ స్వాతంత్ర్యము.

Freedom of Conscience = మనస్సాక్షి స్వాతంత్ర్యము.

Freedom of Press = ప్రచురణ ముద్రణ స్వాతంత్ర్యము.

Freedom of Speech = వాక్స్వాతంత్ర్యము.

Free-holder = మాన్యముదారు.

Free-holdings = మాన్యములు.

Free man = స్వతంత్రుడు.

Freight = ఫ్రెయిటు; రవాణారుసుము; కేవు; మోతకూలి.

French Revolution = ఫ్రెంచి రివల్యూషను; ఫ్రెంచి దేశప్రజావిప్లవము.

Fresh Evidence = నూతనసాక్ష్యము.

Fresh Order = తాజాఆర్డరులు; తాజాఉత్తరువులు; క్రొత్తఉత్తరువులు.

Free Trade = స్వేచ్ఛావ్యాపారము; ప్రభుత్వనిరోధములేని వర్తకము.

Friction = హర్షణ; రాపిడి.

Frustration = వికల్పము; విఫలము; భంగము.

Fulcrum = ఆధారము.

Full Bench = ఫుల్ బెంచి; హైకోర్టు జడ్జీల పూర్ణసభ; ముగ్గురు, ఐదుగురు, ఏడుగురు న్యాయాధిపతులుగల పూర్ణసభ.

Functionaries = ఉద్యోగులు; నిర్వాహకులు.

Fund = ఫండు; నిధి; సంచయము; ద్రవ్యము.

Funds of a Society = సంఘము ఫండ్సు; సంఘముయొక్క ద్రవ్యము; నిధులు.

Fundamental = ప్రధాన; ప్రాతిపదిక; మూలాధార, ముఖ్యమైన.

Fundamental Operations = పరికర్మములు.

Fundamental Rights = ప్రాతిపదికస్వత్వములు: ప్రధానహక్కులు.

Further Relief = ఫర్దర్ రిలీఫు: విశేషపరిహారములు; దావాలో కోరిన పరిహారములుగాక ఇంక నితర పరిహారములు.

**Futures** = జట్టీబేరములు; మచ్చుబదొడ్డి జట్టీలు, నిలుచున్నచోట ఫైసలు జేసికొను బేరములుగాక పంటసరకులు వగైరాలు ఒకవాయిదాకాటికి ఇచ్చిపుచ్చుకొను ఏర్పాటుగల బేరములు.

# G

**Gain** = లాభము; ఆదాయము; ప్రయోజనము; గడన; ఆర్జన.

**Gambling** = ద్యూతము; (ప్రా) ద్యూతసమాహ్వాయము; జూదము.

**Game laws** = వేట ధర్మములు.

**Garnishee** = గార్నిషీ; ఒకనికి సొమ్ము నీయవలసియుండి కోర్టువారివలన ఇవ్వవలదని ఆజ్ఞాపింపబడినవాడు.

**Garrison** = దుర్గసంరక్షక సైన్యము.

**Gate Duties** = గేటురుసుములు; ఘాటీపన్నులు; (ప్రా) ద్వారదేయము;

**Geneology** = వంశవృక్షము.

**General** = జనరలు; (1) సేనాధిపతి; (2) సామాన్య; సాధారణ; సార్వజనిక.

**General Body** = జనరలుబాడీ; సాధారణసంఘము; సంఘముయొక్క జనరలుబాడి సభ; సామాన్యసంఘ (సభ).

**General Clauses Act** = జనరల్ క్లాజెస్ చట్టము; న్యాయశాస్త్రపదములను నిర్వచనము జేయుశాసనము.

**General Conduct** = సామాన్యధర్మము; నడవడి; నడత.

**General Exceptions** = సామాన్యాపవాదములు; ఒక విధికి సామాన్యముగా చెప్పబడు మినహాయింపులు; ప్రతివిధికిని నిబంధనమునకును (వైకల్పిక) అనుసరింప నక్కరలేని ధర్మములుకూడ నుండును.

**General Power of Attorney** = జనరలు పవర్ ఆఫ్ అటార్నీ; సర్వాధికార సత్తాపత్రము; సర్వముక్త్యారునామా,

General Proclamation = దండోరా; చాటింపు; ప్రకటన; సర్వత్ర ప్రసిద్ధీకరణము.

General Superintendent of Boats = పడవలపై యధికారి; బోట్ల సూపరింటెండెంటు. (ప్రా) తార్కికుడు.

Geometry = జ్యామెట్రీ; భూమితి; జ్యామితి; క్షేత్రగణితము.

Genus = జాతి; పరిజాతి; వర్గము.

Gift = పరిదానము; పారితోషికము; దఖలు; దానము.

Gift Deed = దానపత్రము; దఖలు దస్తావేజు.

Gilt Edge Paper = గిల్టు ఎడ్జి పేపర్: ప్రభుత్వపత్రములు, బ్యాంకు పత్రములు, ప్రభుత్వ పారిశ్రామిక వ్యాపార పత్రములు, బంగారువంటి భద్రపు ద్రవ్యముగ నెంచబడును. సాధారణముగా మైనరుల గార్డియనులు, ధర్మవ్యవహర్తలు నిట్టి పత్రములనే కొనవలెను. అందువలన వీనికి 'ట్రస్టీసెక్యూరిటీలు' లేక ధర్మవ్యవహర్త హామీపత్రములనికూడ పేరు.

Go-down = గోడవును: కొట్టడి; కోష్ఠము; గిడ్డంగి; సామగ్రి లుంచుగది.

Gold Exchange Standard = సువర్ణ వినిమయప్రమాణము. బంగారు ప్రమాణ మారకచలామణి. (See Exchange Standard)

Gold Standard = సువర్ణప్రమాణము; బంగారు చలామణిపద్ధతి.

Gold Standard Reserve = సువర్ణప్రమాణనిధి; ప్రభుత్వము బంగారు చలామణిపద్ధతి నవలంబించుటకు ప్రత్యేకించియుంచు ధనము.

Good Faith = సదుద్దేశము; సద్బుద్ధి; సద్విశ్వాసము; మంచి నమ్మకము

Good Government = సత్పరిపాలనము.

Goods for sale = క్రయ్యము; విక్రయింపబడుటకు ఉంచబడినసరకు.

Good will = గుడ్విల్; ఒక వ్యాపారముయొక్క ప్రఖ్యాతి; కంపెని పేరుకుగల ప్రఖ్యాతి.

**Government** = గవర్నమెంటు; దొరతనము; సర్కారు; పరిపాలనము; ప్రభుత్వము.

**Government paper** = గవర్నమెంటు పేపర్; ప్రభుత్వ పత్రములు.

**Government Share** = సర్కారుహిస్సా; ప్రభుత్వభాగము. (ప్రా) విభాగము;

**Governor** = గవర్నరు; రాష్ట్రపాలకుడు; పరిపాలకుడు. (ప్రా) రాష్ట్రీయుడు.

**Governor-General** = గవర్నరు జనరలు; దేశపరిపాలకుడు.

**Grant** = గ్రాంటు; (1) సన్నదు; దిమ్మతు; పట్టా; (2) ధనసహాయము; దానము.

**Grants- in- aid** = ధనసాహాయ్యము.

**Gratuity** = బహుమానము; (హిం) బక్షీసు; ఈనాము ఉచితార్థపారితోషికము.

**Grave and sudden provocation** = గంభీరకోపకారణము; ఆకస్మికముగా గలిగిన తీవ్రకోపకారణము.

**Great Assembly** = మహాసభ.

**Great Chief** = గొప్పనాయకుడు; మహారాజు.

**Grevious Hurt** = తీవ్రగాయము; ఘోరదండ పారుష్యము; బలమైన ఘాత.

**Gross Negligence** = ఘోరప్రమత్తత; మహోదాసీనత, ఉపేక్ష; బహు అజాగ్రత.

**Groundless** = నిరాధారమైన.

**Group person** = గణము; సాముదాయిక వ్యక్తిత్వము.

**Growing crops** = నిలువుపైరు; ఎదిగెడుపైరు; భూమిపై కోయకుండ నున్న పంట.

Guarantee = గ్యారంటీ, జవాబుదారీ; పూటవాటు; ప్రతిభూత్వము; పూచీ; జామీనుండుట. హామీ (see surety)

Guardian = గార్డియను; సంరక్షకుడు.

Gaurdian-ad-Litem = దావాగార్డియను; దావాప్రతివాది సంరక్షకుడు; దావా ప్రతివాదమునిమిత్తము మైనరుప్రతివాది కేర్పరుపబడుసంరక్షకుడు.

Guild = వణిక్సమాజము; శ్రేణి; నిగమము; సమూహము.

Guild Compact = వాణిజ్యవృత్తి, సంఘనిర్మాణము; (ప్రా) సంవిదము

Guinea = గిని; 21 షిల్లింగులు.

# H

Habeas Corpus = హేబియస్ కార్పసుధర్మము; విచారణలేకుండగ నిర్బంధింపబడిన పౌరుని న్యాయస్థానమునకు రప్పించి విచారించు హక్కు.

Habit = అలవాటు.

Habitual Offenders = సంతతాపరాధులు; స్వాభావికాపరాధులు; తఱచు నేరము చేయుటయే స్వభావముగా నేర్పడినవారు; కేడీలు.

Hall marks = హాల్ మార్కులు; బంగారు వెండి లోహముల ప్రాశస్త్యమును పరిశుద్ధతను నిర్ణయించి దానికి సూచనగా గవర్నమెంటు వేయు ముద్రలు.

Hamlet = పాలెము; పాళ్యము; పల్లె; శివారు; గ్రామము; మౌంజే; గ్రామము క్రిందచేరినపల్లె; (ప్రా) కుగ్రామము.

Handicrafts = హస్తకళలు; చేతిపనులు.

Hand writing = దస్తూరి; వ్రాత.

Happenings = ప్రవర్తమానములు; జరిగినపనులు; సంప్రాప్తములు.

Harbour = హార్బరు; నౌకాశ్రయము; రేవు.

Harbouring = అపరాధాశ్రయదానము; అపరాధి కాశ్రయమిచ్చుట.

Hardware = ఇనుపసామాను

Hartal — హర్తాళము: మామూలు వ్యవహారముల నాపుజేయుట; అంగళ్ళు మూసివేయుట.

Haulage — హాలేజి; ఖాళీవాగన్లు, ట్రక్కులు, మొదలగునవి తెప్పించుట కగు అదనపుసుసుము. రవాణాకేవుగాక ఇది అదనపు ఖర్చు.

Having a constant ratio = సమలోమము.

Having a decreasing ratio = విలోమము.

Hawker = "హాకరు;" వీధులలో తిరిగి యమ్మువాడు.

Head = హెడ్డు; ప్రధానుడు; ముఖ్యుడు; అధ్యక్షుడు. పైనుండువాడు; ఉ: హెడ్డుగుమాస్తా; హెడ్ కాన్స్టేబిలు;

Head of an Administrative Department = పరిపాలక శాఖాధ్యక్షుడు.

Headman = గ్రామమునసబు; గ్రామపెద్ద, (ప్రా) గోప.

Health Officer = హెల్తుఆఫీసరు; ప్రజారోగ్యాధికారి.

Hearing of a Case = కేసు హీరింగు; దావా విచారణ; అవధారణము; కోర్టువారు కక్షిదారుల వాదములు వినుట.

Heathen = అన్యమతస్థుడు.

Herald = భట్రాజులు; సందేశవాహకులు.

Hereditament = సంక్రమణ యోగ్యపుఆస్తి.

Hereditary Forces = మౌలబలము; మూలబలములు.

Hereditary Income or Right = మిరాసి; పారంపర్యముగా వచ్చు సొత్తు, హక్కు.

Hereditary Village Officer = వంశీయ గ్రామోద్యోగి; వంశపారంపర్యముగా వచ్చు గ్రామనౌఖరు; మిరాసీనాకరీ.

Heretic = పాషండుడు; విరుద్ధమతీయుడు.

High Commissioner = హైకమీషనరు; బ్రిటిషు రాజ్యములకు లండనులో ప్రతినిధిగనుండు నుద్యోగి లేక రాజ్యములలోనుండు ఇంగ్లప్రతినిధి.

**High Court** = హైకోర్టు; ఉన్నతన్యాయస్థానము.

High Court Judge = హైకోర్టుజడ్జి; ప్రాడ్వివాకుడు; ఉన్నతన్యాయాధిపతి; న్యాయమూర్తి.

Highest Power = (ప్రా) ఆధిపత్యము. పరమోన్నతాధికారము.

High Grade Military or Judicial Officer = (ప్రా) మహాదండనాయకుడు. ఉన్నత మిలిటరీ ఆఫీసరు; న్యాయాధికారి.

Highway robbery = రాజమార్గస్థ చౌర్యము. దారిదోపిడి; దారులు కొట్టుట; పాదవికఘ్న సాహసము.

**Hire Purchase Agreement** = అవక్రియపత్రము; అద్దెవిక్రియ ఒడంబడిక; ఒకవస్తువు విలువను వాయిదాలప్రకారము అద్దెగా ఇచ్చుచుండగ అది క్రయమగు నేర్పాటు; (అంతవరకు హక్కు అద్దెకిచ్చువాని యందుండును.)

**Hobbesian theory or state of Nature-(greater destroying the smaller)** = (ప్రా) మత్స్యన్యాయము; పెద్దజంతువులు చిన్నవానిని మ్రింగివైచు విధానము; ఇట్లే గొప్పరాష్ట్రములు కొద్దిపాటివానిని మ్రింగివేయు రాజనీతి.

Holder = హోల్డరు: అధీనదారు, పత్రిహస్తుడు; హుండీ బరాతముల హక్కు పొందినవాడు.

Holder of the Scepter = (ప్రా) దండధరుడు; చోపుదారు; రాజదండమును మోయువాడు (ఉన్నత న్యాయస్థానములలో జడ్జిలవెంట దండధరులు పోవుదురు)

Holding = అధీనభూమి; మడి; భూవసతి.

Holding Over = హోల్డింగోవరు: కవులు అయిపోయిన తరువాతకూడా భూమిని సాగుచేయుట; వాయిదామీరి అనుభవించుట.

Homage = ప్రణామము; భక్తిపూర్వక వందనము. మర్యాద; ఉపచారము.

Home charges = సీమఖర్చులు; సాలియానా ఖర్చులక్రింద ఇంగ్లాండు వారికి భారతదేశమునుండి పంపబడు మొత్తములు.

Home Rule Bill = హోంరూలు బిల్లు; (ఐర్లాండు) స్వరాజ్య చిత్తు పట్టము.

Home-safe Deposit = హోంసేఫ్ డిపాజిటు; కుటుంబ సంచయ నిక్షేపము.

Honesty = ఆర్జవము; ఋజుగుణము; ఋజుపద్ధతి; నీతి; యోగ్యత; నమ్మకము.

Horizon = దిఙ్మండలరేఖ; దిక్చక్రము; క్షితిజము; భూమ్యాకాశములు కలియునటుల కన్పించు ప్రదేశము.

Horse Power = హార్సుపవరు: గుఱ్ఱముల శక్తిలేక బలము; యంత్రములకు గల శక్తి మానము; మినిటుకు ఒక అడుగుఎత్తుకు 32 వేల పౌనులబరువు (3 పౌనులు ఒక వీసె) బరువు ఎత్తుట ఒక గుఱ్ఱపుబలము అని వ్యవహరింప బడుచున్నది.

Hospital = ఆసుపత్రి; వైద్యశాల; చికిత్సాలయము.

Hostages = ప్రతిభువులు; శరీరబంధకులు, హామీగా నుంచబడినవారు.

House of Commons = హవుస్ ఆఫ్ కామన్సు; కామన్సుసభ; ఆంగ్ల పార్లమెంటులో జేరిన ప్రజాప్రతినిధులసభ.

House of Lords = హవుస్ ఆఫ్ లార్డ్సు; ప్రభువులసభ; (బ్రిటీషు) ఆంగ్లపార్లమెంటులో జేరిన ప్రభువులసభ.

Houses and sites = (ప్రా) వాస్తుకము; ఇండ్లు; నివేశనములు.

House Trespass = ఆక్రమభిత్తిప్రవేశము; ఇంటిలో జొరబడుట.

Human Endeavour = పురుషప్రయత్నము.

Human Evidence = మానుషప్రమాణము; మనుష్యసాక్ష్యము.

Hundi = హుండీ. బరాతము.

**Huntsman** = గోపికర్తనుడు; వేటకాడు.

**Hurt** = దెబ్బ; గాయము; శరీరహాని.

**Hush money** = లంచము. నోరుకట్టుటకిచ్చు సొమ్ము

**Hydro-Electric Power** = జలోద్భవ విద్యుచ్ఛక్తి.

**Hygiene** = హైజీను; ఆరోగ్యశాస్త్రము.

**Hypothecation** = తాకట్టు; ఆయకము.

**Hypothetical** = ఉపన్యస్తతర్క్యము; ఊహపై నాధారపడు నాలోచన; సంభవనియతపై నాధారము చేసికొనిన వాదము; ఒక సందర్భము ఉన్నట్లుగానే ఎంచి చేయువాదము, వితర్క్యము, సిద్ధాంతము.

## I

**Indentification Certificate** = ఐడెంటిఫికేషను సర్టిఫికెట్టు; నిరూపణ పత్రము; గురుతుపత్రము; అనవాలు చీటి.

**Identification Parade** = ఐడెంటిఫికేషన్ పెరేడ్; నిరూపణార్థ ప్రదర్శనము; పదిమందిలో గుఱుతింపబడుటకు నిలువబెట్టబడు మనుష్యుల బారు.

**Identity Certificate** = గుఱుతుపత్రము; అనన్యత్ర ప్రకటన పత్రము: అనవాలు పత్రిక.

**Idiocy** = మూఢత్వము; జడత్వము; విశేష బుద్ధిమాంద్యము; వెఱ్ఱిబాగుల తనము; పిచ్చితనము.

**Illegal** = అక్రమమైన; న్యాయవిరుద్ధమైన;

**Illegal conversion of goods** = అపహారము; వస్తువును అక్రమముగా సొంతమునకు వినియోగించుట.

**Illegal Exchange** = పరివర్తనము; అక్రమముగా మార్చివేయుట.

**Illegal and Immoral debts** = అవ్యవహారిక, అవినీతికర ఋణములు;

**Illegal Omission** = అశాస్త్రీయ కర్తవ్యాకరణము, ఉపేక్ష; చేయవలసినపనిని అక్రమముగా చేయకపోవుట; అక్రమమగు లోపము.

**Illegal Sale** = అస్వామివిక్రయము; శాస్త్రవిరుద్ధవిక్రయము.

**Illegitimacy** = జారోత్పన్నులు; జారజులు; అక్రమ సంతానము.

**Illicit Transaction** = (ప్రా) వ్యవహారము; నిషిద్ధవ్యవహారము.

**Illustration** = (1) దృష్టాంతము; ఉదాహరణము; (2) చిత్తరువు.

**Immigration** = దేశాంతరాధివాసము; వలస; దేశాంతర ప్రవేశము; పరదేశవాసము; పరదేశ గమనము; దేశాంతరమునుండి వచ్చుట; జీవనార్థము వలస వచ్చుట.

**Immovable** = స్థావర; స్థిర; అచల.

**Impartible Estate** = ఇంపార్టిబిల్ ఎస్టేటు : అవిభాజ్య జమీందారీ; అవిభజనీయపు జమీను.

**Impeach** = ఆక్షేపించు; రద్దుచేయు; భంగపఱచు.

**Impeachment** = బహిరంగ ఖండనము; రాజ్యాంగ నేరారోపణము.

**Impeaching credit of a witness** = సాక్షియొక్క పరపతిని భంగపఱచుట.

**Imperialism** = (నిరంకుశ) సామ్రాజ్య ప్రభుత్వవాదము; సామ్రాజ్యవాదము; సార్వభౌమత్వ సిద్ధాంతము.

**Imperial Conference** = ఇంపీరియల్ కాన్ఫరెన్సు; సామ్రాజ్య మహాసభ; బ్రిటిషుసామ్రాజ్య మంత్రుల సభ.

**Imperialistic** = (నిరంకుశ) సామ్రాజ్య సంబంధమైన; సార్వభౌమ; లేక సామ్రాజ్య ప్రభుత్వపు.

**Imperial preference** = సామ్రాజ్య లాభవిధానము; సామ్రాజ్య భాగములు వ్యాపారవిషయములందు ముందుగా సామ్రాజ్యముయొక్క లాభము గమనింపవలెనను సూత్రము.

Implied Authority = ధ్వన్యుక్తాధికారము; అస్పష్టమగు సత్తా; స్పష్టముగా పైకిచెప్పబడని యధికారము.

Impossible Treaty = (ప్రా) అధిసంధి; అసాధ్యసంధి.

Impossibility of performance = ఆచరణాశక్యత; జరుపుట కశక్యమగుట.

Impounding of document = దస్తావేజును 'ఇంపౌండు' చేయుట; నిలిపియుంచుట; క్రమమైన స్టాంపు చీటీలేని దస్తావేజును కోర్టువారు పట్టుకొని దానిపైన అపరాధము వసూలుచేతురు.

Improvement = అభివృద్ధి.

Imputation = ఆరోపించుట; అపవాదువేయుట; కళంక మాపాదించుట; మోపుట.

Impress = (1) ముద్రవేయు; (2) నాటునట్లు చెప్పుట.

Imprisonment = నిర్బంధము; ఖైదు; కారాగారశిక్ష.

Improper = విషమ; అపసవ్య; అక్రమ; తగని; అనుచిత.

Incamera = ఇన్‌కెమిరా; రహస్యముగా; 'రహస్యమందిరమున.'

Incidence of taxation = పన్నులభారము.

Incitement = ప్రేరణము; ప్రేరేపించుట; ఉత్తేజనము; పురికొలుపుట.

Incohate = అసంపూర్ణమైన; అపరిపూర్ణ.

Income = ఇన్‌కం. ఆదాయము; అయివజు; రాబడి.

Income on unclaimed property = అస్వామికము.

Income-tax = ఇన్‌కంటాక్సు; ఆదాయపు పన్ను, రాబడిపన్ను.

Inconsistent = ద్విష్ఠము; అసంబద్ధము. పరస్పర విరుద్ధము.

Inconsistent clause = సందర్భ విరుద్ధఉపవిధి; సందర్భవిరుద్ధపుషరతు.

Incorporation = సంఘనిర్మాణము; కంపెనీల స్థాపన; సంస్థాపనము.

Incorporeal = నిరాకారమైన; స్వరూపములేని.

**Increasing Rate of Movement** = అనులోమము; వర్ధమానవేగము; అనులోమగతి.

**Incriminating** = నేరారోపక; దోషారోపక.

**Incubation period** = రోగోద్భూతకాలము.

**Incumberance** = ఇన్‌కంబరెన్సు; అన్యాయత్తాధికారము; హక్కుకుగల ప్రతిబంధము, చిక్కులు; ఒకరి ఆస్తికి అదివరలోనే యేర్పడిన తాకట్టు మొదలగు నన్యాక్రాంతము.

**Indemnity** = క్షమాపణపత్రము; హానిపూరణము; నష్టపరిహారము.

**Indent** = ఇండెంటు; కావలసిన సరకులపట్టీ; వస్తువులజాబితా; కొనుగోలు దరఖాస్తు.

**Indenture** = ఇండెంచరు; ఖరారునామా; ప్రతిజ్ఞానియమపత్రము; ఒడంబడిక; నిర్బంధపత్రము; ముచ్చిలికా.

**Indentured Labour** = ఖరారునామా కూలి; వలసకూలి; కొన్నాళ్ల వరకు పనిచేయగలందులకు ఒడంబడిక చేయించి తీసికొనిపోవు కూలీలు; ముచ్చిలికాదాస్యము.

**Independent** = (1) స్వతంత్రమైన; స్వేచ్ఛయగు. (2) స్వతంత్రవాది,

**Index** = ఇండెక్సు; అనుక్రమణిక; సూచీపత్రము; సూచిక.

**Index numbers** = ఇండెక్సు నంబర్లు: సూచీయంకెలు; వివిధదేశముల వ్యాపారముల తారతమ్యము తెలుపు అంకెలు.

**I. C. S. (Indian Civil Service)** = ఐ. సి. యస్; ఇండియన్ సివిల్ సర్వీసుఉద్యోగవర్గము.

**Indian Mutiny** = ఇండియన్ మ్యూటినీ; శిపాయిల పితూరీ; 1857 నాటి భారతదేశ విప్లవము.

**Indian National Congress** = కాంగ్రెసుమహాసభ; భారత జాతీయ మహాసభ. (See Congress)

**Indictment** = నేరారోపణము.

**Indirect** = ఇన్‌డైరెక్టు; (1) పరోక్షము; (2) వక్రమైన; తిన్ననిగాని; కుటిలమార్గముగా; అపసవ్యము.

**Indirect Election** = ఇండైరెక్టు ఎలెక్షన్; అప్రత్యక్షపు నియోజనము.

**Individual** = వ్యక్తి; ఆసామి.

**Individualism** = వ్యక్తివాదము; వ్యక్తిత్వవాదము. వ్యక్తి స్వామ్యవాదము

**Individual Ownership** = వ్యక్తిస్వామ్యత; వ్యక్తిహక్కు.

**Individual Wealth** = వ్యక్తిసంపద.

**Indivisible Profit** = అవిభజనీయలాభము; విభజింపవీలులేనిలాభము.

**Indorsee** = ఇండార్సీ; పత్రముహక్కుపొందినవాడు; పత్రము వెనుక పీఠిన వ్రాయబడిన సూచనలో వసూలు పుచ్చుకొనుటకధికారిగ చెప్పబడినవాడు.

**Inducement** = నిమిత్తము; హేతువు; నైమిత్తిక కారణము; ఉత్తేజకారణము; ప్రోత్సాహకారణము; ప్రేరణ.

**Iudulgence** = మతస్వాతంత్ర్య ప్రకటనము. క్రైస్తవమత చరిత్రలో కనబడు ప్రకటనలు.

**Industrial Revolution** = పారిశ్రామికవిప్లవము; పారిశ్రామిక పరివర్తనము.

**Industry** = పరిశ్రమ; కళ; పాటు; శ్రమ.

**Ineligible** = అపాత్రత, అనర్హత. ఎన్నుకొనబడుటకు వీలులేమి.

**Infection** = అంటురోగము; సాంక్రామిక వ్యాధి.

**Infinite** = అనంతము; అంతములేని; అపారమైన.

**Inferior Court** = క్రిందికోర్టు; తక్కువకోర్టు.

**Inflation of Currency** = చలామణి పెంపుచేయుట, చలామణి పెంపు.

**Influence** = పలుకుబడి; మాటచెల్లుబడి; ప్రభావము; ప్రాముఖ్యము; బలవంతముగా లోబడజేయుట.

Informer = సంజాయిషీ నిచ్చువాడు; దోషారోపకుడు; నేరము బయల్పఱచువాడు; వేగులవాడు.

Infringement = ఉల్లంఘనము; అతిక్రమణము.

Inherent powers = అనుషంగికాధికారములు; సంసిద్ధికాధికారములు; అధిష్ఠితాధికారములు; స్వాభావికాధికారములు; కోర్టువారికి స్వతస్సిద్ధముగాగల యధికారములు.

Inheritance & Succession = దాయభాగము; దాయక్రయము; వారసత్వరీత్యా ఆస్తిసంక్రమణము.

Initial Utility = ఆద్యోపయుక్తి; తొలిప్రయోజనము.

Initiative = కార్యారంభము; ఉపక్రమణము; ప్రథమసంస్కారము.

Injection = ఇంజెక్షను; మందును శరీరములోని కెక్కించుట.

Injunction = ఇంజంక్షను; ఆజ్ఞ; విధి; కోర్టువారుచేయు నుత్తరువు; ఒకపనిచేయుమనిగాని కూడదనిగాని కక్షిదారునికి కోర్టువారు విధించు నుత్తరువు.

Injury or Grievance = పీడ; నష్టము; బాధ.

Inland = దేశవాళి; స్వదేశ; దేశీయ.

Innocent = అనపరాధియైన; నిర్దోషియైన; అమాయిక.

In person = ఖుద్దున; స్వంతముగా; స్వయముగా హాజరగు.

Inquest = ఇంక్వెస్టు; అపమృత్యుకారణ విచారణ; పంచాయతి; విచారణ

Inquisition = ఇంక్విజిషన్; ధర్మవిచారణసభ; పూర్వకాలమునాటి నిరంకుశ (మతాధికారుల) ధర్మసభలు.

Inscribed Stock = ఇన్‌స్క్రైబ్డుస్టాకు; పత్రముదారుల కాపత్రము లివ్వకుండగనే వారిపేర్లు లెక్కలలో నమోదుచేయు పత్రములు వాటాలు. అసలుదారులు, వారిఏజంట్లు తప్ప ఇతరులు వీనితో జోక్యము కలిగించుకొనరాదు.

Inscription = శాసనము. ఉ: శిలాశాసనము, తామ్రశాసనము.

Insolvency = ఇన్సాల్వెన్సి; దివాలా; ఋణతీర్మానాశక్తత.

Insolvent = ఇన్సాల్వెంటు; దివాలాకోరు; దివాలాతీసినవాడు.

Inspection = ఇన్స్పెక్షను; తనిఖీ; పరీక్ష.

Inspection of accounts = పుస్తకములతనిఖీ; లెక్కలు పరీక్షించుట.

Inspector General = ఇనస్పెక్టరు జనరలు; పోలీసు, జైళ్లు మొదలగు శాఖల యధికారి.

Inspector of Schools = స్కూళ్ల ఇన్స్పెక్టరు; పాఠశాలాపరీక్షాధికారి; పాఠశాలల పరీక్షకుడు.

Instalment = ఇన్స్టాల్మెంటు: కిస్తీ; వాయిదాప్రకారము ఇచ్చు చెల్లుబడిసొమ్ము.

Instalment Bond = ఇన్స్టాల్మెంటుబాండు; వాయిదాబందీ బాండు, పత్రము.

Instance = ఉదాహరణము; మారు; సారి.

Instigation = ప్రోత్సాహము; ప్రేరేపణము; పురికొలుపుట; దుర్బోధనము.

Institution = ప్రతిష్ఠాపనము; సంస్థ; (2) స్థాపనము; దాఖలుచేయుట.

Institution of Criminal Proceeding = క్రిమినలు కేసుపెట్టుట; ఫిర్యాదు దాఖలుచేయుట; గ్రంథముజరిపించుట.

Instruction = ఇన్స్ట్రక్షను (1) ప్రవృత్తిరేఖ; (2) ఒకసంగతిచెప్పుట. (3) వ్యాజ్యగాడు తన వకీలునకు దావాసంగతులు నివేదించుట; నివేదితము; ఎఱిగింపబడినది. నివేదనము; ఎఱుక; బోధ; ఉపదేశము.

Instrument = (1) పత్రము; (2) దస్తావేజు: పరికరము.

Instrument of Instruction = రాజనిర్దేశపత్రము; ఆజ్ఞాపత్రము; రాజప్రవృత్తిరేఖ; చక్రవర్తి యాదాస్తు; చక్రవర్తి రాజప్రతినిధులకిచ్చు నాజ్ఞాపూర్వకపత్రము; రాజప్రజ్ఞాపనపత్రము

**Insult** = (1) అవమానము; భర్త్సన; పరిభవము, (2) దూషణము.

**Insurance** = ఇన్షూరెన్సు: భీమా; అన్నివిధములగు ఆకస్మిక విపత్తులకు భయములకు నష్టపరిహారము నిచ్చు పద్ధతి; మనుష్యుల జీవితములపైన, భీమాపట్టాలు పొందినచో నది లైఫ్ ఇన్షూరెన్సు (జీవితపుభీమా) అన బడును. సముద్రనష్టముమగూర్చినది మెరైన్ ఇన్షూరెన్సు; అగ్నినష్టపు భీమా ఫైర్ ఇన్షూరెన్సు; స్థిరచర ధనముపైన ఆస్తిపైన వస్తువాహనముల పైనగూడా పట్టాలు పొందవచ్చును.

**Insurrection** = రాజకీయోపద్రవము; ఉపప్లవము; విప్లవము; తిరుగుబాటు.

**Intangible Property** = స్పర్శతాగోచరసంపద; కనబడని యాస్తి.

**Intellectual** = బౌద్ధికము; తెలివికి సంబంధించిన; బుద్ధికి పనికల్పించు.

**Intension** = గాంభీర్యము.

**Intensity** = తైక్ష్ణ్యము; ఉద్రేకము; తీవ్రము.

**Intention** = ఉద్దేశము; సంకల్పము; అభిప్రాయము.

**Intercourse** = వ్యవహారసంబంధము; సహవాసము; రాకపోకసంబంధము.

**Interdict** = ఇంటర్డిక్టు; బహిష్కారపత్రిక; ఆంక్షాపత్రిక; పూర్వకాలమున క్రైస్తవ మతాచార్యులు చేయు ఉత్తరువులు.

**Interest** = ఇంటరెస్టు; (1) వడ్డీ; (హిం)ఫాయిదా. (2)అభిరుచి; హక్కు.

**Interim Dividend** = ఇంటరిం డివిడెండు; మధ్యకాలపు లాభవిభాగము.

**Interim Protection** = ఇంటెరిం ప్రొటెక్షన్; మధ్యాంతరీయ సంరక్షణము; దివాలా నిర్ణయపుటర్జీ దాఖలుచేసిన వాది; విచారింపబడులోపల నిర్బంధింపకుండ కోర్టువారు రక్షించుటకు గల యధికారము.

**Interim Vacancy** = తాత్కాలికాంతరము; నడుమంతరపుఖాళీ; మధ్యకాలమున కలుగుఖాళీ.

**Interlocutary Application**= ఇంటర్లొక్యూటరీ అప్లికేషన : దావామధ్య చేయబడు దరఖాస్తులు; సంవాదరూపకమగు దరఖాస్తు లేక పిటిషను.

Interlocutory Order = ఇంటర్లొక్యూటరీ ఆర్డరు: అవాంతరపు ఉత్తరువు; దావామధ్య చేయబడు నుత్తరువు. పిటీషనుపైన ఆర్డరు.

Internal = అంతరంగిక.

Internal forces = అంతశ్శక్తులు.

Internal management = అంతరంగిక పరిపాలనము; అంతరంగిక వ్యవహారనిర్వహణము.

Internal Sovereignty = అంతరంగిక ప్రభుత; దేశపరిపాలనమునం దితర ప్రభుత్వముల ప్రమేయము లేకుండ వ్యవహరించుకొను సర్వాధికారము.

International Exchange = అంతర్జాతీయ మారకము.

International Relations = అంతర్జాతీయ సంబంధములు.

Inter pleader Suit = ఇంటర్ ప్లీడరు దావా; అన్యులయందుగల హక్కులు నిర్ణయించుటకు దావా; ఒకనితావునున్న వస్తువునుగురించి యితరులు తమదని వివాదపడినప్పుడు వారల హక్కు నిర్ధారణకై వస్తువున్నవాడు చేయుదావా.

Interpretation of Statute = శాసనాన్వయము; చట్టవ్యాఖ్యానము.

Interregnum = ఇంటరెగ్నం; రాజ్యాధిపత్య మధ్యాంతరకాలము; ఒక రాజుయొక్క రాజ్యకాలాంతమునకును అతనితరువాత వచ్చువాని యొక్క అధిరోహణమునకును మధ్యకాలము.

Interrogatories = ఇంటరాగేటరీ ప్రశ్నలు; కోర్టులో ఎదిరిపక్షమువారుగాని సాక్షులుగాని జవాబుచెప్పగలందులకు వేయబడు లిఖితమూలకమగు ప్రశ్నలు.

Intervivos = ఇంటర్ వైవాస్: సజీవులగువారిమధ్య.

Intestate = ఇన్టెస్టేటు; మరణశాసనము వ్రాయక చనిపోవుట; మరణశాసనములేనట్టి.

Intimidation = ఇంటిమిడేషన్: అక్రమముగా భయపెట్టుట; జడిపించుట.

In the presence of = సమక్షమున.

Introducing the Bill = బిల్లును ప్రతిపాదించుట; చిత్తుచట్టమునుప్రవేశ పెట్టుట.

Inundation = ఇనండేషన్: జలప్లుతము; ముంపు; వరద.

Invader = (ప్రా) విజిగీషుడు; దండెత్తివచ్చువాడు.

Invasion = దాడి; దండయాత్ర.

Inventions = కల్పనలు; రచనలు; అపూర్వనిర్మాణములు.

Inventory = ఇన్వెంటరీ: ఆస్తిజాబితా; కోర్టువారి యుత్తరువుప్రకారము వ్రాయబడు ఆస్తి పట్టిక.

Inverse = విపర్యయావస్థ; తలక్రిందుస్థితి.

Inversion = వ్యస్తవిధి; విలోమవిధి; తలక్రిందుజేయుట.

Investigation = పరిశోధనము; విచారణ.

Investment = ప్రయోగము; పెట్టుబడి; వడ్డీకివేయుట.

Investments = వినియోగములు; పెట్టుబడులు; లాభదాయకములగు పెట్టుబడులు లేక వినియోగములు.

Investigation = (అపరాధ) శోధనము; విచారణ; పరిశీలనము,

I. O. U. = ఐ; ఓ. యూ. నేను నీకుబాకీ అని తెలుపుచీటి; చేబదులు.

Ipso facto = దానంతటనది; అంతటితోనె; ఒకడు మరణించినచో వాని సభ్యత్వము అంతటితో నంతమొందును. దానంతట నదియే ముగియును.

Irreconcilables = వితండవాదులు; దేనికైన నొప్పించుట కశక్యమగు కక్షికి జెందినవారు.

Irrecoverable Debts = పున రలభ్యఋణములు; రానిబాకీలు.

Irredeemable Debenture = తీర్మానింప నక్కరలేని డిబెంచరు. ఒక ఋణపత్రముయొక్క అసల్లు తీర్మానించకుండా వడ్డీమాత్రము చెల్లించు పత్రములు.

Irregular = విషమమైన; క్రమభంగమైన; అక్రమమైన; వ్యతిక్రమమైన; క్రమవిపర్యయము.

Irrelevant = అప్రస్తుతములు; అసంగతములు; సందర్భశూన్యములు; అసంబంధములు; విచారణావిషయమునకు సంబంధించని.

Irrigation = ఇర్రిగేషన్; నీటిపాఱుదల; నీరుకట్టుట; పల్లము సాగునకు నీరు పెట్టుట.

Irritant = తాపజనకము; ఉత్తేజకము.

Isolation = సంపర్కరాహిత్యము; ప్రత్యేకించుట; వేరుచేయుట.

Issue = ఇస్యూ (1) సారాంశము; (2) సంతానము; (3) ప్రచారము; ఉ: నాణెముల ప్రచారము. (4) జారీచేయుట

Issued Capital = జారీచేయబడిన మూలధనము.

Issues = ఇస్యూస్; సారాంశములు; వివాదాంశములు.

Issuing = జారీచేయుట; ప్రచారములో బెట్టుట.

Item = అయిటము; పద్దు; అంశము.

Itinerant Court = అప్రతిష్ఠితసభ; సంచారన్యాయసభ; ఊరూరతిరుగుచు పరివేష్టించుసభ.

## J

Jews = యూదులు; మన మర్వాడీలవంటి ఒకజాతివారు.

Joint = జాయింటు; సంభూయము; సమష్టి; ఉమ్మడి; కూడియున్న.

Joint Debtor = సమాయిక ఋణస్థుడు; తోడిఋణస్థుడు; జాయింటు ఋణస్థుడు.

Joint family property = అవిభక్త కుటుంబాస్తి; సంసృష్టధనము.

Joint Labour = సంభూయశ్రమ; ఉమ్మడిపాటు; సమష్టిపరిశ్రమ.

Joint Magistrate = జాయింటు మేజస్ట్రేటు; సంయుక్తదండవిధాయి; సబుకలెక్టరు.

Joint Parliamentary Committee = జాయింటు పార్లమెంటరీకమిటీ; కామన్సు సభయు ప్రభువుల సభయు నియమించిన ఉపసంఘము: ఇట్లే ఇతరదేశశాసనసభలును శాసనములను గూర్చియు వ్యవహారములను గూర్చియు చర్చించుటకు ఉభయసభలనుండి (సంయుక్త ఉపసంఘములు) జాయింటు కమిటీలను నియమించును.

Joint Promisees = జాయంటు ప్రామిసీస్: సమష్టిఅధికారులు; హక్కుదారులు; వాగ్దానగ్రాహకులు.

Joint Promisor = జాయంటుప్రామిసార్: సహప్రతిజ్ఞుడు; ఉమ్మడిగా వాగ్దానము చేసినవాడు; మఱియొకనితోగాని యితరులతోగాని కలిసి ఖరారు చేయువాడు.

Joint Proprietor = సహాధికారి; ఉమ్మడి హక్కుదారుడు.

Joint Purchase = సమష్టిక్రయము; ఉమ్మడికొనుగోలు.

Joint Responsibility = సమష్టిబాధ్యత; ఉమ్మడిపూచీ, జవాబుదారీ.

Joint and Several Liability = సమష్టి, మఱియు వ్యక్తిగతబాధ్యత; స్వయముగను ఉమ్మడిగను నుండు జవాబుదారీ లేక పూచీ.

Joint-stock Company = జాయంటు స్టాకు కంపెనీ; ఉమ్మడి పెట్టుబడి సంఘము.

Joint trial = జాయంటువిచారణ; సంయుక్తవిచారణ; కలిపి విచారించుట.

Journeyman = రోజుకూలీ; రోజువారీపనివాడు; కూలివాడు.

Judicial servants = న్యాయపరిపాలకోద్యోగులు;

Judge = జడ్జి; ధర్మాధికారి; ప్రాడ్వివేకుడు; అధికారిణికుడు; (ప్రా) అధికారికుడు; న్యాయాధిపతి; న్యాయమూర్తి.

Judgement = జడ్జిమెంటు; కోర్టుతీర్పు.

Judgement Debtor = జడ్జిమెంటు డెటరు; తీర్పు ఋణస్థుడు; ఎవనిపై డిక్రీ యివ్వబడినదో వాడు.

**Junction** = జంక్షను; కూడలి; రెంటిమూటి దారుల కూడిక; కూడలిత్రోవ అనేకములగువానికి కూడలి.

**Jurisdiction** = (1) అధికారమండలము; అధికారమునకు లోబడిన ప్రదేశము, ఆవరణ, అధికారబద్ధప్రదేశము (2) అధికారపు చెల్లుబడి; విచారణాధికారము; అధికారప్రదేశపు హద్దులు: కిమ్మతునుబట్టిగాని ప్రదేశమునుబట్టిగాని కోర్టువారికి గల విచారణాధికారము.

**Jurisprudence and Law** = ధర్మశాస్త్రము, న్యాయతత్వశాస్త్రము.

**Jury** = జూరీ; ప్రమాణపురుష గణము; ముద్దాయి నేరము చేసెనో లేదో యని నిర్ణయించు న్యాయసభలోని పెద్దలు; ప్రమాణ పురుషగణము; పూర్వకాలమున 'ఉబ్బాభిక' యనబడు జూరీసభయు 'న్యపాధికారు లనబడు సభాస్తారులు నుండిరి.

**Jury system** = జూరీ విచారణపద్ధతి; చాలస్వల్పపు వ్యవహారములందు తప్ప అన్ని విచారణలందు న్యాయసభలలో న్యాయాధిపతికి సలహానిచ్చుటకు ఆహ్వానింపబడు పండ్రెండుగురు సామాన్యపురుషులకు జూరీ అని పేరు. ఇంగ్లాండులో జిల్లాల వెంబడిని సంచారము చేయు న్యాయాధిపతులాయా చోట్ల కొలువుచేయునప్పుడు వీరుపరివేష్టించి న్యాయవిచారణ చేయుదురు. మనదేశములో సెషన్సుకోర్టులలోగూడ నిట్లే జరుగును. అభియోగమును రుజువుచేయు భారము ఫిర్యాదిది. ఇతడు తెచ్చుసాక్ష్యమెల్ల బహిరంగసభలో విచారింపబడును. న్యాయవాదులుగాని ముద్దాయిగానీ అడ్డుప్రశ్నలు వేయవచ్చును. తరువాత ఆ నేరమునకు వర్తించు ధర్మమునుగూర్చియు సాక్షిసాధనములనుగూర్చియు న్యాయాధిపతి నిష్పక్షపాతముగా జూరీసభ్యులకు తెలియునట్లు విశదపరచును. అటు పిమ్మట నీసభ్యులొకగదిలోనికి పోయి తమలో తా మాలోచించుకొని వత్తురు. అంతట న్యాయాధిపతి "ముద్దాయి దోషియా నిర్దోషియా" అని వీరి నడుగును. దోషియని ఏకగ్రీవముగా వీరు పలికినచో ముద్దాయికి

శిక్ష విధించును. నిర్దోషియని వీరు పలికినచో వదలివేయును. జ్యూరీలో అభిప్రాయభేదమున్నచో అధిక సంఖ్యాకుల యభిప్రాయానుసారము వర్తించును. వీరి అభిప్రాయము సరికాదని ముద్దాయికి ఫిర్యాదికి తోచినచో అప్పీలుచేయవచ్చును.

**Jus tertii** = అవ్యార్థము; ఉభయవాదులకు భిన్నమైన దారియందు హక్కు గలదనుట.

**Justice**, Equity and Good Conscience = ధర్మము, న్యాయము, అంతరాత్మ లేక ఆత్మతోషణము.

**Justice** = ధర్మము; న్యాయము.

**Justice** of the Peace = గౌరవదండవిధాయి; ధర్మాధికారి.

Juvenile Offenders = తరుణాపరాధులు; నేరముచేసిన పిల్లలు.

## K

**Kidnapping** = మనుజస్తేయము; నరస్తేయము; మనుష్యులను దొంగిలించి తీసికొనిపోవుట; బాలురను బాలికలను సంరక్షకుల యొఱుక లేకుండ తీసికొనిపోవుట.

**Kingdom** = రాజ్యము; ప్రభుత్వము.

King in Council = సభాయుతుడగు రాజు; సభాస్థితనృపాలుడు.

Kings Bench = కింగ్సు బెంచికోర్టు; ఇంగ్లాండు హైకోర్టులో ఒకశాఖ.

**Kinsman** = జ్ఞాతి: బంధువు.

Knighthood = నైట్‌హుడ్; సర్ బిరుదము.

## L

Labourer = కార్మికుడు; కర్మకరుడు; పారిశ్రామికుడు; కూలివాడు.

Labourite = లేబరైట్: లేబరుపార్టీ అను నొక ఇంగ్లీషురాజకీయకక్షవాడు; కార్మిక పక్షీయుడు; కార్మికవాది.

Labour Legislation = కార్మిక క్షేమ శాసననిర్మాణము: కార్మిక (పారిశ్రామికుల) క్షేమలాభములనుగూర్చి ప్రభుత్వములు చేయు చట్టనిర్మాణము.

Labour Saving = శ్రమనివారక; శ్రమతగ్గించు.

Laches = ఉపేక్ష; కాలవ్యయము: బుద్ధిపూర్వకముగా జేసిన కాలహరణము

Lady Doctor = లేడీడాక్టరు; వైద్యురాలు.

Laissez Faire; (Let alone Policy) = యథేష్ట వ్యవహారపద్ధతి: (ప్రభుత్వ నిరోధరహిత స్వాతంత్ర్య), స్వేచ్ఛావ్యాపారము.

Laity = సామాన్యజనము: ఉద్యోగములకు వృత్తులకు సంబంధించని జన సామాన్యము.

Land Acquisition case = భూసంపాదనవ్యవహారము; నివేశనార్జనము, గవర్నమెంటువారు భూమిని తీసికొనుటనుగూర్చిన గ్రంథము.

Land Assessment = భూమి అసెస్మెంటు; భూమిపన్ను: (ప్రా) కౌని ఖదన.

Land Assessment Officer = (ప్రా) ధుర్యాధికరణుడు; జమాబందీ యుద్యోగి; తహసీల్దారు; భూమిపన్నును నిర్ణయించు నధికారి.

Land Holder = ల్యాండుహోల్డరు; భూస్వామి; భూఖామందు.

Land Lord and Tenant = భూస్వామి, రైతు: భూస్వామి, భౌమికుడు.

Land Mortgage Bank = ల్యాండుమార్టిగేజి బ్యాంకి; భూమి తనఖా బ్యాంకి; ఒకవిధముగుసహకార బ్యాంకి.

Land and Ocean Mines Officer = (ప్రా) ఖన్యాధికారి; భూనిధులు సముద్రగర్భనిధులవిషయమై వ్యవహరించు నధికారి.

Land-tax = ల్యాండ్ టాక్సు; (ప్రా) ఉద్రంగము; భూమిపన్ను.

**Lane** = సందు; పద్య: మూడుమూరలు వెడల్పుగలది (పాౖ)
వీథి : 5 ,, ,,
మార్గము: 10 ,, ,,

**Larceny** = చౌర్యము; స్తేయము; దొంగతనము.

**Late** = లేటు; (1) ఆలస్యము; (2) వెనుకటి; గతించిన; చనిపోయిన.

**Latent** = అంతర్గత; అంతర్గర్భితమైన; పైకి కనబడని; అంతర్భూతము; లోపల అడగియున్నది.

**Latent Ambiguity** = అప్రకాశ సంధిగ్ధార్థత; అంతర్నిహితద్వ్యర్థకత్వము; దానిలోనే యిమిడియున్న సందేహార్థము.

**Latent Defect** = అంతర్నిహితవైకల్యము లేక దోషము; బయటకు కనబడని దోషము.

**Latitude** = లాటిట్యూడు; అక్షాంశము; భూమధ్యరేఖనుండి దూరము.

**Latrines** = మరుగుదొడ్లు; పాయిఖానాలు.

**Law** = లా; ధర్మము; విధి; శాసనము; న్యాయము.

**Lawful** = న్యాయశాస్త్ర (ధర్మ) సమ్మతమైన.

**Law of Constant Returns** = యథావృద్ధిన్యాయము; సమవృద్ధిన్యాయము; ఒక అర్థశాస్త్రమూత్రము. ఉ: క్రొత్తనేలలందు కొంచెము ఎరువు వేయగనే చేసిన సేత్తువకన్నవి చాలరెట్లు ఫలించును ఇది అధిక (వృద్ధి) ప్రయోజన న్యాయము. కొన్నాళ్లకు బలము తగ్గి ఎంతసత్తువ చేసిన అంత మాత్రమే ఫలించును. ఇది సమ (వృద్ధి) ప్రయోజనన్యాయము. ఇంక గొన్నాళ్లకు మఱియు బలహీనమై ఎంత సత్తువ చేసినను పంట తగ్గును. పంటకన్న హెచ్చురెట్లు ఎరువుతో సత్తువ చేయవలసివచ్చును. ఇది హీన (వృద్ధి) ప్రయోజనన్యాయము. ఇట్లే గనులు, ఇతర పరిశ్రమలు.

**Law of Diminishing Returns** = హీనవృద్ధి న్యాయము; క్షీణప్రయోజన న్యాయము; ఒక అర్థశాస్త్రసిద్ధాంతము. చూ: యథావృద్ధిన్యాయము.

Law of Increasing Returns = అధికవృద్ధిన్యాయము; వృద్ధిప్రయోజన న్యాయము. చూ: యథావృద్ధిన్యాయము.

Law of Substitution = మారువాంఛల విధానము; ఉపకల్పన సిద్ధాంతము; ఇది, ఒక అర్థసూత్రము. ఒకవస్తువు చాలా ప్రియమైనదుర్లభమైనపుడా వస్తువు బదులింకొక వస్తువును వాడుకొని అక్కర దీర్చుకొనుటను సూచించు ఆర్థికవిధి.

Law point = లా పాయింటు; ధర్మసూక్తి, సూత్రము, ముఖ్యాంశము.

Law Reports = లా రిపోర్టులు: తీర్పులు; న్యాయతీర్మాన లేఖ్యములు; ఉన్నత న్యాయస్థానముల తీర్పులు గల ప్రచురణము.

Laymen; Laity = సామాన్యజనము; ఉద్యోగములకు వేవృత్తికి సంబంధించని జనసామాన్యము.

Leader of the House = కామన్సుసభలోగాని శాసనసభలోగాని ప్రభుత్వపక్ష నాయకుడు.

Leader of the Opposition = (శాసనసభలో) ప్రభుత్వ ప్రతిపక్ష నాయకుడు.

League of Nations = లీగాఫ్ నేషన్సు; నానారాజ్యమండలి; నానారాజ్య సమితి; నానాజాతిసభ; ఐరోపా సంగ్రామానంతరము 1920 లో ప్రపంచశాంతికొరకు మిత్రమండలి జాతులవారొక అంతర్జాతీయ సమ్మేళనసభ నేర్పరచిరి. దీనిలో 54 స్వతంత్రరాజ్యములు సభ్యత్వము కలిగి అనేక రాజకీయార్థిక వ్యవహారములు పరిష్కరించుకొనుచున్నవి. ఈ మహాసభ సాలున కొకమారు స్విజర్లాండులో జినీవానగరమున సమావేశమగును. దీని ఉపసంఘము సాలుకు నాలుగుమారులు కూడును. దీనికి సంబంధించిన అంతర్జాతీయ న్యాయసభ హేగ్ లో పరివేష్టించును. ఈ సభలో అమెరికాదేశము సభ్యరాలుగాలేదు. భారతదేశమునకు

సభ్యతికలమ. నిజముగా ప్రపంచశాంతిని స్థాపింపలేకపోయినను, ఈ సభ అనేక ఆర్థికసంబంధములగు అంతర్జాతీయ సమస్యలను పరిష్కరించుటకు తోడ్పడినది.

Leave of the court = కోర్టువారి అనుమతి.

Ledger = లెడ్జరు: కొతాపుస్తకము: కొతామణి; ముఫస్జ; అవర్జా.

Legacy = లెగసీ; మరణశాసన పూర్వకదానము.

Legal = న్యాయసంబంధమైన; చట్ట సంబంధమైన.

Legal Disability = శాస్త్రోక్తానర్హత; కొన్ని వ్యవహారములకు, ఉద్యోగములకు బాలురు, దివాలాకోర్లు, నేరగాండ్రు అనర్హులని శాస్త్రము విధించుచున్నది.

Legality = శాస్త్రీయత; శాస్త్రానుగుణముగ నున్నదా లేదా యనుప్రశ్న.

Legal Necessity = శాస్త్రీయావశ్యకత; శాస్త్రమున నేయవశ్యకత చెప్పబడినదో అట్టియవశ్యకత.

Legal Representative = ధర్మశాస్త్రోక్తప్రతినిధి; శాస్త్రీయప్రతినిధి, వారసు లేక ఆస్తి ననుభవించువాడు; బాధ్యస్థుడు; ధర్మసమ్మతమైన ప్రతినిధి.

Legal Restraint = అరెస్టు; అనేధము; మరాయి; శాస్త్రీయావరోధము.

Legal Tender = లీగల్ టెండర్: సామాన్యచలామణి; ప్రచారచలామణి; చెల్లుబడినాణెములు; (వీని నంగీకరింపనిచో శిక్ష విధింపబడును.)

Legate = లిగేటు; పోపుప్రతినిధి; పోపు అను ప్రధానక్రైస్తవగురువు యొక్క ప్రతినిధి.

Legatee = లెగెటీ; మరణశాసనస్థదానాధికారి; దానగ్రాహి; మరణశాసన దాన ప్రతిగ్రహీత; శాస్యదానాధికారి; మరణశాసనముద్వారా ఆస్తి పొందినవాడు.

Legion = లీజియను; సైన్యము; రోమనుసైన్యమునకు ఫ్రెంచిసేనకు నిదిపేరు.

Legion of Honour = లీజియన్ ఆఫ్ ఆనర్: ఒక ఫ్రెంచిబిరుదము.

Legislative enactment- Statute = శాసనము.

Legislative enactment - Ordinance = శాసనతుల్యమగు నుత్తరువు.

Legislative Power = శాసన నిర్మాణాధికారము; చట్టనిర్మాణాధికారము; విధిప్రకల్పనాధికారము.

Lending State Money on Interest = (ప్రా) ప్రయోగము.

Lessee = కౌలుదారు; కౌలుపొందినవాడు.

Letter = లెటరు; జాబు; పత్రిక; ఉత్తరము; (2) అక్షరము.

Letter of Command = యాదాస్తు; ఆజ్ఞాపూర్వకమైనలేఖ.

Letters Patent = లెటర్సుపేటెంటు; నూతన కల్పనాధికారపత్రిక; ఆంగ్లరాజొసగుపట్టా; సన్నదు.

Letters Patent Appeal = లెటర్సుపేటెంటు అప్పీలు; హైకోర్టు స్థాపించిన లెటర్సు పేటెంటు శాసనముప్రకారము చేయబడు అప్పీలు.

Levee = లెవీ; దర్బారు; రాజుగాని రాజప్రతినిధిగాని అధికారిగాని తీర్చుకొలువు.

Level crossing = లెవెల్ క్రాసింగు; రైలుగేటు; రోడ్డు, రైలుదారి కలియుచోటు.

Liability = బాధ్యత; పూచీ; ఋణగ్రస్తత; జవాబుదారీ; అచ్చుకోలు.

Libel = అభిశంసనము; అపవాదము వేయుట; వ్రాతపూర్వకమగు నింద; దూషణము.

Liberal = లిబరలుపక్షము; బ్రిటీషురాజకీయకక్ష; ఉదారవాదులు.

Liberal School = ఉదారసాంప్రదాయము.

Liberty = స్వేచ్ఛ; స్వాతంత్ర్యము.

License = లైసెన్సు; అనుమతిపత్రము; అనుజ్ఞాపత్రము; (ప్రా) నిసృష్టి; సెలవుచీటీ.

**Licensee** = లైసెన్సీ; లైసెన్సు పొందినవాడు.

**Licensor** = లైసెన్సరు; లైసెన్సు ఇచ్చినవాడు.

**Lien** = లీన్; లీనుహక్కు; తాత్కాలిక స్వామ్యము; ఒక వస్తువుపైన, ఆస్తిపైన, బాకవనూలగువరకు నుండుహక్కు లేక స్వత్వము.

**Lieutenant** = లెఫ్టినెంటు; ఉపసైన్యాధిపతి.

**Life Policy** = లైఫ్‌పాలిసీ; జీవితపు భీమాపట్టా లేక పత్రిము.

**Light-house** = లైటుహౌసు: దీప స్తంభము.

**Limit** = లిమిటు; పారము: హద్దు; మితము; మితి.

**Limitation** = లిమిటేషను; కాలదోషము; కాలనిర్ణయము లేక పరిమితి.

**Limited** = లిమిటెడు; పరిమితగల; మితమైన.

**Limited Liability** = పరిమిత బాధ్యత. పరిమితపు పూచీ

**Limitedness** = పరిమితి; స్వల్పగుణు; మితత్వము.

**Line** = లైను; గీత; రేఖ.

**Lineal Descendant** = వంశస్థుడు; వంశవృక్షముప్రకారము మూలపురుషుని సంతతిలో జేరినవాడు.

**Liquidated Damages** = నిర్ణయయోగ్య నష్టపరిహారము; నిర్ణయించబడిన నష్టపు మొత్తము.

**Liquidation** = లిక్విడేషను; ఋణవిమోచనము; పరిష్కారము; అపనయనము; సంఘవిలయనము.

**Liquidator** = లిక్విడేటరు; సహకారసంఘవిలయమున వ్యవహారములు చూచు నుద్యోగి; ఆస్తి అప్పులను నిర్ణయించు లెక్కలను వర్తబుచేయు ఉద్యోగి; దివాలాయైనకంపెని, సంఘము ముగింపునకేర్పడిన యుద్యోగి.

**Liquor** = లిక్కర్: సారాయము; మద్యము.

**Liquor from Grapes** = మధువు; ద్రాక్షసారాయము.

**Liquor from Jaggery** = మైరేయము; బెల్లమునుండిచేయు సారా.

Liquor from Rice = మేదకము; బియ్యమునుండిచేయు సారాయము.

Liquor from Sugar and Honey = ఆసవము; పంచదార, తేనెనుండి చేయబడు మద్యము.

Liquor from Spices and fruit = ప్రసన్నము; సుగంధద్రవ్యములనుండి చేయబడు సారాయము.

Lispendens = దావామధ్యమందు; దావానిలిచియుండగా నందలి ఆస్తి విక్రయింపబడినను చెల్లదు. ఒకదావా జరుగుచుండగా. *Pendente lite* అన్నను ఇదియే అర్థము.

List = లీస్టు; జాబితా; పట్టీ.

Litigant = లిటిగెంటు: వ్యాజ్యగాడు: కక్షీదారు; వ్యవహారిత.

Litigation = లిటిగేషన్: వ్యవహారము; వ్యాజ్యము; వివాదము.

Live Stock = జీవములు. జీవజంతువులు.

Livery = నౌకరీదుస్తులు; సేవకులకు యజమానులిచ్చుఉడుపులు.

Living wage = జీవనభృతి; జీవించుటకు వీలగుకూలి.

Loan = అప్పు; ఋణము; బదులు.

Loan Certificate = ఋణనిర్ణయ పత్రిక.

Localization = స్థలనిర్ణయము; స్థాననిశ్చయము.

Local = లోకల్; స్థానిక.

Local Board = లోకలుబోర్డు; తాలూకాబోర్డు

Local Government = స్థానిక ప్రభుత్వము; రాష్ట్రీయప్రభుత్వము.

Local investigation = స్థానిక విచారణము లేక విమర్శనము; దర్యాప్తు: ఒక దావాగ్రస్త వివాదాంశమును గూర్చి కోర్టువా రెవరినైనను బంపి దర్యాప్తు చేయించుట.

Lock Out = లాకౌటు; బందుకట్టు; కార్ఖానా యజమానులు బందుకట్టు చేసి పనివారలను పనిలోనికి రానియ్యకపోవుట.

**Locomotion** = గమనము.

**Longitude** = లాంజిట్యూడు; రేఖాంశము; మధ్యాహ్నరేఖ (meredian) నుంచి దూరమును తెలుపు అంశలు; గీతలు.

**Long Sight** = చత్వారము.

**Long Term** = లాంగుటరం; దీర్ఘకాలపరిమితి; దీర్ఘవాయిదా.

**Lord Chancellor** = లార్డుఛాన్సిలర్ అనబడు అంగ్లప్రభువు. ప్రభువుల సభకు అధ్యక్షుడు.

**Lord High Treasurer** = లార్డు హై ట్రెజరారు; ముఖ్యకోశాధ్యక్షుడు.

**Lost Pro-note** = పోయిన ప్రోనోటు.

**Lot** = లాటు; రాశి; మొత్తము.

**Lottery** = లాటరీ; పందెపుజూదము; సంభవాసంభవములపైన అదృష్టయోగముపైన నాధారపడు జూదమువంటి ఆట, పందెము; చీట్లువేసి నిశ్చయించు పందెము లేక వ్యవహారము.

**Lower House** = దిగువసభ; ప్రజాప్రతినిధులసభ; రెండుశాసనసభలలో క్రిందిసభ.

**Lurking House Trespass** = ప్రచ్ఛన్నగృహప్రవేశము; ఆక్రమణము; గుప్తముగా నింటిలో జొరబడుట; దొంగతనముగా నింటిలో ప్రవేశించుట.

## M

**Machinery** = మెషీనరీ; యంత్రములు. యంత్రపరికరములు.

**Made Bill** = ఎండార్సుమెంట్లు జరిగినబిల్లు; బదలాయింపుజరిగినపత్రము.

**Magisterial Functions** = మేజస్ట్రీటు నిర్వహించవలసిన కార్యములు, పనులు.

**Magistrate** = మేజస్ట్రీటు; దండవిధాయి; దండనాయకుడు; ఫిర్యాదులను నేరములను విచారించు అధికారి; క్రిమినలు న్యాయాధికారి.

Magna Charta or Magna Carta = మాగ్నా కార్టా అనబడు మహారాజ శాసనము. జాన్ అను ఆంగ్లరాజుచే నొసగబడి ప్రజల హక్కులను స్పష్టీకరించుపట్టా.

Magnetism = లోహచుంబకత్వము; సూదంటురాయి గుణము; వస్తువుల నాకర్షించుగుణము;

Magnitude = పరిమాణము; పరిమేయత; ప్రమాణము; గొప్పదనము.

Maintain = (1) కాపాడు; (2) నడిపించు; సమర్థించు.

Maintenance = భరణము; మనువర్తి; సంరక్షణము.

Majority = మెజారిటీ; (1) అధిక సంఖ్య; బలాధిక్యము; బహుమతత్వము. (2) యుక్తవయస్సు (18 సంవత్సరములు నిండుట. కోర్టువారివలన గార్డియనుగా నియమింపబడినగాని కోర్టు ఆఫ్ వార్డ్సు ఆక్టుప్రకారము గాని 21 సంవత్సరములు నిండవలెను.

Majority Advice = మెజారిటీసలహా; భూయిష్ఠము; (ప్రా) హెచ్చు మంది సలహా. అధిక సంఖ్యాకుల సలహా.

Malaria = మన్నెపు జ్వరము; చలిజ్వరము.

Malfeasance = దుష్కృత్యము; చెడుగు; దుర్మార్గము; అక్రమపు సేత.

Malice — ద్రోహభావము; ద్వేషము; చెడుతలంపు.

Malicious = ద్రోహభావమూలకమైన; ద్వేషహేతుకమైన; ఆవేశిత మాత్సర్యముతో.

Malicious prosecution = ద్వేషమూలకాభియోగము; ద్వేషయుక్త నిష్కారణాభియోగము. తగుకారణము లేనిదే దురుద్దేశముతో చేసిన నేరారోపణము.

Manage = మేనేజి: నిర్వహించు; పరిపాలించు; విచారణచేయు.

Manager = మేనేజరు; పైయధికారి; వ్యవహర్త; కార్యనిర్వాహకుడు; నిర్వాహకుడు; విచారణకర్త.

**Managing Committee** = మేనేజింగు కమిటీ; కార్యనిర్వాహక సంఘము; వ్యవహారోపసంఘము; పరిపాలక సంఘము; పాలకసంఘము.

**Managing Director** = మేనేజింగు డైరెక్టరు; కార్యములు నిర్వహించు డైరెక్టరు; వ్యవస్థాపకులు.

**Mandamus** = మాండేమస్; హుకుము; ఉన్నతన్యాయస్థానము వారొక కార్యాచరణమును నిషేధించుచుగాని జరుప వలసినదనిగాని చేసిన ఆసేధము; ఉత్తరువు.

**Mandate** = మాండేట్; (1) దత్తతరాజ్యము; ఆదేశ, ఫర్మానా, ప్రతిపత్తి రాజ్యము; (2) ఆజ్ఞ; శాసనము; ఉత్తరువు.

**Mandatory** = మాండేటరీ; (1) ఆజ్ఞాపకమైన; శాసకమైన; ఆజ్ఞాసూచకమైన; నిర్బంధాచరణ విధికమైన; విధాయకమైన.

**Mandatory Injunction** = మాండేటరీ ఇంజంక్షన్; ఆజ్ఞాసూచకాసేధము; ఫలానా పని చేయవలసినదని ఆజ్ఞాపించుచు కోర్టువారుచేయు నుత్తరువు తాఖీదు.

**Manoeuvre** = సేనావిన్యాసము; జిత్తు; యుక్తి; ఉపాయము.

**Manor** = ఆంగ్లమిరాసీ; జమీను; జాగీరు (భూమి) మొఖాసా.

**Manorial House** = జమీందారి భవనము.

**Manorial System** = ఆంగ్లజమీందారీ; జాగీర్దారీ; మిరాసి, పద్ధతి.

**Man-slaughter** = నరవధ; నరహత్య.

**Manufacture** = పరివర్తనకళ; చేతిపని; తయారుజేయుట.

**Margin** = మార్జిను; (1) ఆవకాశము; (2) అంచు; బద్దె; వార; వారడి.

**Marginal Notes** = మార్జినల్ నోట్సు; ప్రక్కబద్దెలో వ్రాయబడిన వ్రాతలు; పుటఅంచులో వ్రాయబడిన వివరణము.

**Marginal Revenue** = (ప్రా) పార్శ్వము.

**Marginal or Final Utility** = అంత్యోపయోగము; తుదిప్రయోజనము; ఒక అర్ధమాత్రము; వస్తురాశి ననుభవించుటలో క్రమక్రమముగా దాని సుఖము తగ్గుననుట జగద్విదితము. ఇట్లు దాని ఉపయోగము తగ్గుచు తగ్గుచుబోవగా మిగిలిన కట్టకడపటి సుఖము, ఉపయోగము, ప్రయోజనమునకే ఈపేరు. (See Utility)

**Marine** = సముద్రసంబంధమైన.

**Mariners** = నావికులు.

**Mark** = మార్కు; (1) గుఱుతు; చిహ్నము. సంజ్ఞ; (2) గుణము; విద్యార్థులకిచ్చు గుణసంఖ్య; (3) జర్మనీదేశపు నాణెము.

**Market** = మార్కెట్టు; బజారు; పణ్యచక్రము; సంతస్థలము.

**Market rate** = మార్కెట్టురేటు; బజారునిరకు. బజారుధర.

**Market ratio** = మార్కెట్టురేషియో; బంగారు నాణెములకును బంగారు విలువకును బజారులోనున్న తారతమ్యపు విలువ.

**Marketable Security** = అమ్మదగినహామీ; ఖరీదుగలహామీపత్రము; బజారులో అమ్ముడుపోగల పత్రము.

**Market value** = బజారువిలువ; ధర; (హిం) నిరకు.

**Marketting** = అమ్మకము; విక్రయము.

**Marquis** = మార్క్విసు అనబడు ఆంగ్లప్రభువు. (చూ. ఎరల్)

**Marshalling** = మార్షలింగుహక్కు: ఒకడు తన ఆస్తుల నొకనికి తనఖా పెట్టి దానిలో కొన్ని ఆస్తుల నింకొకనికి విక్రయించినచో విక్రయము పొందినవాడు తనఖాదారునికిగాని అతనివల్ల హక్కులుపొందిన వానికి గాని క్రమమైన ప్రతిఫలమునకు ఆ స్తిలో హక్కులు పొందినవానికి గాని నష్టము లేకుండ ముందుగా తనక్రయములో చేరని ఆస్తి వలన తనఖా తీర్మానింపజేయు హక్కుగలవా డగును.

**Mart** = అంగడి; విక్రయస్థలము.

**Martial Law** = మార్షల్ లా; సైనికధర్మము; సైనికశాసనము; యుద్ధ సంబంధశాసనము.

**Martyr** = వీరకీర్తి: వీరస్వర్గము నందిన మహానుభావులు; మతముకొరకు ప్రాణము లర్పించినవారు.

**Marxism** = మార్క్సిజం; కష్టజీవుల సంఘ సామ్యవాదము; ధనికుల యధీనమునగలఅర్థోత్పత్తివ్యవస్థకిదివిరుద్ధము. కారల్ మార్క్సు (1813-1883) అను అర్థశాస్త్ర రాజకీయవేత్తయొక్క సోషలిస్టు సిద్ధాంతము. తమ జీవనాధారముకొరకు తాము సంపాదించు కూలి, వేతనములపై నాధారపడు కష్టజీవుల సంఘము అర్థోత్పత్తిసాధనములను చేజిక్కించుకొని, నూతనసాంఘిక రాజకీయ వ్యవస్థను నెలకొల్పవలెనను ఆర్థిక రాజకీయ సిద్ధాంతము. కాపిటలిస్టు లేక ధనవంతులసంఘము ధనహీనులగు కష్టజీవుల సంఘమును తన స్వప్రయోజనముకొరకు వినియోగించుచు అన్యాయముచేయుచున్నదనియు, దీనిని బాపుటకు సంఘసమరము తప్పదనియు వీరి సిద్ధాంతము. నేటి రష్యాదేశపు కమ్యూనిస్టుల పద్ధతుల కిదియే పునాది.

**Masonic Lodge** = మెసానికులాడ్జి; ఒకవిధమగు గోప్యమతసంఘము.

**Mass** = ద్రవ్యరాశి; మొత్తము; ముద్ద.

**Massacre** = వధ, జనవధ.

**Master** = మాస్టరు; (1) ఉపాధ్యాయుడు; (2) యజమాని; (3) హైకోర్టులో నొక యుద్యోగి. (4) మెసానికు లాడ్జిలో నొక గౌరవహోదా.

**Master Craftsman** = మేస్త్రి; చేతిపనులుచేయు నేర్పరి.

**Master and Servant** = స్వామిభృత్యులు: సేవ్యసేవకులు; యజమాని దాసులు.

**Material** = (1) ప్రధానమైన; ముఖ్యమైన; (2) పరికృతమైన (3) సాధన సామగ్రి.

**Material Alteration** = ముఖ్యమగు మార్పు; గమనింపదగిన దిద్దుబాటు.

**Material Facts** = దావాకు సంబంధించిన ముఖ్యవిషయములు; ముఖ్యములగు సంభవాంశములు;

**Material Irregularity** = ముఖ్యలోపములు; ముఖ్యములగు క్రమభంగములు; ముఖ్యనియమభంగములు.

**Material Objects** = మెటీరియల్ ఆబ్జక్టులు; భౌతిక పదార్థములు; స్వరూపములు; మూర్తులు; దావాకుగాని ఫిర్యాదుకుగాని సంబంధించిన వస్తుసామగ్రి.

**Maternity** = ప్రసూతి వైద్యము; ప్రసూతి. ప్రసవవైద్యము

**Mathematics** = గణితశాస్త్రము.

**Matriculation** = మెట్రిక్యులేషను; ప్రవేశపరీక్ష,

**Matter directly and substantially in issue** = ప్రత్యక్షముగాను యథార్థముగాను దావాగ్రస్తమగు విషయము; నిజముగా వివాదాంశముగనున్న విషయము; దావాగ్రస్తమగు విషయము.

**Matter of fact** = జరిగిన సంగతినిగూర్చిన అంశము.

**Maturity** = కాలపరిపక్వము; యుక్తకాలము; యుక్తవయస్సు; సొమ్ముచెల్లించవలసిన కాలము.

**Maximum** = అధికతమ; అత్యుచ్ఛ్రియదశ; ముమ్మరము.

**Maximum Borrowing Power** = ఋణగ్రహణపరిమితి; అప్పుపుచ్చుకొనుశక్తి పరిమాణము; పూర్తితాహతు:

**May Presume** = ప్రమాణభూతముగా అంగీకరింపవచ్చును; యథార్థములని, జరిగినవని యెంచవచ్చును.

**Mayor** = మేయరు. పౌరాగ్రణి; (పౌర) నాగరకుడు: పాటలీపుత్రనగరాధికారి; గొప్పనగరములలో (మ్యునిసిపల్) పురపాలకాధ్యక్షుడు; నగరాధ్యక్షుడు.

**Meaningless** = నిరర్థకము.

**Means of Commerce** = పరిచారసమృద్ధి.

**Measles** = పొంగు.

**Measure** = (1) కొలత; పరిమాణము; (2) ఏర్పాటు.

**Mechanical Power** = యంత్రబలము.

**Mechano facture** = యంత్రకళ.

**Mediator** = మధ్యవర్తి; మధ్యస్థుడు; మధ్యముడు.

**Mediators of an Agreement** = (ప్రా) కొరయిలు; ఒడంబడిక పాత్రులు; కరారుకు మధ్యవర్తులు.

**Medical Advice** = మెడికల్ అడ్వైస్; వైద్యునిసలహా.

**Medical Examination** = వైద్యపరీక్ష.

**Medical Wine** = అరిష్టము.

**Mediterranean Sea** = మధ్యధరాసముద్రము.

**Medium of Exchange** = వినిమయ సాధనము; మారకపుసాధనము.

**Meeting** = మీటింగు; సభ; సభాసమావేశము;

**Meeting of Kindred** = కులసమావేశము.

**Member** = మెంబరు; సభ్యుడు.

**Memorandum** = మెమోరాండం; స్మరణలేఖ్యము; జ్ఞాపకలేఖ్యము; యాదాస్తు; జ్ఞాపకము కొరకు వ్రాయుపత్రము.

**Memorandum of Association** = సంఘవ్యవస్థ సమాఖ్య లేక కంపెనీయాదాస్తు. ఇంగ్లాండులో పబ్లికుకంపెనీయైనచో ఏడుమందికి తక్కువగాకుండగను ప్రైవేటుకంపెనీయైనచో ఇద్దరు సభ్యులనుకలిగి బాధ్యతపరిమితి చేయబడిన "లిమిటెడ్ లయబిలిటీ కంపెనీ"గాచేరి వారిని దాఖలుచేయు సమాఖ్యపత్రము. పేరు, కార్యస్థానము, సంఘోద్దేశములు, సభ్యుల బాధ్యత, పరిమితి, వాటామూలధనము మొత్తము సంఘవ్యాపార విధుల

స్వభావము నుదాహరింపబడును. ఇట్టివి భారతదేశమున కంపెనీల చట్టము ప్రకారముగాని సహకారసంఘముల చట్టము సాహిత్య ధర్మముల చట్టముల ప్రకారముగాని రిజిష్టరు చేయబడవలెను.

**Memorial** = మెమోరియల్; (1) విజ్ఞాపనపత్రము; విజ్ఞప్తి; స్మారక పత్రము: జ్ఞాపకచిహ్నము.

**Mens rea** = దుష్టసంకల్పము; దురుద్దేశము:

**Mensuration** = మెన్సురేషను; భూమికొలత సంబంధమైనశాస్త్రము.

**Mental Infirmity** = మానసికదౌర్బల్యము; మనోవైకల్యము.

**Mental Sciences** = మానసికశాస్త్రములు.

**Mercantile System** = వ్యాపారసాంప్రదాయము.

**Mercenary Forces** = (ప్రా) భృతకబలము; జీతబత్తెముల నొందు సైనికులు; కూలికి వచ్చిన సైనికులు

**Merchandise** = వర్తకపు సామానులు, సరకులు.

**Merchantman** = వాణిజ్యనౌక

**Merchant marine** = వాణిజ్యనౌకాదళము.

**Merchant Shipping** = వాణిజ్యనౌకాయానము.

**Merger** = అంతర్భావమగుట; అంతర్లీనమగుట; ఐక్యమగుట; ఒక ఆస్తిగాని హక్కుగాని ఇంకొకదానిలో లయ మగుట.

**Merits** = యోగ్యతలు; సారాంశములు; గుణాగుణములు.

**Messenger** = సందేశహరుడు; సమాచారమును కొంచుబోవువాడు; దూత; చారుడు.

**Mesne Profits** = మధ్యఫలసాయము; ఒకఆస్తికి అక్రమస్వాధీనము గలవారివ్వవలసిన ఫలనష్టము. భూమిపైన రాతగిన అయివజు.

**Metal** = లోహము: (2) కంకర.

**Meter** = మీటరు; ఫ్రెంచికొలత; నీటినిగాని విద్యుచ్ఛక్తినిగాని కొలిచెడి చిన్న యంత్రము.

**Methodist** = మెథడిస్టు లనబడు నొక క్రిస్తవ శాఖవారు; వీరు నైష్ఠికులు; నియమనిష్ఠలు కావలయుననువారు.

**Metric system** = మెట్రిక్ సిస్టం. దశవిభాగపద్ధతి; ఫ్రెంచికొలమానము.

**Metropolis** = ప్రధానవగరము; రాజధానినగరము.

**Middleman** = దలారీ; మధ్యవాడు; (ప్రా) దాపకుడు.

**Milk Supply** = పాలసరఫరా.

**Minimum** = అల్పతమ. కనిష్ట; కనిస.

**Military Servants** = సైనికోద్యోగులు.

**Militia** = సైన్యము; సైనికసంబంధము.

**Milk products** = పయస్యము. పాలవలన పుట్టువస్తువులు; పెరుగు; వెన్న, నెయి

**Milled disc of coin** = నాణెములయొక్క నరుకులఅంచు.

**Mining** = మైనింగు; గనులు త్రవ్వుట.

**Minister** = మినిస్టరు; అమాత్యుడు; మంత్రి.

**Ministerial Chiefs** = (ప్రా) గణరాయన; సచివముఖ్యులు.

**Ministerial Council** = మంత్రిసభ.

**Ministerial responsibility** = మంత్రిత్వబాధ్యత.

**Ministry** = మంత్రివర్గము; మంత్రాంగకాలము; మంత్రిత్వము.

**Minor** = మైనరు; 18 సంవత్సరములు నిండనివాడు; యుక్తవయస్సురానివాడు; కోర్టువారివలన గార్డియను నియమింపబడినప్పుడు కోర్టు ఆఫ్ వార్డ్సు ఆక్టుప్రకారము మైనరు అనగా 21 సంవత్సరములు దాటనివాడు.

**Minority** = మైనారిటీ; (1) న్యూనపక్షము; అల్పసంఖ్య; స్తోకసంఖ్య; కొద్దిసంఖ్యవారు. అల్పసంఖ్యాకపక్షము; (హిం) అల్పమత్; (2) బాల్యము; 18 సంవత్సరములలోపు ప్రాయము; (చూ. Minor)

**Minor Offences** = మందాపరాధములు; స్వల్ప నేరములు.

**Mint** = టంకసాల; నాణెములు ముద్రించు స్థలము.

**Mint par Exchange** = రెండుదేశముల నాణెములయొక్క బంగారువిలువ, తారతమ్యధర. పత్రములద్వారా చెల్లించుటకన్న ద్రవ్యములద్వారా చెల్లించుటయె లాభకరముగానుండు విదేశచలామణి తారతమ్యపువిలువ. దీనికి 'విదేశ టంకశాలల బరాబరు విలువ' లేక పార్ విలువ అందురు. స్పీషీపాయింట్ (Specie point) అనియు వ్యవహరింతురు.

**Mint Price of Bullion** = మేలిమియొక్క టంకసాలధర. కొంతయెత్తు మేలిమిబంగారు ఎన్నినాణెములుగా ముద్రింపబడుచున్నదో తెలుపుధర.

**Minted coin of Copper** = తామ్రరూప్యము; రాగి నాణెము.

**Minted coin of Silver** = రౌప్యరూప్యము: వెండి నాణెము.

**Minute of Dissent** = మినిటాఫ్ డిస్సెంటు; భిన్నాభిప్రాయ సూచన; అభిప్రాయభేదపు యాదాస్తు.

**Minutes** = మినిట్సు; (1) కల; 60 సెకండ్లు; (2) సభలయందు జరుగు వ్యవహార సంగ్రహము; సభలోజరిగిన సంగతుల రిపోర్టు.

**Minutes Book** = మినిట్సుబుక్కు; తీర్మానముల పుస్తకము; సంఘవ్యవహారములనుగూర్చి చేయబడు తీర్మానములు నమోదుచేయు పుస్తకము.

**Misapply** = (1) దుర్వినియోగముచేయు; (2) దురన్వయముచేయు.

**Misappropriation** = దుర్వినియోగము; అపహరణ.

**Misappropriation of valuables** = (ప్రా) ఉపభోగము.

**Miscalculation** = పొరబాటుగా లెక్కించుట; తప్పు లెక్క.

**Miscarriage** = (1) గర్భపాతము; కడుపుపోవుట; గర్భస్రావము; (అరు వారములలోపుగా కడుపుపోవుట Miscarriage అందురు; 6 వారములు మొదలు 6 నెలలలోగా కడుపుపోవుట abortion అందురు.) (2) ఒక చోటునకు పోవలసినవస్తువు మఱియొక చోటునకు తీసికొనిపోబడుట.

**Miscellaneous** = సంకీర్ణ; ప్రకీర్ణ; నానావిధ; సమ్మిశ్ర; వివిధ; చిల్లర; వివిధవిషయ సంగ్రహమైన; చిల్లరగానున్న.

**Mischief** = హాని; నష్టముకలిగించుట; అపకారము; చెఱుపు.

**Misconception** = తప్పుగాగ్రహించుట; పొరబాటు ఊహ.

**Misconduct** = దుష్ప్రవర్తన; దుర్వర్తన; దుష్కృత్యము; చెడునడత.

**Misconduct of Arbitrator** = మధ్యస్థుని దుర్వర్తనము.

**Misdescription** = తప్పుడు వర్ణనము; పొరబాటువర్ణనము; అపనిరూపణము.

**Misdirection** = మిస్ డైరెక్షను; అపమార్గదర్శనము; అపకర్తవ్యసూచన; దోషనిర్ణయము చేయవలసిన జూరీ సభికులకు నేరవిచారణావిషయమును బోధించు న్యాయాధిపతి క్రమముగ బోధింపకపోవుట.

**Misfeasance** = దుర్వినియోగము; దుష్కార్యము; అక్రమకార్యము; న్యాయరహిత కృత్యము.

**Misinform** = తప్పుసమాచారము చెప్పుట; అసత్యకథనము.

**Misjoinder** = తప్పుగాచేర్చుట.

**Misjoinder of charges** = విరుద్ధాపరాధారోపణము; ఒక నిందితునిపైన రెండువిరుద్ధములగు నేరములనుగాని నియమితసంఖ్యకంటె హెచ్చునేరములను గాని ఆరోపించి విచారించుట శాస్త్రవిరుద్ధము.

**Misjoinder of claims** = మిస్ జాయిండరాఫ్ క్లెయిమ్సు దోషము; ప్రతిజ్ఞాసంకరము; కలుపకూడని పరిహారములను కలిపి దావావేయుట.

**Misjoinder of Parties** = పార్టీలను తప్పుగా చేర్చుట.

Misjoinder of Pleas = ఉత్తరసంకరము; కలువగూడని వాదనలను కలుపుట. ఉ॥ విరుద్ధపువాదనలు.

Mislead = తప్పుదారితీయుట.

Misrepresentation = అసత్యకథనము: అసత్యవర్ణనము; ఒకవిషయమును గూర్చి అబద్ధము చెప్పి యొప్పించుట. మిథ్యపరచుట.

Miss = మిస్: కుమారి; కన్నె.

Missionaries = మిషనరీలు; మతబోధకులు.

Mistake = పొరబాటు; భ్రమణము; ప్రమాదము.

Mistake of fact = నిజము తెలియకపోవుట, ఒక సంగతిలో పొరపాటు.

Mitigation of Sentence = శిక్షతగ్గింపు.

Mixed effects = సంకరఫలితములు; సంకరములు.

Moderates = మితవాదులు.

Modestv = మానము; ముగ్ధత్వము.

Modification = సవరింపు; మార్పు.

Moiety = అర్ధభాగము; సగము.

Mofussil = నాటుపురము.

Molestation = నిష్కారణపీడ; హింస; ఉపద్రవము; ఆయాసము.

Molestor = ఉత్పీడకుడు; బాధకుడు.

Monarchy = రాచరికము; ఏకప్రభుపరిపాలనము; ఏకరాజాధిపత్యము.

Money = ద్రవ్యము; డబ్బు; ధనము.

Money Bill = ద్రవ్యసంబంధ చట్టము.

Money Decree = రొక్కపుడిక్రీ; సొమ్మిచ్చునట్లు ఆజ్ఞాపించు తీర్పు.

Money lending = వడ్డీవ్యాపారము; అర్థప్రయోగము.

Money Market = మనిమార్కెట్టు; సొమ్ము సరఫరాబజారు; సాహుకారుల బజారు.

Monometallism = ఏకలోహపరిమాణచలామణి; ఏకలోహపరిమాణము.

Menopoly Trade = మొనోపలీ వ్యాపారము; విశిష్టాధికారవ్యాపారము. ప్రత్యేక స్వామ్యసహిత వర్తకము; గుత్తవ్యాపారము; ఇజారా వ్యాపారము; ఇంకొకరు చేయుటకు వీలులేని పద్ధతి వ్యాపారము.

Mont Ford Reform = మాంటేగూచెలమ్సుఫోర్డు రాజ్యాంగ సంస్కారణము. 1919లో భారతదేశ రాజ్యాంగమున చేయబడిన మార్పు.

Monthly Instalments = మాసవారీవాయిదాలు; నెలవారీకిస్తీలు.

Mood = (1) అవస్థ; (2) భావము: మనస్థితి; (3) రీతి; తీరు; విధము.

Mortgage by conditional sale = విక్రియషరతు తనఖా; కొన్నాళ్లలో తీరనిచో ఇదేక్రియముగా నెంచుకొనవలసిన దని వ్రాయబడిన తనఖా.

Mortgage Deed = మార్గేజ్ డీడ్; అధిలేఖ్యము; తనఖాదస్తావేజు; అయకము; తాకట్టుపత్రము.

Mortis Causa = మరణమును నిరీక్షించుచు చేయబడిన వినియోగము.

Motion = చలనము; గమనము; గతి; కదలుట; అర్జీ దాఖలుచేయుట.

Motive = ఉద్దేశము; కారణము; ప్రేరక హేతువు; నిమిత్తము.

Motor = మోటారు; చలనహేతువు; కదలించుశక్తి.

Moveable = అప్రతిష్ఠితమైన; చరమైన; చరాస్తి.

Movement = (1) ఉద్యమము; (2) నడక; చలనము; కదలిక.

Municipal Chairman = మ్యునిసిపలు చైర్మను; పురపాలక సంసాధ్యక్షుడు.

Municipal Council = మ్యునిసిపలుకౌన్సిలు; పురపాలక సంఘము; పురపారిశుద్ధ్యసంఘము.

Municipal Limits = మ్యునిసిపలు హద్దులు;

Municipal Ward = మ్యునిసిపల్ వార్డు; ప్రదేశము; భాగము; పేట.

Multifarious Suits = బహువిధాభియోగములు; వివిధదావాలు; వేర్వేరుదావాలు.

Multiplication = గణనము; హెచ్చవేత.

Munsif = మునసఫు; మునసబు; న్యాయముతీర్పు నధికారి.

Murder = హత్య; ఖూని.

Museum = మ్యూజియము; చిత్రవస్తుప్రదర్శనశాల.

Mutatis Mutandis = మార్చవలసినదిమార్చి; అవసరమైన మార్పులతో.

Mutilation = అంగవికర్తనము; అంగచ్ఛేదము; అంగవైకల్యము కలిగించుట; ఒకభాగము ఛేదించుట.

Mutiny = (సైనికుల) తిరుగుబాటు; పితూరీ; సిపాయిపితూరి.

Mutual and open Account = పరస్పరవ్యవహార గణనము; ఇచ్చిపుచ్చుకోలు కాతా. (దీనికి కాలదోషము లేదు)

Mutually dependent = అన్యోన్యాశ్రియము; పరస్పరాశ్రియము.

## N

Narration = ఆఖ్యానము; వివరించుట; చెప్పుట.

Nation = జాతి. ఒకేభాష, ఆచారములు నాగరకతకలిగి ఒక ప్రభుత్వాధికారముక్రింద నుండు జనసమూహము.

Nationalism = జాతీయభావము; జాతీయత.

Nationality = జాతి; సజాతీయత; భాష, మతము, ఆచారము చరిత్రల యొక్క బంధములుగల ప్రజ.

National Capital = జాతీయమూలధనము.

National Debt = జాతీయఋణము; భారతదేశ విషయమున "ప్రభుత్వ ఋణము."

National wealth = దేశసంపద; జాతీయసంపద.

**Naturalisation** = నైసర్గికత్వసిద్ధి; ప్రాకృతికసిద్ధి; పౌరసత్వసిద్ధి; ఏదైన దేశముయొక్క పౌరసత్వములు కలిగించుట; స్వదేశస్థునిగా అంగీకరించుట.

**Natural Rights** = సహజస్వత్వములు.

**Natural** = స్వాభావికమైన; సహజమైన; నైజమైన; స్వతస్సిద్ధమైన; ప్రాకృతికమైన.

**Nature** = (1) ప్రకృతి; సృష్టి; జగత్తు (2) స్వభావము.

**Naval Force** = నౌకాదళము; నౌకాబలము:

**Navigation** = నౌకాయానము; నౌకలగమనము.

**Nazis** = నాజీలు; జర్మనిదేశపు రాజకీయపక్షము; వీరు ఇటలీలోని ఫ్యాసిస్టు వాదులవంటి జాతీయవాదులు. వీరి నాయకుడు హిట్లరు.

**Necessaries** = అవశ్యకములు; అపరిహార్యములు; అగత్యమగునవి; అపరిహార్యములైనవి; జరూరైనవి; జీవితమునకు అవసరములైనవి.

**Negative** = (1) ఋణము; (2) వ్యతిరేకార్థక; అభావార్థక.

**Negation** = అభావము; నిషేధము; కాదనుట.

**Negligence** = ఉపేక్ష; ఉత్సర్జనము; ప్రమాదము; ప్రమత్తత; నిర్లక్ష్యము; అజాగ్రత.

**Negligible** = ఉపేక్షణీయమైన.

**Negotiable Instrument** = నెగోషియబుల్ ఇన్‌స్ట్రుమెంటు; బదలాయింపు పత్రము; మార్పిడి పత్రము; పరివర్తనార్హమగు పత్రము; ఒకరినుండి ఒకరికి మార్చుటకు వీలైనపత్రము: అన్యపరము చేయదగిన ప్రోనోటు, పత్రము, హుండీ. ఇట్టి పత్రము నింకొకనిపరముగానిచ్చుట వలననే అనగా అధీనము చేయుటవలననే దానియందు అన్యునకు హక్కు కలుగును. హుండీలు, చెక్కులు, ప్రోనోట్లు, వారంట్లు, బాండ్లు మున్నగు పత్రములను ఈపేరుతో వ్యవహరింతురు.

Negotiate = (1) అన్యపరముచేయు; బదలాయింపుచేయు; (2) మాట్లాడి కుదుర్చుట; రాయబారముచేయుట; ఏర్పాటుచేయుట.

Negotiation = బదలాయింపు; మార్పిడి; వినిమయము.

Negotiations = సంధివాదములు; మధ్యస్థీకరణములు; మధ్యవర్తిమాటలు; అనుసంధానవ్యవహారము.

Neighbours = (ప్రా) సామంతులు; ఇరుగుపొరుగువారు; నికటవాసి.

Negro = నిగ్రో; సిద్ది; ఆఫ్రికాదేశీయుడు; అమెరికా దేశములోనున్న నిగ్రోవంశస్థులు.

Neolithic Age = నవశిలాయుగము.

Net = నికరము. శిష్టము.

Neutral = తటస్థులు, (2) ఉదాసీనము; ఏపక్షమునకు జెందకుండ మధ్యస్థముగా నుండుట.

Neutrality = తటస్థత; ఉదాసీనత.

Neutral King = (ప్రా) మధ్యముడు; తటస్థుడగురాజు

New case = క్రొత్తవాదన; నూతనవాదము; మొదటవ్రాసిన వాదన పత్రములలో లేని క్రొత్తవాదన.

Next Friend = నెక్స్టుఫ్రెండు; వాదితరపు ప్రతినిధి; కోర్టువ్యవహారములో ఒకబాలునితరఫునగాని అశక్తుని తరపుగాని వ్యవహరించు ప్రతినిధిస్నేహితుడు.

Next-of-Kin = ఉన్నవారిలో మిగిలిన ఆప్తుడు; సన్నిహితబంధువు.

Nomad = దేశదిమ్మరి.

Nominal = నామినల్; పేరునకుమాత్రము; నామకార్థమైన.

Nominal Exchange = నామినల్ ఎక్స్ఛేంజి; ఏసమయమునందుగాని ఆయాదేశముల నాణెములకుగల తాత్కాలిక గిరాకీనిబట్టి గాక ఆయా

చలామణుల 'పార్' విలువలనుబట్టి యేర్పడు మారకము. ఇది దేశాంతర వ్యాపారమునకు సంబంధించినది.

Nominate = పేర్కొను; నియమించు; ఒకస్థానమునకు ఏర్పరుచు; నామినేటుచేయు.

Nomination = నామినేషను; నిర్ణామకము; నామనిర్దేశకరణము; పేర్కొనుట; నియమించుట.

Nominee = నామినీ; నియుక్తుడు; నియోజితుడు; నియమింపబడినవాడు; నియోగింపబడినవాడు; పేర్కొనబడినవాడు.

Non-appearance = గైరుహాజరు; లేకపోవుట; రాకపోవుట; పిలువబడినప్పుడు కనుబడక పోవుట.

Non-Cognizable = పట్టుబడదగని; విజ్ఞేయావర్జమైన; పోలీసువారు విచారణచేయ నక్కరలేని(అపరాధములు.)

Non-Conformist = నాన్‌కన్ఫార్మిస్టు; స్వమతాచార హీనులగు క్రైస్తవులు.

Non Co-operation = సహాయనిరాకరణము; సహకార నిరాకరణము.

Non-Credit Co-operation = పరపతీతర సహకారము; ఋణము లిచ్చు పద్ధతి గాక తక్కిన సహకార పద్ధతులు.

Non-feasance = కర్తవ్యాకరణము; చేయవలసిన కార్యము చేయక పోవుట.

Non intervention = తటస్థపద్ధతి, జోక్యము కలిగించుకొనని పద్ధతి.

Non-joinder = నాన్‌జాయిండరు దోషము; చేర్చని లోపము; చేర్చవలసిన అర్థ్యులను చేర్చకపోవుటవలన శాస్త్రప్రకారము దావాకు భంగము కల్గును. అట్లు చేర్చని దోషము.

Non-liable = జవాబు దారీలేని; బాధ్యతలేని.

Non-occupancy Ryot = అనుభవపు హక్కులేని రైతు; భూమిలో జిరాయితీ హక్కులేని రైతు.

Non-official = ఉద్యోగేతరులు; అనుద్యోగులు.

Non-official Visitor = అనధికారద్రష్ట; అనధికారపరీక్షకుడు; విజిటరు.

Non-Parliamentary or Presidential Government = పార్లమెంటు బాధ్యతలేని ప్రభుత్వపద్ధతి; అధ్యక్షపరిపాలనము; నాన్ పార్లిమెంటరీ ప్రభుత్వము లేక అధ్యక్షప్రభుత్వపద్ధతి; కార్యనిర్వాహకవర్గస్వభావమునుబట్టి ఈ తారతమ్యము కలుగుచున్నది. పార్లిమెంటరీ లేక (కాబినెట్టు) మంత్రిమండలి పద్ధతియందువలె శాసనసభకు బాధ్యతకలిగి శాసనసభవారి విశ్వాసము గోల్పోవగనే పదవులకు రాజీనామానిచ్చు మంత్రివర్గముగాక, శాసనసభకు బాధ్యతవహింపక కార్యనిర్వాహక ముఖ్యుడగు అధ్యక్షునకే బాధ్యత వహించు పరిపాలకవర్గముగల ప్రభుత్వము. దీనికి స్థిరకార్యనిర్వాహకవర్గము (Fixed Executive) అని పేరు. ఉ:– అమెరికా సంయుక్తరాష్ట్రముల అధ్యక్షునియందే ఆదేశ ప్రభుత్వకార్యనిర్వహణాధికారమెల్ల నెలకొల్పబడినది. ఆదేశములో అధ్యక్షుని ఎన్నిక జరుగునవగనే రాష్ట్రములలోని వివిధరాజకీయ పక్షములవారు తమతమ అధ్యక్షక అభ్యర్థులను ప్రేరేపింతురు. రాష్ట్రములకు కాంగ్రెసులో గల ప్రతినిధుల సంఖ్యను బట్టి ఆయారాష్ట్రము లొక ప్రత్యేక నియోజకవర్గమును ఎన్నుకొనును. ఈ నియోజకులే అధ్యక్షుని ఎన్నుకొందురు. ఇట్లు అధ్యక్షుడు ప్రజలచే తిన్నగా ఎన్నుకొనబడుట వలన నతడు ప్రజాప్రతినిధిగా నున్నాడు. అతడు కార్యనిర్వాహకమంత్రులను సెనేటుసభవారి అనుమతితో నియమించును. ఈ మంత్రు లతనికే బాధ్యత వహించి యుందురు. అధ్యక్షుడు వారిని తొలగించవచ్చును. అధ్యక్షుడు గాని మంత్రులుగాని కాంగ్రెసు శాసనసభలో కూర్చుండరాదు, మాటాడరాదు. ప్రభుత్వవర్గముపైన కాంగ్రెసునకు అధికారములేదు. మంత్రుల

పైన దోషారోపణచేసి విచారించు హక్కు (Impeachment) తప్ప కాంగ్రెసుకు ఇతరహక్కులేదు. అయితే మంత్రుల కార్యాచరణము పైన రాజ్యాంగనియమములను బట్టి కాంగ్రెసుకు కొన్ని నిర్దిష్ట అధికారములు కలవు. తన మంత్రివర్గమువారు నిర్వహించు ప్రభుత్వవ్యవహారములనుగూర్చి అధ్యక్షుడు కాంగ్రెసుకు ప్రతియేటను అప్పుడప్పుడును వర్తమాన మంపుచుండును. మంత్రులకు సమష్టిబాధ్యత లేదు. అనగా ఒక మంత్రిని తొలగించినగాని రాజీనామా నిచ్చినగాని తక్కినవారు రాజీనివ్వవక్కరలేదు. వీరిసలహాను గైకొనవలెనను నియమము అధ్యక్షునకు లేదు. కాంగ్రెసు ఉభయశాసన సభలు తీర్మానించినను అధ్యక్షుని చేవ్రాలు లేనిదే శాసనము చెల్లదు. ఒకమారు ఎన్నుకొనబడిన అధ్యక్షుడు నాలుగేండ్లధికారము కలిగియుండును. అతడే ప్రధానసేనాని. యుద్ధము ప్రకటింపవచ్చును. రాజ్యాంగ వ్యవహారములలో అధ్యక్షుని కార్యనిర్వహణాధికారమునకును కాంగ్రెసువారి శాసన నిర్మాణాధికారమునకును తగవు వచ్చినచో రాజ్యాంగధర్మము సిద్ధాంతీకరించి తగవుదీర్చు సంస్థ న్యాయపరిపాలనాధికారముగల 'ఉన్నత న్యాయసభయే. వీరితీర్పు తిరుగులేనిది.

**Non-resident** = కాపురము లేనివాడు; అస్థానికుడు; పరస్థానికుడు.

**Normal** = నార్మలు; క్రమమైన; యథాస్థితి; యథానుక్రమ; క్రమానుగత.

**Normans** = నార్మనులు: ఇంగ్లాండులో పూర్వము వచ్చి నెలకొనిన జాతి

**Notary Public** = నోటరీ పబ్లికు: పత్రములను ధ్రువపరచు ప్రభుత్వాధికారి; హుండీతృణీకారపు ఫిర్యాదులు నమోదుచేయును.

**Note** = నోటు; చిన్నచీటి; పత్రము; యాదాస్తు; జ్ఞాపకార్థపు వ్రాత; షరా.

**Note-book** = నోటుబుక్కు; యాదాస్తుపుస్తకము; జ్ఞాపకముకొఱకు వ్రాసుకొను పుస్తకము.

**Notice** = నోటీసు; ప్రజ్ఞాపన; సూచన; తాఖీదు; ప్రకటన.

**Notice of Dishonour** = తృణీకారపు నోటీసు; హుండీ నిరాకరింపబడెనను సూచన; ఒక హుండీ తృణీకరింపబడెనని పత్రివాస్తుడు లేక హుండీ దారుడు ఆ హుండీ ఎవరి చిరునామాకు వ్రాయబడెనో అతనికిని దాని కీలిని బరాతపు లేక బదలాయింపుసూచన (ఎండార్సుమెంట్లు) చేసిన వారికిని తెలియపరచుట. ఈనోటీసు నొసగని వారికి బాధ్యతయుండదు.

**Notice to produce** = హాజరు పరచుటకు నోటీసు; హాజరు పరుపవలసిన దని కోరునోటీసు.

**Notification** = నోటిఫికేషను; ప్రసిద్ధీకరణము; సూచనాప్రకటనము తెలియపరుచుట; చాటింపు.

**Notify** = నోటిఫై; ప్రకటించు; ఎఱుకపరుచు; తెలియజేయు.

**Notion** = అనుభవము; కల్పన; భావము; తలంపు.

**Novation** = నూతనఒడంబడిక: తాజాఖరారు; హవాలా; హవాల్తీ; దీనికి అసలుదారుడు, క్రొత్తవాగ్దానకర్త, గ్రహీతయు నంగీకరింపవలెను.

**Nudam Pactum** = ప్రతిఫలరహితపు టొడంబడిక; (చెల్లదు)

**Nuisance** = న్యూసెన్సు; పీడ; ఉపద్రవము; కంటకము; బాధ; అసహ్యకరమైనది.

**Nuisance (private)** = వ్యక్తిసంబంధమైన పీడ.

**Nuisance (public)** = సార్వజనికబాధ; లోకకంటకత్వము.

**Null and Void** = నిరర్థకము; అప్రమాణము; నిష్ఫలము; నిష్ప్రభావము; చెల్లనిది.

**Number** = నెంబరు; సంఖ్య; రాశి మొత్తము.

**Numismatics** = నాణెములనుగూర్చిన శాస్త్రము; రూప్యశాస్త్రము.

**Nurse** = నర్సు; వైద్యాలయోద్యోగిని; స్త్రీపరిచారిక; దాది; (హిం) దాయి.

# O

**Oath** = శపథము; ప్రమాణము.

**Obiter Dicta** = అబిటర్ డిక్టా; న్యాయాధిపతులతీర్పులలోని అప్రస్తుత ప్రశంస.

**Obituary** = అబిచ్యుయరి; స్మృతి; చనిపోయినవానిని గూర్చిన వ్రాత.

**Object** = (నామ) ప్రయోజనము; ఉద్దేశము (క్రి) ఆక్షేపించు.

**Objection** = ఆక్షేపణ: ప్రతిబంధము.

**Obliteration** = కనపడకుండా తుడిచివేయుట.

**Oblong** = దీర్ఘచతురస్రము.

**Obscene** = అశ్లీలము; అవాచ్యము; బూతు.

**Observation** = అవలోకనము; ప్రవచింపబడినసంగతి.

**Observatory** = నక్షత్రగణితశాల; నక్షత్రపరిశోధనశాల.

**Obstruction** = అవరోధము; అటంకము; నిరోధము; అడ్డుపాటు; అడ్డుకట్టు; అడ్డగించుట; ప్రతిబంధించు.

**Obtained by Inheritance**= క్రమాయాతము; క్రమాగతము; వారసత్వమువల్ల రాబడినది.

**Obtained by sale** = క్రీతము; విక్రయము పొందబడినది.

**Obverse** = (1) ప్రతిలోమ; (2) రెండవప్రక్క.

**Occasion** = సమయము; కారణము; అవకాశము; సందర్భము.

**Occupancy Ryot** =అక్యుపెన్సిరైతు: జిరాయితీహక్కుగలరయితు; అనుభవపుహక్కుగలరైతు.

**Occupation** = (1) వృత్తి; వ్యవహారము; (2) ఆక్రమణము.

**Occupier** = భుక్తదారు; అనుభవదారుడు; కాపురమున్నవాడు.

**Occurence** = సంభవము; సంభవించుట; జరిగినది; నేరము.

Octroi Duties = ఆక్ట్రాయిపన్నులు; మునిసిపలు (నగర) సుంకములు; నగరములోనికి వచ్చు సరకుల పైన పన్నులు.

Odd = బేసి.

Offensive traders = పీడాకర వ్యాపారపరులు.

Offer and Acceptance = సూచన, అంగీకారము; ఇవిరెండు కలిసిననే ఒడంబడిక యగును.

Office = ఆఫీసు; కచ్చేరి; ఉద్యోగశాల.

Office Bearer = హోదాదారుడు; అధికారి; పదవిదారుడు; అధికారవర్గములోనివాడు;

Officer = ఆఫీసరు; అధికారి; ఉద్యోగి.

Official = ఆఫీషియల్; ఉద్యోగపు; అధికార సంబంధమైన; కచ్చేరిసంబంధమైన,

Official Letter = (ప్రా) అధికారలేఖ.

Officiating = అఫీషియేటింగ్; మఱియొకనికి బదులుగా పనిచేయు.

Old Offender = కేడీ; పాత నేరస్థుడు.

Old waste = ప్రాతబంజరు.

Oligarchy = అల్పజన పరిపాలనము; అల్పజనాధిపత్యము; శిష్టజన సత్తాకము; కొద్దిమంది నిర్వహించు ప్రభుత్వము.

Omission = కర్తవ్య ఉపేక్ష; కర్తవ్యాకరణము; చేయవలసినది చేయక పోవుట; లోటుపాటు; లోపము.

On behalf = తరఫున; పక్షమున.

On Demand = ఆన్ డిమాండ్; అడిగిన తత్క్షణమే.

'On Presentment' Bill = చూపించగానే చెల్లించవలసిన హుండీ.

Onerous Bequests = జవాబుదారీ దానము; చాల జవాబుదారీగల దానపరిగ్రహణము; జవాబుదారీ వహించు పద్ధతితో నివ్వబడిన దానము.

One's own duty = స్వధర్మము.

One's ownness = స్వత్వము.

One who desires or demands = సాపేక్షకుడు; అక్కరగలవాడు.

Onus = రుజువుచేయు జవాబుదారీ, బాధ్యత; బుజాభారము.

Open Battle = (ప్రా) ప్రకాశయుద్ధము.

Open Credit = ఓపెన్ క్రెడిటు; ఎట్టి హామీయు లేకుండగనే ఖాతాదారుకు బ్యాంకరిచ్చు పరపతి.

Opening Balance = ఉతారుబాకీ; చిఠా, లేక, ఖాతా మొదటి నిలువ.

Operate = (1) చెల్లుబడి; అమలుకలిగియుండు; (2) వ్యవహరించు; (3) శస్త్రముచేయు.

Operations = ఆపరేషన్సు; (1) వ్యాపారక్రియలు; పరికర్మములు; వ్యవహరించుట; అమలులోపెట్టుట; (2) శస్త్రచికిత్సలు; అంగచ్ఛేదములు.

Oppose = అపోజ్; ఎదిరించు; ప్రతికూలముగ మాటాడు; ఆటంకపరుచు.

Opposites = పరస్పర విరుద్ధములు.

Opposite side = ప్రతికక్షి; ప్రతిపక్షము; ఎదిరిపక్షము.

Opposition = అపోజిషన్: ఆక్షేపణ; ప్రతికూలము; ప్రాతికూల్యము ఎదిరించు; ఎదిరిపక్షము; వ్యతిరేకపక్షము.

Oppression = జులుము; బాధించుట.

Optholmology = నేత్రవైద్యము.

Optional = ఐచ్ఛిక; ఏదోయొకటి నిర్ణయించుకొనుట. వరణకు అవకాశము

Order = (1) ఆర్డరు; ఉత్తరువు; ఆజ్ఞాపత్రము; (2) క్రమము.

Orders in Council = కవున్సిలు ఆర్డరులు; ప్రీవీకవున్సిలు సభాయుతుడగు రాజు జారీచేయు ఆజ్ఞలు.

Order of Priority = పురోగామ్యాధికారము; ముందువెనుకల వరుస.

Ordinance = ఆర్డినెన్సు; శాసనవిధి; చట్టతుల్యమగు అవసరపు ఉత్తరువు.

Ordinary sense = సాధారణమైన అర్థము.

Organisation = నిర్మాణము: వ్యవస్థ; సంస్థ; ఏర్పాటు.

Organs = అవయవములు; అంగములు.

Original = ఒరిజినలు: అసలు; ప్రాతిపదిక; ఆది, మొదటి.

Original Jurisdiction = అసలు విచారణాధికారము.

Original Petition = ఒరిజనలు పిటీషను; అసలుదరఖాస్తు; ఇది ఓ. పి. (O. P.) అని పిలువబడు సివిలుఅర్జీ.

Original Suit = ఒరిజనల్ సూటు; అసలుదావా; ఓ. ఎస్. (O. S.) అని పిలువబడు వ్యాజ్యము.

Orphanage = ఆర్ఫనేజి; అగతిక శిశురక్షణశాల; అనాథ బాలబాలికా శరణాలయము.

Ostensible Owner = బాహ్యరంగ స్వత్వాధికారి; పైకికనబడు హక్కుదారుడు.

Out Door relief = గృహముల వెలుపల నొసగు సహాయము; ఉపకారము.

Out and out sale = పరిష్కారమైన విక్రయము; పరిపూర్ణమైన విక్రయము.

Out lay = పెట్టుబడి; మొత్తముఖర్చు.

Out put = ఫలోత్పత్తి; ఒకపనివల్ల జరిగిన మొత్తముపని.

Outrabge = బలాత్కారము; రాక్షసకృత్యము: దౌర్జన్యముచేయు; బలాత్కారముగా; ఉపద్రవముచేయు.

Out standing = నిలిచియున్న; నిలువయున్న.

Over Capitalisation = ఓవర్ కాపిటలైజేషన్; ఒక వ్యాపారమునకు సంపాదించు చందాధనముకన్న వడ్డీ చెల్లించవలసిన పెట్టుబడి అధికమైపోయినచో అట్టిస్థితి కీపద ముపయోగింతురు.

**Over Centralisation** = అత్యధిక కేంద్రీకరణము.

**Over draft** = ఓవర్ డ్రాఫ్టు; హెచ్చువాడకము; పరపతికిమిౘి వాడు కొనినసొమ్ము; ఖాతా హక్కుగల సొమ్ముకంటె హెచ్చుపుచ్చుకొనుట.

**Over due** = ఓవర్డ్యూ; బకాయి; నిలువబాకీ; వాయిదా మీరినబాకీ.

**Over due Instalment** = బకాయికిస్తీ.

**Over head Price** = All round Price.

**Over lord** = అధిరాజు.

**Over Production** = అమితోత్పత్తి; మితిమీరిన ఉత్పత్తి.

**Over Seas Dominions** = సముద్రాంతర, దేశాంతర రాజ్యములు.

**Over Seas Trade** = సముద్రాంతర, లేక దేశాంతరవ్యాపారము.

**Owner** = ఖామందు; స్వంతదారు; యజమాని.

**Ownership** = స్వత్వము; హక్కు; స్వామ్యము; యజమానత్వము; కర్తృత్వము; స్వామిత్వము.

# P

**Pact** = ఒడంబడిక; సమయము.

**Paid up Capital** = వసూలైన మూలధనము; చెల్లింపబడిన మూలధనము.

**Paleolithic age** = ప్రాచీనశిలాయుగము.

**Pale** = ఆవరణ; ప్రదేశము ఐర్లాండులో ఆంగ్లేయుల పలుకుబడి ప్రదేశము.

**Papacy** = పేపసీ; పోపుయొక్క అధిపత్యము.

**Paper Currency** = కాగితపు చలామణి.

**Par** = పారువిలువ; పత్రముదాఖలా విలువ మొత్తము; ఒకహుండీ మొత్తము వట్టములేక అమ్మడుపోయినచో బరాబర్ పారువిలువ; తగ్గినచో పారుకు తగ్గిఅందురు. హెచ్చినచో పారుపైబడి, అందురు.

**Paragraph** = పేరాగ్రాఫు; పేరా; విభాగము; పరిచ్ఛేదము; కొన్ని వాక్యముల సముదాయము.

**Parallel lines** = సమానాంతరరేఖలు.

**Paramount Power** = శ్రేష్ఠాధికారము; సర్వాధికారము; ఆధిపత్యము.

**Paramount Sovereign** = రాజాధిరాజు.

**Paramount Title** = శ్రేష్ఠస్వామ్యాధికారము; విశిష్టస్వత్వము; అందరి కన్న గట్టిహక్కు కలిగియుండుట; దావాలో కక్షిదారులద్వారా గాక యితరవిధముగా హక్కు గలిగియుండుట.

**Parasite** = ఆర్జనజీవి; ఇంకొకదానిపైన జీవించు జీవి; తాము శ్రమపడక అన్యులశ్రమపైన జీవించువారు.

**Pardon** = క్షమాపణ; (హిం) మాఫీ; మన్నింపు; క్షమింపు.

**Parish** = పారిషు: పేస్టరు అనబడు క్రైస్తవాచార్యునిక్రింద నుండు ఫిర్కాకు (ప్రదేశమునకు) పేరు.

**Park** = పార్కు; ఉద్యానవనము.

**Parliament** = పార్లిమెంటు; పార్లమెంటు; రాజు, కామన్సుసభ, ప్రభువులసభ కలిసినది; అనువిచారణమంత్రణసభ; ఆంగ్లరాజ్యాంగ పద్ధతిలో సర్వాధికారములుగల సంస్థ. ఇది స్థిరముగా సమావేశమై పనిచేయు సంస్థ కాదు. దీనిని సమావేశపరచుటకు విలయముచేయుటకు రాజునకధికారము కలదు. అతడు మంత్రిమండలిసలహాతో నట్లు చేయుచుండును. పార్లమెంటులోని కామన్సు ప్రజాప్రతినిధుల సభలో క్రొత్తఎన్నికలు జరిగినది మొదలు ఐదుసంవత్సరములవరకు ఒకేపార్లిమెంటు అమలులోనుండును. ఈకాలములో కామన్సుసభయు ప్రభువుల సభయు అప్పుడప్పుడుసమావేశమగుచు శాసననిర్మాణము, చర్చలు జరుపుచుండును. ఒక సమావేశము నుండి ఇంకొకనాటికి వాయిదావేయుట "ప్రోరోగు" (Prorogue) చేయుటయందురు. ఉన్న పార్లిమెంటును చాలించి క్రొత్తఎన్నికలు జరుపుటకు నిశ్చయించుట, (Dissolve) విలయముచేయుట యందురు.

కామన్సుసభయు, ప్రభువులసభయు తీర్మానించినగాని శాసనములు ధర్మప్రమాణములు కాజాలవు. ప్రభువులసభలో వంశ పారంపర్యముగల ప్రభువులెల్లరును సభ్యులే. దీని కింతమందికన్న హెచ్చుసభ్యు లుండరాదను నియమములేదు. నేడు 700 మంది కలరు. రాజు అప్పుడప్పుడు ప్రభువులను సృజింపవచ్చును. ఉన్నత న్యాయాధిపతులలో కొందరిని ప్రభుసభలో యావజ్జీవ సభ్యులుగా నియమించును. ఈసభకు లార్డుఛాన్సిలరు అధ్యక్షుడు. కామన్సుసభవారితోపాటు, ప్రభువులసభయు శాసననిర్మాణాధికారము కలిగియున్నది. ప్రభువులసభ ఇంగ్లాండుదేశమున పరమోన్నత న్యాయస్థానము. సివిలు అప్పీళ్లను దేశద్రోహములను విచారించును.

కామన్సుసభలో 615 సభ్యులున్నారు. వీరు దేశములోని ఎన్నికవర్గములవలన ఎన్నుకొనబడిన ప్రజాప్రతినిధులు. దీని అధ్యక్షునకు 'స్పీకర్' (Speaker) అని పేరు. శాసనవ్యవహారములు ఉభయసభల వలన తీర్మానింపబడవలెను గాని దేశవ్యయమునకు గావలసిన ద్రవ్యసంబంధపు చట్టములు (Money Bills) కామన్సులోనే ప్రతిపాదింపబడవలెను. ఈశాసనములను మార్చుటకు ప్రభువులసభకు హక్కులేదు. ద్రవ్యసంబంధచట్టమును ప్రభువులసభవా రొక నెలలో ఆమోదించనిచో దీనిని కామన్సుసభవారు రాజునకంపి సమ్మతిపొందినచో నది శాసనమగును. ఏది ద్రవ్యసంబంధమో నిర్ణయించు నధికారి స్పీకరే. ఒకసభ్యుని ఫిర్యాదు వలన గాని విజ్ఞాపనవలనగాని ఉపపాదనవలనగాని కామన్సుసభలో చర్చకు తీసికొనివచ్చుటకు వీలులేని విషయమే లేదు. పార్లిమెంటు సభ్యులకు సాలుకు 400 పౌనుల వేతనమివ్వబడును. ( See Cabinet System; English Constitution-Dominion Status.

**Parliamentary Government** = పార్లిమెంటు ప్రభుత్వవిధానము; ఇంగ్లండు ప్రజాప్రతినిధి ప్రభుత్వపద్ధతి; ప్రజలచే ఎన్నుకొనబడిన శాసన

సభలోని అధిక సంఖ్యాకపక్షము వారిలో ముఖ్యులే మంత్రిమండలి (కార్యనిర్వాహకవర్గము) గా నియమింపబడి పరిపాలనాధికారము కలిగి యుందురు. ఈ పరిపాలకవర్గము ప్రజాప్రతినిధి సభకు బాధ్యతకలిగి యుండును. ముఖ్యపరిపాలనాంశము లెల్ల శాసనసభలో తీర్మానింప బడును. ప్రజాప్రతినిధి సభయొక్క విశ్వాసమును గోల్పోయిన మంత్రులు తమ పదవులకు రాజీనామానిచ్చి తొలగవలయును లేదా శాసన సభను విలయముచేసి క్రొత్తయెన్నికలు జరుపవలెను. అప్పుడు మరల నీ మంత్రుల పక్షమువారుగాని ఇతర పక్షమువారుగాని శాసనసభలో అధిక సంఖ్యాకబలముకలిగి యుండవచ్చును. ఇతర పక్షీయు లధికసంఖ్యాకు లైనచో ఆ క్రొత్త పక్షమువారినుండి మంత్రులు నియమింపబడుదురు. ప్రజలకు వ్యక్తిస్వాతంత్ర్యము వాక్స్వాతంత్ర్య మున్నందున పార్లమెంటులోని చర్చలు ప్రజల విమర్శకు పాత్రములై యుండి ప్రభుత్వము ప్రజాభిప్రాయమునకు లొంగియుండును. (చూ: అధినివేశ స్వరాజ్యము)

**Parliamentary or Cabinet System** = పార్లమెంటు రాజ్యాంగవిధానము; కాబినెట్టు పరిపాలనము; బ్రిటీషుమంత్రుల పరిపాలనావిధానము. (చూడు పార్లిమెంటు ప్రభుత్వము; కాబినెట్టు)

**Parol** = నోటిమాట; మాజువాణీ.

**Parole** = పెరోలు: హామీ; ప్రూచీ; పారిపోవనని మాట యిచ్చుట; (ఇట్టి వాగ్దానమునకు పెరోలు అని పేరు).

**Particle** = నలుసు; సూక్ష్మవస్తువు.

**Particulars** = తఫ్సీలు; వివరములు; వివరణములు.

**Partisans** = పక్షస్థులు; పక్షీయులు.

**Partition** = పార్టిషన్: విభజనము; ఆస్తివిభాగము; పంపిణీ; కుటుంబ పంపిణీ; (Partial-Partition) పక్షవిభాగము; కొంతపంపిణీ.

Partition Deed = పార్టిషన్ డీడ్; భాగలేఖ్యము; పారీఖత్తు; పంపిణీ సమాఖ్య; పంపిణీ దస్తావేజు.

Partner = పార్ట్నరు; పాలిభాగస్థుడు. పాలికాపు.

Partnership = పార్ట్నర్షిప్పు; భాగస్వామ్యము; ఉమ్మడి పాలివ్యాపారము; పాలివ్యాపారము; పాలికాపుతనము.

Part payment = కొంతచెల్లు; కొంతవసూలు; మింజుమలె వసూలు.

Part performance = ఒక వ్యవహారములో కొంతకర్తవ్యమును నిర్వహించుట; ఒక ఒడంబడికలోని షరతులలో కొన్ని అమలు జరుపుట.

Party = పార్టీ; (1) కక్షిదారుడు; (2) ఒకపక్షమువారు; ఒకకక్షివారు.

Party System of Govt. = పార్టీపద్ధతి ప్రభుత్వము; ఇంగ్లాండులోవలె ఏరాజకీయ పక్షమునకు పార్లమెంటులో బలాధికసంఖ్య యుండునో వారి ప్రతినిధులే మంత్రులయి రెండవపక్షమువారు ప్రతికూలపక్షమున నుండు రాజ్యాంగపద్ధతి. (see Cabinet System)

Pass Book = ప్యాస్ బుక్కు: బ్యాంకిసిత్తెపుస్తకము; బ్యాంకిలో వేయబడు, తీసికొనబడు సొమ్మెంతయో తెలియజేయబడుటకై బ్యాంకువారిచ్చెడి పుస్తకము. బ్యాంకుచలానాపుస్తకము.

Passenger on a ship = కలమరి; ఓడప్రయాణీకుడు.

Passing a decision = (ప్రా) వివేచనముజేయు; తీర్పునిచ్చుట.

Pass ports = పాస్ పోర్టులు; (ప్రా) ముద్ర; అధికారపత్రము; రహదారీఫర్మానా: రాధారిచీటీ.

Pass word = సంకేతశబ్దము; సంకేతపుమాట.

Passive Resistance = సాత్త్వికనిరోధము; సత్యాగ్రహము.

Past = గడచిపోయిన, జరిగిపోయిన; గుజస్తా.

Past Profits = గతఫలసాయము; దావాకుపూర్వము ఫలనష్టము.

Pastimes = క్రీడలు.

Pastural = పాశుపాల్యము; పశుపాలనము.

Pasturisation = పాశ్చురైజేషను; శుద్ధి; పాలుపులియకుండ 140 డిగ్రీలకు వెచ్చజేసి యుంచు శుద్ధపద్ధతి.

Patent = పేటెంటు (1) వస్తువులందుగల స్వామ్యము; అసామాన్యాధికారము; విశిష్టాధికారపత్రము; వస్తుహక్కుసన్నదు; నూతనకల్పనాధికారపత్రిక; (2) స్పష్టమైన.

Patent Ambiguity = ప్రత్యక్షదోషము; పైకికనబడు లోపము; బహిరంగ సందిగ్ధత.

Patents and Designs Act = పేటెంటులు డిజైనులచట్టము; వస్తురూపస్వామ్యము, నమూనాచిత్రకల్పనలను గూర్చిన చట్టము; నూతనకల్పనాధికారపత్రికల చట్టము.

Patrol = పెట్రోలు; గస్తు, గస్తిదిరుగుట.

Patronage = సన్మానము; ప్రాపకము; సాహాయ్యముచేయు.

Pauper = పాపరు; నిరాధారుడు; బికారీ; దావాకు స్టాంపు చెల్లించలేనివాది.

Pauperism = పాపరిజమ్: పాపరైనస్థితి; బీదరికము.

Pawn = కుదువ; తాకట్టు.

Pawn-broker = పాన్‌బ్రోకరు; కుదువబాకీదారుడు; తాకట్టుపైన అప్పిచ్చువాడు.

Payable on demand = అడుగగానే చెల్లించవలసిన; దర్శనచలామణీ;

Payee = పేయీ; గ్రాహకుడు; గ్రహీత; సొమ్ముపుచ్చుకొనువాడు; ఎవరికి చెల్లించవలెనో వాడు, స్వీకర్త, పైకము చేరవలసినవాడు.

Payer = దాయకుడు. ఇచ్చువాడు; సొమ్ముచెల్లించువాడు.

Payment = చెల్లు; సొమ్ముఇచ్చుట; పరిష్కారము.

Payment out of Court = కోర్టువెలుపల చెల్లుబడి; కోర్టుయెరుకటగాని పరిష్కారము; ప్రైవేటు పరిష్కారము.

Payment Schedule; Payment Slip or Paying in Slip= పేమెంటు షెడ్యూలు; ఇర్సాలునామా; చలానా; పంపబడిన రూకలపట్టి.

Pay to the order of = ఉత్తరువు పొందినవారికి చెల్లించు.

Peace and Order = శాంతి, క్రమపద్ధతి, నెమ్మది, సమస్థితి, క్రమస్థితి.

Peace Union = శాంతిసమయము; శాంతిసంఘము; శాంతిసమితి.

Peasant and worker = కాపు, కష్టజీవి; కర్షకుడు; కర్మకరుడు; సేద్యగాడు, పనివాడు.

Pecuniary benefit = ద్రవ్యసంబంధమైన ప్రయోజనము, ద్రవ్యసంబంధి కారము; లాభము.

Pecuniary Jurisdiction = పిక్యూనియరీ జూరిస్డిక్షను; చట్టమునుబట్టి కొంతమొత్తమువరకు ఒక్కొకకోర్టువారు విచారించుటకు వీలుండును; అట్టి ద్రవ్యసంబంధ నియమాధికారమునకీపేరు.

Pecuniary Legatee = పిక్యూనియరీ లెగటీ; ధనదానగ్రాహకుడు; మరణశాసనద్వారా చేయబడిన ధనదానము పొందినవాడు.

Peerage = ప్రభుపరంపర.

Peers = తుల్యులు; ప్రభువులు.

Penal = పీనలు; అపరాధపు; దండార్హ; శిక్షాసంబంధమైన.

Penal Code = పీనలుకోడ్డు; దండనస్మృతి; శిక్షాస్మృతి.

Penalties = పెనాల్టీలు; శిక్షలు; దండనలు; అపరాధములు; మొదట స్టాంపు లేకుండగాని తక్కువ స్టాంపుతోగాని వ్రాయబడు దస్తావేజునకు విధింపబడు అపరాధకొత్తము.

Pendente lite = See Lispendens.

Pending = పెండింగు; దావామధ్య; జరుగుచుండగా; నడుచుచున్న; అమలులోనున్న.

Pending decision = తీర్మానమును నిరీక్షించు; తీర్పు చేయులోగా.

**Pending proceedings** = మధ్యాంతరీయ వ్యవహారము; దావాగ్రంథము పూర్తిగాకుండ; జరుగుచుండు సమయములో.

**Penitentiary** = పెనిటెన్షియరి; ప్రాయశ్చిత్తబంధనాగారము; కారాగృహము.

**Pension** = పెన్షను; పింఛను; ఉపకారవేతనము.

**People in the State** = ప్రకృతి; రాజ్యప్రజ.

**Per capita** = తల ఒకటింటికి.

**Percent; Percentage** = శాతము; నూటికివంతులు; డోకడా; శేకడా.

**Perception** = ప్రత్యక్షము; నిర్వికల్పజ్ఞానము.

**Performance** = నెరవేర్చుట; చేయుట; జరుపుట.

**Performance of a contract** = ప్రతిజ్ఞానిర్వహణము; ప్రతిజ్ఞానియమపాలనము; ఒడంబడికను నెరవేర్చుట.

**Period** = కాలము; వ్యవధి; గడువు.

**Periodical** = (1) అనుకాలిక; కాలక్రమానుగుణము; అప్పుడప్పుడు; (2) వార్తాపత్రిక; ప్రకటనము.

**Period of Limitation** = కాలావధి.

**Perjury** = తప్పుసాక్ష్యము; అబద్ధపుసాక్ష్యము.

**Permanent settlement** = పర్మనెంటు సెటిల్‌మెంటు; శాశ్వతరివిన్యాపైసలా; శాశ్వత బందోబస్తు; శాశ్వత శిస్తుబందీ; ఇది చెన్నరాజధానిలో 1802 లో జరిగినది.

**Permission** = పర్మిషను: అనుమోదనము; అనుమతి; అంగీకారము; సెలవు; ఉత్తరువు.

**Permissive possesion** = అనుమోదక భోగము, భుక్తము; హక్కుదారుని యనుమతిపైన నాధారపడిన అనుభవము.

**Permit** = పర్మిటు; అనుమతి: ఫర్మానా చీటీ.

Permutation = వినిమయత; మార్పుచేయబడుట; ఫిరాయింపు.

Perpetual = నిరంతరము; శాశ్వతము.

Perpetual Injunction = పెర్పెచ్యుయల్ ఇంజెంక్షను; శాశ్వతానేధము. శాశ్వతముగా నిరోధించునట్టిగాని శాసించునట్టిగాని ఉత్తరువు.

Perpetual Succession = శాశ్వత పారంపర్యత్వము; ఒకకంపెనీ తన అధికారవర్గముద్వారా శాశ్వతముగా నిట్టియధికారమును కలిగియున్నది.

Persons Claiming through a member = ఒకసభ్యునిద్వారా హక్కులు కలిగినవారు.

Personal Appearance = స్వయంహాజరు; స్వయముగా హాజరగుట.

Personal Hygiene = వ్యక్తిసంబంధ శౌచము.

Personal Liability = ఆసామీ జవాబుదారీ లేక సొంతపూచీ; స్వంత బాధ్యత; ప్రత్యక్షబాధ్యత; బాకీ రాబట్టుకొనుటకు ఆస్తివలననే గాక మనుష్యుని చెఱసాల కంపుటకు వీలైనహక్కు.

Personal Security = నఫరుజామీను; మనిషిహాజరు, హామీ.

Personal Wealth = ఆత్మసంపద.

Persuasion = అనూనయము; సమ్మతింపజేయుట.

Persuasiveness = వశీకరణ సామర్థ్యము.

Petition = పిటీషను; విన్నపము; అర్జి; మనవిపత్రము.

Petition of right = ఆంగ్లప్రజల హక్కులు స్థిరీకరించిన విజాపనము.

Petitioner = పిటీషనరు; మనవిదారుడు; అర్థి; అర్జీదారుడు.

Petroleum = పెట్రోలియము: పెట్రోలు.

Petty Cash = చిల్లరనగదు.

Pharmacopoeia = ఫార్మకోపియా; (1) భేషజకల్పనూత్రసంహిత; ఔషధగ్రంథము. (2) ఔషధముల (సంగ్రహము) స్థాను.

Physical = ఆధిభౌతికము; ప్రకృతి సంబంధమైన.

Picketting = పికెటింగు; ధరణా; సవినయ నిరోధము.

Pilgrim Fathers = పిల్గ్రిం ఫాదర్సు; పూర్వకాలమున మతస్వేచ్ఛ నాశించి దేశాంతరములకు వలసకేగిన క్రైస్తవధీరులు;

Place of suing = దావా వేయు ప్రదేశము.

Plague = ప్లేగు; మహామ్మారి; బొబ్బలవ్యాధి.

Plaint = ప్లయింటు; ప్రతిజ్ఞ; ఫిర్యాదు; దావా.

Plaintiff = వాది; అర్థి; అభియోక్త; స్తోభకుడు; ఆవేదకుడు; (ప్రా) ప్రశ్ని.

Plea = వాదన.

Pleader = ప్లీడరు; న్యాయవాది.

Pleadings = ప్లీడింగులు; వాదనలు: ఉభయపక్షములవారి లిఖితవాదనలు

Plea of guilty = ముద్దాయి నేరము నంగీకరించుట; దోషిననుట.

Plea of 'not guilty' = నిర్దోషినని వాదించుట; నిర్దోషిననుట.

Plebiscite = ప్లెబిసైట్; సర్వజనతీర్మానము. ప్రజాభిప్రాయసూచన; ప్రజాసమ్మతి. పూర్వము నెపోలియన్ సర్వాధికారియైనప్పు డతడీ పద్ధతి ప్రకారమే తన అధికారమునకు సర్వజనుల సమ్మతిని పొందినాడు. ఇటీవల ఐరోపాసంగ్రామానంతరము జరిగినసంధిలో స్వయం నిర్ణయసూత్రము ననుసరించి పూర్వము జర్మనిచే కలుపుకొనబడిన రాజ్యభాగము లందలి ప్రజలు మరల పూర్వప్రభుత్వముల క్రిందికి పోదలచిరో లేదో కనుగొనుట కీ సర్వజనాభిప్రాయసూచనా విధానము నే ఉపయోగించి వోట్లు పుచ్చుకొనిరి. ప్లెబిసైటు నిర్ణయహక్కు వోటు అవకాశము ప్రజలకు మఱల మఱల రాదు. ఒక్కమారు వారు నిశ్చయించుకొనిన పిదప నారాజ్యవిధానమునకు వారు లోబడి యుండవలెను. నేటి ప్రజాప్రభుత్వములం దుపయోగింపబడు "రిఫరెండం" ప్రజాభిప్రాయపరీక్ష అనునది ప్రజల కెల్లప్పుడును గల నిర్ణయపుహక్కు; ప్రతివిషయము

నను శాసనసభవారి తీర్మానములను నియోజకవర్గమువారు చర్చించి తీర్మానించుచుండవచ్చును.

Pledge = (1) వాగ్దానము; (2) కుదువ; తాకట్టు; నిక్షేపము; అధి; చరాస్తి తాకట్టు.

Pledgee = చరాస్తితాకట్టుదారు; తాకట్టు ఉంచుకొనువాడు.

Pledger = చరాస్తి తాకట్టుపెట్టువాడు.

Ploughing = కర్షణము; దున్నుట.

Point of order = పాయింట్ ఆఫ్ ఆర్డరు: క్రమవ్యవహారమునకు సంబంధించని విషయము లేక అంశము అని ఆక్షేపించుట.

Poisoning = విషప్రయోగము;

Police Charge Sheet = పోలీసు ఛార్జి షీటు; పోలీసువారు దాఖలు చేయుఫిర్యాదు.

Police Constable = పోలీసు కానిస్టేబిలు; రక్షకభటులు; రక్షాపురుషులు; పోలీసు భటులు.

Police Inspector = పోలీసు ఇన్‌స్పెక్టరు: పురీరక్షక పర్యవేక్షుడు; పరిజారక్షణాధికారి.

Police Investigation = పోలీసు విచారణ; ఒకనేరమునుగూర్చి పోలీసు వారు చేయుశోధన.

Police Lock-up= పోలీసు లాకప్పు లేక బందిఖానా; పోలీసు స్టేషనులో నుండు బంధనాగారము.

Police Magistrate = పోలీసుమేజస్ట్రీటు; దండనాధికారి.

Police Report = పోలీసు రిపోర్టు; పోలీసునివేదిక.

Police Station = పోలీసుస్టేషను; పోలీసుఠాణా; ఠాణా; కావలిస్థలము.

Policy = పాలిసీ: (1) భీమాపట్టా; (2) అభిమతము; విధానము.

Policy Holder = పాలసీదారు; పట్టాదారు; భీమాపట్టా పొందినవాడు.

Political Agent = రాజకీయప్రతినిధి; ప్రభుత్వప్రతినిధి.

Political Economy = అర్థశాస్త్రము. అర్థోత్పత్తి, విభజన, అనుభవములను గూర్చిన సంపచ్ఛాస్త్రము.

Political Parties = రాజకీయ కక్షలు, పక్షములు.

Political Science = రాజ్యాంగశాస్త్రము; రాజనీతిశాస్త్రము; చరిత్రరీత్యా రాజ్యముయొక్క ఉత్పత్తి, అభివృద్ధినిగూర్చియు ప్రకృతిరీత్యా రాజ్యస్వరూప స్వభావములను గూర్చియు, ప్రయోజనరీత్యా రాష్ట్రప్రయోగమును గూర్చియు చర్చించు శాస్త్రము.

Politics = రాజనీతిశాస్త్రము; రాజ్యశాస్త్రము; రాజకీయ వ్యవహారములు.

Polling Officer = పోలింగుఆఫీసరు; ఓట్లువేయు స్థలమునందు నధికారి; ఎన్నికల వ్యవహర్త.

Polling Station = పోలింగుస్టేషను; ఓట్లువేయు స్థలము.

Pontage = సేతుసంధాన శుల్కము; రేవుదరికి వచ్చినందుకు పన్ను.

Pool = పూల్: ఒకేసరకును తయారుచేయు వర్తకులు, పండించు కర్షకులు, అట్టి వ్యాపారముచేయు కంపెనీలు, ఏకీభవించి ఆసరకునకు తగిన గిరాకి కలిగించుటకొరకు ఒకసంఘముగా నేర్పడి, తమ సరకులను వర్గీకరణముచేసి బజారులోపెట్టి ధర రాబట్టి, తమతమ పెట్టుబడి మొత్తముల ప్రకారము లాభములు పంచుకొను వ్యాపారపద్ధతి.

Poor House = పూర్ హౌస్; దరిద్రశరణాలయము; ధర్మసత్రము.

Poor Law = పూర్ లా: దారిద్ర్యనివారణచట్టము; దరిద్రులకు సంబంధించిన శాసనములు.

Poor Relief = పూర్ రిలీఫు; దారిద్ర్యనివారణ; దారిద్ర్యోపశమనము.

Pope = పోపు; రోమనుక్యాతలిక్కు క్రైస్తవుల ప్రధాన మతాచార్యుడు.

Popular Initiative = వ్యవహారారంభప్రసూచన (See Democracy.)

Population = జనసంఖ్య; జనులు.

Port = పోర్టు; ఓడరేవు; రేవుపట్టణము; బందరు.

Positive = (1) ధనము; (2) నిజమైన; వాస్తవమైన; రూఢియైన.

Possession = భుక్తము; అనుభవము.

Possession (actual) = ప్రత్యక్షభుక్తము.

Possession (adverse) = వ్యతిరేకభుక్తము.

Possession (constructive) = అనుమానిక; అప్రత్యక్షభుక్తము.

Possession (symbolical) = కాగితము దాఖలా భుక్తము.

Post date = ముందు (రాగల) తేదివేయు; పైతేదీవేయుట.

Post mortem Examination = పోస్టు మార్టెం పరీక్ష; అసుమృతక పరీక్ష; మృతికారణము తెలియుటకు శవమునుకోసి పరీక్షించుట.

Postponement = పోస్టుపోన్మెంటు; వ్యాక్షేపణము; విలంబనము; వాయిదావేయు; ఇంకొకనాటికి త్రోసివేయు; నిలిపియుంచు.

Potentates = అధిపతులు; అధీశులు; గొప్పఅధికారులు; రాజ్యాధీశులు.

Pound Sterling = పౌను. ఇంగ్లాండుదేశపు బంగారునాణెము. విలువ పదునైదురూపాయిలు. ఇప్పుడు రు 13-5-3.

Poundage = పౌండేజి; కోర్టువేలములో విలువనుబట్టి సర్కారుకు చెందగలందులకు వసూలుచేయబడు రుసుము.

Power = పవర్; ప్రభుశక్తి; శక్తి; బలము; సత్తువ; త్రాణ; అధికారము.

Power Loom = యంత్రపుమగ్గము.

Powers vesting in a Committee = అధికారము లొకయుపసంఘమునందు నిలుపబడుట.

Praise = ప్రశంస; స్తుతి; స్తోత్రము; శ్లాఘన; పొగడ్త.

Preamble = ప్రియాంబుల్; ప్రస్తావన; ఉపోద్ఘాతము; ప్రస్తావిక; శాసనపీఠిక; అవతారిక; పీఠిక; ప్రతిచట్టమునకు ముందువ్రాయబడు శాసనోద్దేశవివరణము.

**Precaution** = ముందుజాగ్రత.

**Precept** = ప్రిసెప్టు; ఉత్తరువు.

**Precept (Attachment by)** = ప్రిసెప్టుజప్తు; ఇంకొక కోర్టుద్వారా చేయు ఆదేశజప్తు; జప్తుహుకుము.

**Preciswriting** = ప్రెసిస్ రైటింగు; సంక్షేపకరణలేఖనము.

**Predecessor in Interest** = పూర్వము హక్కుగలిగి యుండినవాడు.

**Preference Bonds** = ప్రిఫరెన్సుబాండు పత్రములు; ఒక నిర్ణీతవడ్డీ ప్రకారము సాధారణవాటాల పైన లాభవిభాగములు పంచిపెట్టుటకు ముందుగా ఆపత్రముల పైన వడ్డీచెల్లించుపద్ధతితో జారీచేయబడినబాండ్లు.

**Preference Shares & Stock** = ప్రిఫరెన్సు షేర్లు, స్టాకు; సాధారణ వాటా లాభవిభాగములు పంచిపెట్టుటకు ముందుగా చెల్లించవలసిన నిర్ణీతలాభ విభాగములు గల వాటాపత్రములు.

**Preferential Vote** = ప్రిఫరెన్షియల్ వోటు: అభిమతానుగుణ ఉత్తమ సమ్మతి; తాను ఎన్నుకోదలచినవారిలో నుత్తముడుగను రెండవవాడుగను వరుసక్రమముగా కడపటివాడుగను వచ్చిన బాగుండునని సూచించు ఉత్తమవోటు. (See Proportional Representation)

**Prejudice** = (1) భంగము; విరోధము: బాధకము. (2) అసహ్యాభావము, ప్రతికూలభావము.

**Preliminary** = మొదటిది; ఆదిమ; ప్రారంభమైన

**Preliminary Investigation** = ప్రాథమికశోధన; ఉపక్రమణికశోధన; మొదటచేయు విచారణ.

**Premeditated** = పూర్వకసంకల్పిత; పూర్వయోజిత; మొదటనే ఆలోచింపబడి తయారుచేయుబడిన; ముందుగాచేయసంకల్పించి: ప్రయత్నముతో చేసినపని.

**Premises** = ఆధారవాక్యము; పూర్వసిద్ధాంతము; చెప్పబోవువాదమునకు ముందుగా చెప్పబడిన ఆధారము. (2) నివేశనము, సలము.

**Premium** — ప్రీమియం: తోప్రుడు; అడితి; బహుమానము; (హిం) మెహనతు; అధికమూల్యము; వడ్డీ; అదనపుసొమ్ము; భీమాకిస్తీ;

**Preparation** = సన్నాహము; తయారు; సిద్ధముచేయుట.

**Prerogative** = ప్రత్యేకాధికారము; విశేషాధికారము; రాజుయొక్క అసామాన్యాధికారము.

**Prescribed** = నిర్దేశింపబడిన; విధింపబడిన.

**Prescriber** = నిబంధకుడు; నిర్దేశకుడు; విధించువాడు.

**Prescriptive Right** = దీర్ఘానుభవజనకస్వత్వము; చిరకాలభుక్తమువలన ఏర్పడుహక్కు.

**Present** — ప్రెజెంటు; (విశేష) హాజరు; వచ్చియున్న ప్రత్యక్షమైన; (2) (విశే) వర్తమాన; ప్రస్తుత. (క్రి)(1)దాఖలుచేయు (2)హాజరుపెట్టు.

**Presents and gifts** = బహుమతులు; ఉచితముగా నివ్వబడినవి; పారితోషికములు;

**Preserved food** = నిలువచేయబడిన తినుబండారములు.

**President** = ప్రెసిడెంటు; అధ్యక్షుడు; సభాపతి.

**Presiding Judge** = ప్రాడ్వివాకుడు; న్యాయాధిపతి; అగ్రాసనాధిపత్యము వహించు జడ్జి.

**Press** = ప్రెస్సు: అచ్చుకూటము;ముద్రాశాల;వార్తాపత్రికాసమూహము.

**Presume** = అనుమేయమని నిశ్చయించు; ఊహించు; నమ్ము; నిశ్చయమని గ్రహించు.

**Presumption** = సంభావ్యత; విచారణలో ఒకసంగతి యధార్థమని సిరమని కోర్టువారు అంగీకరించు సంభావ్యత. ఇది రుజువు చేయనక్కరలేదు. ఉ: దినమనగా 24 గంటలు; ఇది కోర్టువారు అంగీకరింతురు.

**Pressure** = (1) ఒత్తిడి; పీడనము; నొక్కుడు; అముకుడు. (2) బాధ, తొందర.

Pretender = కపటి; వేషధారి.

Pretext = నెపము; మిష; కపటము.

Preventible diseases = నివారింప వీలుగలవ్యాధులు; నివారణయోగ్య వ్యాధులు.

Previous Conviction = పూర్వశిక్ష.

Price = ధర; మూల్యము; విలువ;

Customary Price = వాడుకధర; మామూలుధర.

Market Price = బజారుధర.

Commodity Price = సరకుల(రాశి)ధర.

Competetive Price = పోటీధర.

Money Price = రొక్కపుధర,

Monopoly ,, = గుత్తధర

Normal ,, = క్రమధర,

Retail ,, = చిల్లరధర

Scarcity ,, = గిరాకిధర.

Wholesale ,, = టోకుధర.

Priest hood = పౌరోహిత్యము. పురోహితవర్గము

Prima facie = ప్రైమాఫేషీ; స్పష్టమగు: స్వతస్సిద్ధమైన; తత్క్షణమే స్పష్టపడు; ప్రత్యక్షమైన.

Primary = ప్రైమరీ; ప్రాథమిక; ఆదిమ: మొదటి; ప్రధాన.

Primary Evidence = ప్రధానప్రమాణము: ముఖ్యసాక్ష్యము; అసలు సాక్ష్యము; అసలు దస్తావేజులు, అసలుసాక్షులు; (నకలుసాక్ష్యము రెండవరకము.)

Prime Cost = అసలుఖర్చు. ధరకట్టుటలో వస్తునిర్మాణమునకగు తయారుఖర్చు; అసలు ముడివస్తువులఖరీదు. బండీ, రవాణా కేవు మున్నగు అన్ని ఇతరఖర్చులకు పేరు.

Prime Minister or Premier = ప్రధానమంత్రి; (చూ. పార్లమెంటు లేక కాబినెట్టు మంత్రిమండలిపద్ధతి.)

Primitive = ప్రాచీన; కాలిక, పూర్వసాంప్రదాయము.

Primogeniture = జ్యేష్ఠానుక్రమ వారసత్వము; కుటుంబములో జ్యేష్ఠ కుమారుడే వారసుడగుట.

Primum Tempus = సుపరిక్షయము; ప్రథమాపరాధము. (First Offenders).

Principal = ప్రిన్సిపల్: (1) అసలు; అసలుసొమ్ము. (2) ప్రధానుడు; అసలుదారుడు: (3) కాలేజిప్రిన్సిపాల్; కలాశాలాధ్యక్షుడు.

Principal and Surety = అసలుదారు, జామీనుదారు; ప్రధానుడు, పూటకాపు; ప్రధాని, ప్రతిభువు.

Principal Debtor = అసలు అప్పుదారు; ప్రధాన ఋణస్థుడు,

Principality = ప్రిన్సిపాలిటీ; ప్రిన్సుక్రిందిరాజ్యము;మాండలిక రాజ్యము

Prior = ఆది; పూర్వ; ఆద్య; మొదటి.

Prior claim = ప్రయర్ క్లెయిం: ముందువసూలు హక్కు; మొదటిఅమలు హక్కు; బాకీ వసూలు చేసికొనుటకు శాస్త్రప్రకారము మొదటి హక్కు గల్గియుండుట; పురోగామ్యధికారము.

Prior claim of a Co-operative society= తక్కినబాకీలకన్న ముందు వసూలు పరుచుకొనుటకు సహకారసంఘమునకు గల హక్కు.

Prior disposition = ముందటి వినియోగము; ఏర్పాటు.

Priority = ప్రయారిటీ: పురోగామ్యధికారము; ముందుహక్కు; అందరి కంటె ముందుహక్కు.

Prior Mortgage = పూర్వతనఖా.

Prior Party = ముందటి అసామి.

Prison = (ప్రా.) బంధనాగారము; బందె; కారాగృహము; చెఱసాల.

Prisoner = ఖైదీ; చెఱలో నుంచబడువాడు; బందీ.

Private = ప్రైవేటు; (1) ఏకాంత; రహస్య; గుప్త (2) వ్యక్తి సంబంధను ఖాస్గి (హిం) (3) ఆత్మీయ; స్వంతము (4) స్వతంత్రము; (5) లౌకిక.

Private Defence = ఆత్మసంరక్షణవాదన; స్వసంరక్షణన్యాయము; ఏదైన నేరము చేసినవాడాపనిని స్వసంరక్షణకొఱకు చేసినచో శిక్షార్హుడుకాడు.

Private Document = లౌకికలేఖ్యము; ప్రైవేటుదస్తావేజు; రహస్యపుదస్తావేజు.

Private Property = స్వంతస్వామ్యము; ఖానిగిఆస్తి; స్వంతసొత్తు.

Private Secretary = ప్రైవేటు సెక్రటరీ; అంతరంగిక కార్యదర్శి.

Privation = అన్నవస్త్రలోపము; అభావము; లేమిడి; హైన్యము.

Privilege = ప్రివిలేజి; స్వాధికారము: అసామాన్యాధికారము; విశేష హక్కు; స్వాధికారము; అర్హత.

Privileged = విశేషాధికారయుక్త; విశేషాధికారముగల.

Privy Council = ప్రీవికౌన్సిలుసభ; బ్రిటీషురాజుయొక్క మంత్రాలోచనసభ; ప్రీవీకౌన్సిలు సభాయుతుడగు రాజు సామ్రాజ్యమునందలి న్యాయస్థానముల తీర్మానములను పునర్విమర్శన చేయును. ఇది ఆంగ్ల రాజసభ. పూర్వము రాజు నిరంకుశుడుగానుండిన కాలమున నిది ఆయన చిత్తానుసారమగు కార్యాలోచనసభగానుండెను. రాజు ధర్మబద్ధుడైన పిదప నిదియు ధర్మబద్ధమగు కార్యాలోచన సభయైనది. నేడు రాజ్యాంగమునందు రాజుపేరున జరుపబడు కార్యములన్నియు నీసభాయుతుడగు రాజుచేసినట్టులే ఎంచబడుచున్నవి. దీనిలో నిందరు సభ్యులుండవలెనని కాని దీని సమావేశమున కింతమంది పూరక సభ్యులుండవలెనని గాని నియమములేదు. ఈ సభలోని సభ్యులకు "రైట్ అనరబుల్" అని గౌరవ బిరుదముండును. ఈసభకు రాజు తనచిత్తమువచ్చిన వారిని నియమించును. చిత్తముచొప్పున పదభ్రష్టుల జేయవచ్చును. ఆచార

మునుబట్టి ఈ సభలో 250 మంది సభ్యులుందురు. ప్రాతమంత్రిమండలి లోని మంత్రులు, ప్రస్తుత మంత్రులు, ఆర్చిబిషప్పులనబడు మతాచార్యు లిరువురును ప్రస్తుతపు పూర్వపు ఉన్నత న్యాయాధిపతులు, ఇతరులు, నియ మింపబడుదురు. దుష్ప్రవర్తనకుతప్ప వీరిని తొలగింపరాదు. ఆచారమును బట్టి రాజు వీరినందరిని సభకు పిలువడు. సాధారణముగా ప్రధానామా త్యుని రాజ్యాంగశాఖలమంత్రులలోను ముఖ్యాధికారులలోను కొందరిని పిలిచి రాజకార్యములనెల్ల నిర్వహించును. ఇట్లు మంత్రిమండలిలోని ముఖ్యులే ప్రివీకవున్సిలులో నుండుట తటస్థించుచున్నది. వీరి సలహాలే ప్రివీకవున్సిలు సభాయుతుడగు రాజాజ్ఞలుగా పరిణమించుచున్నవి. ప్రివీ కవున్సిలుకుపూర్వముపరమోన్నత ధర్మపరిపాలనాధికారములుండెనుగాని ఇటీవల నవియన్నియు తగ్గిపోయి దేశాంతర రాజ్యములందలి న్యాయసభ లపైన పరమోన్నత అప్పీలుకోర్టుగా మాత్రము నిలిచియున్నది. ఈ విష యమునగూడ ప్రివీకవున్సిలుయొక్క పూర్ణసభసమావేశముకాదు. 1833లో జుడీషియల్ కమిటీ అనబడు ప్రివీకవున్సిలుయొక్క ధర్మపరిపాలకోప సంఘము స్థాపింపబడినది. 1871 మొదలు 'జుడిషియల్ కమిటీ' లో నలుగురు సమర్థులగు న్యాయశాస్త్రవేత్తలు వేతనములపైన ప్రాడ్వివాక సభ్యులై లార్డుఛాన్సిలరు అధ్యక్షతక్రింద అప్పీళ్లను తీర్మానించుచున్నారు. వీరే ప్రభువులసభలోకూడ (Lord of Appeal in ordinary) అప్పీలు ప్రాడ్వివాక ప్రభువులుగా నియమింపబడుటవలన ప్రభువుల సభలోను, ప్రివీకవున్సిలులోను ఒకేన్యాయమూర్తులు ధర్మపరిపాలనచేయుట తటస్థిం చుచున్నది.

Probability=సంభవనీయత; సంభావ్యత; 'ఏది జరిగియుండునని నమ్ముటకు వీలుకలదు?' అని యోజించుట; అట్టి సంభవనీయత; ప్రాయశః జరిగి యుండు ననదగిన పరిస్థితి.

Probable duration of life = సామాన్యాయుర్దాయము; సాధారణజీవిత పరిమాణము.

Probate Proceedings = ప్రొబేటు వ్యవహారము; మరణ శాసనములను ధ్రువపఱుచు శాస్త్రవిచారణ; మరణశాసన ప్రమాణమును గూర్చిన కోర్టుచర్య.

Procedure = ప్రొసీజరు: చర్య; వ్యవహారపద్ధతి.

Process Fees = ప్రొసెసుఫీజు; సమనులబత్తా.

Procession = ఊరేగింపు; సరిగస్తు; (హిం) షహరుగస్తు.

Process Server = ప్రొసెసుసర్వరు; సమను జారీచేయు బంట్రోతు.

Proclamation = ప్రొక్లమేషను: ప్రకటన; ఇస్తిహారు; చాటింపు.

Proconsul = ప్రొకాన్సల్; రోమకగవర్నరు; పూర్వము రోము సామ్రాజ్యములోని రాష్ట్రపరిపాలకుడు.

Proctor = ప్రొక్టారు: అనబడు విశ్వవిద్యాలయోద్యోగి; క్రమపద్ధతి నిర్వహించువాడు.

Procuration = సంపాదనము; సంపాదించుట.

Produce = (1) ఫలితము; పంట; వచ్చుబడి: (2) హాజరు పఱుచుట.

Producers = ఉత్పాదకులు; ఉత్పత్తిచేయువారు.

Product = (1) ఫలితము; గుణనఫలము; గుణనము (2) పంట; ఉత్పత్తి చేయబడినది.

Production = (1) ఉత్పత్తి; (2) హాజరుపఱుచుట.

Productive = సార్థకమైన; ఉత్పాదకమైన.

Productive Power = ఉత్పాదకశక్తి.

Productive or Producers' Society = ప్రొడక్టివుసొసైటీ; ఉత్పాదక సంఘము; వస్తువులనుత్పత్తిచేయు సహకారసంఘము.

Profess = అవలంబించు; అనుసరించు.

Profit = ప్రాఫిట్: లాభము; ఉత్పత్తిచేయుటకు, విక్రయించుటకు పలసిన అన్నివ్యయములు పోగా మిగిలినసొమ్ము.

Gross Profit = గ్రాస్ ప్రాఫిట్: మొత్తము లాభము; ఉత్పత్తిధర పైన అమ్మకపుధర తారతమ్యము.

Net Profit = నెట్ ప్రాఫిట్: నికరలాభము; అమ్మధరపైన ఆజమాయిషీఖరీదుపైన గ్రాస్‌ధరయొక్క తారతమ్యము.

Profit and loss = లాభనష్టములు.

Profits not alloted = వినియోగింపబడని (పంచిపెట్టబడని) లాభములు.

Profiteer = లాభముతీయువాడు; లాభసాటి బేరగాడు.

Profit Sharing = లాభానుభవవిధానము. యజమానులక్రింద పనిచేయు పారిశ్రామికులకు, వారికిచ్చు సాధారణ వేతనములేగాక వ్యాపారలాభములో కొంత పంచియిచ్చు పద్ధతి.

Proforma Defendant = ప్రొఫార్మా (నామకార్థపు) ప్రతివాది; శాస్త్రరీత్యా దావాకు అవసరమగు కక్షిదారుడైనందువలన అతనిపైన పరిహారము కోరకుండా చేర్చిన ప్రతివాది.

Programme = ప్రోగ్రాము; కార్యక్రమము; కార్యక్రమపట్టిక.

Progression = శ్రేఢి; ముందుకు నడుచుట; గతి; గమనము; జరుగుట.

Progressive = వృద్ధిక్రమానుసారము; వర్ధమాన, అనుక్రమిక.

Prohibition = (1) నిషేధము; ప్రతిషేధము; (2) మద్యపాన నిషేధము.

Prohibitory Order = ప్రొహిబిటరీ ఆర్డరు; ఒకకార్యమును చేయవలదని నిషేధించుచు కోర్టువారు చేసిన ఆజ్ఞ.

Prolitariat = ప్రోలిటారియటు; జనసామాన్యము; కష్టజీవులసంఘము.

Promise = ప్రామిస్; ప్రతిజ్ఞ; ఖరారు; వాగ్దానము; మాటయిచ్చుట.

Promise of help = అభ్యర్థిపక్షము సహాయము చేసెదనని వాగ్దానము చేయుట.

Promissory Note: Pro-note = ప్రామిసరీనోటు; ప్రోనోటు; వాగ్దాన పత్రము; ఒక మొత్తము నొకవ్యక్తికిగాని అతడు పేర్కొనువారికిగాని అడిగిన వెంటనే ఇచ్చెదనని చేయు ఖరారునామా.

Promoter = ప్రమోటరు; వృద్ధిచేయువాడు: (కంపెనీ) స్థాపకుడు

Proof = ప్రమాణీకరణము; రుజువు: సాక్ష్యము; (ప్రూఫ్) క్రియ.

Proofs = ప్రూఫులు; అచ్చుచిత్తులు.

Propaganda = ప్రచారము.

Property = ఆస్తి; కూడబెట్టిన ధనము; ద్రవ్యము.

Property Mark = వస్తువిశేషచిహ్నము; సరకుగుర్తులు; సరకులయొక్క వ్యాపారపు గురుతు.

Property Statement = ప్రాపర్టీ స్టేటుమెంటు: ఆస్తిజాబితా: ఆస్తి పట్టీ; సంపత్కధన పత్రము; అప్పుకొఱకు దరఖాస్తు చేసినవాడు తన కింత ఆస్తియున్నదని దాఖలుచేయు జాబితా.

Proportional Representation (P.R.) - సమప్రమాణప్రాతినిధ్యము;పరస్పరానుగుణప్రాతినిధ్యము: అనురూపనియోజనము; దేశములోనన్ని కక్షుల వారు అన్ని అభిప్రాయములవారు ప్రాతినిధ్యము కలిగియుండులాగున ఎన్నుకొనుట (See Single Transferable Vote) దీనిలో సాధారణ ఎన్నికలందువలె అధికసంఖ్యాకుల సమ్మతిగాక నిర్ణీతసంఖ్య వచ్చిన అభ్యర్థి గెలుపొందును. నాలుగు అభ్యర్థిస్థానములు (Seats) ఉన్నవను కొనుడు. అప్పుడు వోటరువేసిన వోట్లను అభ్యర్థిస్థానములను సంఖ్య పెట్టి భాగింపగావచ్చిన సంఖ్యయె 'కోటా' లేక నిర్ణీతసంఖ్య. అభ్యర్థులలో మొదటివాడుగను రెండవవాడుగనువరుసగా కడపటివాడుగను ఎవరుగెలు పొందిన బాగుండునని తోచునో ఆయా అభ్యర్థుల పేళ్లయెదుట 1,2,3,4,

అను సంఖ్యలను వోటరు సూచించును. అభ్యర్థులలో అందరికి నిర్ణీత సంఖ్య వోట్లురానిచో మిగతాస్థానములను నింపుటలో నిర్ణీతసంఖ్యవచ్చి గెలుపొందిన అభ్యర్థుల వోట్లలో ఎవరు రెండవవారుగా వచ్చిన బాగుండునని సూచింపబడెనో ఆయభ్యర్థుల కా వోట్లు (ద్వితీయ ఉత్తమసమ్మతులు) కలుపబడును. అట్లే తృతీయ అభిమతానుగుణ సమ్మతులు (Third Preferences) తీసుకొనబడును. ఇట్లు గెలుపొందినవారి ద్వితీయ తృతీయ కనిష్టసమ్మతులను లెక్కించినను అభ్యర్థిస్థానములు పూర్తిగానిచో అందరికన్న తక్కువవోట్లు వచ్చిన అభ్యర్థి తొలగింపబడి అతనివోట్లు ద్వితీయ తృతీయ అభిమతానుగుణ సమ్మతుల ప్రకారము కలుపబడి లెక్కింపబడును. తరువాత తక్కువవచ్చిన అభ్యర్థులొక్కొక్కరి వోట్లు నిట్లే కలుపబడును. ఇట్లు ఒక నియోజకునియొక్క ప్రథమ అభిమతానుగుణ సమ్మతులలో సూచింపబడిన అభ్యర్థి గెలుపొందకపోయినను ద్వితీయ తృతీయ అభిమతానుగుణ సమ్మతులలో సూచింపబడిన అభ్యర్థి గెలువవచ్చును.

**Proportionately** = పరస్పరానుగుణముగా; యథాక్రమముగా; వంతు ప్రకారముగా.

**Propose** = ప్రపోజు; ఉపపాదించు; ప్రతిపాదించు; ఒకతీర్మానమును సభవారియెదుట ప్రవేశపెట్టుట. (2) సంకల్పించు.

**Proposing party of an Agreement** = (ప్రా) కర్త; ఖరారుచేయువాడు

**Proposition** = సంకల్ప వచనము; ప్రతిజ్ఞావచనము: ఉపపాదనము.

**Proprietor** = యజమాని; హక్కుదారుడు.

**Propriety** = ఔచిత్యము.

**Proroguing the Parliament** = పార్లమెంటును తాత్కాలికముగా [illegible]చేయుట; సమావేశమునకు వాయిదావేయుట.

**Prosecuting Inspector** = ప్రాసిక్యూటింగు ఇన్స్పెక్టరు; అపరాధ నిరూపణాధికారి; ప్రభుత్వ (ఫిర్యాదీ) వాదనోద్యోగి.

**Prospectus** = ప్రాస్పెక్టసు: (కంపెనీ) ఉద్దేశ ప్రకటనపత్రిక; నిబంధనల ప్రకటనపత్రిక; కంపెనీ విజ్ఞాపనపత్రిక.

**Protanto** = అంతమట్టుకు.

**Protection** = అభయము; రక్షణము.

**Protectionist** = వ్యాపార సంరక్షణవాది; దీనికొరకు దిగుమతి సుంకములు హెచ్చుచేయమని కోరును.

**Protection of Trade** = వ్యాపార సంరక్షణము.

**Protection of Artisans** = కార్మిక సంరక్షణ.

**Protection Order** = ప్రొటెక్షను ఆర్డరు; సంరక్షకశాసనము; దివాలా తీసినవాడు పిటీషను దాఖలుచేసిన పిదప దావాలుచేసి డిక్రీలుపొందిన వారితనిని అరెస్టుచేయించకుండా కోర్టువారి ఆశ్రయము పొందుట.

**Protest of a Negotiable Instrument** = హుండీచెల్లుబడి కాలేదని (నోటరీపబ్లికు) అధికారి రికార్డుచేయుట; తృణీకారపు సూచన చేయుట

**Protestants** = ప్రొటెస్టెంటు మతస్థులు; రోమను క్యాతలిక్కులతో వేరుపడిన క్రైస్తవశాఖవారు.

**Protectorate** = ప్రొటెక్టరేటు: సంరక్షితరాజ్యము; రక్షితరాజ్యము; రక్షకపరిపాలన.

**Protest** = ప్రొటెస్టు; ఆక్షేపణ; నిరాకరింపబడినట్లు సూచన; ఫిర్యాదు.

**Protocol** = ప్రొటోకల్; సభాగ్రసమయము; సభయందు చేసికొను రాజీ; ఒడంబడిక.

**Provident Fund** = ప్రావిడెంటుఫండు; ముందు జాగ్రత్త కొఱకు ఏర్పాటుచేయబడు నిధి.

**Provision** = ప్రొవిజన్: ఏర్పాటు; నియమము; నిబంధన.

**Provisionally** = ప్రస్తుతము; కొంతకాలమువఱకు,

**Proviso** = ప్రొవిజో; షరా; షరతు; నిబంధన; మినహాయింపు.

**Provocation** = కోపకారణము; క్షోభకారణము; ఉత్తేజనము; ఉత్పన్నత; తాత్కాలికావేశము.

**Provost** = (ప్రొ) శ్రేష్ఠి; ఒక అధికారి.

**Proxy** = ప్రాక్సీ: ప్రతినిధి; బదిలీదారు; వకీలు.

**Public** = పబ్లిక్; జనహితైకము; ప్రజాప్రభుత్వసంబంధమైన; మనదేశములో పబ్లికు ఉద్యోగి యనగా ప్రభుత్వోద్యోగి; స్వతంత్రదేశములలో ప్రజాసేవకుడు.

**Publication** = పబ్లికేషన; ప్రకటనము; ప్రచురణము; ప్రకటింపబడిన గ్రంథము, లేఖ్యము.

**Public Decency** = సర్వసాధారణ ఔచిత్యము; సార్వజనిక ఔచితి; ఔచిత్యము; మర్యాద; నలుగురిలో మర్యాద.

**Public Document** = రాజకీయలేఖ్యము; పబ్లికుదస్తావేజు.

**Public Finance** = పబ్లికుఫైనాన్సు. ప్రభుత్వధనము; రాజస్వము; సార్వజనికధనము.

**Public good** = ప్రజాశ్రేయము; జనహితము.

**Public Health** = ప్రజారోగ్యము.

**Public Health Survey** = ప్రజారోగ్య విచారణ లేక అజ్మాయిషీ.

**Public Officer** = ప్రభుత్వోద్యోగి; పబ్లికు ఆఫీసరు.

**Public Performance** = బహిరంగ ప్రదర్శనము.

**Public policy** = పబ్లికుపాలసీ; జనహితపథము; ప్రభుత్వతంత్రము; రాజనీతి,

Public Prosecutor = పబ్లికు ప్రాసిక్యూటరు; అపరాధుల విచారణలో ప్రభుత్వపక్షమున పనిచేయు న్యాయవాది.

Public Record = పబ్లికు రికార్డు; సర్కారుకచ్చేరికి సంబంధించినట్టిగాని ఇతర సంస్థకు సంబంధించినట్టిగాని కవిలె; జనోపయోగమగు రికార్డు.

Public Safety = ప్రజాక్షేమము; జనసంరక్షణము; సార్వజనిక నిరుపద్రవత; అందరకు సంరక్షణము కలిగించుసద్ధతి.

Public Service = పబ్లికు సర్వీసు; ప్రజాసేవకోద్యోగవర్గము; సర్కారునౌఖరీ.

Public spirit = లోకోపకార బుద్ధి; జనహితైక పరాయణత.

Public Street = రహదారీ; పబ్లికుబజారు; రోడ్డు; రాజవీథి;

Public tranquility = సార్వజనికశాంతి; నెమ్మది.

Public utility = ప్రజోపయోగకార్యము.

Puisne Judge = ప్యూనిజడ్జి; అదనపున్యాయమూర్తి.

Puisne Mortgage = దరిమిలా తనఖా.

Punishment = దండనము; శిక్ష.

Purchase = పర్ఛేజ్ (1) కొనుగోలు; క్రయము: (2) క్రయించు; విలుచు; వెలయిచ్చికొను.

Purchase Money = కొనుమొదలు; క్రియధనము; కొనుటకిచ్చినధనము.

Purchaser = పర్ఛేజర్; క్రియకుడు; గ్రాహకుడు; వెలయిచ్చి సరకును కొనువాడు.

Puritan = ప్యూరిటను; పరిశుద్ధప్రాటెస్టెంటు; క్రైస్తవమతశాఖలో వీరు చాలా ఆచారపరులు.

Purporting = అలాగున నర్థమిచ్చునట్టి; భావనకలిగించు.

Purposeless = నిష్ప్రయోజనము; వ్యర్థము.

## Q

**Qualification** = క్వాలిఫికేషను; యోగ్యత.

**Qualified Acceptance** = షరతునకు లోబడిన అంగీకారము.

**Quantity** = రాశి; పరిమాణము; మొత్తము.

**Quantity of goods** = క్రియము; సరకుల మొత్తము.

**Quantum Meruit** = క్వాంటం మెరయుట్; ఒక వకీలుచేసిన పనినిబట్టి సొమ్ము ఇచ్చుట; అట్లేజరిగిన కార్యమునుబట్టి నష్టపరిహారము.

**Quarantine** = క్వారంటైన్; సంసర్గ నిషేధము; గమనా గమన నిషేధము; నౌకలయం దేదైన అంటురోగములున్నవని అనుమాన మున్నచో వానిని నిలిపియుంచుట; అట్లే చెఱసాలకు క్రొత్తగా వచ్చిన ఖైదీలను తక్కినవారితో కలుపకుండా పదునైదు దినములకాలము వేరుభాగములో నుంచెదరు.

**Quarry** = క్వారీ; పాషాణనిఖననము; కొండను తొలుచుట.

**Quasi Contract** = క్వాసీకంట్రాక్టు: సరియైన ఒడంబడిక గాకపోయినను అట్టి సంబంధము, శాస్త్రీయ బాధ్యతలు కలిగించునది.

**Quit Rent** = క్విట్ రెంటు; జోడీ; ఈనాములకు ఇతరభూములకు గవర్నమెంటు విధించు స్వల్పశిస్తు.

**Quorum** = కోరం: (హిం) పూరకము; సమావేశ పూరకసంఖ్య; పూరకసంఖ్య; సభాసమావేశమగుటకు నిర్ణీతాల్పతమసంఖ్య.

**Quota** = కోటా; వాటా; అంశము; భాగము; హిస్సా; పాలు; వంతు.

**Quotient** = భాజితము; భేదము; లబ్ధి; భాగింపగావచ్చు సంఖ్య.

## R

**Race** = జాతి; సంతతి.

**Rack rent** = రాకురెంటు; బాధకరమగు శిస్తువసూలు. పీడాకరమగు అత్యధిక భూమిశిస్తు.

Radiation = ప్రచారము; కిరణప్రసారణ.

Radius = వ్యాసార్ధము; ఒక వలయము మధ్య.అడ్డుగీత.

Raid = దాడి.

Railway = రైలుదారి, ఇనుపపట్టాల మార్గము.

Railway pass = రైల్వేప్యాసు; రైలుమీదపోవుటకిచ్చు చీటీ.

Railway Station = రైలుస్టేషను.

Raisond'etre = హేతుకారణము; సయుక్తిక ఉపపత్తి.

Rape = రేప్; మానభంగము.

Rash driving = అవివేక సారథ్యము; నిదానముగాని దూరదృష్టిగాని లేకుండ తోలుట; నిర్లక్ష్యముగా, తొందరగా తోలుట, నడపుట.

Rate = రేటు; తరము; ధర; ప్రమాణము; వంతు, చొప్పు.

Rateable distribution = రేటబుల్ పంపిణీ; కోర్టుద్వారా వసూలు అయిన సొమ్మును తీర్పుబుణగ్రస్తుని తీర్పుబాకీదార్లకు వాటాలవరుసను పంచియిచ్చుట; దామాషా పంపిణీ.

Rateably = భాగక్రమముగా; దామాషాగా; వంతుప్రకారము.

Ratification = ఆమోదన; అంగీకరించి స్థిరపరుచుట; కార్యదర్శి చేసిన పనిని డైరెక్టర్లు ఆమోదించుట; గార్డియను చేసినపని మైనరు మేజరయి యంగీకరించుట.

Ratify = ఒప్పుకొను; స్థిరపరుచు; ఆమోదించు.

Raw = అపక్వము; పచ్చి; ముడి.

Reaction = ప్రతిక్రియ; ప్రత్యాఘాతము.

Reading the Bill = బిల్లును చదువుట; చిత్తుచట్టమును శాసనసభలయందు చదువుట. (ఒకబిల్లును సభలో మూడుమార్లు చదువుదురు.)

Realisation of fine = జుల్మానావసూలు.

**Reason** = రీజన్; హేతువు; న్యాయము; కారణము.

**Reasonable apprehension** = యథాయోగ్యశంక; అనుమాన యోగ్య శంక; నమ్మదగిన అనుమాన కారణముండుట; భయకారణము; యుక్తిసిద్ధశంక; న్యాయమగు భయకారణము.

**Reasonable doubt** = ఉచితానుమానము; యుక్తియుక్తశంక; న్యాయముగా పడదగిన అనుమానము.

**Reasonable Opportunity** = న్యాయమగు అవకాశము; ఉచితమగు అవకాశము; తగిన అవకాశము.

**Reason to believe** = విశ్వసనీయకారణము; నమ్మదగిన కారణము.

**Rebate** = రిబేటు; తగ్గింపు; ఇవ్వవలసిన దానిలో కొంత తగ్గించుట; ముజారా.

**Rebellion** = తిరుగుబాటు; పితూరీ.

**Rebut** = ప్రతిఘటించు; ప్రతిసాక్ష్యమునిచ్చు.

**Recall** = రీకాల్ హక్కు. (See Democracy)

**Recalling of a Witness** = సాక్షిని విచారించుటకు మరల పిలుచుట; విచారింపబడి వెళ్ళిపోయిన సాక్షిని వెనుకకు పిలుచుట.

**Receipt** = రశీదు; అందుకోలు; అందుకొనుట; అందుకోలుపత్రము.

**Receiver** = రిశీవరు; కోర్టువారివలన ఆస్తికి నియమింపబడిన అధికారి; (ప్రా) ప్రతిగ్రాహకుడు.

**Reciprocal causes** = పరస్పరకారణములు; అన్యోన్యకారణములు.

**Reciprocal Promises** = పరస్పర వాగ్దానములు; పరస్పర ఒడంబడికలు.

**Recission of a Contract** = ప్రతిజ్ఞానివృత్తి; ఖరారురద్దు.

**Recitals in Documents** = దస్తావేజులలోని ఉల్లేఖనములు; పత్ర ఉదాహృతములు; పత్రములో వ్రాయబడిన షరతులు, సంగతులు.

Reclamation = రిక్లమేషను: ఉద్ధరణము; పునరుద్ధారణము; పునస్సంపాదనము; ఉద్ధరించుట; మునిగినభూమిని మరల ఉపయోగ యోగ్యముగ చేయుట.

Recognizance bond (to appear) = రికొగ్నిజన్సు బాండు: దర్శన ప్రతిభావ్య పత్రము; హాజరు పూచీకత్తు.

Recommendation = రికమెండేషను; శ్లాఘన; ప్రశంస; అనుగ్రహహేతువు; శిఫారసు; యోగ్యతావచనము; ప్రశంసావచనము.

Reconveyance = రీకన్వేయన్సు: తిరిగి పరివర్తనముచేయుట; పునఃపరివర్తనముచేయుట: పునఃపరివర్తనలేఖ్యము.

Record = రికార్డు: (1) దస్తావేజులు; పుస్తకములు; కవిలె; కోర్టువారి కవిలె; సంఘముయొక్క కవిలె; లేఖ్యము; వ్రాతమూలము. (2) పుస్తకములో నెక్కించు; నమోదుచేయు; (3) చర్యతీసికొనకుండా వదలివేయుట.

Recorded = రికార్డు చేయబడుట; (1) నమోదుచేయుట; (2) చర్యతీసికొనకుండా తీర్మానము, వ్యవహారము, పరిష్కారముచేయుట.

Recorder = లేఖరి: కాయస్థుడు.

Recording Evidence = సాక్ష్యమును లిఖితమూలము చేయుట; సాక్ష్యముతీసుకొనుట; వాఙ్మూలములు వ్రాయుట.

Record Keeper = రికార్డుకీపరు; లేఖ్యరక్షకుడు.

Record of Rights = రికార్డ్ ఆఫ్ రైట్సు; హక్కుల నమోదు.

Recrimination = ప్రతిదోషారోపణము: నేరము మోపినవానిపైన ఎదురు నేరముమోపుట.

Recruitment = సిపాయిలను చేర్చుకొనుట; లావణము.

Rectification = తప్పుదిద్దుట; దిద్దుబాటు; సవరించుట; చక్కబెట్టుట.

Rectify = దిద్దు; సవరించు.

**Recurring** = రికరింగు; ప్రత్యావర్తకమైన; పునరాగమమైన; మరల మరల వచ్చెడు, జరిగెడు. సంభవించెడు.

**Recurring Deposit** = రికరింగుడిపాజిట్టు; ప్రత్యావర్తక నిక్షేపము.

**Redraft** = రీడ్రాఫ్టు; ప్రొటెస్టుచేయబడిన హుండీదారుడు అనగా హుండీ రెండుమార్లు తృణీకరింపబడగా నోటరిపబ్లికు అనబడు (రిజిస్ట్రారు) ఉద్యోగి దగ్గర ఫిర్యాదు (ప్రొటెస్టు) చేసినవాడు, అట్టిపత్రిపు మొత్తముతో దానిఖర్చులు కలిపి దానిని వ్రాసియిచ్చిన వానిపైనను బదలాయింపు (ఎండార్సు)చేసిన వారిపైనను వ్రాయు బరాతమునకు రీడ్రాఫ్టు అనిపేరు.

**Reeve** = 'రీవు' అనబడు ఆంగ్లపోలీసు ఉద్యోగి.

**Re-examination** = రీ ఎగ్జామినేషన్; తిరుగుపరీక్ష; అడ్డు (క్రాసు) పరీక్షయైన పిదప దానిలోని సందిగ్ధములను సవరించుటకు చేయుపరీక్ష.

**Re-export** = రీ ఎక్సుపోర్టు; తాజారవాణా; దిగుమతులను మరల ఎగుమతి చేయుట.

**Reference** = (1) అభిప్రాయార్థము పంపుట; (2) అవలోకనము.

**Reference to Full Bench** = ఫుల్ బెంచి రిఫరెన్సు; ఉన్నతన్యాయస్థానముయొక్క పూర్ణసభ వారి తీర్మానమునకై పంపు అభిప్రాయార్థన పత్రము.

**Referendum** = రిఫరెండము; ప్రజాభిప్రాయపరీక్ష; ప్రజాభిప్రాయసంగ్రహణము; ఏదైన నొకశాసనము ప్రజలయిష్టమునకు పాత్రమైనదో కాదో తెలియుటకు జనసామాన్యముయొక్క అభిప్రాయమును సమ్మతుల మూలమున కనుగొనుట. (See Democracy)

**Reflex action** = ప్రతీకారచర్య; ప్రతిఫలచర్య.

**Reformatory** = రిఫర్మెటరీ; సంస్కార కారాగారము; నేరముచేసిన తరుణవయస్కులను సన్మార్గమున నుంచుటకై యేర్పడు బోధనాశాల.

Reform Bill = రిఫారంబిల్లు: సంస్కారణల చిత్తుచట్టము. ఆంగ్లనియోజనాధికార సంస్కారణల చట్టములకీ పేరువచ్చినది.

Refreshing memory = జ్ఞాపకము చేయుట; జ్ఞాపకమునకు తెచ్చికొనుట సాక్షి తనచే వ్రాయబడియున్న సంగతినిచూచి జ్ఞప్తికి దెచ్చుకొనుట.

Refund = రిఫండు; (1) వాపసు; ప్రతిదానము; సొమ్ము తిరిగి యిచ్చి వేయుట; (2) తిరిగి చెల్లించబడిన మొత్తము; ముజరా; తిరిగిరావలసిన సొమ్ము.

Refusal = ఉపాలంభము; నిరాకరణము; తిరస్కారము.

Refusal Order = నిరాకరణపు ఉత్తరువు.

Refuse = చెత్త; వ్యర్థపదార్థము.

Regent = రాజప్రతినిధి.

Regime = రాజ్యకాలము; పరిపాలనము; హయాము.

Regiment = దళము.

Register = రిజిష్టరు; (1) లేఖ్యము; లెక్కపుస్తకము.(2) రిజిష్టరుచేయుట: పుస్తకములో నమోదుచేయుట.

Registered Society = రిజిష్టరుకాబడిన సంఘము; రిజిష్ట్రారువారివలన అంగీకరింపబడిన సంఘము.

Registrar = రిజిష్ట్రారు;-(1) ఒక ప్రభుత్వాధికారి; (2) దస్తావేజులు రిజిష్టరుచేయు నధికారి; (3) ప్రధానసహకార శాఖోద్యోగి (4) పంచాయతులకు, గ్రంథములకు, జననమరణములకు ఇంక నితర శాఖలయొక్క అధికారులకు రిజిష్ట్రారులని పేరు.

Registration = రెజిస్ట్రేషను; పుస్తకములో నమోను చేయుట; గ్రంథసముచేయుట; లేఖ్యారూఢము.

Regular = రెగ్యులర్: సక్రమము; క్రమము ననుసరించిన; సవ్యమైన; నియతమైన; అసలుదావాను రెగ్యులరు దావాయందురు.

**Regularity** = క్రమానుగుణ్యము; సక్రమత.

**Regulating Act** = రెగ్యులేటింగు చట్టము: తూర్పు ఇండియా సంఘపరిపాలనా సందర్భమున 1773 లో చేయబడిన రాజ్యాంగ సంస్కరణ చట్టము; పరిపాలనా నియామక చట్టము; రాజ్యాంగ నిర్ణయచట్టము.

**Regulation Ordinance** = రెగ్యులేషన్ రాజశాసనము; ఆజ్ఞ; ఉత్తరువు; విధి; నియమము; చట్టము; నిబంధన.

**Reichsteg** = రీచిస్టాగు: జర్మనీదేశపు పార్లమెంటుసభ.

**Reimbursement** = రీయింబర్సుమెంటు; భర్తీ చేసుకొనుట: తిరిగిరాబట్టుకొనుట; ఒకడిచ్చినసొమ్మును మరల తీసుకొని సరిపెట్టుకొనుట.

**Reinforcement** = మద్దతు; కుమ్మకు; ఉపబలము; సహాయభూతసైన్యము.

**Re-instatement** = పునః స్థాపనము; పూర్వస్థితియందు పెట్టుట. పూర్వస్థితిని పొందుట; యథాస్థితికి తెచ్చుట.

**Re-issue** = రీఇస్యూ; పునఃప్రచారము; మరల జారీచేయుట; తాజాజారీ;

**Rejection of a plaint** = ప్లయింటును త్రోసివేయుట; కొట్టివేయుట; ఉ; స్టాంపుచెల్లించలేదని దావా నిరాకరించుట.

**Relation** = సాపేక్షములు; సాన్వయములు; సంబంధములుగలవి; ససంబంధికములు.

**Relative term** = ససంబంధిక పదములు. ఉ: తండ్రికొడుకులు.

**Release** = రిలీజు; హక్కువిడుదల; విమోచనము.

**Relevant** = ప్రకృతార్థానుబంధము; దావాసారాంశములకు సంబంధించిన.

**Religious Endowment** = దేవాదాయము.

**Religious Feelings** = మతవిషయిక చిత్తవృత్తి; మతావేశచిత్తవృత్తి; అనుభూతి; మతసంఘమనోవృత్తి.

Relinquishment = స్వత్వత్యాగము; అధికారనివృత్తి; హక్కు వదలుకొనుట; విడుదల పెట్టుట.

Remand = రిమాండు; విచారణకై కొలదికాలము ఖైదులో నుంచుట, నిర్బంధించుట.

Remand of a case = కేసును వెనుక కంపుట; అప్పీలుకోర్టువారు దావాను మరల విచారించుటకై క్రిందికోర్టుకు పంపుట.

Remainder = శేషము.

Re-marriage = పునర్వివాహము.

Remedial Measures = పరిహారకచర్యలు; నివారణోపాయములు.

Remission = రెమిషను; మాఫీ; మాఫుచేయుట; పరిహరించుట; తీసివేయుట; తిరిగియిచ్చుట; తగ్గించుట; విమోచనము; పన్నుతగ్గింపు; రాయితీ.

Remit, remittance = పంపుట; ఇరసాలుచేయుట; తగ్గించుట.

Remonstrance = సార్వజనిక విన్నపము, నివేదనము, మహజరు; చాలమంది న్యాయముకొరకు చేసికొను మనవి.

Removal of a Director = డైరెక్టరును తొలగించుట, తీసివేయుట; వ్యవస్థాపకోత్సరణము;

Removal of Attachment = జప్తు తొలగించుట.

Remove = అపనయించు; That which removes = అపనోదిని; అపనుదము; That which is removed = అపనీతము; That which should be removed = అపనేయము.

Removal = అపనోదము; తొలగింపు.

Renaissance = పునరుజ్జీవనము; విజ్ఞానవికాసము. ఉ: 15వ శతాబ్దిలో పాశ్చాత్యదేశములందు కలిగిన సారస్వతవికాసము.

Renew = నవ్యీకృతి; మరల క్రొత్తగా చేయుట; ఒకకార్యమును మరల ప్రారంభించుట; తిరిగిచేయుట.

**Renewal of a Bill** = తాజాహుండీని వ్రాయుట; హుండీని స్వీకరించిన వాడు దానిని చెల్లించవలసి వచ్చినప్పుడు తనవద్ద సొమ్ము లేనిచో మొదటిహుండీని అందరి అంగీకారముపైన రద్దుచేసి తాజా బరాతము వ్రాయించును.

**Renounce** = వదలిపెట్టు; విడుదలచేయు; పరిత్యజించు.

**Rent** = రెంటు; అద్దె; బాడుగ; శిస్తు; రాజస్వము; స్వామిభోగము.

**Rent Free Inam** = సర్వమంబాలా యీనాము; పన్ను మాఫీ యీనాము; పన్నులేకుండ యీనాముగా నిచ్చిన భూమి.

**Rent sale** = రెంటుసేల్: శిస్తుబకాయ వేలము; జమీందార్లు శిస్తుబాకీకి వేయువేలము.

**Re-opening of accounts** = గణన పునర్విమర్శనము; పరిష్కరింపబడిన లేక తేల్చుకొన్న లెక్కను మరల సరిచూడగోరుట; పరిశీలించుట.

**Re-organisation** = పునర్నిర్మాణము.

**Repair** = రిపేరు; మరమ్మతు; చక్కజేయుట; భూమినిబాగుచేయుట.

**Repatriation** = రిపాట్రియేషను, వలసవచ్చినవారిని తిరిగి దేశమున కంపివైచుపద్ధతి.

**Repayment** = రిపేమెంటు; బాకీతీర్మానము: ప్రతిదానము; చెల్లుబడి; నిచ్చినది; అప్పు వాపసు;

**Repeal** = రిపీలు; మార్చివేయుట; తిరుగ త్రోయుట; తలక్రిందుచేయుట; రద్దుచేయుట.

**Relpy** = ప్రతిలేఖ. ప్రత్యుత్తరము; జబాబు; ప్రతివచనము.

**Reports** = రిపోర్టులు; నివేదికలు; ఉద్యోగస్థులు పైయధికారులకు పంపు వివరణ పత్రికలు; సంజాయిషీలు.

**Representation of a Plaint** = ప్లయింటు తిరిగి దాఖలుచేయుట.

**Representative** = ప్రతినిధి; ప్రాతినిధ్యము.

Representative (Legal) = బాధ్యస్థుడు; శాస్త్రము ప్రకారము ప్రతినిధియగువాడు; ప్రత్యామ్నాయపురుషుడు; వారసుడుగాని ఆస్తిని అనుభవించువాడుగాని; శాస్త్రీయప్రతినిధి.

Representative Character = ప్రతినిధి హోదా.

Representative Government = (ప్రజా) ప్రాతినిధ్యపు ప్రభుత్వము.

Representative suit = ప్రాతినిధ్యాభియోగము; ప్రతినిధి వ్యాజ్యము; అనేకుల పక్షమున ఒకరుగాని కొలదిమందిగాని ప్రతినిధులుగా వ్యాజ్యగ్రంథము జరుపుట.

Repression = నిగ్రహము; అణచుట; స్వేచ్ఛా ప్రచారనిరోధము.

Reprimand = వాగ్దండము; తిట్టు; నింద; చీవాట్లుపెట్టుట;

Reprisal = ప్రత్యపకారము; ప్రతిపీడనము; శిక్షాపూర్వకమగు దండన.

Republic = రిపబ్లికు; ప్రజాస్వామికము; ప్రజాస్వామ్యము; ప్రజాసత్తాకము; రాజ్యాంగ సిద్ధాంతమునుబట్టి రిపబ్లికు ప్రభుత్వము ప్రజాప్రభుత్వము లేక డెమాక్రసీయొక్క శ్రేష్ఠతమ రూపము. ఈ రాజ్యాంగ పద్ధతిలో రాజరికమునకు తావులేదు. అమెరికా సంయుక్తరాష్ట్రములు, ఫ్రాన్సు; స్విజర్లాండు, అర్జెంటైనా, బ్రెజీలు, మెక్సికో రాజ్యములు రిపబ్లికులే. దీనిలో ప్రజాప్రతినిధుల సభయు, ఒక అధ్యక్షుడును మంత్రులు నుందురు. ఈ రాజ్యములందు కొన్నిచోట్ల ప్రజాప్రభుత్వపద్ధతి తగ్గి డిక్టేటరు ప్రభుత్వ పద్ధతులు ప్రబలినవి. (See Swiss Republic)

Repudiation = పరిత్యాగము; నిరాకరణము; నిమిత్తములేదని వాదించుట.

Repugnancy = ప్రాతికూల్యము; విరుద్ధభావము; అనిష్టత; అసంగతము; అసహ్యము.

Repulse = మళ్లగొట్టు; మరలించు; వెనుకకుగొట్టు; ఓడించు.

Reputation = కీర్తి; ఖ్యాతి; ప్రసిద్ధి; యశస్సు; మంచిపేరు. వాడుకను బట్టి యేర్పడు ప్రతిష్ఠ.

**Request** = మనవి; ప్రార్థన; కోరిక; అర్థన.

**Requisition** = రెక్విజిషన్: ఆకాంక్ష; ప్రార్థన; అపేక్ష; అధికార పూర్వకమగు కోరిక; లిఖితపూర్వక విజ్ఞప్తి.

**Resale** = పునర్విక్రయము; తాజావేలము. మారు అమ్మకము.

**Rescue** = పరిత్రాణము; రక్షణము; నిర్బంధము హాని మొదలగువాని నుండి తప్పించుట, వదలించుట.

**Rescue House** = పతితయువతీ రక్షణశాల.

**Research** = పరిశోధన; సంశోధన.

**Reservation** = రిజర్వేషను; మినహాయింపు; వినాయింపు; ప్రత్యేకింపు; ఉపాధికారములు.

**Reserve** = (1) రిజర్వు; నిలువ; సంగ్రహణము; సంచయము; సంచితము; ఒకప్పుడు తటస్థింపగల నష్టములకు, బాధ్యతలకు ఎదురుబడి పోటీగా నుండుటకు లాభమును వెనుక వేయుటలో మినహాయింపుచేసిన. ప్రత్యేకించినసొమ్ము. అట్టి నిధికి రిజర్వుఫండు లేక క్షేమనిధి అనిపేరు.

**Reserve Bank** = రిజర్వుబ్యాంకి: దేశముయొక్క చలామణిని, ఆర్థిక పరపతిని క్రమపద్ధతులలో నడుపుట కేర్పడిన ధనాగారము. సాధారణపు బ్యాంకులు కాతాలపైన సొమ్ము వడ్డీకి పుచ్చుకొనును, ఇచ్చును. హుండీలను మార్చును. వాటాలను కొనును, అమ్మును. కేంద్ర ప్రభుత్వ లేక రిజర్వుబ్యాంకులు, పై కార్యములేగాక దేశముయొక్క చలామణిని పెంపుచేసియు, తగ్గించియు, ఆర్థిక క్షేమమునకు తోడ్పడగలందులకు అవసరమునుబట్టి చలామణి పత్రములుకూడా జారీచేయును. ఇవి మన కరెన్సీనోట్లవలె ప్రభుత్వమువారివలన గారంటీచేయబడి ద్రవ్యముగా నుపయోగించును. ఇందుకొరకు హామీగా బ్యాంకు కొంత ధననిధిని నిలువ యుంచవలెను. ఈ నిల్వలో కొంతభాగము కేవలము బంగారు అయి యుండవలెను, కొంతభాగము ప్రభుత్వమువారు ఆమోదించు పత్రరూ

పము దాల్చి యుండవచ్చును. ఈ బ్యాంకులు ప్రభుత్వమువారి కోశ శాఖతో సంబంధము గలిగి వారిధనాగారములుగా పనిచేయును. కేవలము ప్రభుత్వశాఖగానే పనిచేయు బ్యాంకులును గలవు. అటుగాక చట్టము వలన నిర్ణయింపబడిన విధులకు లోబడి పనిచేయునట్టివి కలవు. లేదా సామాన్య కంపెనీలవలెనే సంఘనిర్మాణము చేయబడి వాటాదారులు కలిగి పనిచేయునవికూడా కలవు. బ్యాంకి నిర్మాణ మెట్లున్నను జాతీయ బ్యాంకులెల్ల కేవలము లాభసంపాదనగాక ప్రజాసేవయే ప్రధానోద్దేశముగా పనిచేయుచున్నవి. ఈ బ్యాంకుల పరిపాలనయందు ప్రభుత్వము అధికారము కలిగియుండును. గవర్నరును డైరక్టరులలో కొందరినైనను ప్రభుత్వము నియమించును. సోవియటు రష్యాబ్యాంకి కేవలము జాతీయ ప్రభుత్వ సంస్థ. ఫ్రెంచిజాతీయ బ్యాంకి వాటాదారుల సంస్థ. ఇంగ్లాండుబ్యాంకియు వాటాదారుల బ్యాంకియె. జర్మనీ రీచీ బ్యాంకియు ఇంగ్లాండు బ్యాంకివంటిదే. ఇవి కేంద్ర ధననిధి సంస్థలు. అనగా దేశము లోని తక్కిన అన్ని బ్యాంకులు వీనికి లోబడి పనిచేయును. చలామణి పత్రములు జారీచేయుటకు వీనికిమాత్రమే హక్కుకలదు. అమెరికాలో ఫెడరల్ రిజర్వుపద్ధతి స్థాపింపబడినది. వివిధనగరములలో 12 ఫెడరలు రిజర్వుబ్యాంకులు గలవు. వీటి యన్నిటిపైన సర్వాధికారము కలిగిన ప్రభుత్వ పరిపాలక సంస్థయొక్కటి ఫెడరల్ రిజర్వు బోర్డు అను పేరిట స్థాపింపబడినది. దాని అధికారముక్రింద నివి పనిచేయును. ఈబ్యాంకులలో వ్యక్తులకు వాటాలులేవు. బ్యాంకులే వాటాదారులు. ఇవి బ్యాంకులవలననే సొమ్ము పుచ్చుకొని వానికే సొమ్మిచ్చును. ఫెడరల్ రిజర్వు బోర్డువారి అనుమతితో చలామణిపత్రములు జారీచేయును. నూటికి 60 వంతులు డిబెంచరు వాటాపత్రములు మున్నగు వ్యాపార పత్రములు రూపముగను 40 వంతులు బంగారు రూపముగను అందుక్రింద హామీయుంచును. ఫెడరల్ రిజర్వుబోర్డులో ప్రభుత్వ కోశమంత్రి,

చలామణి కంట్రోలరు అధికారరీత్యా సభ్యులు. రాజ్యాంగ సంస్కరణ సందర్భమున భారతదేశములో స్థాపింపనున్న రిజర్వుబ్యాంకు, రాబోవు ప్రజాప్రభుత్వముయొక్క పూర్ణాధికారము క్రిందనుండక ఆంగ్ల వర్తకుల వశమగుట అసమంజసమని కొందరి యభిప్రాయము.

Reserve Fund = రిజర్వు ఫండు; క్షేమనిధి; ఒకసంఘమునకు రాగల నష్టములను భర్తీచేయుటకు ప్రత్యేకింపబడిననిధి; ప్రత్యేకితనిధి.

Resident = రెసిడెంటు; స్థానికుడు; స్వదేశసంస్థానములందుండు ఆంగ్లరాజ ప్రతినిధి.

Residuary Legatee = రెసిడ్యుయరీ లెగటీ; అవశిష్టదాన పరిగ్రహీత; మరణశాసనములో స్పష్టము గానుండునట్లు చెప్పబడిన ఆస్తిపోను మిగతా ఆస్తికి హక్కుగలవాడు; శేషించియుండు ఆస్తికి హక్కుదారుడు.

Residuary powers = విశిష్టాధికారములు; అవశిష్టాధికారములు; అనిర్దిష్టాధికారములు. See Federal Govt.

Resignation = రెజిగ్నేషను; పదవి వదలుకొనుట; పరిత్యాగపత్రము; ఉద్యోగమక్కరలేదని మానుకొనిపోవుట; రిజైనుచేయుట.

Resigned Officer = పరిత్యక్తోద్యోగి; పదవి వదలుకొనిన యధికారి; రిజైనుజేసిన యధికారి.

Resjudicata = రెస్జూడికేటా; పూర్వన్యాయోత్తరము; పూర్వన్యాయవిధి; పూర్వమీయబడిన తీర్పువలన తిరిగి వాదనచేయుటకు వీలులేకపోవుట.

Resolution = రిజల్యూషను; తీర్మానము; (హిం) ప్రస్తావ్.

Respondents = రెస్పాండెంట్లు; వివాదులు; ప్రత్యర్థులు; ప్రతిపక్షులు; అప్పీలువాదులకు ఎదిరిపక్షమువారు.

Responsibility = బాధ్యత; పూచీ; పూట; ఉత్తరవాదము; జవాబుదారి; అనుయోగాధీనత.

Responsible = పూచీగల; పూటపడిన; బాధ్యతగల; బాధ్యత వహించిన.

**Resistance** = నిగ్రహము; ప్రతీకారము; ప్రతిబంధకము కలిగించుట. పెనగులాడుట; నిరోధము; ఎదిరించుట; అడ్డగింపు; అడ్డగింత.

**Resistance to Delivery** = ఆస్తిస్వాధీనమునకు అవరోధము లేక ప్రతిబంధము; అడ్డగింత; అటకాయింపు.

**Resources** = శక్తి; ఆధారములు; సాధనములు; ఉపాయములు.

**Restaurant** = ఉపహారగృహము; ఫలాహారశాల.

**Rest House** = రెస్టుహౌసు; (ప్రా) శాల; విశ్రాంతిమందిరము.

**Restitution** = రెస్టిట్యూషను: పూర్వస్థితీకరణము; ప్రతిదానము; ఒక కోర్టుతీర్పువలన అమలు జరిగిన కార్యములు పైకోర్టుతీర్పువలన రద్దయినప్పుడు (మొదటిస్థితికి) యథాస్థితికి తెచ్చు వ్యవహారము.

**Restoration** = తిరిగి చేర్చుకొనుట; తిరిగి యిచ్చుట; పునఃస్థాపనము

**Restraint of Legal Proceedings** = అభియోగ నిరోధము.

**Restraint of Trade** = వ్యాపారావరోధము.

**Restraint to a place** = స్థానా సేధము.

**Restrictive covenant** = నిరోధక షరతు.

**Restrictive Endorsement** = రెస్ట్రిక్టివ్ ఎండార్స్మెంటు. విశిష్టనిర్దేశక సూచన "ఫలానావారి పరముగా మాత్రమే చెల్లింపవలెను" అని వ్రాయుట మూలముగా పత్రముయొక్క వినిమయ యోగ్యతను అనగా అన్యపరము చేయతగిన అవకాశమును అంతమొందించుసూచన.

**Retail** = చిల్లరగా; అల్పశః.

**Retainer** = రిటెయినర్; ఒక వకీలును, ఎదిరిపక్షమునకు పోకుండ ఆపియుంచుకొనుట.

**Retard** = క్షీణవేగము; క్షీయమానవేగము; వేగముతగ్గి ఆలస్యము చేయుట.

**Retirement of Guardian** = గార్డియను వదలుకొనుట; సంరక్షకుడు తొలగిపోవుట.

**Retiring a Bill** = పత్రిపరిష్కారము; పత్రిం ఫైసలా; ఒకపత్రిమును కొనివేసిగాని పక్వమగువరకు తొక్కిపెట్టియుంచిగాని వెంటనే రద్దుపరచిగాని వాయిదా రాగానే స్వీకర్త దానిని పరిష్కరించిగాని అమలులోనుండి తగ్గించుట.

**Retracted Statement** = త్రిప్పుకొనిన వక్తవ్యము; ముందొకమాటచెప్పి దానిని మళ్లించుకొని చెప్పుమాటలు.

**Retrenchment** = రిట్రెంచిమెంటు; వ్యయవికర్తనము; ఖర్చుతగ్గింపు; జీతముల తగ్గింపు.

**Retrograde Movement** = వక్రగమనము; వెనుకకు నడచు స్థితి.

**Retrospective effect** = భూతకాల సాపేక్షప్రభావము; ఒక శాసనము పుట్టినతేదీకి వెనుకటినుండి అమలుజరుగుట.

**Return** = మరలుచు; క్రమ్మరు; తిరిగివచ్చు.

**Return of Documents** = దస్తావేజులవాపసు; కోర్టులోనుండి దస్తావేజుల నిచ్చివేయుట.

**Returns** = రిటర్న్లు; అంకణా జాబితాలు; డౌలు యాదాస్తులు; పైయధికారులకు బంపు లెక్కలు.

**Reunion** = పునస్సమాగమము; పునస్సంసృష్టి; కుటుంబము మరల సమష్టియగుట.

**Revenue** = రెవిన్యూ; దేశాదాయము; రాజస్వము; కప్పము; కరము; ప్రజలు రాజునకిచ్చు ధనము.

**Revenue sale** = రెవిన్యూవేలము; సర్కారుశిస్తు బకాయికిగాను వేయు వేలము.

**Revenue Settlement**=రివిన్యూసెటిల్మెంటు; శిస్తుపైసలా; శిస్తు నిర్ణయము

**Reversing the conviction** = శిక్షను తల్క్రిందుచేయుట; తీసివేయుట; మార్చుట; త్రిప్పివేయుట.

**Reversioner** = వారసు; ఉత్తరాధికారి; ఉత్తరవారసు.

**Revert** = మరలచెందు; వెనుకకుపోవు; తిరిగి సంక్రమించు.

**Review** = రివ్యూ; పునర్విచారణ; పర్యాలోచన;

**Revising Authority** = రివైజింగు అథారిటీ సభ; మునిసిపలు లేక శాసన సభల యెన్నికలకొఱకు తయారుచేయు వోటర్ల జాబితాలు సరిచూచి స్థిరమగు సాపుజాబితా తయారుచేయు విమర్శకసభ.

**Revision** = రివిజను; సంశోధనము; పునఃపరీక్ష; రివిజను అనబడు పునర్విమర్శ.

**Revival** = ఉజ్జీవనము; మరల ప్రాణముపోసి అమలులోనికి తెచ్చుట.

**Revival of Proceedings** = వ్యవహార పునరుజ్జీవనము; ఆగిపోయిన వ్యవహారమును నేరారోపణమును మరల అమలులోనికి తెచ్చుట; తీర్మానమైన ఫిర్యాదును మరల దాఖలుచేయుట; దావా గ్రంథమును మరల జరిగించుట.

**Revocation of contract** = ఒడంబడికను రద్దుచేయుట.

**Revocation of sanction to prosecute** = ప్రాసిక్యూషను శాంక్షనును రద్దుచేయుట; ఫిర్యాదు దాఖలుహుకుమురద్దు; ఒకనిపైన కేసుపెట్టవలసినదని పైఅధికారులుగాని కోర్టువారుగాని చేసిన అనుశాసనమును రద్దుపఱచుట.

**Revolt** = తిరుగుబాటు, పితూరీ.

**Revolution** = విప్లవము; పరివర్తనము. రాజ్యక్రాంతి.

**Revolutionaries** = విప్లవకారులు; విప్లవవాదులు.

**Rider** = రైడరు; అనుబంధాంశము; ఒకదస్తావేజునకుగాని తీర్మానమునకుగాని ప్రతిసూచనలేక మార్పును సూచించు అనుబంధము; తాజాకలము.

**Right Angle** = సమకోణము.

**Right of Reply** = ప్రత్యుత్తరాధికారము; దావాలో జవాబు చెప్పు హక్కు; ప్రతివాదనచేయు హక్కు.

**Right of way** = దారిహక్కు; రాకపోక సదుపాయము.

**Rights and duties of the employed** = (ప్రా) భృతకాధికారములు.

**Rights of the employer** = (ప్రా) స్వామ్యధికారములు.

**Right to begin** = వాదారంభాధికారము; దావా విచారణలో వాదము ప్రారంభించు హక్కు.

**Rigor Mortis** = మరణసంకోచము; మరణము తరువాత శరీరమున కలుగు మార్పు.

**Rigorous imprisonment** = కఠినశిక్ష.

**Ringleader** = పితూరీదార్ల నాయకుడు, మొనగాడు; దుర్మార్గులనాయకుడు.

**Rioting** = దొమ్మి; అయిదుమంది అక్రమసమావేశముచేయు దౌర్జన్యము.

**Risk** = రిస్కు; భయప్రమాదములు, ఆపదలు, సంకటములు - ఇవికలుగు అవకాశములు.

**Risk note** = రిస్కునోటు; రవాణాజాగ్రత్త పూచీపత్రము; రవాణా సరకు విషయములో కలిగే నష్టములనుగూర్చి రైలువారితో సరకు రవాణాదారు చేయు ఖరారు. సామాన్యజాగ్రత్త తీసికొనినను గూడ. సరకు నష్టమైనచో తమబాధ్యత లేదని రైలువారు దీనిలో వ్రాయుదురు.

**Road** = రోడ్డు; రాజమార్గము; బాట; త్రోవ; దారి.

**Road cess** = రోడ్డుసెస్సు; (ప్రా) వర్తని; రాధారిపన్ను.

**Road cess collector** = (ప్రా) అంతపాలుడు. రోడ్డుసెస్సు వసూలు చేయువాడు.

**Round Table Conference** = రౌండుటేబిలు కాన్ఫరెన్సు; రాజ్యాంగ విషయములను నిర్ణయించుటకొరకేర్పడిన సభ; వివిధపక్షీయసభ.

**Royal Edict or command** = (ప్రా) రాజశాసనము.

**Rule** = (1) రూలు; నిబంధనము; నియమము; విధి; (2) గీత; సమానగీతలు.

Ruler = ప్రభువు; పాలకుడు; (2) గీతబద్ద; రూళ్ళకర్ర.

Rule to show cause = కారణము చెప్పవలసినదని ఉత్తరువు; ఏదైన ఉత్తరువు చేయుటకు ఒక కక్షిదారునికి కోర్టువారు పంపు ప్రకటన; అధికారపత్రిక.

Rumour = రూమరు: వినికిడి; పుకారు.

Runner = రన్నరు: వాటాలదలారీ బేరగాడు; ప్లీడర్లకు కేసులు తెచ్చు బ్రౌటువంటివాడు.

Rural = గ్రామ్యమైన; పల్లెటూరి; జనపదసంబంధమైన.

# S

Sabotage = శాబొటేజి; సమ్మెదారులు యంత్రపరికరములను నిరుపయోగములుగా పాడుచేయుట.

Safe guard = సేఫ్‌గార్డు; రక్షణ; రక్ష; కాపుదల; పదిలము.

Safety = క్షేమము; భద్రత.

Sale Account = అమ్మకముల లెక్క.

Saleable Interest = విక్రయింపదగిన హక్కు; విక్రయయోగ్య స్వత్వము.

Saleable Price = గిట్టుబడినర; అమ్మకమునందలి లాభము; అమ్మకపు ఖరీదు.

Sale Certficate = సేల్‌సర్టిఫికెట్టు; విక్రయపత్రము; కోర్టువారిచ్చు విక్రయదస్తావేజు.

Sale Deed = క్రయలేఖ్యము; క్రయదస్తావేజు.

Sale of goods = వస్తువిక్రయము.

Sale or Return = విక్రయము లేక వాపసు. ఒక వర్తకుడు ఇంకొక వర్తకునికి సరకునిచ్చి కొన్ని రోజులలోగా అమ్మగలందులకును అమ్మడు

పోనిచో సరకును మఱల తానే తీసికొని సొమ్మునుగాని వాటికి సరాసరి ఇతర సరకునుగాని ఇచ్చుటకును చేసుకొను ఏర్పాటు.

**Sale Proclamation** = వేలపు యిస్తిహారు; వేలము ప్రచురణ.

**Sales and Preemption** = విక్రియములు, ప్రీఎంప్షను హక్కు; హంసాయీ అస్తిని ముందుగా క్రియముపొందు హక్కు.

**Salvage** = శాల్వేజి: ఓడను, మునిగిన ఓడసరకును నష్టమునుండి కాపాడినందుకు బహుమతి.

**Same Transaction** = ఒకేవ్యవహారము; ఏకకాలసంభవ వ్యవహారము.

**Sanction** = శాంక్షను; అనుజ్ఞ, అనుమతి; అనుమోదనము; అంగీకారాజ్ఞ, ఉత్తరువు; మంజూరుచేయుట.

**Sanctioning a loan** = అప్పుదరఖాస్తు "మంజూరు" చేయుట; ఋణమిచ్చుటకు అనుజ్ఞ.

**Sanction to Prosecute** = ప్రాసిక్యూషను శాంక్షను చేయుట; ఫిర్యాదు దాఖలు చేయుట కుత్తరువు; ఫిర్యాదుదాఖలు మంజూరీ.

**Sanitary Inspector** = శానిటరీ ఇన్‌స్పెక్టరు; పురిపారిశుద్ధ్య శోధకుడు.

**Sanitary Laws** = శౌచవిధులు; ఆరోగ్య రక్షణోపాయములు.

**Sanitation** = శానిటేషను; శౌచము; పారిశుద్ధ్యము; ఆరోగ్యరక్షణము.

**Sans recourse** = "తప్పునిసరి". ఈ మాటలు హుండీపత్రముపై వ్రాసినచో ఎండార్సు చేసినవానికి బాధ్యత లేదు.

**Saving** = నిలువయుంచు; దాచు; (2) మినహాయింపు.

**Saving clause** = మినహాయింపుక్లాజు, వాక్యము.

**Savings Bank** = సేవింగ్సుబ్యాంకు; రక్షణనిధి; మిగుల్చుకొనిన సొమ్ము దాచుకొనినకోశ, ధనాగారము.

**Savings Deposit** = సేవింగ్సు డిపాజిట్టు; రక్షణనిక్షేపము; సంచయనిక్షేపము; బ్యాంకులో కూడబెట్టుకొని దాచుకొనుసొమ్ము.

Saxons = శాగ్జనులు; ఇంగ్లాండుకు మొదటవచ్చిన శాగ్జనుజాతి.

Scale = స్కేలు; ప్రమాణము; కొలత.

Scale of Office Establishment and Salaries = ఉద్యోగులు, నౌకరులు, సిబ్బంది, మున్నగువారిసంఖ్య; వారిప్రవర్తన, వేతనములనుగూర్చినప్రణాళిక.

Scandalous = అపఖ్యాతికరమైన; అశ్లీలమైన; అయోగ్యమైన; అవాచ్యమైన.

Scarcity = కష్టసాధ్యత; అరిది; అద్దడి.

Schedule = షెడ్యూలు; పట్టీ; అనుబంధ పత్రము.

Scheme = స్కీము; వ్యవస్థ; రచన; విధానము; పద్ధతి; ప్రణాళిక.

Scheme suit = స్కీముసూటు; స్కీముదావా: ధర్మకర్తృత్వ ప్రణాళిక వ్యాజ్యము; దేవాదాయ ధర్మాదాయ వ్యవస్థాపనముకొఱకు ధర్మకర్తృత్వ ప్రణాళికను తయారు చేయుటకుదావా.

Schism = మతకలహము; మతభేదపు తగవు; మతస్థుల అంతఃకలహము.

School Final = స్కూలు ఫైనలు; పాఠశాలాంతిమ పరీక్ష.

Schools of Thought = సాంప్రదాయములు; వివిధాభిప్రాయముగలవారు.

Science of Punishment = దండనీతి.

Scribe = లేఖరి.

Scrip = స్క్రిప్పు: చందాచీటి, వాటాలు, పత్రములు, కొన్నందుకు ఇవ్వబడు చిత్తునిదర్శనపత్రిక.

Scrutiny = శోధనము; పరీక్ష; పరిశోధనము; సూక్ష్మపరీక్ష; బాగుగా పరిశీలించుట.

Scutage = స్క్యూటేజి; ఇంగ్లాండులో ఫ్యూడలు జాగీరుపద్ధతిలో వెట్టి పనికి మారుగా రాజుకు జమీందారునికి ఇవ్వబడుసొమ్ము.

Sea customs Superintendent = సముద్రశుల్కపర్యవేక్షకుడు

Sea Port = సముద్రపురేవు; బందరు.

**Sea Power** = సముద్రాధిపత్యము; సముద్రాధికారము.

**Seal** = సీలు; మొహరు; ముద్ర.

**Search Light** = సెర్చిలైటు; అన్వేషణజ్యోతి; శోధకజ్యోతి.

**Second** = (క్రియ) బలపరచు; (విశే) రెండవ; (నామ) వికల; సెకను.

**Second Appeal** = సెకండు అప్పీలు; రెండవ అప్పీలు; మొదటి అప్పీలు పైన రెండవ అప్పీలు హైకోర్టులో జరుగును.

**Secondary** = సెకండరీ; గౌణము; అముఖ్యము; రెండవపక్షముది.

**Second Ballot** = రెండవ ఎన్నిక; మొదట జరిగిన ఎన్నికలో హెచ్చు ఓట్లు వచ్చినవారిలో మఱల ఎన్నిక జరుగుట.

**Secondary Education** = (సెకండరీ) మాధ్యమికవిద్య.

**Secondary Evidence** = నకలుసాక్ష్యము; అసలు దస్తావేజులనుగూర్చి నట్టిగాని సంభవములను గూర్చిగాని ఇతరులు చెప్పునట్టి నకలుసాక్ష్యము.

**Second Chamber** = రెండవ శాసనసభ; ఉన్నతసభ; శిష్టసభ. (See Upper House).

**Secretary** = సెక్రటరీ; కార్యదర్శి; కార్యాధికృతుడు; సచివుడు.

**Secretary of State** = సెక్రిటరీ అఫ్ స్టేటు; రాజ్యాంగ కార్యదర్శి; ఇంగ్లాండు దేశమంత్రి.

**Secret Battle** = కూటయుద్ధము; రహస్యప్రహారు.

**Section** = సెక్షను; పరిచ్ఛేదము; భాగము; ప్రకరణము; స్కంధము; పాదము; చట్టమునందలి ఒకస్వల్పభాగము.

**Sectional Leader of an army** = (ప్రా) సేనాపనేతృడు.

**Secular** = లౌకిక; మతసంబంధముకానట్టి వ్యవహారములు.

**Secured Creditor** = సెక్యూర్డు క్రెడిటరు; హామీగల ఋణదాత. ఉ: తనఖాదారు.

Securities = సెక్యూరిటీస్; హామీపత్రములు; ఆధారపత్రములు; ప్రభుత్వముయొక్కగాని ఇతరసంస్థల యొక్కగాని పత్రముల హామీపైన నిలువయున్న సొమ్ము.

Security = సెక్యూరిటీ; జామీను; హామీ; ఆధారము; ధరావతు.

Security Bond = (1) సెక్యూరిటీబాండు; జామీనుపత్రము; హామీదస్తావేజు; (2) పూచీకత్తు.

Security for costs = ఖర్చులకు సెక్యూరిటీ; ఖర్చులకు జామీను లేక హామీ.

Security for good behaviour = సత్ప్రవర్తనకొఱకు పూచీఖత్తు లేక జామీను.

Security proceedings = జామీనుగ్రంథము; లేక వ్యవహారము.

Security to keep peace = ప్రజాశాంతికి భంగము కలిగింపకుండా జామీను.

Sedition = రాజద్రోహము; ప్రకృతి సంక్షోభము.

Seduce = చెఱచు; దుర్బోధచేయు; వశపరుచుకొని పోవు.

Seige = ముట్టడి.

Seigniorage = సీనరేజి; భూమి లేక గనిఖామందుకు చెందవలసిన రుసుము; ముద్రవట్టము.

Seize = పట్టుకొను; జప్తుచేయు.

Segregation = సెగ్రిగేషను; ప్రత్యేకింపుచేయుట; దేశములోనిజనులలో నొక సంఘమును ప్రత్యేకించి ఆప్రదేశమునమాత్రమే జీవించునట్లు నిర్బంధించు విధానము; ఉ: దక్షిణాఫ్రికాలో భారతీయు లిట్లు నిర్బంధింపబడుట.

Select Committee = సెలక్టుకమిటీ: ప్రత్యేక ఉపసంఘము; శాసనసభలు ఒక చట్టమునుగూర్చి విచారించుటకు నియమించు ఉపసభ.

**Self Acquisition** = స్వార్జితము.

**Self conceited** = అహంవాది; గర్వి.

**Self contradiction** = స్వవచనవ్యాఘాతము; స్వమతవిరుద్ధము; తాను పలికిన పలుకులకే విరుద్ధముగ పలుకుట.

**Self-governing Colony** = స్వపరిపాలిత వలసరాజ్యము.

**Self-Government (Home Rule)** = స్వపరిపాలనము; స్వారాజ్యము.

**Seller** = దాయకుడు; అమ్మువాడు; విక్రయకుడు: విక్రేత.

**Sellers Over** = "అమ్మువారెక్కువ కొనువారుతక్కువ"యున్న బజారుస్థితి.

**Selling out** = తాజాపూచీక్రియం; హుండీలమారకం బజారులో పత్రములుకొనుటకు ఖరారుచేసినవాడు కొనకపోయినచో విక్రయించువాడు వానిబాధ్యతపైన మఱల విక్రయించి ఖర్చులు వానివలనరాబట్టుకొనును.

**Senate** = సెనేట్; ఉన్నతశాసనసభ; శిష్టసభ; మంత్రి, సచివ, సదస్యసభ; విద్యాధికుల సభ; విశ్వవిద్యాలయ శాసనసభ.

**Sensation** = భావము; ఇంద్రియవికారము; ఇంద్రియ అనుభవము.

**Sentence** = సెంటెన్సు; (1) వాక్యము; (2) శిక్షావిధి; శిక్షవిధించుట.

**Separate property** = ప్రత్యేకఆస్తి; సమష్టికుటుంబమునకు సంబంధము లేనిది.

**Separate trial** = వియుక్తవిచారణ; ప్రత్యేకవిచారణ.

**Septic** = విషపూరిత; దోషయుక్త, కలుషిత.

**Serf** = దాసుడు.

**Serfdom** = దాస్యము.

**Servant** = పరిచారకుడు; భృత్యుడు; చాకిరివాడు; నౌఖరు.

**Service** = ఊడిగము; పరిచర్య; సేవ; కొలువు.

**Service of Summons** = సమనులు జారీచేయుట.

**Services** = ఉద్యోగవర్గము; అధికారవర్గము; సేవకవర్గము; భృత్యవర్గము; నౌకరీలు.

**Servient tenement** = తాబేదారి ఆస్తి; ఇతరుల అనుభోగబాధ్యతకు లోబడినభూమి; తాబేదారీభూమి; దాస్యభూమి; ఎవరిభూమిమీద మరియొకరికి ఈజిమెంటుహక్కు కలదో ఆస్వామి పేరు.

**Servitude** = దాస్యము; సేవ.

**Session** = సెషను; (1) సభ కూడుకాలము; కోర్టు పరివేష్టించు కాలము; (2) ఉపవేశనము; సమావేశము; సభాసమావేశము; సభ.

**Set off** = సెటాఫ్; పోటీపరిష్కారము; మూజుచెల్లు; ఒకరికివ్వవలసిన దానిని తా నివ్వవలసినదానికి పోటీగా వసూలు చూచుకొనుట, చూడ గోరుట; బదులుబాకీ; ముదరా; చెల్లుబడి; ముజరాచూచుకొనుట.

**Setting aside** = గద్దుచేయుట.

**Settlement** = సెటిల్మెంటు; (1) తీర్పు; పరిష్కారము; (2) నిర్ణయము; (3) (శిస్తు) ఫైసలా; తరముల నిర్ణయము; భూమిపన్ను నిర్ణయము; బందోబస్తు.

**Settlement Deed** = సెటిల్మెంటు దస్తావేజు; ఆస్తి సమర్పణ నిర్ణయ పత్రము; ఆస్తిని గూర్చిగాని తగాదాలను గూర్చిగాని నిర్ణయించుకొని వ్రాయుపత్రము.

**Settlement of Sale proclamation** = వేలపుటాస్తి విక్రయప్రకటన నిర్ణయము; ఆస్తికిమ్మతు, వేలము సమయము, స్థలనిర్ణయము చేయుట; వేలముయొక్క షరా నిర్ణయము.

**Sewage** = మురుగు.

**Sexton** = సెక్స్టను: చర్చిలో పీనుగులను పూడ్చువాడు.

**'Shall presume'** = ప్రమాణభూతములని అంగీకరించి తీరవలెను; యథార్థములుగా అంగీకరించి తీరవలెను; విధిగా భావించి తీరవలయును; నమ్మవలయును.

**Share** = షేరు; వాటా; భాగము; హిస్సా.

**Share Broker** = షేరుబ్రోకరు; వాటాలమారకం దలాలీ, బేరగాడు.

**Share Capital** = వాటాధనము; షేరుధనము; వాటాల మూలధనము.

**Shareholder** = షేరుహోల్డరు; వాటాదారు.

**Share system** = పాలిపద్ధతి.

**Sheriff** = షెరీఫు; ఒక ఆంగ్లజిల్లా ఉద్యోగి; కోర్టు ఆజ్ఞలను నిర్వహించు అధికారి. ఉ: మద్రాసు మున్నగు ప్రధాననగరములందలి ఒకఉద్యోగి.

**Shipment** = ఓడ ఎగుమతి; ఎగుమతి సరకు.

**Shop** = షాపు; అంగడి; దుకాణము.

**Short Delivery** = కొఱత డెలివరీ; కొఱత అప్పగింత; రవాణాసరకులో కొంత అప్పగింపక పోవుట.

**Short Exchange** = స్వల్పవాయిదా పత్రముల బజారుధర.

**Short Hand** = లఘులిపి; సంక్షిప్తలిపి.

**Short Term** = స్వల్పకాలపరిమితి; కొద్దిగడువు; కొద్దివాయిదా.

**Side** = సైడు; ప్రక్క; పక్షము.

**Sight Bills** = దర్శన హుండీలు.

**Silent Warfare** = తూష్ణీంయుద్ధము; నిశ్శబ్దయుద్ధము.

**Simple Imprisonment** = విడిఖైదు.

**Simple Rule of Three** = త్రైరాశికము.

**Simultaneous** = ఏకకాలికమైన; ఏకకాల సంభవము.

**Single Transferable Vote** = సింగిల్ ట్రాన్సుఫరబుల్ వోటు; బదలాయించుటకు వీలుగల వోటు; ఒక్కొక్క ఎన్నిక ఫిర్కాలో 30000

నియోజకులను ఠ అభ్యర్థిస్థానములు నుండవలయుననియు అట్లు హెచ్చు స్థానములుగల పెద్ద ఎన్నిక ఫిర్కాలలో నియోజకు లెల్లరు తమ తమ అభిమతానుసారముగా మొదటివాడుగను రెండవవాడుగను వరుసక్రమముగా కడపటివాడుగను ఎన్నుకొనదలచుటను సూచించుటకు వీలు కలిగి ఒక అభ్యర్థినుండి ఇంకొక అభ్యర్థికి మార్చుటకు వీలుగల వోటు హక్కు. ఇంగ్లాండులో ప్రహోర్ష నలు రిప్రజంటేషను ఎన్నిక పద్ధతిలో నిది వాడబడుచున్నది. (See P. R.)

**Sinking Fund** = సింకింగుఫండు; ఋణవిమోచననిధి; క్షీణికనిధి; ఋణవిమోచనకొరకు ప్రత్యేకింపు చేయబడిననిధి.

**Skill** = కౌశలము; నేర్పు.

**Skilled Industry** = ప్రావీణ్య పరిశ్రమ.

**Slander of Title** = స్వత్వదూషణము; హక్కునుగూర్చిన నింద; ఒక ఆస్తికి ఒకనికి గల హక్కులను గూర్చి నిష్కారణముగను దురుద్దేశముతోను దూషణవాక్యములాడి నష్టము కలిగించుట.

**Slavery and its incident** = (ప్రా) దాస్యకల్పము; బానిసతనము, దానికి సంబంధించిన వ్యవహారము.

**Slave Trade** = దాసక్రయ విక్రయము; బానిసవ్యాపారము.

**Small Cause Suit** = స్మాలుకాజుదావా; కౌళ్ళును గూర్చినట్టియు భూసంబంధముగానట్టి ఇతర చిన్నవ్యవహారములను గూర్చిన దావాలు. దీనిని క్లుప్తముగా విచారింతురు. దీనిపైన అప్పీలుండదు.

**Small-Pox** = స్ఫోటకము; మసూచికము; పెద్దమ్మవారు.

**Socialism** = సోషలిజం; సాంఘిక సాంప్రదాయము; సంఘస్వామ్యవాదము; ఆర్థికవ్యవస్థ పారిశ్రామిక పద్ధతులు పెట్టుబడిదారుల చేతులలోను వారి నియామకుల చేతులలోను గాక జనసంఘముయొక్క అధీన

మంటే యుండవలెనను ఆర్థిక సిద్ధాంతము; జనసామాన్యముయొక్క సముష్టిలాభముకొరకు ముఖ్యపరిశ్రమలు, సంఘసేవలు (Services) జన సంఘముయొక్క ఉమ్మడి పలుకుబడికింద నుండవలెనను సిద్ధాంతము. జనసంఘమే ఇది చేయజాలదు కనుక నిపుణులగు కార్యనిర్వాహకులను నియమించి నడుపవలెను. అన్నిపనులు పరిశ్రమలు జనసంఘముయొక్క క్షేమలాభములకొరకు ప్రభుత్వము, స్థానిక పరిపాలనాసంస్థలు నడుప వలయును. అయితే నేటి ప్రభుత్వములు ఇతర సంస్థలుకూడ పెట్టుబడి దారుల పలుకుబడికింద నున్నందున వానినిగూడ జనసామాన్యమునకు పూర్తిగా వశపరచు ప్రయత్నములు చేయవలెను. ఇదియెల్ల పార్లమెంటరీ ప్రజాప్రతినిధి సంస్థలద్వారానే జరుగవలెనను రాజకీయసిద్ధాంతము. ఈ వాదముచేయు పక్షీయులకు 'సోషలిస్టు'లనిపేరు. ఇట్టి పద్ధతియే విప్లవమార్గములద్వారా స్థాపింపగోరువారు సర్వసమాన సంఘస్వామ్య వాదులు లేక కమ్యూనిస్టులు. ప్రతివ్యక్తికి అతని శ్రమనుబట్టి జీవనభృతి యుండవలెనను సూత్రమునుండి ప్రతివ్యక్తికి అతనిఅవశ్యకతలనుబట్టి జీవనభృతియుండవలెనుపద్ధతికి మార్పుచెందుటయే సాంఘిక వాదమునుండి సర్వసమానసంఘస్వామ్యవాదమునకు మార్పు చెందుట.

Socialist Schools = సోషలిస్టు సాంప్రదాయములు; సాంఘికవాద సాంప్రదాయములు; ఒక్క తరగతి జనులచేతులలోనే ధనము పేరుకొనుట జన సామాన్యపు దురవస్థలకు, దారిద్ర్యమునకు కారణమని అన్నివిధములగు సోషలిస్టులును నమ్ముచున్నారు. అయితే ఒక్కొక రొక్కొక నివారణోపాయము నవలంబింపవలెనని చెప్పుదురు.

కమ్యూనిస్టులగు సోషలిస్టులు ఆర్థిక రాజకీయ ప్రజాజీవనమునందన్నివిషయములలోను ఆస్తియందు వ్యక్తిస్వామ్యములను తీసివేయ గోరుదురు. కలెక్టివిస్టులగు సోషలిస్టులు ఆర్థోత్పత్తి సాధనములందు మాత్రము వ్యక్తిస్వామ్యములు లేకుండ పోవలెనందురు.

అగ్రేరియన్ సోషలిస్టులు: స్థిరాస్తియందు, భూములు, ఇండ్లయందు వ్యక్తిస్వామ్యములు పోవలె నందురు.

నేడు ప్రజోపయోగకరములై ప్రైవేటు వ్యక్తులవశమున నున్న వృత్తి వ్యాపారములన్నియు ప్రజలవశములగు సేవలు(Public Services) గా మార్చవలెనని సోషలిస్టువారు అందరి యొక్క ఉద్దేశము. రాష్ట్రముల వశమునగాని, సంఘసాముదాయములవశమునగాని, కష్టజీవుల సంఘముల వశమునగాని ఉన్న అధికారములను వీరు హెచ్చుచేయ దలతురు. నేటిసోషలిజం (కార్మిక కర్షక)కష్టజీవులపక్షమునే వహించును. ఇతర సంఘములను సహింపదు, అందువలన తక్కిన తెగలతో సంఘర్షణము, పోరాటము, సోషలిస్టులకార్యక్రమములో ప్రాముఖ్యము వహించుచున్నది. కారల్ మార్క్సు కాలమునుండియు సామాన్య కష్టజీవుల జనసంఘము (Proletariat) సోషలిస్టుల యాదరమునకు పాత్రముగా నున్నది. సోషల్ డెమాక్రాటులు ప్రజలందరిని ప్రభుత్వము క్రిందికిజేర్చి, దేశముయొక్క భూమి, మూలధనము, పారిశ్రమిక వ్యవస్థానిర్మాణము అనగా అర్థోత్పత్తి సాధనముల నిర్మాణములన్నిటిని బాధ్యతలేని వ్యక్తులచేతులలోనుండి ప్రభుత్వముచేతిలో నుంచదలతురు.

సిండికలిజం సిద్ధాంతము ఆర్థికరాజకీయములందు కర్మకరులు పారిశ్రామికులు మున్నగువారి సిండికేటులు లేక సంఘములే ప్రాధాన్యము వహింపవలెనను వాదము. పారిశ్రామిక స్తంభనములవలన సమ్మెలవల్లన కాపిటలిస్టు వ్యవస్థను వీరు తిరుగ దోడదలతురు.

Social Legislation = సాంఘిక శాసన నిర్మాణము; జనసంఘముయొక్క కట్టుబాటులకు సంబంధించిన చట్టములు చేయుట.

Society = సొసైటీ; సంఘము.

Sociology = సోషియాలజీ: నాగరక అనాగరక మానవసంఘచారిత్రము

Sodomy = పుమ్మైథునము.

**Sola** = ఇది ఒక్కటే; మారుప్రతిలేని హుండీ అనిభావము.

**Soldier** = సోల్జరు; సిపాయి; ఆయుధజీవి.

**Sole Monarch** = (ప్రా) ఏకసామ్రాట్.

**Solitary Confinement** = ఏకాంతవాసశిక్ష; సంసర్గరహిత నిర్బంధము.

**Sort, kind or class** = తరము; రకము.

**Sound Mind** = బుద్ధి స్వాస్థ్యము.

**South Sea Bubble** = దక్షిణసముద్రపు బుడగ. ఇంగ్లాండులో 18వ శతాబ్దిలో చాలా భీమాకంపెనీలు దివాలా తీసిన యుద్యమమున కీపేరు.

**Sovereign** = (1) స్వామి; ప్రభువు; రాజు; అధిపతి; చక్రవర్తి (2) సవరను; నవరసు; కాసు; పౌను. (చూ. పౌను)

**Sovereignty** = ప్రభుత; స్వామిత్వము; ప్రభుత్వము; అంతరంగిక బాహ్యప్రభుత్వ స్వాతంత్ర్యము; ప్రభుత్వ సర్వాధికారములు; సంపూర్ణ స్వామిత్వము. ఇతర ప్రభుత్వమునకు లోబడక తన దేశప్రజలను పరిపాలించుకొనుటకు విదేశములతో వ్యవహారములు జరుపుకొనుటకు గల సంపూర్ణాధికారము.

**Soviet** = సోవియట్: రష్యాదేశములోని సార్వజనిక సత్తాకము, సోవియట్ అనగా జనసంఘములు, సమాజము (చూ. U. S. S. R.)

**Spacial Extension** = దిగంతరవ్యాప్తి.

**Speaker** = స్పీకరు; ఇంగ్లాండులో కామన్సుసభ కధ్యక్షుడు. ప్రజాప్రతినిధుల సభయొక్క అధ్యక్షుడు.

**Special Case** = స్పెషలు కేసు; విశిష్టవ్యవహారము; సాధారణ వ్యాఖ్యామున గాక కక్షిదారు లేదైన తగవునుగూర్చి కోర్టువారి అభిప్రాయమును పొంది అట్లు ఆతగవును పరిష్కరించుకొనుట.

**Special Constable** = స్పెషల్ కాన్స్టబుల్; విశేషాధికార రక్షక భటుడు; ప్రత్యేకముగా నియమింపబడిన స్పెషలు పోలీసు సిపాయి.

Special Damage = విశేషనష్టము; విశిష్టనష్టి.

Special Magistrate = స్పెషల్ మేజస్ట్రీటు; ప్రత్యేకముగా కొన్ని వ్యవహారములను విచారించుటకు నియమింపబడిన దండనాధికారి.

Special plea = కారణోత్తరము.

Specie Point - See Mint Par Exchange.

Species = ఉపజాతి; భేదము; విధము.

Specification = స్పెసిఫికేషను; వివరనిరూపణము; తబ్సీలు జాబితా; చేయవలసిన పనియొక్క తప్సీళ్లపట్టిక; ఖరారు ప్రకారము సిద్ధము చేయకుల వివరము; నమూనా వివరణము.

Specific = అవశ్యమైన; నిర్ణీతమైన; నిర్దిష్టమైన.

Specific Gravity = తారతమ్యగరిమ; వస్తుభారశక్తి.

Specific Legacy = మరణశాసనమున నిర్దేశింపబడిన నిర్ణీతమగు దానము లేక ఆస్తి.

Specific Movable property = విశిష్ట (చర) ద్రవ్యము; ఏదోయొక నిర్దిష్టచరాస్తి; వస్తువు.

Specific performance = స్పెసిఫిక్ పెర్ఫార్మెన్సు; విశిష్టప్రతిజ్ఞాపాలనము చేయుట కంగీకరించిన కార్యమును తూచా తప్పకుండ చేయుట; యథాతథా ప్రతిజ్ఞాపాలనము; కంట్రాక్టు ప్రకారము నెరవేర్చుట.

Specific Relief = నిర్దిష్టపరిహారము.

Specify = వివరించు; నిర్దేశించు; నమోదుచేయు.

Specimen = నమూనా; మాదిరి.

Speculative Transaction = అంచనా వ్యవహారము; అందాజు వ్యవహారము; ఊహపైనను అదృష్టముపైనను ఆధారపడు వ్యవహారము.

Sphere = మండలము; గోళము; ప్రదేశము.

Sphere of action = (ప్రా) మండలము; వ్యవహారమండలము.

**Spheres of influence**= పలుకుబడి ప్రదేశములు; మండలములు.

**Spies** = చారులు; గూఢచారులు.

**Square** = చతురస్రము; చదరము; వర్గము.

**Square Foot** = (ప్రా) పాదావర్తకము; చతురపుటడుగు.

**Stable** = అశ్వశాల; గుఱ్ఱపుసాల; కొట్టము.

**Stabilizing the Currency** = చలామణిని దృఢముచేయుట; లోహము యొక్క ధర తేడాలవలన ఇతర కారణములవలన చలామణి మారకపు విలువ నిలుకడ లేకుండ హెచ్చుచు తగ్గుచున్నప్పుడు దానిని గట్టిగా ఒక ధరకు నిలువబెట్టు ప్రయత్నము చేయుట.

**Stability** = స్థాయిత్వము; స్థిరత్వము; ప్రతిష్ఠ.

**Staff** = సిబ్బంది; అధికారవర్గము; నౌకరులు.

**Stage** = ఆశ్రమము; మజిలీ; దశ;

**Stake Holder** = పందెగాడు; పందెమొప్పుకొన్నవాడు.

**Stale Cheque** = నిరుపయోగపు హుండీ; యుక్తకాలము దాటిపోయిన తరువాత దాఖలు చేయబడిన హుండీ.

**Stall** = దుకాణము; కొట్టు; అంగడి.

**Stamp** = స్టాంపు; ముద్ర; బిళ్ళ; ముద్రవేసిన కాగితము; జనరలుస్టాంపు. దస్తావేజుస్టాంపు; కోర్టుఫీజుస్టాంపు;

**Stamp (postage)** = తపాలుబిళ్ళ; పోష్టుబిళ్ల; తపాలాచీటి.

**Stamp Act** = స్టాంపుల చట్టము.

**Standarding** = ప్రమాణగుణనము; స్టాండర్డు ప్రమాణముకాని వెండి బంగారు లోహములను పాళ్లు లెక్క ప్రకారము స్టాండర్డు లోహములుగా మార్చి గుణించు లెక్క.

**Standard Gold** = స్టాండర్డుగోల్డు; ప్రశస్త పరిమాణ సువర్ణము—22 పాళ్లు మేలిమి, రెండుపాళ్లు రాగి మిశ్రమమైన బంగారము స్టాండర్డు బంగారము.

**Standard Money** = స్టాండర్డు మని: దేశాంతరపరిమాణద్రవ్యము; నాణెములలో నున్న లోహముయొక్క నిజమగు విలువనుబట్టి విదేశచలామణి విలువ నిర్ణయింపబడును. అట్టి ద్రవ్యము.

**Standard Silver** = స్టాండర్డు సిల్వర్; ప్రశస్త పరిమాణరజతము. 1920 సం॥ ఆంగ్ల నాణెముల చట్టము ప్రకారము సగము వెండి సగము మిశ్రమముగల వెండి కిది పేరు.

**Standard Weight** = పరిమాణ భూతతో లనము; అధికార పరిమాణము గల తూనిక; సరియగుతూనిక; (2) సర్కారుదు తూనిక రాయి.

**Staple** = ముఖ్యమైన; ముఖ్యాధారమైన.

**Star Chamber** = స్టార్ ఛేంబర్: నక్షత్రమందిరమను పేరుగల ఆంగ్ల రాజభవనము.

**State** = రాజ్యము; రాజ్యాంగము; ఒకదేశము లేక ప్రదేశము, జనసమూహము, లేక ప్రజలు, రాజ్యముయొక్క భౌతిక దేహము. రాజ్యాంగ వ్యవస్థ వ్యక్తిత్వము లేక ఐక్యతలు కలిసిన ప్రభుత లేక ప్రభుత్వాధికారము దీని జీవము. ఈనాలుగు అంగములు కలిసినదానికే రాజ్యాంగ మనిపేరు.

**State Craft** = రాజనీతి.

**State Document** = రాజలేఖ్యము; రాజ్యసంబంధ దస్తావేజులు.

**State-Papers** = రాజకీయ లేఖ్యములు; ప్రభుత్వాకవిలె.

**Statement** = స్టేటుమెంటు: (1) హిస్సాబు; జాబితా; యాదాస్తు: వివరణము: (2) ప్రకటన; వక్తవ్యము; కథనము; (3) కైఫియతు; ఒకసంగతి వివరణము; వాఙ్మూలము.

**Statesman** = రాజనీతిజ్ఞుడు; రాజ్యాంగవేత్త; రాజకీయవేత్త.

**Statesman ship** = ప్రశస్తరాజనీతి; రాజ్యతంత్రచతురత.

**State socialists** = స్టేటుసోషలిస్టులు. ప్రభుత్వమే అర్థోత్పత్తిసాధనములను వశముచేసుకొనవలెనను రాజకీయపక్షము.

**Station** = స్టేషను; ఉండెడితావు; (ఉ: రైలుస్టేషను, పోలీసుస్టేషను;) ఠాణా, ఒకస్థలము, ప్రదేశము.

**Stationery Court** = స్టేషనరీకోర్టు; ప్రతిష్ఠితసభ; ఒకేచోట స్థిరముగానుండు కోర్టు; స్థిరన్యాయసభ.

**Statistics** = స్టాటిస్టిక్సు; లోకస్థితిగణనము; లెక్కలు; లోకస్థితి దర్శకగణనము; ప్రపంచస్థితిగతుల, అంకెలు, లెక్కలు.

**Status** = స్టేటస్; హోదా; పరపతి; స్థితి.

**Statute** = రాజశాసనము; చట్టము.

**Statute Law** = లిఖితశాసనము; చట్టసంబంధధర్మము.

**Statute of West minister** = వెస్టుమినిస్టరు చట్టము. 1931 డిశంబరు 11 వ తేదీన ఇంగ్లాండుపార్లమెంటువారు అధినివేశరాజ్యముల పరిపూర్ణస్వాతంత్ర్యమును నిర్వచించుచు చేసినచట్టము.

**Statutory** = ధర్మశాస్త్రప్రోక్తము, ధర్మప్రోక్తము; శాసనవిధిప్రోక్తము.

**Statutory authority** = శాసననియతాధికారము; చట్టముప్రకారము గల అధికారము.

**Stay** = స్టే; స్తంభనము; నిరుద్ధము; ఆపుదల; నిలుపుదల.

**Stay of Execution** = వారంటు అమలు ఆపుదల.

**Stealing** = దొంగతనము.

**Steam power** = ఆవిరిశక్తి.

**Steamer** = స్టీమరు; పొగయోడ.

Stencil writing = స్టెన్సిలువ్రాత; చిల్లులు పొడిచి దానిపైన సిరాపూయువ్రాత; స్పెక్కొలు కాగితమునకు స్టెన్సిలు అని పిలుతురు.

Step-in-aid = కాలదోషపరిహారక్రియ; వారంటు ఆములు కాలదోషము పట్టకుండ చేయుకార్యము, క్రియ, చర్య.

Stethescope = స్టెతోస్కోపు; హృదయపరిశోధక శ్రవణనాళిక; గుండెలు ఊపిరితిత్తులు పరీక్షించు గొట్టము.

Steward = స్టీవార్డు; మిరాసీమేనేజరు; కార్యనిర్వాహకుడు.

Stifling prosecution = అపరాధదమనము; నేరమును కప్పివేయుట, కమ్మివేయుట.

Stimulus = ఉత్తేజకము; పురికొల్పునది; ప్రోత్సహించునది.

Stipend = స్టయిపెండు; వేతనము, విరాళము, జీతము.

Stirling Bonds = నవరసుపత్రములు; నవరసులలోనే చెల్లించవలసిన అంగ్లపత్రములు; పౌండుస్టర్లింగులో చెల్లించవలెను.

Stock = స్టాకు; (1) (హిం) సరంజాము; సరకులు; సామాను; నిలువ సరకు; (2) మూలధనము (3) (గవర్నమెంటు) పత్రములు, వాటాలు; (4) వంశము.

Stock Exchange = స్టాకుఎక్స్ఛేంజి: పత్రి మారకపుబజారు; మచ్చుల చావడివంటి వాటాల వినిమయబజారు; కంపెనీ వాటాల మారకము.

Stock Purchase Book = స్టాకుపర్చేజుబుక్కు; సరకులకొనుగోలుపుస్తకము.

Stop Order = అపుదల ఉత్తరువు.

Stoppage in Transit = ఎగుమతిలో ఆటకాయింపు; వస్తువు విక్రయించినవాడది, కొన్నవానికి చేరకమునుపు ఆవస్తువు కిమ్మతు వసూలగు వఱకు అటంకపరచుట; సరకు చేరనిచో నిది వీలుండదు.

Stores = స్టోర్సు; కొఠీ; కొట్టు; వస్తునిలయము; వస్తువిక్రయశాల;అంగడి ఉగ్రాణము.

**Straight Line** = సరళరేఖ; ఋజుపంక్తి; తిన్ననిగీత.

**Struggle for existence** = జీవనార్థకలహము; బ్రతుకుతెరువునకు త్రొక్కులాడుట; జీవనప్రయాస

**Strike** = స్ట్రైక్; సమ్మె; సమ్మెకట్టి పనివాండ్రు పనిమానుకొనుట.

**Striking out parties** = దావాలోనుండి అనవసరమగు కక్షిదారులను తీసివేయుట; అనవసరముగా చేర్చబడిన పార్టీలపేర్లు కొట్టివేయుట.

**Sub-Agent** = సబుఏజంటు; అనుగత ప్రతినిధి; ఏజంటు క్రింది ఏజంటు

**Sub-committee** = సబ్‌కమిటీ; చిన్న ఉపసంఘము.

**Sub-Divisional Officer** = సబుడివిజనల్ ఆఫీసరు; సబుకలెక్టరు, లేక డి. పి. డబ్లియు శాఖలోని డివిజను అధికారి.

**Subject** = (1) విషయము; అంశము; సంగతి; (2) విశేష్యము; (3) పాలితుడు; ప్రభుత్వమునకు లోబడినవాడు (4) లోబడిన; అధీనమైన; క్రింది; వశమైన.

**Sub-Judge** = సబుజడ్జి, అనుగత న్యాయాధిపతి; జిల్లాజడ్జికిక్రింది న్యాయాధిపతి. డిస్ట్రిక్టుమునసబుకోర్టుపైయధికారి.

**Sub-magistrate** = సబుమేజస్ట్రేటు; అనుగత దండవిధాయి; సబుకలెక్టరు లేక జాయింటు మేజస్ట్రేటు క్రింది క్రిమినలు న్యాయాధికారి.

**Subject matter of a Suit** = (ప్రా) ద్రవ్యము; దావాగ్రస్త విషయము; వివాదాంశము; దావా ఆస్తి.

**Subjugation** = జయించుట; అణచుట.

**Submission** = (1) వశుడగుట, అధీనుడగుట; లోబడుట (2) మనవి (3) నమ్రత.

**Subordinate Court** = తాబేదారీకోర్టు; ఒకకోర్టు క్రిందికోర్టు.

**Sub Registrar** = సబురిజిస్ట్రారు; సహాయలేఖ్యారూఢాధికారి; దస్తావేజులు రిజిష్టరుచేయు నుద్యోగి.

Subrogation = సబ్రోగేషను; తీర్మానించిన తనఖాహక్కులు కలుగుట; ఒక ఆస్తిపైనగల తనఖాలను విడిపించుకొనుట ఎవరికైనను క్షేమకరమైయున్నచో వారు అతనఖాను తీర్చినచో తనఖాదారుహక్కులే వీరికిని కలుగును.

Subscribed Capital = చందాలువేయబడిన మూలధనము; సంకల్పిత మూలధనము; చందాలుగా వేయుటకు నిర్ణయించబడిన పెట్టుబడి.

Subscriber = చందాదారు; సంతకముదారు.

Subscription = చందా; ఉపహారము. కానుక.

Sub-section = సబుసెక్షను; ఒకశాసనవిధిలోని భాగము; ఉపపరిచ్ఛేదము.

Subsequent Oral Agreement = దరిమిలా మూజువాని ఖరారు; ఒక ఒడంబడికకు తరువాత చేసికొనబడిన వాగ్రూపమైన ఒడంబడిక.

Subsidy = ధనసాహాయ్యము.

Subsidiary By-law = సబ్‌సిడియరీ బై లా; అనుబంధ ఉపవిధి; సహకారకోపవిధి; డైరెక్టరుచేయు ఉపనిబంధన.

Subsistance Allowance = గ్రాసప్రుపైకము; బత్తెము; జీవనభృతి,

Subsoil = అధోభూమి; అంతర్భూమి; భూగర్భము.

Substantial Injury = ప్రత్యక్షపీడ; వాస్తవికనష్టము; ఎక్కువచెఱుపు; స్థిరమగు నష్టము.

Substantive Law = నియమనిర్ణయశాస్త్రము, చట్టము; వాస్తవిక ధర్మము; ప్రత్యేకవిశిష్టలక్షణములుగల న్యాయవిధులు; ఇవి ఆచారవిధులు కావు.

Substituted Security = ప్రాతినిధ్యాధారము; బదులుజామీను; బదిలీహామీ.

Substituted Service = సబ్స్టిట్యూటెడు సర్వీస్: బదిలీనోటీసుజారీ. సామాన్యముగా ప్రతివాదికిపంపు నోటీసుకు బదులుగా గోడ కంటించుట,

ప్రకటించుట పొందలగు విధములుగా తెలియపఱుచుట.

**Substitution** = అనుకల్పనము; బదిలీచర్య; మార్పుదల.

**Substitution of parties** = పార్టీలనుమార్చుట; కక్షిదారులను ఒక పక్షమునుండి మఱియొక పక్షమునకు మార్చుట; క్రొత్తవారిని వాది ప్రతివాదులుగా చేర్చుట; లేక ప్రతివాదులను వాదులుగా బదలాయించుట.

**Subtraction** = వియోగము; తీసివేత.

**Succession** = సక్సెషను: (1) వంశపారంపర్యము; దాయాధికారము; వారసత్వము; ఉత్తరాధికారము; (2) తరువాతవచ్చు; పరంపరాక్రమము.

**Succession Certificate** = సక్సెషను సర్టిఫికెటు; వారసత్వపత్రము; ఉత్తరాధికార పత్రిక.

**Succession or Variation of crops** = సస్యక్రమము. ఒక పంటయైన పిదప ధాన్యమునుమార్చి క్రొత్తవిత్తనములు జల్లుట.

**Suffocation** = శ్వాసనిరోధము; ఊపిరి తిరుగకుండ జేయుట; ఉక్కిరిబిక్కిరి.

**Suffrage or Franchise** = పౌరజనాధికారము; నియోజనాధికారము; ఎన్నికహక్కులు.

**Suggestion** = సలహా; సూచన.

**Suicide** = ఆత్మహత్య.

**Suit** = అభియోగము; దావా; వాజ్యము

**Summary** = సమ్మరీ; సంక్షిప్తము; టూకీ; శీఘ్రపరిష్కారముగల.

**Summary suit** = సమ్మేరీదావా; సంక్షిప్తాభియోగము; టూకీవ్యాజ్యము.

**Summons** = సమ్మనులు; (ప్రా) స్వామివాక్యము; ఆజ్ఞాపనపత్రిక; న్యాయసభకు హాజరు కావలసినదని చేయు ఆజ్ఞాపన; ఉత్తరువు.

**Summons case** = సమన్సుకేసు; ప్రథమవిచారణ, నేరారోపణము. ఉత్తరసాక్ష్యము, అనుకూలాదు మజిలీల వారంటు విధానముగాకో కేరా

కోపణచేసి, వెంటనే ఫిర్యాది ముద్దాయీల సాక్ష్యమును విచారించు కేసుపద్ధతి ఇది సామాన్య నేరవిచారణలలో జరుగును.

Sundry collections = (ప్రా) కరము (సుంకము); చిల్లరవసూళ్లు; శివాయిజమ.

Suo Motu = తనంతటతానే; ఒకరు కోరకుండ; చేయుకార్యము.

Superfluous = అత్యధిక; అతిరేక; మితిమీరిన.

Superintendance of High Court = హైకోర్టువారి సూపరింటెండెన్సు; తనిఖీ; పర్యవేక్షణము; అజమాయిషీ తనిఖీలు; హైకోర్టువారికి క్రిందికోర్టులపైన గల తనిఖీ అధికారము.

Superintedent of Accounts = అక్షవాపుడు; పూర్వము ప్రభుత్వపు లెక్కలపై అధికారి.

Superintendent of a number of Departments = (ప్రా) సమాహర్త; ప్రాచీన కాలమున ప్రభుత్వశాఖల యధ్యక్షున కీపేరు; మొగలాయి కాలమున దరోగా అని పేరు.

Superintendent of a city = (ప్రా) నాగరకుడు; నగరాధికారి; పూర్వ కాలమునాటి నగరముల యధికారులు.

Superintendent of Commerce = పణ్యాధ్యక్షుడు; వాణిజ్య వ్యవహారములను జూచు ప్రభుత్వాధికారి.

Superintendent of Excise = ఎక్సైజుసూపరింటు; సురాధ్యక్షుడు; పూర్వకాలమున అబ్కారీ అధికారి.

Superintendent of Mint = లక్షణాధ్యక్షుడు; ఆకారఖని; పూర్వకాలమునాటి నాణెముల యధికారి.

Superintendent of State Lands = సీతాధ్యక్షుడు; పూర్వకాలమున ప్రభుత్వమువారి భూములపై నధికారి.

Supernatural Evidence = దైవిక ప్రమాణము; దివ్యప్రమాణము.

**Supervision** = సూపర్విజను; పైతనిఖీ; పర్యవేక్షణము.

**Supplement** = సప్లిమెంటు: శేషపూరణానుబంధము; ఒక గ్రంథము నందలి విషయములకు అనుబంధముగా వ్రాయబడునది; లోపములు పూర్తి చేయుటకు చేర్చబడిన అనుబంధము.

**Supplementary Evidence** = సప్లిమెంటరీ ఎవిడెన్సు; శేషపూరక సాక్ష్యము; పరిశిష్టసాక్ష్యము, అదనపుసాక్ష్యము.

**Supplementary proceedings** = శేషపూరకవ్యవహారము.

**Supply** = సప్లయి; సరఫరా; అందిచ్చు; అమర్చు; కావలసిన వస్తువులను సమకూర్చి యిచ్చుట.

**Support** = (1) తావలము; ఆధారము; ఆశ్రయము; ఆసరా; ఊత; అవలంబము; ప్రాపు; (2) మోయు; వహించు; నిలుపు.

**Suppression** = నిగ్రహము; అణచుట.

**Suppression of Undesirables** = గూఢజీవిరక్ష; పూర్వకాలమున దొంగ తోడుబోతుల నడంచుపద్ధతి.

**Supra protest** = ఆక్షేపణ చేయబడినమీదట.

**Supreme Court** = సుప్రీముకోర్టు; పరమోన్నత న్యాయస్థానము. అధినివేశ రాజ్యములందుగల అత్యున్నతకోర్టు.

**Surcharge** = సర్చార్జి; ముజరావసూలు ఆర్డరు; ఒకసంఘమువారు చేసిన ఖర్చు చెల్లదని ఆడిటరు నిర్ణయించినప్పుడాసొమ్ము ఆ సభ్యులనలన రాబట్టబడును.

**Surety** = ష్యూరిటీ; ప్రతిభువు; పూటకాపు; జామీనుదారుడు; ఒకానొక పనిచేయుటకు పూచీ పడువాడు; ఒక రివ్వవలసిన బాకీని తానిచ్చుటకు హామీ యిచ్చువాడు; హామీదారుడు; ఉత్తరవాది.

**Surgical operation** = శస్త్రచికిత్స; శస్త్రక్రియ.

Surplus = అధికాదాయము; వెచ్చరాబడి; మిగిలిన, మిగులు.

Surrender = సరెండరు; (1) హక్కువిడుదల; విడుదల; విడుదలనామా; భూమిని వదలివేయుట. (2) లోబడుట; వశు డగుట.

Surrender Value = సరెండరు విలువ; విడుదల కిమ్మతు; భీమాచేసిన వాడు ప్రీమియము కిస్తీలను చెల్లించు శక్తి లేక గాని ఇతర కారణముల వలన గాని పట్టాదాఖలా సొమ్ము రాబట్టుకొనదలచినచో ఆనాటికి దానికి గల విడుదల విలువకే యీపేరు.

Surroundings = పరిసరములు.

Survey of lands = సర్వే; పైమాషీ; భూములుకొలుచుట.

rveyor = సర్వేయరు; (ప్రా) పరిమాత; మసాయతుదారు; భూమిని కొలుచు ఉద్యోగి.

Surveillance (1) అవేక్షణము; పోలీసునిఘా; (2) నజర్ ఖైదు; కావలి; కాపు; కాపుదారీ.

Survivorship = సర్వైవరుషిప్పు; అను జీవితాధికారము; అప్రతిబంధ సంక్రమణము; అవిభక్త సోదరుడుగాని కొడుకుగాని తనసోదరునియొక్క లేక తండ్రియొక్క జీవితానంతరము కుటుంబ ఆస్తికి అధికారి యగుట.

Suspension = సస్పెండుచేయుట; కొన్నినాళ్లు పనిలోనుండి నిలుపుట; అమలులేకుండజేయుట; ఆపుదల; నిలుపుదల.

Suspension Account = అనామతుకాతా; అనామతులెక్క.

Swindler = మోసగాడు; వంచకుడు.

Swiss Republic = స్విస్ప్రజాస్వామికము. స్విజర్లాండు ఐరోపాదేశము లోని సుందరమగుదేశము. స్విస్ప్రజాస్వామికము పరిపూర్ణమగు (ఫెడరలు) సంయుక్త రాజ్యాంగము. 22 'కాంటనులు' అను రాష్ట్రప్రభుత్వములు సంయుక్త రాజ్యాంగ తంత్రమున గలిసినవి. రాజ్యాంగ పరిపాలనాధికారము సెనేటు నేషనలు కవున్సిలు అను రెండు శాసనసభలు

యందు నెలకొల్పబడినది. సెనేటుసభలో అన్ని రాష్ట్రములకును సమానమగు ప్రాతినిధ్యము కలదు. నేషనలు కవున్సిలు సభకు స్విజర్లాండు దేశములో 20,000 ప్రజల కొక ప్రతినిధి చొప్పున సభ్యు లెన్నుకొనబడుదురు. ఈ రెండుసభలును కలిసి సంయుక్తశాసనసభ యగును. ఈసభ, కార్యనిర్వాహక సంఘమునకు 7 మంది సభ్యుల నెన్నుకొనును. వీరు 3 సంవత్సరములపాటు సభ్యులుగ నుందురు. సంయుక్తసభ సంఘసభ్యులలో నొకరిని కార్యనిర్వాహక సంఘాధ్యక్షునిగ పేర్కొనును. ఈ అధ్యక్షునికి తక్కిన సంఘసభ్యులకన్న ఎక్కుడు అధికారములు లేవుగాని ఇతడే సంయుక్తరాజ్యాధ్యక్షుడుకూడ నగుటచే గౌరవపాత్రు డగుచున్నాడు. ఒక్కొక 'కాంటను' రాష్ట్రమునుండి ఒక్కొకరకన్న ఎక్కువమంది కార్యనిర్వాహక సంఘమున సభ్యులుగ చేయబడరా దను సూత్రము సంయుక్తరాజ్య తంత్రమున కనుగుణముగ నున్నది. ఈ కార్యనిర్వాహకసంఘము సంయుక్త శాసనసభకు బాధ్యత కలిగియుండును. ఈసంఘము ఏదో ఒక ప్రత్యేకరాజకీయపక్షమునకు జెందియుండదు. అందువలన కార్యనిర్వాహక సంఘముయొక్క పరిపాలనాపద్ధతి (Policy) శాసనసభవా రంగీకరింపక పోయినంతమాత్రమున కార్యనిర్వాహకవర్గము వారు రాజీనామా నియ్యవలసిన యావశ్యకము లేదు. తక్కిన దేశముల రాజ్యాంగమునకు దీనికి నిదియే తారతమ్యము. ఈ సంఘములోని సభ్యు లేటేటను మరల మరల నెన్నుకొనబడుచుందురు. అందువలన ఇంగ్లీషుపార్లిమెంటుకు బాధ్యత వహించు రహస్యాలోచన మంత్రిమండలి (Cabinet) వలె గాక వీరు కేవలము పరిపాలనా శాఖలలోని ముఖ్యాధికారులవలె మాత్రమె యుందురు.

Syllogism = న్యాయము; వాదము; మూడుపాదములుగల తర్కము.

Symbolical = సాంకేతికమైన; చిహ్నమైన; సంజ్ఞయైన; ప్రత్యక్షముకాని

**Syndicalism** = సిండికలిజం; రాజకీయ వ్యవస్థకన్న ఆర్థికవ్యవస్థయే బలవత్తరమై వ్యవహరించుపద్ధతి. వ్యాపారవృత్తి కట్టడి సంఘములద్వారా కాపిటలిస్టుపద్ధతిని విచ్ఛిన్నముచేసి పారిశ్రామిక రాజకీయాధికారములను కట్టడి సంఘముల ప్రతినిధుల వశము చేయదలచు పద్ధతి.

**Syndicate** = సిండికేటు; (1) సెనేటుయొక్క ఉపసంఘము; (2) వర్తక సంఘముల సమ్మేళనము.

**Synod** = సినాడ్ అనబడు ధర్మసభ.

**Synthesis** = సంయోగము; సంయోగకరణము; ప్రత్యేక పదార్థముల నొకటిగా జేయుట.

**Synonym** = పర్యాయపదము.

**System** = పద్ధతి; క్రమము; సరణి; విధము; శరీరము;

# T

**Tabular account** = టేబ్యులరు లెక్క; చట్టము లెక్క; కలములవారీగా వేయబడిన తప్సీళ్ళ పట్టిక.

**Tacking** = జోడించుట; ధనసంబంధ శాసనమునకు ఇతర శాసనమును అంటపెట్టుట. అప్పుడు ఉన్నత శాసనసభవారు దేనిని మార్చవీలులేదు.

**Taking up a Bill** = హుండీ పరిష్కారము. వాయిదా రాగానే పత్రమును తీర్మానించుట; సొమ్ము చెల్లించవలసిన మొదటిబాధ్యత స్వీకర్తది. అతడు తప్పిపోయినచో వినియమనూచన చేసినవాడు చెల్లించి ముజరా రాబట్టుకొనును.

**Taluk Board** = తాలూకాబోర్డు.

**Tampering** = వశపఱచుకొనుట; తిరుగదీయుట; చెఱచుట; జోక్యము కలిగించుకొనుట.

**Tangible** = సాకారమైన; స్పర్శనీయ; అనుభవనీయ.

Tanner = (ప్రా) చర్మకుడు; చర్మమును బాగుచేయువాడు, పదను చేయువాడు.

Tantalize = ఆశాపూర్వకహింస; ఆశగొల్పి తృప్తిపరుపక హింసించు.

Tapesty = చిత్రయవనిక; చిత్రపు తెరలు.

Tare = తేరు; పెట్టెలు, ప్యాకింగు చెక్కలు, సరకులనుకట్టి రవాణాకు సిద్ధపరచుట కుపయోగించు గడ్డి సంచులు ఇతర సాధనసామగ్రిక్రిందను తూనికలో తీసివేయు తగ్గింపు; ఆ సరకులయొక్క అసలుబరువుతూనికకు మాత్రమే రుసుము పుచ్చుకొనుట.

Tariff = టారిఫ్; పణ్యాశుల్కపత్రిక; సుంకములపట్టీ; సుంకములపద్ధతి; పన్నుల విధానము; ఎగుమతి దిగుమతి పన్నుల జాబితా; నిరకునామా.

Taxation = పన్ను; పన్నులు విధించుట పన్నులువేయుట; పన్నులపద్ధతి,

Tax Collector = పన్ను వసూలుచేయు నుద్యోగి.

Taxing Officer = పన్నులు విధించు నుద్యోగి; కోర్టుఫీజు నిర్ణయించు ఉద్యోగి.

Technical = టెక్నికల్; సాంకేతిక; పారిభాషికమైన; విశిష్ట కళాసంబంధపదము.

Technical Defect = నిమిత్తమాత్రదోషము; శాస్త్రపరిభాషను బట్టి యేర్పడులోపము.

Technical Offence = సంకేతార్థాపరాధము; సంకేతార్థము వలననపరాధమగుట; పారిభాషికాపరాధము; మాటవరుసకు నేరమైన అపరాధము.

Technology = శిల్పవిద్య; శిల్పాది విద్యలను గూర్చిన శాస్త్రము, గ్రంథము.

Temperance = మితపానము; త్రాగుడు తగ్గించుట.

Temperature = టెంపరేచరు; ఉష్ణోగ్రత; శీతోష్ణ పరిమాణము.

**Temporary Injunction** = టెంపొరరీ యింజంక్షన్; తాత్కాలిక నిషేధము; ఒకపని చేయకుండ కొంతకాలము వరకు నిషేధించుచు కోర్టు వారు చేయు నుత్తరువు.

**Tenancy** = రైతుహక్కు; కౌలుదారీ హక్కు.

**Tenant** = రైతు; అద్దెకున్నవాడు.

**Tender** = టెండరు; (1) ప్రత్యర్పణము; కొంతసొమ్ము ప్రత్యక్షముగా తీసికొనిపెళ్లి ఇవ్వబోవుట; ఇయ్యబోవు; (2) ఒక యిజారాకుగాని వ్యవహారమునకు గాని పెట్టుకొను "దరఖాస్తు."

**Tenemen (Holding, especially a house)** = స్థావరపు సొత్తు; జమీను; అనుభవపు ఆస్తి; ఇల్లు, వసతి, భూమి.

**Tenet** = సిద్ధాంతము.

**Tent** = డేరా; గుడారము.

**Tenure** = టెన్యూరు: రైతుహక్కు; రైతుచేసుకొనిన ఒడంబడిక, కౌలుహక్కు; అనుభవము; స్వాధీనము; కట్టుబడిభూమి; ఒడంబడికమీదనున్న భూమి; భూస్వామ్యము.

**Terminal charges** = రవాణా రైలురుసుములు, లోడింగు అన్‌లోడింగు అనగా సరకును బండిపై నెక్కించుటకు దింపుటకు రవాణాకొరకు రైలువారి వశముచేయబడిన సరకుస రవాణాలో తగులు ఇతరఖర్చులు.

**Terminology** = పరిభాష.

**Territorial Jurisdiction** = రాష్ట్రముపైన ప్రభుత్వమునకుండు అధికారసత్తా; దేశవ్యాప్తాధికారము; కోర్టుకుగల అధికారపు ఆవరణము.

**Territorial waters** = తీరసమీప జలప్రదేశము; తీరము వంటియుండు సముద్రముపైన మూడుమైళ్ళవరకు ఆతీరపు ప్రభుత్వమునకే అధికారముండును.

Terrorism = టెర్రరిజం: భయంకర విప్లవవాదము: ఇతరులయందు భయముకలిగించి విప్లవము కలిగింపదలచు పద్ధతి. ఇట్టి విప్లవకారులను టెర్రరిస్టులు లేక భయంకరవిప్లవకారు లందురు.

Test = (1) శోధన; పరీక్ష; (2) మచ్చు; ప్రమాణము; నిదర్శనము.

Testamentary capacity = మరణశాసనము వ్రాయుటకుగల అర్హత, అధికారము.

Tetanus = ధనుర్వాయువు; ఈడుపువాయువు; సాధారణముగా రోడ్ల పైనగల గుఱ్ఱపులద్దెవలన రక్తము విషమయమై వచ్చు గుఱ్ఱపువాతము.

That which is determined = నిశ్చితము; నిర్ణయింపబడినట్టిది.

That which increases or enhances = ఉద్దీపకము; హెచ్చుచేయునట్టిది.

That which is sold = విక్రీతము; విక్రయింపబడినది.

That which is supplied for sale by dealers = విక్రేయము; విక్రయింపబడుటకు అమ్మజూపునది.

Theft = దొంగతనము; చౌర్యము.

Thermometre = థర్మామీటరు; ఉష్ణతామాపకము; జ్వరమానము; జ్వరతీవ్రతను కొలుచు గాజుపుల్ల.

Third party = ఇతరుడు: అన్యుడు; పరాయివాడు; దావాకక్షిదారులకు భిన్నమైనవాడు.

Threat = అభిభర్త్సన; బెదరింపు.

Three Field System = త్రిక్షేత్రపద్ధతి; మూడు పొలముల నొక్కొక్క పాలున నొక్కొకదానినివిడిచి యొక్కొక్కటి సాగుచేయు వ్యవసాయ పద్ధతి.

Thrift = పొదుపు; మితవ్యయము.

Ticket = టికెట్: టిక్కట్టు; రైలుటిక్కట్టు; కేవుచీటీ.

**Time** = టైం; కాలము; వ్యవధి; గడువు.

**Time barred** = అవధిమీరిన; కాలదోషము పట్టిన.

**Time Table** = టైం టేబుల్; కాలపట్టిక; కాలకర్తవ్య దర్శక పట్టిక; కార్యనిర్వహణక్రమము తెలుపునట్టి పట్టిక.

**Title** = (1) టైటిలు; ఆగమము; హక్కు; స్వత్వము; అధికారము; (2) బిరుదు; కితాబు; పట్టము.

**Title deed** = టైటిలు డీడ్డు; స్వత్వపత్రము; హక్కుదస్తావేజు; అధికార పత్రము; పట్టాదస్తావేజు; ఆస్తికి హక్కు కలిగినట్లు చూపు కబేలా.

**Token** = గురుతు; చిహ్నము.

**Toleration** = సహనము; మతసహనము.

**Toll** = టోల్; శుల్కము; సుంకము; పన్ను.

**Toll gate** = టోల్ గేట్; టోలుగేటు; ఘాటీ; రాహదారిగేటు.

**Toll on ships or boats** = (ప్రా) తార; పూర్వ మోడలపైనను పడవల పైనను విధించుపన్ను.

**Tonnage** = టన్నేజి (1) టన్నులవారీపన్ను; టన్నులబరువు (2) ఓడలో మారుఘన అడుగుల ప్రదేశము ఒకటన్ను అని వ్యవహరింపబడును. ఇది బరువునుబట్టి గాక వ్యాప్తప్రదేశమును బట్టి చేయబడు లెక్క అంచనా.

**Tort** = అపకృత్యము; అక్రమకృత్యము; నష్టకార్యము.

**Torture** = తీవ్రవేదన; యాతన; బాధ; చిత్రహింస.

**Total** = జుమలా; వెరసి మొత్తము.

**Total revenue due** = జామ్మా.

**Total utility** = పూర్ణోపయుక్తి; సమాసోపయుక్తి; పూర్తి ఉపయోగము; పరిపూర్ణోపయుక్తత. ఇది వస్తువుయొక్క వివిధోపయోగములను బట్టి యేర్పడును; (See utility).

**Town** = పురము; పట్టణము.

Town corporation = (ప్రా) నిగమసభ; పూర్వకాలమునాటి పట్టణసభ.

Towns NuisancesAct = టవున్సు న్యూసెన్సులచట్టము; పట్టణములలోని పీడలను జనకంటక కృత్యములను గూర్చిన చట్టము.

Town Planning = టవును ప్లానింగు; పట్టణనిర్మాణము.

Toxin = విషము; శరీరజన్య విషము.

Trade = (ప్రా) పణ్యము; వర్తకము; వాణిజ్యము; వ్యాపారము; బేరము; బేహారము.

Trade Bill = వ్యాపారసరణి హుండీ. పత్రము ఎవరిపేర వ్రాయబడెనో అతడు అవగా స్వీకర్త ఆపత్రముయొక్క విలువను వస్తువుల రూపముగా అదివరకే అందుకొని యున్నచో నాహుండీ నిట్లు వ్యవహరింతురు.

Trade Mark = ట్రేడుమార్కు; వ్యాపారచిహ్నము; వర్తకపుగుఱుతు; వస్తుస్వామ్య చిహ్నము; సరకులందు వస్తువులయందుగల హక్కులను ప్రకటించు వస్తుహక్కు గుఱుతు.

Trade Price= వర్తకధర; పెద్దవర్తకులు చిల్లరవర్తకుల కిచ్చు సరసమగుధర.

Trade Union = ట్రేడు యూనియను; వ్యాపారకట్టడి సంఘము; వృత్తిదారుల సంఘము; వ్యాపారనిబంధన సంఘము.

Trading Corporation = వాణిజ్య సమాజము; వ్యాపారపు సంస్థ.

Trading Union = వ్యాపార సమ్మేళనము; వర్తకసమ్మేళనము.

Training = తర్బియతు; నేర్పు; బోధనాభ్యసనము.

Tramway = ట్రాంవే: ట్రాముదారి; విద్యుచ్ఛక్తివలనగాని ఇతర సాధనము చేతగాని ఇనుప పట్టాలపై నడుపబడు బండ్లు.

Transaction = వ్యవహారము; ఒకవ్యవహారకృత్యము.

**Transfer** = ట్రాన్సుఫర్; పరివర్తన; బదలాయింపు; అన్యపరము చేయుట, మార్చు; మఱియొకని యధీనము చేయుట, స్వాధీనముచేయు.

**Transferable** = అన్యాక్రాంతము చేయదగిన; మార్పుటకు వీలుగల; వినిమయయోగ్యమైన; స్థానాంతరమునకు పంపదగిన.

**Transferee** = ట్రాన్స్ఫరీ; హక్కు పొందినవాడు; పరివర్తనము పొందినవాడు.

**Transferee of a Decree** = డిక్రీహక్కు (ట్రాన్సుఫరు) పొందినవాడు; డిక్రీట్రాన్సుఫరుదారుడు.

**Transfer of a case** = కేసు నింకొకచోటికి మార్చుట; ఒకకోర్టునుంచి యింకొక కోర్టుకు మార్చుట.

**Transfer of property** = ఆస్తిపరివర్తనము.

**Transferor** = ట్రాన్సుఫరారు; పరివర్తనము చేయువాడు.

**Transformation** = పరివర్తనము; రూపాంతరము; పరిణామము; మార్పు.

**Transgression** = అతిక్రమణము; ఉల్లంఘనము; మీఱుట.

**Transitory** = తాత్కాలికపు; మార్పుదలకాలపు; ప్రాతచట్టమునకు క్రొత్తచట్టమునకు మధ్య అమలు జరుగగల.

**Transmission of a Decree** = డిక్రీని ఇంకొకకోర్టుకు పంపుట.

**Transparent** = పారదర్శక; అద్దమునుండి కనబడునట్లు, అవలనున్న వస్తువులు కనబడు గుణము.

**Transit** = ఎగుమతి;

**Transition period** = మార్పుదల కాలము.

**Transport** = యానము; ఎగుమతి; రవాణా; రహానా; మోత; ఒకస్థలమునుండి మఱియొక స్థలమునకు తీసికొనిపోవుట.

**Transportation** = దేశాంతరవాసశిక్ష.

**Treason** = ద్రోహము.

Treasure trove = నిధినిక్షేపప్రాప్తి; పాతు.

Treasurer = (ప్రా) సంగ్రహీత; నిధాయకుడు; కోశాధ్యక్షుడు; కోశాధికారి.

Treasury = ట్రెజరీ; కోశము: భాండాగారము; బండారము; ఖజానా; భాండాగారము.

Treaty = సంధి; సమాధానము; సమయము; రాజీ; ఒడంబడిక.

Trench warfare = ఖనకయుద్ధము; భూమిలో పొడుగైన గోతులుత్రవ్వి యుద్ధముచేయుట.

Trespass = (1) అక్రమప్రవేశము; వేఱొకని స్థలము జొచ్చు; (2) అతిక్రమించిపోవు; హద్దుమీఱి నడుచు.

Trespasser = అతిక్రమించువాడు; అక్రమప్రవేశము చేయువాడు.

Trial = (1) ప్రమాణవిచారణము; (2) పరిశోధన; పరీక్ష; శోధన; విమర్శ; (3) ప్రయత్నము; ఉద్యమము; విచారణ; ప్రమాణములచేత విషయమును బరిశీలించుట.

Trial by jury = జూరీవిచారణ; జడ్జికోర్టులో ముద్దాయిపైన ఆరోపింపబడిన దోషముయొక్క నిజానిజమునుగూర్చి అభిప్రాయము నిచ్చుప్రమాణపురుషులు గల విచారణ పద్ధతి. (See Jury System).

Triangle = త్రిభుజము.

Tribunal = కోర్టు; న్యాయస్థానము.

Tributary = సామంత; లోబడిన; క్రింది; కప్పముగట్టు.

Trick = కపటోపాయము; జిత్తు; మోసము; వంచన; టక్కు; యుక్తి; చమత్కారము.

Trignometry = త్రికోణమితి; త్రిభుజశాస్త్రము.

Trip = ట్రిప్పు; సబురు; పర్యటనము; ఒకమారు వెళ్లుట; చిన్నప్రయాణము.

Trip sheet = ట్రిప్పుషీటు; సబురుచీటీ; బోటు; మోటారు; సర్వీసులచీట్లు.

Truce = విరామసంధి; యుద్ధవిరామము; సమాధానసమయము; తాత్కాలికముగ యుద్ధము చాలించుటకు ఏర్పాటుచేసుకొనుట.

Trust = ట్రస్టు; (1) నమ్మకము; విశ్వాసము; బాధ్యత; పూచీ, (2) విశ్వాస నిక్షేపము; నమ్మి ఒకవస్తువు నుంచుట.

Trust Deed = ట్రిస్టు దస్తావేజు; దానశాసనము; నిక్షేపపత్రము.

Trustee = ట్రిస్టీ; ధర్మవ్యవహర్త; ధర్మకర్త; విచారణకర్త; ఆస్తికి నియమింపబడిన కర్త.

Trustee securities = ట్రిస్టీ హామీపత్రములు; ధర్మవ్యవహర్తలు గార్డియనులు కొనదగిన పత్రములు; (చూ. గిల్టుఎడ్జి సెక్యూరిటీలు.)

Trust Money = నిక్షేపధనము; ధర్మనిక్షేపము.

Turbulent Assembly = దుర్దాంతకలహకారి సమావేశము; పీడాకారదొమ్మి; అల్లరిమూక.

Turn of the Market = బజారుధరల వాటము; కొనుగోలుధరకు అమ్మకపు ధరకు నుండుతేడా.

Turn Over = టర్నోవరు; యావత్తు అమ్మకము.

Typhoid Fever = టైఫాయిడు జ్వరము; సన్నిపాత జ్వరము.

Typical = విశిష్టవర్గమునకు చెందిన; ఒకనమూనావంటి; ఆదర్శప్రాయ.

Tyrants = ప్రజాపీడకులు.

# U

Ultimate = కడపటి; తుది; అంత్యమైన; అఖరైన.

Ultimate Authority = తుదితీర్పరి; పైఅప్పీలులేకుండా తీర్మానించు అధికారి; కడపటి అధికారి.

Ultimatum = అల్టిమేటం; అంత్యసందేశము; అంత్యప్రతిజ్ఞ; చరమాఖ్యసంధి; యుద్ధారంభమునకు ముందు కడపటిసారి చేయు ప్రకటనము, చెప్పుమాటలు; కడపటిమాట.

**Ultra Vires** = అల్ట్రా వైరిస్; శక్తిమభంగము; శక్తిమువిరుద్ధము.

**Umpire** — అంపైరు; మధ్యస్థుడు; ఇరువురు మధ్యవర్తుల యభిప్రాయ భేదములను తీర్మానించు పైతీర్పరి.

**Unanimous** = ఏకగ్రీవము; ఐక్యకంఠముగా; సర్వసమ్మతముగా.

**Unborn** = జన్మించని; పుట్టని.

**Uncertainty** = అనిశ్చయత; అస్థిరత; సంశయత; అనుమానముగా నుండుట.

**Uncertified payment** — సర్టిఫైచేయబడని, నమోదుకానిచెల్లు; నమోదు చేయబడని వసూలు; బే నమోదువసూలు; కోర్టువారి కవిలెలో దృఢపఱచబడని చెల్లు లేక వసూలు.

**Unconditional** = షరతులేని. ఎట్టి షరతులేకుండగ

**Uncounteracted** = అకుంఠితము; మొక్కవోని.

**Under Colour of** = మిషమీద; నెపముపైన.

**Under-consumption** = తక్కువవాడుక.

**Under Protest** = "ప్రొటెస్టుపైన"; సొమ్ముచెల్లించవలసిన అగత్యము లేదనియు లేదా చెల్లించవలసిన దానికంటె అధిక మొత్తము కోరబడుచున్న దనియు తాను ముందు సరిచూచుకొని చర్య దీసికొనెద ననియు సొమ్ము చెల్లించువాడు చేయు లిఖితపు ఆక్షేపణసూచన.

**Under Secretary** = అండరు సెక్రిటరీ; ఉపకార్యదర్శి; అనుగత కార్యదర్శి. కార్యదర్శి క్రింది యధికారి

**Under sell** = తక్కువ కమ్మట; హీనధరకు విక్రయించు.

**Under Tenure** — లోపాయికారి కౌలుహక్కు. కౌలు క్రింది కౌలు

**Under writers** = పూటబడిన వర్తకులు; ఉత్తరవాదము వహించిన వర్తకులు; కంపెని స్థాపించిన క్రొత్తలో వాటా లన్నిటిని ముందుగనే కొనివేయువారు

Undisclosed Principal = బహిరంగ పరుపబడని వ్యవహారకర్త; ప్రతినిధి తన అసలుందారుని స్పష్టపఱుపకపోవుట.

Undue Influence = అక్రమప్రభావము; తగని ప్రభావము; వశీకరణశక్తి; అక్రమకర్తృత్వశక్తి.

Undue preference = పక్షపాతపూర్వక ఉపకృతి, ఆదరణ లేక లాభదానము; ఇతరులకు హానికరముగా ఒకనికి లాభము కలిగించుట.

Unemployment = నిరుద్యోగము.

Unencumbered property = అన్యాక్రాంతము చేయబడనిఆస్తి; తేనఖాలు చిక్కులులేని ఆస్తి.

Unearned income = అనుపార్జితాదాయము; (అర్థశాస్త్రపదము) గడించకనే వచ్చుఆదాయము; ఉ॥ఒకభూమికి ఎట్టిసత్తువ చేయకుండగనే అతరావు భూముల రేటు పెరుగుటవలన వచ్చు హెచ్చు శిస్తు.

Unequitable Treaty = విషమసంధి; అన్యాయపు రాజీ.

Unequivocal = అసందిగ్ధము; స్పష్టమైన; నిస్సంశయముగా.

Unforeseen Losses = అనుకోనినష్టములు; అకస్మికనష్టములు; దైవికనష్టములు; తలవనితలంపుగా వచ్చు నష్టములు.

Uniform = ఏకవిధ; ఏకరూప; సమాన; ఒకేవిధమైన.

Unilateral Contract = ఏకపక్ష ప్రతిజ్ఞ; ఒకడే చేయవలసిన కార్యముగల కంట్రాక్టు.

Union = యూనియను; సమితి: సమ్మేళనము; (2) కూడిక, చేరిక; ఐక్యము; సంయోగము.

Unitary Government or State = ఏకైక ప్రభుత్వము; అద్వైత ప్రభుత్వము; ఏకీభూతసత్తాకము; ఏకైక రాజ్యాంగము. కేంద్ర ప్రభుత్వమునకే సర్వాధికారములుగల పద్ధతి. 'ప్రభుత' కేంద్ర రాష్ట్రీయ ప్రభుత్వ

ములమధ్య విభజింపబడదు. కేంద్ర పార్లిమెంటు పరమోన్నత శాసన సభయై యుండును. ఇందు సమానాధికారములు గల ఉపప్రభుత్వము లుండవు. ద్వంద్వ లేక ఫెడరలు పద్ధతి యిందుకు భిన్నము.

Unit = ఏక; ఏకాంక; ఏకైక.

Unit of Quantity or quality = మాత్ర; అంశ; రాశి, పరిమాణము యొక్కగాని గుణము రకము మచ్చుయొక్కగాని ఒకఅంశము.

Universal Adult Suffrage = సార్వజనిక వయోజన నియోజన; సార్వ జనికనియోజన; వయసు వచ్చిన స్త్రీపురుషు లందరికిని ఎన్నికహక్కు.

Universal Donee = సర్వదఖలుదారు; యావదాస్తియును దఖలు పొందినవాడు; దఖలు చేసినవాని ఋణములుకూడా తీర్చుటకు బాధ్యుడు.

University = యూనివర్సిటీ; విశ్వకళాపరిషత్తు; విద్యాపీఠము; సర్వకళాశాల; విశ్వభారతీపీఠము.

Unlawful Agreement = అక్రమఖరారు; అశాస్త్రీయపు ఒడంబడిక.

Unlawful Assembly = అక్రమసమావేశము; అక్రమసంఘము; అశాస్త్రీయ సమావేశము.

Unlawfully = అశాస్త్రీయముగా; అక్రమముగా.

Unlimited = అపరిమితము; పరిమితిలేని.

Unlimited Liability = పరిమితిలేని బాధ్యత లేకపూచీ. ఉ: పల్లెటూరి సహకారసంఘముయొక్క ఋణములకు సభ్యులయొక్క యావదాస్తి పూచీగా నుండుపద్ధతి.

Unnatural Offence = అస్వాభావికాపరాధము; అమానుషమగు నేరము; స్వభావవిరుద్ధమగు నేరము.

Unproductive = నిరర్థకమైన; అనుత్పాదకమైన; పండని; ఫలింపని.

Unpunishable = అదండ్యమైన; శిక్షింపవీలులేని; దండింపరాని.

Unstamped Instrument = స్టాంపులేని పత్రము; చీటీలేని దస్తావేజు.

**Upper House** = ఉన్నతసభ; శిష్టసభ; రెండుశాసనసభలలో “పైసభ”. దీనిలో వంశపారంపర్యపు సభ్యులుగాని, నియామక సభ్యులుగాని, పరోక్షముగా ఎన్నుకొనబడినవారుగాని ఉందురు.

**Upset price** — నిర్ణీతమూల్యము; వేలములో నిర్ణయింపబడిన కనీసపుధర.

**Urban** — పౌర; పట్టణసంబంధమైన; నాగర.

**U. S. A. (United States of America)**= అమెరికా సంయుక్త రాష్ట్రములు. పూర్వము బ్రిటీషువారి వలసరాజ్యములుగా నుండిన 13 అమెరికా రాష్ట్రములు 1776 లో స్వాతంత్ర్యప్రకటన గావించి ఇంగ్లీషువారి ప్రభుత్వమును తృణీకరించెను. అంతట స్వాతంత్ర్య సమరము జరిగి వాని స్వాతంత్ర్యాధికారములు స్థిరపడెను. 1781 లో నీరాష్ట్రము లొక సమ్మేళనముగా జేరెను గాని కేంద్రప్రభుత్వమునకు రాష్ట్రములపైన గట్టి అధికారములు లేకుండెను. మఱియు రాష్ట్రములలోని పౌరులపైన ను దాని కధికారము లేకుండెను. ఈ రెండు అధికారములును ఇంకను చాల ప్రభుత్వాధికారములును, కలిగించుచు 1787 లో నొక జాతీయ రాజ్యాంగము స్థాపింపబడెను. సెనేటు ప్రజాప్రతినిధుల సభయును గల కాంగ్రెసుకు శాసన నిర్మాణాధికారము, అధ్యక్షునకు కార్యనిర్వహణాధికారము నొసగబడెను. రాజ్యాంగ ధర్మములను సిద్ధాంతీకరించు పరమోన్నతాధికారము ఉన్నతన్యాయస్థానమున కొసగబడెను. మొదటి కాంగ్రెసు ఏప్రిలు 1789 లో న్యూయార్కునగరమున సమావేశమయ్యెను. ఈ సంయుక్త ఫెడరలు రాజ్యాంగమున మొదట 11 రాష్ట్రములు చేరెను. తరువాత 13. ఇప్పుడు దీనిలో 48 రాష్ట్రము లున్నవి.

రాష్ట్రములయొక్క రాజ్యవిస్తీర్ణము, వ్యక్తిత్వము కాపాడబడుచు, సెనేటులో సమానప్రాతినిధ్యము కలిగియున్నవి. ఒక్కొక్క రాష్ట్రము ఇద్దరు ప్రతినిధుల నంపును. అధ్యక్ష ఉపాధ్యక్ష ప్రజాప్రతినిధి సభ్యుల ఎన్నికలలో ప్రతిరాష్ట్రమునకు వ్యక్తిత్వము కలదు. రాజ్యాం

గమును మార్చుటయందు వానికి చాల పలుకుబడి కలదు. ప్రజాప్రతినిధులసభలోని సభ్యులసంఖ్య స్థిరసంఖ్య కాదు. ప్రతిరాష్ట్రము దీనికి తన జనసంఖ్యను బట్టి ప్రతినిధుల నంపును. 10 సం॥కు ఒకమారు జనాభా లెక్క పూర్తికాగానే కాంగ్రెసువారు ప్రజాప్రతినిధుల సభలో ఎంత మంది సభ్యు లుండవలెనో నిర్ణయింతురు. ఈ సంఖ్యతో మొత్తము అన్ని రాష్ట్రములజనసంఖ్యను భాగించగా వచ్చిన నిష్పత్తి (రేషియో) సంఖ్యను బట్టి ఆయారాష్ట్రములకు ఎందరు సభ్యు లుండవలెనో నిర్ణయింపబడును. మిగిలిన జనసంఖ్య విషయములో రేషియోసంఖ్యలో సగము దాటిన వానికి అదనపు సభ్యత్వ మొసగబడును. దీనిది అధ్యక్ష పరిపాలన పద్ధతి. (See Non Parlimentary Govt). ఈరాజ్యాంగమునకు ఫెడరలు లేక సంయుక్తరాజ్యాంగమని పేరు. See Federalism, Federal Govt, Federation, etc.

**U.S.S.R. (Union of Socialist Soviet Republics)** = సోషలిస్టు సోవియటు రిపబ్లికుల సమితి. 1918 లో రష్యాలో జరిగిన విప్లవఫలితముగా ఏర్పడిన సంయుక్తరాష్ట్రము. దీనిలో 7 రాష్ట్రములు కలవు. దీని విస్తీర్ణము 82, 41, 910. చ॥ మైళ్ళు. జనసంఖ్య 14 కోట్ల 80 లక్షలు. దీనిని పరిపాలించు రాజ్యాంగ సంస్థలు సెనేటు వంటి కవున్సిల్ ఆఫ్ నేషనాలిటీస్; యూనియన్ సెంట్రిల్ ఎగ్జిక్యూటివు కమిటీ అనబడు కేంద్ర కార్యనిర్వాహక సంఘము; వీ రెన్నుకొను పీపిల్సు కమిజారియట్ కవున్సిలు అనబడు కార్యనిర్వాహక ఉపసంఘములు. కమిజారియటు ఉపసంఘములు ఇతరదేశములందలి మంత్రివర్గముల వంటివి. ఒక్కొక్క డిపార్టుమెంటు ఒక్కొక్క కమిజారియటు క్రింద నుండును. సోవియటు కాంగ్రెసు అనబడు ప్రజాప్రతినిధుల శాసనసభ యొకటి అప్పుడప్పుడు సమావేశ మగుచుండును. సోవియటుఅనగా కవున్సిలు లేక జనసంఘము. గ్రామసోవియటు పట్టణ

సోవియటు సభలకు రయితులు కార్మికులు బహిరంగముగా ప్రతినిధుల నెన్నుకొందురు. ఈ సోవియటులు ఫిర్కా సోవియటులకును, అవి సోవియటు కాంగ్రెసునకును ప్రతినిధుల నెన్నుకొనును. సోవియటు కాంగ్రెను శాస్త్రప్రకారము శాసనసభయైనను నిజముగా శాసనములు చేయు సంస్థ (సెంట్రిలు ఎగ్జిక్యూటివు) కేంద్రి కార్యనిర్వాహక సంఘమే. ఈ శాసనములను రాజ్యాంగపద్ధతులను సూచించు సంస్థ ఈ రెంటికిని భిన్నమైన కమ్యూనిస్టు పార్టీ అనబడు రాజకీయపక్షీయులసభ. ఇది అనుద్యోగసంస్థయైనను నిజముగా దేశములో గొప్పపలుకుబడి కలిగియున్నది. ఈ సంస్థకుమాత్రమే బహిరంగముగను స్వేచ్ఛగను సమావేశమగు హక్కు కలదు. వార్తాపత్రికలద్వారా అభిప్రాయ ప్రకటన స్వాతంత్ర్యము కలదు. ప్రెసు, సినిమాలు నుపయోగించుకొని ప్రజాభిప్రాయమును కలిగింపగలదు. దీని యభిప్రాయములను సెంట్రిలు ఎగ్జిక్యూటివు కవున్సిలువారును కవున్సిలు ఆఫ్ నేషనాలిటీస్ సభవారును కూడ మన్నించుచుందురు.(See Communism.)

Use and Occupation = ఉపయోగము, భోగము; ఉపయోగము, ఆక్రమణము; రైతుయొక్కగాని అద్దెకున్నవాని యొక్కగాని స్వాధీనానుభవములు.

Usual = వాడుకయైన

Usufruct = (1) భోగము; భుక్తము; ఫలభాగము; అనుభవము; (2) అనుభవమాత్రాధికారము; అనుభవించుటకు మాత్రమేగల హక్కు.

Usurer = అధికవడ్డీకి అప్పిచ్చువాడు; సావుకారు.

Usury = వడ్డీవ్యాపారము.

Utility = ఉపయుక్తి; ఉపయోగము; ప్రయోజనము; ఇది ఒక అర్థిక పారిభాషిక పదము. అక్కరగలవస్తువుయొక్క అనుభవపు సౌఖ్యమునుబట్టి దాని ఉపయుక్తతను ప్రయోజనమును తూచిచూచును.(Initial Utility)

వస్తురాశి చాలా స్వల్పముగా నున్నప్పు డది దొరకినప్పుడు కలుగు అత్యధికసుఖము ప్రయోజనము అదోప్యపయుక్తి లేక తొలి ప్రయోజనము. (Marginal Utility): వస్తురాశి పుష్కలముగా నున్నప్పు డది అనుభవింపగా అనుభవింపగా దానిసుఖము క్రమక్రమముగా తగ్గిపోవునుగదా! అట్లు క్షీణించుటలో కట్టకడపటి అనుభవసౌఖ్యముఁనుబట్టి దాని తుది ప్రయోజనము లేక అంత్యోప్యపయుక్తి యేర్పడును. (Total Utility): వస్తురాశియొక్క వివిధానుభవ సౌఖ్యములు ఉపయోగము ప్రయోజనము కలిపిచూచినచో దాని సమాసోపయుక్తి లేక మొత్తప్రయోజనము ఏర్పడును.

# V

Vacancy = వేకెన్సి; ఖాలీ; నియమింపబడకుండ శూన్యముగానున్న పదవి.

Vaccination Act = టీకాలచట్టము.

Vakalatnama = వకాల్తునామా.

Vakil or Pleader = నియోగి; ప్రతినిధి: వకీలు; (ప్రా) వ్యవహారికుడు; కోర్టులో ఒకనికిగాను వ్యవహరించు వకీలు; ముక్త్యారు; ప్లీడరు.

Validity = సప్రమాణత; సాధికారత్వము; శాస్త్రప్రకారమున్న; చెల్లదగియుండుట.

Validity of a Decree = డిక్రీయొక్క శాస్త్రీయత; ప్రమాణత; చెల్లదగినదగునా కాదా యను యోజన.

Valuable Security = విలువగల హామీ: విలువయగు ఆధారపత్రము.

Value = (1) విలువ; (2) ఉపయోగము; మూల్యము; ఆవశ్యకము; (3) విలువకట్టు; మదింపువేయు.

Capital Value = పెట్టుబడివిలువ.

Market Value = బజారువిలువ.

Normal Value = మామూలు విలువ.

Rental Value = అద్దెవిలువ; మూల్యము.

Selling Value = అమ్మకపు విలువ.

Velocity = వేగము; గమనము;

Valve = కవాటము; ద్వారము; అడ్డము; మడత; బొడ్డుదారి. Safety Valve = దొంగతలుపు; ఒకప్రక్కకు మాత్రమే పోవుటకు దారియుండునుగాని రెండవప్రక్కకు పోవుటకు వీలుండదు.

Variation of a Decree = డిక్రీలో మార్పు.

Ventilation = వాయుప్రసారము; వాయుపరిసరణము; తెరపి.

Verdict = వర్డిక్టు; నిర్ణయము; దృఢాభిప్రాయప్రకటన; తీర్పు, ఫయిసల్హా; నేరమును గూర్చి కోర్టువారుగాని జూరీసభ్యులుగాని ఇచ్చునట్టి లేక అనువదించు నిశ్చితాభిప్రాయము.

Verification = సత్యత్వస్థాపనము; నిజమని నిరూపించుట; యథార్థీకరణము; ధ్రువపరుచుట.

Verification of pleadings = వాదనల ప్రమాణవచనములు; కోర్టులో దాఖలుచేయు ప్లయింటు స్టేటుమెంటు వాదనపత్రముల చివర ప్రమాణవచనము వ్రాయబడవలెను.

Verify = సరిచూచుట; యథార్థీకరించు; నిజమని నిరూపించు.

Vest = (1) హక్కుద్వారా చెందు; (2) వశమం నుంచుట.

Vested interest = స్థిరసంబంధము; ఆయత్తస్వత్వము; సంక్రమిత సంబంధము; వేళ్లుపాముకొన్న హక్కులుగలవారు.

Vesting Order = సంక్రామిక శాసనము; ఆయత్తవిధి; హక్కుగలిగించు హుకుము.

Veto = వీటో; వీటో; ప్రత్యాఖ్య; ప్రతినిషేధము; ప్రత్యాదేశము; రాజుకు గాని, ఉన్నత శాసనసభకు గాని ఒక శాసనమును నిలుపుచేయుటకు లేక నిరాకరించుటకుగల రాజ్యాంగాధికారము.

Vexatious Charge — నిష్కారణ, సంతాపదాయక; నిందారోపణము; క్లేశకారణనింద; వ్యసనము కలిగించు దోషారోపణ.

Vibration = కంపనము; వణకుట; సున్నితమగు కదలిక.

Vicar — వికార్; ఇంగ్లాండులోని ఫిర్కాలలోనుండు మతాధికారి.

Vice-Chairman = వైసుచైర్మన్; ఒక సభయొక్క, (పురపాలక సంఘముయొక్క) ఉపాధ్యక్షుడు.

Vice-President — వైసు ప్రెసిడెంటు; ఉపాధ్యక్షుడు; ఉపసభాపతి.

Village — గ్రామము.

Village Court = విలేజికోర్టు; గ్రామమునసబు లేక గ్రామపంచాయతీకోర్టు.

Villeinage = నౌఖరియీనాము పద్ధతి; ప్యూడలునౌఖరీ; దాస్యము.

Violation = ఉల్లంఘనము; అతిక్రమణము; భంగము; ధిక్కారము.

Violence = (1) హింస; బలాత్కారము; జబర్దస్తీ; దౌర్జన్యము; (2) తీవ్రత; ఉగ్రత; బలము; ఉరవడి.

Vital Statistics = ఆయురారోగ్యపు లెక్కలు.

Vitamins = విటమినులు; జీవనాధార పదార్థములు.

Vitiation = రద్దగుట; భంగకరమగుట; భ్రష్టమగుట; నిరర్థకమగుట.

Viva Voce Examination = మూజువాని పరీక్ష; నోటితో ప్రశ్నలు అడుగుపరీక్ష.

Void = అప్రమాణము; నిరర్థకము; శాస్త్రవిరుద్ధము.

Voidable = వివర్జనీయమైన; పరిత్యాజ్యమైన.

Voidable contract — వివర్జనీయ ప్రతిజ్ఞ లేక ఒడంబడిక; వదలుకొనుటకు వీలుగలకరారు; వివర్జించువారి యిష్టముపై నాధారపడిన కంట్రాక్టు.

Voluntarily = బుద్ధిపూర్వకముగా; ఉద్దేశపూర్వకముగా; ఇచ్ఛాపూర్వకముగా.

Voluntarily causing hurt — ఇచ్ఛాపూర్వక దండపారుష్యము; బుద్ధిపూర్వకముగా దేహపీడ కలిగించుట; గాయము చేయుట.

**Voluntary Liquidation** = వాలంటరీ లిక్విడేషను; ఐచ్ఛిక విలయనము; ఒకకంపెనీ తనంతటతానే వ్యవహారము ముగించుకొని లయమగుట.

**Volunteer** = వాలంటీరు; వాలంటీయరు; స్వచ్ఛంద సేవకుడు; ఐచ్ఛిక భటుడు; (2) తనకు తానే కార్యభారము వహించువాడు; సొమ్ము చెల్లించువాడు; కార్యము చేయబోవుట, చేసెదనని వచ్చుట.

**Vote** = వోటు; సమ్మతి; నియోజన; వరణము; అభిప్రాయప్రకటన; (2) తనసమ్మతిని సూచించు; ఓటునిచ్చు; ఎన్నుకొనుటకు చీటీనిచ్చుట.

**Voter** = వోటరు; నియోజకుడు; నిర్వాచకుడు; సమ్మతినిచ్చువాడు; ఎన్ను కొనువాడు; వోటు నిచ్చువాడు.

**Voting paper (Ballot paper)**; = వోటింగు పేపరు: సమ్మతిపత్రము; బాలటుపేపరు; వోటు కాగితము.

**Voucher** = వోచరు; రసీదు.

# W

**Wager** = పందెము; జూదమైడుట.

**Wagering Contract** = ద్యూతక ప్రతిజ్ఞాపత్రము; జూదపు టొడంబడిక; జూదమువంటి లేక లాటరీవంటి కరారునామా.

**Wages** = భృతి; కూలి; వేతనము; దినభత్యము.

**Wage earner** = వేతనార్జకుడు; కూలివాడు.

**Waging war** = యుద్ధప్రకటనము; రాజుపైన యుద్ధము చేయదలచెనను నేరము.

**Waiver** = పరిత్యాగము; ఉన్నహక్కు వదలుకొనుట; స్వత్వాధికార పరిత్యాగము,

**Wants** = వాంఛలు; కోర్కులు.

**Warning** = వార్నింగు; ధిగ్దండము; హెచ్చరిక; ప్రబోధము; ముందు జాగ్రతగా నుండుమనుట.

Ward=వార్డు: (1) పాల్యకుడు; పాలితుడు; పాలింపబడువాడు; (2) కావలి; కాపు; సంరక్షణ; (3) ప్రదేశము; వైపు; తట్టు; ప్రాంతము; మున్సిపలు భాగము; పేట. (Court of Wards) కోర్టు ఆఫ్ వార్డ్సు; పాల్యపాలకసభ; మైనరుజమీందారుల రక్షణసభ.

Ward and guardian = పాల్యపాలకులు.

Warden = వార్డెను; వసతిగృహాధికారి.

Ware house = వేర్ హౌస్; సరకులకొట్టు; కోపు.

Ware house keeper = కోపుదారుడు.

Warder = వార్డరు; బందీ కావలివాడు; చెఱసాలకాపరి.

Warp = పడుగు.

Warrant of Arrest = అరెస్టువారంటు; నిరోధాధికారపత్రము; ఆసేధపత్రము; ఒకరిని పట్టుకోవలసినదని కోర్టువారిచ్చు అజ్ఞాపనపత్రము.

Warrant procedure = వారంటువిధానము; వారంటుకేసులు విచారించు పద్ధతి; అనగా ప్రథమవిచారణ. నేరారోపణ, ఉత్తరవాదము అనుమూడు మజిలీలలో విచారణ జరుగును.

Warranty = వారంటీ; వస్తుగుణమును గూర్చిన పూచీ.

Warranty of title = వారంటీ ఆఫ్ టైటిల్ హక్కు; జవాబుదారీ; స్వత్వప్రాశస్త్యమును గూర్చిన పూచీ.

Waste = వేస్టు (1) వ్యర్థపఱచుట; నిరుపయోగము; దుబారవెచ్చము; (2) పాడుచేయు; వృథాచేయు; (3) కృశించు; తగ్గిపోవు; (4) పనికిరాని; పాడుపడిన; వ్యర్థమగు; (5) బీడు; గయాలు; బంజరు నేల; నిర్జనప్రదేశము.

Waste Land = నిరుపయోగభూమి; బంజరుభూమి; ఊసరక్షేత్రము.

Watch = వాచ్ (1) వాచి; జేబుగడియారము; (2) కావలి; కాపుదల; (3) తయినాతి; కాచుకొనియుండువాడు.

Water course = నీటిపారుదలజాలు; ఏఱు; కాలువ; ప్రవాహము.

Water rate = (ప్రా) ఉదకభాగము; నీటితీరువ.

Way Bill = రవాణా చలానా; ప్రయాణీకులయు, సరకులయు జాబితా అద్దెబళ్ల పైనపోవు మనుష్యులకు, పంపు సరకులకు వ్రాయబడుపట్టిక.

Wealth = అర్థము; సంపద; ధనము; ఐశ్వర్యము.

Wear and tear = అఱుగు తఱుగులు.

Weights and Measures = తులామానపాత్రము; తూనికరాళ్లు కొల పాత్రలు.

Well known = ప్రసిద్ధమైన; వాసికెక్కిన.

Wharf = వార్ఫు; రేవు; పడవలు నిలుచుచోటు.

Wharfinger = రేవు కూలివాడు.

Whigs = విగ్గులు. ఇంగ్లాండులో పూర్వకాలమునాటి లిబరలుపక్షీయులు.

Whipping Act = దెబ్బలశిక్షా చట్టము.

White Paper = వైటుపేపరు. రాజ్యాంగ విషయమునుగూర్చి ఇంగ్లాండు పార్లమెంటువారికి ప్రభుత్వవర్గమువారు పంపుపత్రము.

Wholesale Merchant = హోల్ సేల్ వ్యాపారి; టోకువర్తకుడు; టోకుబేరగాడు; టోకువ్యాపారి.

Wicker work = (ప్రా) అశ్రకుడు; పేము అల్లికబుట్టలు మున్నగునవి.

Will = (1) విల్లు; మరణశాసనము; (2) ఇచ్ఛ; సంకల్పము; కోరిక.

Windfall = ఆకస్మిక ద్రవ్యలాభము.

Winding up = వైండింగ్ అప్; పరిసమాప్తిచేయుట; పూర్తి; ముగింపు; తీరుగడ; సంఘమును ముగింపుచేయుట.

Wine = ద్రాక్ష సారాయము; (See Liquor)

Wilfully = (1) బుద్ధిపూర్వకముగా; ఇచ్ఛాపూర్వకముగా; ఉద్దేశములోనే (2) మొండిగా; పట్టుదలగా.

Wireless = వైర్ లెస్; తీగలేని తంతివార్త; వాయువార్త.

Witanagemot = విటనాజిమూటు; ఇంగ్లాండులో పూర్వకాలమునాటి బుద్ధిమంతులసభ.

Witch craft = మంత్రతంత్రము; మంత్రవిద్య; మంత్రప్రయోగము; దయ్యములు పెట్టుట.

Withdrawal = విత్ డ్రాయల్: వాపసు; సంహరణము; ఉపసంహారము అపనయనము; తిరిగిపుచ్చుకొనుట; వెనుకకు తీసుకొనుట; వదలుకొనుట.

Withdrawal of a case or prosecution = కేసును వదలుకొనుట; రద్దు చేయుట; ఫిర్యాదుమాఫీచేయుట; ప్రాసిక్యూషను తీసివేయుట.

Withdrawal of a suit = అభియోగసంహారము; దావా వదలుకొనుట.

Witness = (1) సాక్షి; చూచువాడు (2) సాక్ష్యము: నిదర్శనము; (3) సాక్ష్యము చెప్పు.

Witness of an agreement = ఒప్పుదలసాక్షి; ఒడంబడిక సాక్షి.

Without Prejudice = 'హక్కుకు భంగములేకుండా' అనుమాటలు వ్రాసి ఒకప్రకటనగాని, ఒడంబడికగాని లేఖగాని, వ్రాసినచో దరిమిలాకోర్టు వ్యవహారములం దిది సాక్ష్యముగా నుపయోగింప వీలుండదు. ఒప్పుదలగా భావింపబడదు.

Woof = పేక: నేతలోనిపోగు.

Workmen's Compensation = పారిశ్రామిక నష్టపరిహారము; పనివారల కు కలుగు అపదలకు నష్టము క్రింద ఇవ్వబడు పరిహారము.

Workshop = వర్కుషాపు; కార్ఖానా; వస్తునిర్మాణశాల.

World Ruler = చక్రవర్తి.

Wounding = గాయముచేయుట; ఘాతచేయుట.

Writ = రిట్; ఆజ్ఞ; తాఖీదు; హుకుము; ఆజ్ఞాపత్రిక; లేఖ.

Write off = రైట్ ఆఫ్; బేఉమ్మేజు; రానిబాకీగా లెక్కలలో తీసివేయుట

Wrong doer = అపరాధి; అక్రమముచేసినవాడు.

Wrongful = అన్యాయముగా; అక్రమముగా అధర్మమైన:చట్టవిరుద్ధమైన

Wrongful Confinement = అన్యాయనిర్బంధము: అక్రమఖైదు.

Wrongful dismissal = నిష్కారణ బర్తరఫు: అక్రమ విసర్జన; అక్రమముగ పనినుండి తొలగించుట.

Wrongful gain = అక్రమలాభము.

Wrongful Loss = అన్యాయనష్టము.

Wrongful Restraint = అక్రమాటంకము; అన్యాయనిరోధము.

Wrong plaintiff = తప్పుడువాది; పొరబాటుగా చేర్చబడినవాది.

## Y

Yeomen = క్షేత్రపాలకులు.

Youth movement = యువజననోద్యమము.

## Z

Zenith = (1) ఊర్ధ్వము; నిండు; (2) ఆకాశమధ్యము; ఉచ్ఛ్రాయదశ; ఊర్ధ్వబిందువు.

Zero = శూన్యము; సున్న; పూజ్యము.

Zoological Gardens= జూలాజికల్ తోట; చిత్రజంతు ప్రదర్శన వనము

# SUPPLEMENT.

**Adult Suffrage** = వయోజన నియోజనాధికారము; పెద్దవారికి ఎన్నిక హక్కు (See Franchise.)

**Bull** = బుల్: పరిష్కార దినమునాటికి ధర పెరుగుననియు లాభము పొందవచ్చుననియు ఆశతో వాటాలపత్రములు కొనువాడు ఆనాటికి ధర పెరుగనిచో కొంత రుసుమును చెల్లించి తన లెక్కలను మరుసటి ఫైసలా దినమునకు వాయిదా వేయించుకొనును.

**Burgeois** = బూర్ ష్వా; మధ్యరకపుజనులు. ధనికులును గాక దరిద్రులును గాక మధ్యరకపు జనులు, సామాన్యసంసారులు, సావుకారులు.

**Cabinet Govt.** = See Cabinet System

**Call of more** = హెచ్చింపు; రెట్టింపుచేయుహక్కు; ప్రస్తుతముచేసిన బేరము మొత్తమును భవిష్యత్తున రెట్టింపుచేయు హక్కు.

**Civil Disobedience** = శాసనోల్లంఘనము; గాంధిమహాత్ముడు ప్రారంభించిన సాత్వికనిరోధము; సత్యాగ్రహము.

**Coloured races** = శ్వేతేతరజాతులు; తెల్లవారును గాక నల్లవారును గాక సంకరజాతులవారు.

**Cover** = పూచీకవరు; పత్రమారకంలోగాని నిక్షేపదారుని తరఫున చేయబడు ఇతర వ్యవహారములందు గాని వచ్చు నష్టములకు హామీగా నుంచబడు రొక్కము లేక విలువగల పత్రములు.

**Dail Eireann** = డెయిల్ ఇరీయన్; ఐరిషు ఫ్రీస్టేటు రాజ్యాంగములోని ప్రజాప్రతినిధులసభ; ఇందలి శిష్టసభ లేక సెనేటునకు సియానడ్ ఇరీయన్ అనిపేరు. ఈరెండును గలిసిన పార్లిమెంటునకు ఒయిరియాక్టస్ అనిపేరు. ఐరిషు ఫ్రీస్టేటు 1922లో అధినివేశ స్వరాజ్యమును పొందినది.

Dead Freight = వృథాకేవు; పూరాగది పుచ్చుకొనెదనని చెప్పి కొంత ఖాళీగా వదలిన ఎగుమతి దారు ఆఖాళీస్థలమునకు కూడా కేవు చెల్లింప వలసియుండుట.

Dead rent = వృథాఅద్దె. ఒక గనిగాని రాళ్లక్వారీగాని అద్దెకు పుచ్చుకున్నవాడు దానిని త్రవ్వినను, త్రవ్వకున్నను చెల్లించు అద్దె.

Deferred Bonds = డిఫర్డుబాండ్లు. గవర్నమెంటు, కంపెనీలు, ఇతరసంస్థలు జారీచేయు పత్రములలో వృద్ధిక్రమానుగుణముగా పరిపూర్ణ పరిమాణము వరకు హెచ్చుచేయబడు వడ్డీగాని లాభవిభాగముగాని ఇవ్వబడుచు పూర్ణపరిమితికి రాగానే సామాన్య బాండు పత్రములుగా భావింపబడు పత్రములు.

Deferred stock = డిఫర్డు స్టాకు; సాధారణ వాటాలు, ప్రిఫరెన్సు వాటాలు, గారంటీ డివిడెండ్లు, చెల్లించబడు వరకు లాభవిభాగమున కర్హతలేని వాటాలు.

Document Bills = పాలసీపట్టాలకు, ఇన్వాయిసులకు సంబంధించి, దస్తావేజులతో జతపరచి, పంపబడిన హుండీలు. ఇవి తిరుగగొట్టబడినచో ఆదస్తావేజులను బట్టి దావావేసి నష్టము రాబట్టుకొనవచ్చును.

Enfaced Paper = ఎన్ఫేస్డు పేపరు; ఇండియా గవర్నమెంటువారు జారీచేయు రూపాయిల పత్రములు. వీనిపైన వడ్డీ ఇంగ్లాండు బ్యాంకివారు చెల్లింతురని సూచన వ్రాయబడియుండును. రూపాయి మారకపుధరను బట్టి వీనిపైనవచ్చు ఆదాయము హెచ్చుతగ్గులుగా నుండును.

Exchange ratio = ఎక్స్ఛేంజి రేషియో; మారకపు రేషియో; మారకపు ధరతేడా; వినిమయమాన తారతమ్యపు విలువ లేక నిష్పత్తి; రెండు చలామణుల మారక సంబంధపు తేడా: ఉదా॥ మనరూపాయికి స్వతంత్రమగు విలువలేదు. దీనిని విదేశముల వారెవ్వరు పుచ్చుకొనరు. దీని విలువ ఇంగ్లాండుదేశములోని సవరను విలువకు ముడిపెట్టబడినది. ఇది

నిమిత్తమాత్రపు నాణెము (Token Coin). మనము ఎగుమతి దిగుమతి వ్యాపారములు నవరసుద్వారా చేయవలసియుండును. ఈ రెండునాణెముల సంబంధపు విలువ లేక ధరతేడా విలువను ఇంగ్లాండుప్రభుత్వ కార్యదర్శియె నిర్ణయించుచుండును. ఇదియే మారకపు రేషియో. పూర్వము రూపాయికి 16 పెన్నీలు. ఇప్పుడు 18 పెన్నీలుగా నిర్ణయించబడినది. ఇంగ్లాండులో అన్నిక్రయవిక్రయములు నవరసులలో జరుపవలెను. మనదేశములో రూపాయిలలో జరుగును. ఇంగ్లాండుకు మనము ఎగుమతిచేయు సరకుల విషయములో పూర్వము రూపాయికి 16 పెన్నీల విలువగల సరకును పంపుచు ఇప్పుడు ధరతేడావలన 18 పెన్నీల విలువ సరకుపంపవలసివచ్చుచున్నది. ఇట్లే ఇంగ్లాండునుండి దిగుమతిచేయుటలో పూర్వము వారికి 16 పెన్నీలు వచ్చుసరకున కిప్పుడు 18 పెన్నీలు వచ్చుచున్నది. ఇట్లు ఎగుమతి దిగుమతి వ్యాపారములలో రూపాయికి 4 పెన్నీలు మనకు నష్టము, వారికి లాభము. ఇది నూటికి 25 వంతులగుచున్నది. ఇట్లే వారికి మనము చెల్లించు జీతబత్తెములందును.

**Fascism; Fascist State** = (ఇది పొరపాటుగా Facism; Facist state అని 83 పుటలో ముద్రింపబడినది.)

**Five Year Plan**=పంచవర్ష ప్రణాళిక; రష్యాసోవియటు ప్రభుత్వమువారు దేశముయొక్క ఆర్థిక సాంఘికాభివృద్ధి కొరకు 1929లో ప్రారంభించిన కార్యక్రమము. పరిశ్రమలు వ్యవసాయము ప్రభుత్వాదాయము విద్య మూలధనార్జనము, సాంఘిక వైజ్ఞానికాభివృద్ధికొరకు 5 సంవత్సరము లమితకృషి సలిపి చేయదలచినపని వారి కార్యదీక్షవలన రెండుమూడేండ్లలోనే పూర్తియైనది. నూనె, విద్యుచ్ఛక్తి పరిశ్రమ, 'ట్రాక్టరు' కృషిసంబంధ యంత్రికళ, బొగ్గు ఇనుము ఉక్కు పరిశ్రమలు విపరీతముగా అభివృద్ధి జెందినవి. 5వేల కోట్ల రూపాయిల విలువగల అర్థోత్పత్తి జరిగినది. నిరుద్యోగసమస్య తొలగిపోయినది. వ్యాపారము నూటికి 78

మందినిరక్షరులుగా నుండిన దేశము విద్యావంతమైనది. 1932లో మఱల నింకొక కార్యప్రణాళిక ప్రారంభించినారు.

Floaters = ఫ్లోటర్సు: సిద్ధద్రవ్యపత్రములు; పత్రహస్త ఆధారములు హుండీలు మొదలైనవి: ఎప్పుడు కావలసిన అప్పుడు సొమ్ముచేయ వీలగు పత్రములు. ఒక బ్యాంకి తొందరచేసినచో ఇంకొక బ్యాంకికి ఇవ్వవచ్చును.

For the Account = కచ్చాపద్దు; హుండీల మారకం వ్యాపారములో మఱలవచ్చు ఫైసలా దినమున పరిష్కారము చేయబడ గలందులకు కరెంటు అక్కౌంటులో నమోదుచేయబడిన కచ్చాపద్దు.

Law and Order = లా ఆర్డరులు. ఇది ప్రజాశాంతికి సంబంధించిన పదము. శాంతి భద్రతలను గూర్చిన పోలీసు అధికారమునకుపయోగింతురు.

Preference = అధికాదరణ. శ్రేష్టతరసమ్మానము; ఆధిక్యత; ఒకదానికన్న నింకొకదానికి ప్రాధాన్యత నిచ్చుట.

Presidential Govt = see Non Parliamentary Govt.

Put or put option = పుట్ ఆప్షను హక్కు. కొంత ప్రీమియము ఇవ్వబడినందుకుగాను ఒక నిర్ణీతదినమున ఒక నియమితధరకు హుండీని అమ్ముటకుగల అవకాశపు హక్కు.

Put and call = రెట్టింపు పుట్ ఆప్షనుహక్కు.

Put and more = పుట్ ఆప్షను హక్కుతోపాటు నిర్ణయింపబడిన సరకు రాశికి రెట్టింపుసరకు అమ్మహక్కు.

Ratio = రేషియో; నిష్పత్తి; తారతమ్యపు విలువ సంబంధము; రెండు అంకెలకు గల తారతమ్యసంబంధము ఉ: 2 కి, 10 కి గల నిష్పత్తి 5.

(See Exchange ratio.)

Sagging Market = ధరలు పడిపోవుచున్న బజారు.

**Special Indorsement** = హుండీ ఎవనికివినియమముచేయబడినదో అతని పేరుకూడా వ్రాయుపత్రము.

**Statutory meeting** = విధ్యుక్తసమావేశము; ఒక లిమిటెడు కంపెనీ యొక్క సభ్యులు నెలకో మూడునెలలకో మధ్య ఒకతూరియైనను సమావేశము కావలెనను నిబంధనముండును. అట్టి విధిప్రకారము జరుగు సమావేశసభ.

**Stopping a Cheque Or Note** = హుండీని చెక్కును లేక పత్రమును అపుదలచేయుట. ఒకపత్రము లేక చెక్కుపోయినప్పుడుగాని ఏకారణము చేతగాని దానిని జారీచేసినవాడుగాని దానిహక్కుదారుడుగాని దానిని మంజూరుచేయక నిలుపుదల చేయవలసినదని బ్యాంకికి తెలుపుట. చెక్కుఅయినచో వసూలు నిలుపబడును. నోటుఅయినచో వసూలుఆగదు, కాని దాని పూర్వాపరసందర్భములు మాత్రము వెంటనే విచారింపబడును.

**Time Bargain** = వాయిదాబందీజట్టీ; ముందురాగల తేదీనాటికి ఒక నిర్ణీతధరకు విక్రయించునట్లు చేసుకొను కరారు, అడ్వాన్సుకంట్రాక్టు. ధర కంట్రాక్టు నాడే నిర్ణయింపబడును.

**Token Coin** = టోకెన్ నాణెము. అధారరూప్యము; స్వతంత్రపు చలామణి విలువలేక ఇంకొక నాణెముపైన నాధారపడు నాణెము (See Exchange ratio.)

**Ton** = టన్ను; ఇంగ్లీషుతూనిక టన్నుకు 2240 (lb) పౌనులు. ఒకపౌను అనగా రమారమి 40 తులములు. మూడుపౌను లొకవీసె. 500 పౌనులొక పుట్టి. (Candy)

## హిందీ, హిందూస్థానీ వ్యవహారపదములు.

అంకారించు = ఓడచాప యెత్తిపోవుట; Raising anchor.

అంగరకా = పైనధరించు చొక్కా; Over coat.

అంచనాదారులు = విలువకట్టువారు; Appraisers.

అంబారము = ధాన్యరాశి; పంటలోని బాగము.

అగాడీ = ముందర; గుఱ్ఱము ముందుకాళ్ళకుకట్టు తాడు.

అగావు = సంచకరవు; Advance money.

అజ్మాయిషీ = శోధన; పరీక్ష; అంచనా; Investigation, Estimation.

అటకాయించు = నిరోధించు: అడ్డగించు; Obstruct, prevent.

అడంగు = మొదటిచోటు; తగుబడియైన; Starting place, destination

అతలషు = అత్తరుషు; వస్త్రవిశేషము.

అతరాఫు రేటు = అదేమాదిరి ఇతరభూముల శిస్తురేటు.

అదాలతు = కోర్టు; న్యాయస్థానము.

అనామతు = నమ్మకముమీద అల్పకాలమొక వస్తువునిచ్చుట; ఒకవస్తువును వాడుకొనక ఊరకయుంచుట. Deposit; Charge Bailment; (1) Any thing given in trust (2) All whole, entire:

అమలు = రివిన్యూ వసూవులు, పరిపాలన ఆచరణలోపెట్టుట; Collection of revenues, (2) Government.

అమల్దారు = రివిన్యూవసూలు ఉద్యోగి.

అమానతు = నిక్షేపము; ఒకనివశమున నుంచబడిన సొత్తు; Charge, Bailment, Deposit, Entire, All.

అమానుదస్తా = తాంబూలమును దంచురోలు.

అమిజి = కూలిలేమి; వెట్టి.

అమీన్ = అమీను; చిన్నప్రదేశములమీద న్యాయధిపతి; కోర్టుఉద్యోగి; A Magistrate or Judge.

అమీరు = ప్రభువు; ఘనుడు; ధనికుడు. Nobleman

అయిమాయిషీ = అజమాయిషీ; అంచనా; శోధన.

అయిందా = ఇకముందు Here after, Hence forward, in future.

అయివజు = రాబడి; సొమ్ము; మూలధనము. Money, property (2) Stock, Capital Principal, Substitute, Exchange Recompense.

అరఖు = ద్రవరూపమైన ఔషధము. Tincture, Extract.

అర్కారా = హర్కారా; దూత, పనివాడు; Messenger, Spy.

అర్జీ = వ్రాతపూర్వకమైన మనవి, పిటీషను. An address, Petition Representation.

అర్జబాజారీధర = ప్రస్తుతపు బజారుధర; Prevailing Market rate.

అలాయిదా = అలాహిదా; ప్రత్యేకముగ; Separatly Distinctly.

అల్కా = తేలికైన; నీచమైన.

అల్గోజా = పిల్లనగ్రోవి.

అల్మారా = అల్మారు; బీరువా; సొరుగులుగల ఎత్తైన కర్రపెట్టె: Almirah

అవాజు = పుకారు; వార్త; ధ్వని. News, Rumour, Report, Sound, or report of a gun.

అవ్వల్ = మొదటి; శ్రేష్టమైన.

అసలు = మూలధనము; గిట్టుబడిధర; మొదటిరకము; ఆది; అసలుప్రతి. Original Stock, Principal, Prime cost, a fair copy. first sort

అసలీఫాయిదా = అసలుమొత్తము, వడ్డీ.

అస్తరు = దుస్తులలోపలవేసి కుట్టుగుడ్డ; Lining.

అఖురు = చివర; కడపటి End, Last.

ఆచూకీ = అచూకీ; సూంపే, (నేరగాని) జాడలు తీయుట; Information Apprehension of Criminals.

అజుబాజు = దగ్గరలో. Vicinity.

అబాదు = జనసంకీర్ణ. Populous, inhabited; cultivated.

అదా = లాభము; ఆదాయము. Income; Profit.

అయకట్టు (తె) = ఆదాయము; వచ్చుబడియొక్క నిర్ణయము; సెటిల్మెంటు; గ్రామములోని భూముల విస్తీర్ణము; Regulation; Settlement; Arrangement; Fixing limits of village lands.

నంజ అయకట్టు = పల్లపు భూముల విస్తీర్ణము.

చెరువు అయకట్టు = చెరువుక్రింద సాగు బడియగు భూముల విస్తీర్ణము.

అవర్జా = ప్రతిదినపులెక్క; ముఖర్జులెక్క; Ledger.

అఖ్రాజా = సత్రము. అసాను = అధారము.

అసామి = వ్యక్తి. (1) A person. individual, (2) A prisoner, (3) Debtor. అసామీవారీ = పేర్లవరుసగా వ్రాయబడునది.

ఇకార్రు = ఎకరారు; ఒప్పుదల; Fixing; Acknowledgement

ఇజాఫా = అధికము; అదనపు; Increase, Surplus, Profit, Extra.

ఇజారా = కంట్రాక్టు; కౌలు; గుత్త; Contract; Lease.

ఇరసాలు = యిరసాలు, (ప్రభుత్వముకు,) సొమ్ముపంపుట; Remittance.

ఇరసాలునామా = అధికారులకంపు రూకలపట్టి; సొమ్ముపంపు పట్టీ; Paying-in slip; Remittance Schedule.

ఇలాకా = యిలాకా, సంబంధించిన (శాఖ); డిపార్టుమెంటు.

ఇస్తికార్రు = ఖాయపరచుట; ధ్రువపరచుట; Confirmation.

ఇసింరారు = శాశ్వత; Permanent.

ఇస్తిఫా = విడుదలపెట్టుట; Relinquishing a land or a charge.

ఇస్తిరి = బట్టలను నిప్పులపెట్టెతో నునుపు చేయుట.

ఇస్తిహారు = ప్రకటన; ఉ॥ కోర్టువేలం యిస్తిహారు; Proclamation Notice; Advertisement; Placard.

ఇస్తిహారునామా = ప్రకటన పత్రిక, Proclamation Warrant.

ఈనాము = యినాం; బహుమతి; ఉచితముగా నివ్వబడిన భూమి; సొమ్ము, మాన్యము, Present or gift; Grant of a land.

ఉడాయించు = పారిపోవుట; హరించుట.

ఉషార్; ఇషార్ = సౌజ్ఞ, జ్ఞాపకసూచన; కనుగీటుట; Signal; Sign; Wink; Putting in mind.

ఉమ్మేజువారి = పనినేర్చుకొనువాడు; Apprenticeship; Probation.

ఎకరారు = ఒప్పుకొనుట; ఒప్పుదల; Confession; Acknowledgment.

ఎకాయికీ = ఆకస్మికముగా; ఎక్కడా ఆగకుండా

ఏలము = వేలము; అమ్మకటలో నొకవిధము; అక్షనుపాట.

కంగాళి = నీచమైన; అల్పమైన.

కచ్చా = పచ్చి; తక్కువ; నీచమైన; ముగించని (లెక్క) Crude; Green, Unripe; Current; Not closed.

కచ్చాకిర్దీ = చిత్తు (వసూలు) లెక్క; Rough account.

కచేరి; కచ్చేరి = (1) న్యాయవిచారణ స్థలము; (2) వినోద గోష్టి; (3) కొలువు కూటము; ఉద్యోగశాల; Office, Court, Place for Public business.

కజ్యా = కజ్జా; పోరు; జగడము.

కట్టుబడి = బంటునకిచ్చెడు మాన్యము; పంటమీద నాధారపడుశిస్తు.

కత్తి = (తె) 32 కుంటలభూమి. 12. 8; 14.11; 18. 4; యకరములభూమి (కృష్ణాజిల్లాలో కత్తి అనగా 17 యకరములు).

కమాను = విలంబు; ధనురాకారము. కమ్మి = తక్కువ; Deficient,

కబురు; ఖబరు = సమాచారము; A report; Rumour; News; Intelligence; Message; Caution.

కబేళా = కబేలా; ఇంటిపత్రము; హక్కుదస్తావేజు; Title deed.

కమాయిషు = ఖమాయిషీ; వ్యవహారము జరుపుట. కమిచీ = చబకు.

కరారు; ఖరారు = ఏర్పాటు; నిర్ణయము; ఒడంబడిక; కరారునామా = ఒడంబడికపత్రిము; Concession; Agreement; Contract.

కరారువాకొగా = నిర్ధారణగా; నిర్ణీతముగా (Exactly)

కలంకారి(తె) = వ్రాతపని వస్త్రము; అద్దకము.

కలం = కలము; పద్దు; పత్రిభాగము; (1) A pen (2) A head, Particular item in an account; A paragraph.

కలాయి = పాత్రలకు తగరము పూయుట.

కలఖానాముస్తాజరు = సారా ఇజారాదారు.

కలాలీ = కల్లు సారాయిలమ్మువాడు.

కలాస = కళాసు; ఓడమీదపనివాడు; Lascar.

కవాతు = సిపాయిలదండువారు చెయు సాధకము; డ్రిల్లు; Drill.

కసరతు = సాధకము, శరీరవ్యాయామము, Excercise.

కసీదా = కసీదు; వస్త్రముమీద పూలు బుట్టాకులు కుట్టుట,

కసుబా = కస్బా; అధికారులుండు గొప్ప బజారులుగల గ్రామము; బస్తీ. Market Town or Metropolis.

కొటా = పెద్దతాళ్ళు.

కాతా; ఖాతా = వ్యాపారములో సంబంధము, ఇచ్చిపుచ్చుకోలు లెక్క; వాడుకగా వ్యవహరించుట; Account of dealings.

కాయిదా, ఖాయిదా = విధి, నిర్ణయము; కమీషను; అడితి, Commission

కాయిదాకొట్టు = కమీషనుకొట్టు. Commission business shop.

కాయిలా, ఖాయిలా = ఆరోగ్యములేని, Unhealthy.

కార్ఖానా; ఖార్ఖానా = పనిచేయుస్థలము; Workshop; Factory.

కితాబ్ = (1) బిరుదు; (2) పుస్తకము.

కిఫాయతు = లాభము; చౌక; Profit; Gain; Advantage; Cheap.

కిమ్మతు = వెల; విలువ; Price, Value.

కిరానా = (దిగుమతి) చిల్లరదినుసులు; Provisions; Imported goods.

కిరాయి, కిరాయి = అద్దెబాడుగ; Rent; Fees; Hire money.

కిస్తీ = వాయిదా; వంతుచొప్పున చెల్లించుద్రవ్యము; Instalment.

కిస్తీబంది = వాయిదాల యేర్పాటు; By Instalments.

కుమ్మక్ = కుమ్మకు; సహాయము; ప్రోత్సాహము, That which aids, Assitance, Abetment.

కుశాలు = సంతోషము: కుషీ; ఖుషీ = సంతోషము.

కూని; ఖూని = నరహత్య; Murder; Crime; Defect; Fault.

కూఫీ = అచోకీ, అచూకీ; నేరగాని జాడలు దీయుట.

కైదు, ఖైదు = నిర్బంధము; Confinement; Restraint, Imprisonment.

కైపు; = మత్తు; Intoxication.

కైఫీయతు = ఒక సంగతి వివరణము; వాజ్మూలము; స్టేటుమెంటు.

కైలు = పండినధాన్యపు కొలత; కైలుదారు = రైతు, కొలగాడు.

కోఠి = కొట్టు; Godown, Store-house.

కొత్వాలు = పోలీసు అధికారి. కొలిమి = కమ్మరికొలిమి, Furnace.

కోపు = (తె) సరకులుంచుకొట్టు, Ware house.

కోపుదారు = (తె) సరకుల కొట్టుదారుడు; Ware house Keeper.

కౌలు = భూఖామందు రైతుకు వ్రాసియిచ్చుపత్రము; పైఅధికారి క్రింది వానికి వ్రాయుకాగితము; A Special agreement, Promise, Convention; Lease.

కోరా = చలువచేయని; అపక్వమైన; బాగుచేయని; Small; Defective, Narrow; Sharp.

ఖండీ = పుట్టి; Candy. ఖజానా = ధనాగారము; Treasury.

ఖమావిషీ = సర్కారు తనిఖీక్రింద సాగుజేయబడు భూమి; వ్యవహరించుట; భూవ్యవహారము. Land cultivated under the immediate superintendence of Govt, Management of affairs.

ఖరాబు = పాడు; Filthy; Disgusting.

ఖరాగా = సరిగా; స్థిరముగా; నిసలుగా; Exactly. (చూ: కరారు.)

ఖరీదు = వెల; Cost; Price; Value.

ఖర్చు = వ్యయము. Expenditure; Cost; Charges.

ఖానిగీభూమి = స్వంతకమతపుభూమి; Private Land.

ఖామందు; ఖావందు = యజమాని; స్వంతగాడు; అధికారి: Authority, Owner; Proprietor; Master; Lord.

ఖాముఖా = అగత్యముగా; గట్టిగా; Assuredly; Certainly.

ఖాయము = స్థిరము; రూఢి, శాశ్వతము. As before; Permanent, Establish, Fix. Confirmation

ఖాయిదా = అమర్పు; ఆజ్ఞ, కమీషను; Custom, Rule, Regulation.

ఖాల్సా = రివిన్యూశాఖ (మొగలాయిశిస్తు వసూలుశాఖ.)

ఖాలి, ఖాలీ = ఆక్రమింపబడని; ఉత్త; Vacant, Unoccupied, Empty.

ఖాసా = స్వంత; Own, Private. ఖిరాజు = పన్ను.

ఖిల్లా = కోట; Fortress. ఖిస్తు = ఖిస్తీ, కప్పము; Tribute.

ఖుద్దున = స్వంతముగా; స్వయముగా. In person; Own.

ఖులాసా = సౌఖ్యము; నెమ్మది.

ఖుల్లు = వెరసి; Total. ఖుల్లసు = వివరము.

ఖేల్ = పంపు; మడి; పొలము.

ఖేతువారీ = పొలముల ప్రకారము తయారుచేయు లెక్క.

ఖైదు = నిర్బంధము; Imprisonment; Confinement.

గరజు = పని; వ్యవహారము; Work; Business.

గరీబు = వాదారు; బీదవాడు.

గస్తీలు = కావలివారు; Patrolling Officers. గస్తు = (రాత్రివేళ) ఊరికావలి; Patrol. మెగస్తు = కావలివారిపై తనిఖీదారు; Overseer. పెయిగస్తు = కాలికావలి; Foot Patrol.

గాబరా = భయము; తొందర; కలవరము.

గుజస్తా = గడచి పోయిన; Past.

గుజారతు = వశము; మారీఫత్తు, ద్వారా.

గుమాస్తా = క్రింది యుద్యోగస్థుడు; Clerk; Assistant; Deputy.

గులామ్ = దాసుడు, దాసురాలు; Menial, Slave.

గైరువాజిబి = అన్యాయము; అక్రమము; Unjust, Unlawful.

గైరువిలియా = కనబడకుండపోవుట; గైరుసాలు = కడచిన సంవత్సరము.

గైరుహాజరు = హాజరు లేక పోవుట; Absence.

గోషా; ఘోషా = రాణివాసము; Purdah.

గోష్వారా = సంగ్రహపు లెక్క; సంగ్రహపు వ్రాత. An abstract Summary or Digest of accounts; A register; Index.

చట్టము (తె) = శాసనము. వివరముగా కాలములక్రింద వ్రాయబడిన లెక్క; Tabular Account.

చటాకు = సేరులో 16 వ వంతు.

చడావు = హెచ్చింపు; Increase; An extra assessment got by selling Govt. share of produce at a higher rate.

చపాయించు = మోసగించు; దాచిపెట్టు. చలాకీ = చురుకైన.

చలానా = ఆయావస్తువుల పట్టీ; జాబితా. Indent; Invoice; List.

చలామణి = వాడుకలోనుండు; చెల్లుబడియైన. Currency, Current.

చిల్లర = వివిధ; చిన్నచిన్న; Miscellaneous.

చీటి = చిన్నకాగితము ఉత్తరము; A letter; Document, Ticket.

చవుకీ = సుంకముల కచ్చేరి; కావలిస్థలము; నలుబజారు.

చాందిని = మేలుకట్టు. చాందీ = మెఱుగులేని కోరావెండి.

చాకిరి = నీచమైనకొలువు; నౌఖరి; సేవ.

చిలుకు = సిలుకు, శిలుకు; మిగిలిన చిల్లర; and odd.

చుస్తా — పూర్తిగా; లెక్కపరిష్కారముగా.

చెకుబంది — గట్టువేయుట; పొలముల సరిహద్దుగట్లు; Fixing boundaries to land. (2) The boundary stones of a land.

చెల్లు — సొమ్ముచెల్లించుట; Payment.

చోరీ — దొంగతనము.

ఛాపా — సుంకముల కచ్చేరి; మొహరువేయుట; ముద్ర; A Custom House; Stamp, Mark; Chops or impression (2) Printing.

జండా — జెండా, పతాకము.

జట్కా — వేగముగా; గుఱ్ఱపుబండి.

జడతా; ఝుడ్తా — జడతీ; రుజువుచూచుకొనుట; ఉభయులు లెక్కలు సరిచూచుకొనుట; To examine an account; Compare accounts.

జనాభా — జనసంఖ్య; Census.

జనానా — స్త్రీజనము.

జప్తి — జప్తు; ఆస్తిపట్టుకొనుట; Confiscation; Attachment.

జబర్దస్తీ — బలాత్కారము; Violence; Force; Urgency.

జమాదారు — మిలటరి సార్జెంటుపై యధికారి; సైనికసేవకుడు.

జల్దీ — త్వరగా.

జవాను — బంటోతు; బలశాలి.

జమ; జమా — మొత్తమురాబడి; వసూలు; జమవచ్చినది.

జమాఖర్చు — ఆదాయ వ్యయము లెక్క; Receipts and disbursements.

జమాబంది — జమాబందీ; శిస్తునిర్ణయము; ప్రతిసాలున జరుగు తనిఖీ; Annual Settlement of assessment; Inspection.

జమాగనూలుబాకీ — Demand, Collection and Balance.

జమీను — భూమి;

జమీందారీ — జమీన్‌దారి; భూస్వామిత్వము.

జరూరు — అవసరము; తొందర; Necessity, occasion, urgency.

జవాబు — ప్రత్యుత్తరము; Answer.

జవాబుదారీ — బాధ్యత; పూచీ; ఉత్తరవాదము; Responsibility.

జాగా — ప్రదేశము; Place of dwelling; Station.

జాబితా = పట్టి; లిస్టు; List; Schedule.

జామీను = Bail, Bond. జాయా = నష్టము; చెల్లుపు.

జాగీరు = పన్ను లేకుండ నివ్వబడిన మొఖాసా; జమీ.

జారీ = అజాపించు; నెరవేర్చు; To issue.

జాస్తి = అధికము. జింఖానా = ఆడుకొను ప్రదేశము; Gymkhana.

జిల్లా = మండలము; గొప్ప అధికారికిక్రింది ప్రదేశము; District.

జిలి = మాంసముపైనుండు సన్నని చర్మము.

జిరాయితీ = సాగు; సాగుభూమి; శిస్తుకట్టినభూమి భూమి అనుభవపుహక్కు; Cultivation; Cultivated land, Occupancy.

జుమలా = మొత్తము; వెరశి; Total, whole.

జుమ్మా = మొత్తము, శిస్తు. జులుము = దుండగము; Force, Oppression.

జుల్మానా = అపరాధము; Fine. జూటా; ఝూటా = అబద్ధమైన.

జెండా = టెక్కెము; ధ్వజము; పతాకము.

జోడి = తక్కువశిస్తు; ఈనాములపైని పన్ను; క్విటెర్రెంటు.

ఝూడా = జాడా, (తె) = సమూలము; పూర్తిగా.

టపా = టపాలు, అంచెతపాలా; Post.

టమటమా = టముకు. టస్సా = రీతి; అచ్చు.

టోకు = మొత్తము దరహాముపైన, ఉ:- మొత్తముధర, పెద్దవ్యాపారము, Wholesale; Total, Whole, Aggregate.

టోలా = గుంపు. టోలీ = పైసలో నెనిమిదవభాగము.

ఠలాయించు = అటునిటుతిరుగు; తప్పించుకొను; To evade.

ఠాణా = కావలిదండు; కావలిస్థలము; ప్రదేశము; Station; A place, Residence; Garrison Police Station.

ఠికానా; టికాణా = ఆశ్రయము, గతి; Place of abode; Resort, (2) Means, Room, Occasion.

డఫేదారు = దలాయతులపై అధికారి. డమాను = తెరచాప.

డల్లాయితు = బిళ్ళబంట్రౌతు. డల్లి = ముద్ద.

డవాలి = బంట్రౌతు యొక్క బిళ్ళతగిలించు పట్టా; Livery.

డేరా = గుడారము; Tent.

డోకడా = సారవపాలు; డోరియా = చార.

డౌలు = మదింపు; అంచనా; లెక్క. Estimate (account) Appraisement, Valuation.

డౌలువసూలుబాకీ = (D. C. B.) రావలసినకిస్తు, వసూలైనది, మిగతాది.

ధక్కాముక్కీ = ఇబ్బంది, సంకటము, ఇక్కట్టులు.

తకరారు = వివాదము; Dispute; Hindrance; Interference.

తకావి = సేద్యము చేయుటకై సహాయముగా నివ్వబడు సొమ్ము.

తఖ్తు = సింహాసనము: పదవి, Throne, Seat of office.

తగాదా = తగవు Dispute.

తనఖా = తాకట్టు; అయకము = Mortgage, ' Assignment of the assessment; An order for money, Hypothecation.

తనిఖీ = విమర్శ; Check, Superevision.

తఫావతు = భేదము, లోపము, తక్కువ.

తఫిరీకు = వేరువరుచు; అదనపు సొమ్ము వసూలు; వంతువారీగా భరించు సొమ్ము; Distribution, Extra-Contribution.

తఫిసీలు; తప్సీలు తబ్సీలు = వివరణము; Particulars; An analysis, Detail, Particulars of an account.

తబేలా = గుఱ్ఱపులాయము. తబ్దీలు = మార్పు.

తమాము = అంతా; All, Whole; Universal.

తమాషా = వేడుక; A pantomime; Show; Amusement,

తైనాతీ, టైనాతీ = కాచుకొనియుండుట; In one's charge; In the care of; Being supported by one and employed by another.

తయారు = సిద్ధమైన; Ready; Readiness.

తరం, తరము = తరగతి; భూమియొక్క మంచి చెడ్డ.

తరందారు = తరగతి నిర్ణయించువారు; Classifier.

తరకారీ, తర్కారీ = కూరగాయలు; All kinds of vegetables.

తరఫు = పక్షము, దేశము; A side, Towards, A small district.

తరభియ్యతు, తరబియ్యతు; తర్ఫీతు = నేర్పు; అభ్యసనము; Training.

తరహా = విధము; రీతి. తర్జుమా = భాషాంతరము.

తలబు = కూలి, వేతనము Pay; wages; summons; sending for.

తలారి = తలవరి (తె) రాత్రులందు దొంగలురాకుండ కాచు ఉద్యోగి.

తవాయి = అపనింద; False accusation; war; battle; contest.

తసరఫు చేసుకొను = ఉపయోగించుకొను.

తసిలీబు = తస్త్రిబు; బహుమానము.

తహాస్సీలు = పన్ను, శిస్తు, వసూలు; Collection as of revenue.

తహసీలుదారు; తాశీల్దారు = సిస్తువ్యవహారముల ఉద్యోగి.

తహ్వాలు = 'దాఖలా' "as per" పైన చెప్పబడిన; చూపబడిన.

తాకత్తు, తాహతు = శక్తి, బలము; Capacity; Power.

తాకీదు = ఆజ్ఞాపత్రిక; Order, Circular, A mandate. A written order.

తాజా = కొత్త, నూతన. తాజాకలం = షరా; Post Script.

తాను = ఒకగుడ్డమడత; A piece (of cloth.)

తారీఖు = దినము, తేది; Date, Era. తాలూకా = జిల్లాలోని భాగము.

తావేలువేయుట = పోల్చిచూచుట; సంప్రతించుట;

తుపాకీ = బందూకము; Gun.

తుఫాను = తుఫాను; Typhoon; Storm; Hurricane.

తూలు = (1) అనగత్యముగా పెంచిచెప్పిన (2) తిట్లు.

తేరీజు = తఫ్సీలును మొత్తమును తెలుపులెక్క; Account specifying particulars and amount.

త్రోపరా = ఊలవలసంచి, గుఱ్ఱముమూతికి తగిలించుసంచి.

దంమ్ము = దమ్ము; ఊపిరి బిగబట్టు; Control Breath.

దగల్బాజీ = దొంగ; మోసగాడు; Cheat; Imposter.

దగా = మోసము; వంచన; Deceit; Trick; Imposture.

దటాయించు = కోపగించు; అదమాయించు.

దఫా = తడవ; A time, Turn (2) A collection of peons; దఫేదారు.

దబకాయించు = అదుము; గదమాయించు.

దబరా = వెడల్పయిన గిన్నె, బోగిణి. దబాయించు = అదుము, నెట్టు.

దరఖాస్తు = విన్నపము; Application; Tender; Proposal or Offer.

దరవాజ = దర్వాజా; తలుపు; Door.

దర్గా = (1) రాజకొలువుకూటము (2) మహమ్మదీయ భక్తుని గోరీ.

దర్జా = మెట్టు; స్థితి; Status; Stage.

దర్బారు = రాజుగాని, రాజప్రతినిధిగాని తీర్చు కొలువు; Levee; Court Hall of Audience. (2) సంస్థాన ప్రభుత్వము.

దరిమిలా = తరువాత. దర్జీ = కుట్టుపనివాడు.

దరోగా=ఒకసర్కారు శాఖాధికారి; పై అధికారి; Superintendent of a department.

దరోబస్తు = అంతయు, యావత్తు, All; whole; Complete.

దర్యాప్తు = విచారణ; పరిశోధన; Investigation; Examination, Trial, Discovery.

దల్లాలీ=దళారీ, బ్రోకరు, బేరగాడు, మధ్యవర్తకుడు; Broker, Salesman.

దస్కతు = చేవ్రాలు, Signature.

దస్తరము = దస్త్రము, కాకితములమూట; A bundle of documents.

దస్తావేజు = వ్రాతపూర్వక సాధనము; A document, A voucher.

దస్తు = పోగుచేసినసొమ్ము; సొమ్ము. దస్తూర్ = ఆచారము.

దస్తూరి = వ్రాత, Writing. దాఖలా = రుజువు; సాక్ష్యము.

దాఖలు = పరీక్షించుట; ఇచ్చుట; నమోదు; చిత్తగించుట; వచ్చుట; Examination or Comparison of accounts, Records etc. (2) Demonstration or proof (3) Arrival (4) Entry in a book etc.

దారు, నాదారు = ధనవంతుడు, పేదవాడు.

దాలత్తు; దౌలత్తు = పరిపాలన; ప్రభుత్వము. Rule; Government.

దావా = వ్యాజ్యము; Suit. Claim, Complaint.

దాళా = తూనిక పడియొక్క హెచ్చు తక్కువ.

దినారము = 2½ రూపాయిలు: తురుష్కనాణెము.

దినుసు = వస్తువు తరహా; Kind; Sort; Goods in general.

దిమాకు = గర్వము, అధికారము. దిలాసా = హెచ్చరిక; ధైర్యము.

దివాను = మంత్రి; Minister; Head officer of a Court or Office.

దివాణము = కోట; Palace, Court.

దివాలా = వ్యవహారముచెడి కలుగు నష్టము; Insolvency.

దుబారా, (దూబర) = కొట్టింపు, వ్యర్థపు; Waste.

దుబాసీ = భాషాంతరముచేయువాడు; వ్యవహారము జరుపువాడు.

దురాయి = ఆజ్ఞాపన, ఆక్షేపణ; Protestation; Order to arrest.

దురస్తు = మరమ్మతుచేయుట; బాగుచేయుట; To set right, Proper.

ధగిడీ = నీచస్త్రీ. ధనిగుబార్తు = నిపరముగా.

నకలు = ఒకదానిని చూచి వ్రాసినది. Copy; Transcript; Counterfeit.

నకాషు = నకాసి, రంగుపని చేయువాడు. నకిషీ = అలంకారపుపని.

నక్కి = మోటుజరీ. నక్ష = దేశపటము; పటము; Map.

నగదు = నాణెరూపకమైన సొమ్ము; రొక్కము; Ready money; Cash.

నగారా = పెద్దఢంకా. నగాసు = చిత్రము.

నజరానా = (రాజునకిచ్చు) కానుక; అపరాధము; సమర్పించుసొమ్ము.

నజరు = సముఖము; కానుక; Present to a superior, Respectability.

నఫరు = వ్యక్తి; మనిషి; స్వయం (Person)

నఫరుజామీను = ఆసామీజామీను; Personal Security.

నఫా = లాభము; Profit, Gain, Advantage.

నమూదు = నమోదు; కనపరచబడిన; వివరింపబడిన; Index, Specify.

నమూనా = మాదిరి; Pattern, Sample, Example, Model.

నవటాకు = సేరులో ఎనిమిదవవంతు.

నవారు = పట్టెడ; Tape.

నవీసు = లేఖరి; కార్యదర్శి; Writer, Secretary.

నాగా = శూన్యము, విడిచిపెట్టబడినది; పనిలోనాగ.

నాజూకు = సున్నితమైన; నాణ్యమైన.

నాదారు, నాదారి = లేమిడిగల; చిక్కిన; హీనమైన; బీద; Poor; Weak, Helpless.

నామర్దా = పిరికివాడు; మొగతనము లేనివాడు.

నామా = లిఖితము; వ్రాతపూర్వకము; దస్తావేజు.

నాముషీ, నామూషీ = అవమానము; Disgrace.

నాలాయఖు = తగని; లాయకుగాని; Unfit, Not useful.

నాస్తా = చల్దిభోజనము; ఫలాహారము.

నిగా; నిఘా = దృష్టి; విచారణ; Surveillance.

నిమాజు = నమాజు; ప్రార్థన.

నిభాయించు = సహించు; తాళు.

నిరఖు; నిరఖు = అంగడివెల; రేటు; నిర్ణీతధర; నిర్ణీతసుంకము; Current or Fixed price; Assize; Tariff.

నిశాని = జెండా, గుఱుతు, సంజ్ఞ, చేవ్రాలు, (వేలుముద్ర) గుఱుతు.

నౌఖరు, నవుకరు = సేవకుడు, Servant.

నౌబతు = చర్మవాద్యవిశేషము; మేళము.

పంకా = పెద్ద విసరుగఱ; గాలివిసరుసాధనము.

పంపు = మడి; పొలము. పకీరు = ఫకీరు.

పక్కా = పక్వమైన, సిద్ధమైన, నిండు; పరిపూర్ణమైన; మంచిదైన.
Mature; complete; Fit; suitable, Proper; Perfect.

పటకా = నడికట్టు, నడుము బిగించుపట్టె; Belt.

పటాలము = దండు; శిపాయిలసమూహము; Battalions.

పటేలు = (మహారాష్ట్రము) గ్రామాధికారి; గ్రామమునసబు.

పరగణా = జమీలో భాగము; దేశభాగము; జిల్లాలోని భాగము;
Division of a Country.

పరదా, ఫరదా = తెర.

పరమానా, ఫరవానా = రాజాజ్ఞ, రాజసన్నదు; సెలవుచీటి; Precept, Warrant, Mandate, Written order; Command; Licence or Pass.

పరవా, ఫరవా = Concern; Care; Anxiety; Thought.

పరాయి = అన్యమైన, ఇతరుడు; Strange; Foreign.

పరారి, ఫరారి = పారిపోవుట; Abscond; Run away.

పలావు = మసాలావంటకము.

పసందు, ఫసందు = సొగసుదనము; అందము; (మెచ్చుకొనుట.)

పహరా = కావలి: Watch and ward.

పాదుసా; పాదుషాహి = రాజు.

పాయఖానా = మఱుగుపెరడు, Latrine.

పాయకారీరైతు = పొరుగూరిలో కాపురముండి పర్రెక్కయూరి భూమిని సాగుచేయు రైతు.

పాయిజామా = వదులులాగు. పారసి = పారసీకభాష.

పారీఖత్తు = విభాగపత్రము; చూ: ఫారీఖత్తు.

పితూరి, ఫితూరి = రాజద్రోహము; కలహము; కుట్ర; తిరుగుబాటు.

పీపా = పీపాయి; Cask

పీర్లు = మహమ్మదీయభక్తుల జ్ఞాపకచిహ్నములు.

పుంజ = (తె) మెట్ట; మెరకభూమి; Dry.

పుకారు = వదంతి, వినికిడి, కేకలు, అల్లరి; Rumour, Report, Alarm.

పురసత్తు = అవకాశము; గడువు; సమీపము. పేచీఖోరు = తంటాలమారి.

పేష్కషు = జమీదారులు ప్రభుత్వమువారికి కట్టుకప్పము; Tribute.

పేష్కారు = అమల్దారు క్రింది యుద్యోగి; Revenue Servant.

పైగస్తి = తనిఖీదారు, సూపరెంటు, పైవిమర్శన; బాకీవసూలుచేయువాడు. Superintendent; Overseer; Detective.

పైమాయిషీ = భూమికొలుచుట; సర్వే; Survey.

పైలుమాను = ఫైలుమాను; జెట్టి; వస్తాదు.

పైసలా; ఫైసలా, పైసలుచేయుట = తీర్పు, పరిష్కారము; సరిపుచ్చు, సరుబాటుచేయు; (చూ: ఫైసలా;)

పోరంబోకు = సాగుబడికి రాని నేల; శిస్తుకట్టనిభూమి.

ఫకీరు = భిక్షుకుడు, తురకబైరాగి. ఫజీతు = అవమానము.

ఫత్తేదారు = అపరాధ రహస్యపరిశోధకుడు; జాడలు దీయువాడు.

ఫరదు = కాగితములో నెనిమిదవవంతు.

ఫరమాయించు = ఆజ్ఞాపించు, నియమించు; వస్తువును చేయనియోగించు.

ఫరమాయిషీ = ఏదైన నొక పనిచేయ నాజ్ఞాపించుట. Command: Mandate; Order; Commission, Direction; Will; Pleasure.

ఫర్మానా, ఫరవానా = (చూ: పరమానా.)

ఫలాని, ఫలానా = పైనపేర్కొనబడినవాడు; Such a one, Such & such.

ఫసలు = ఫసలీ, కాలము; ఋతువు; పంట, జరుగుచున్న సంవత్సరము. Time; Season; Crop, Current year.

ఫాజలు = సర్కారుసొమ్ము హరించుట. Embezzlement.

ఫాటసవాలు = Cross Examination; Contradictory interrogation.

ఫామేదా = అలవరిన, చెయితిరిగిన; Expert; Skilful.

ఫాయిదా = లాభము; వడ్డీ; Profit, Gain, Advantage, Utility.

ఫారీఖత్తు = విభాగపత్రిము; పాలిభాగవ్యాపారముగింపువి, వాహావిచ్ఛేదము; Dissolution of partnership; Divorce.

ఫిరాయించు = మార్చు.

ఫిర్కా = తాలూకాలో ఒకభాగము.

ఫిర్యాది = వాది; కంప్లెయినెంటు; నేరము మోపువాడు.

ఫిర్యాదు = విన్నపము; మొఱ; నేరము మోపుట; Complaint; Accusation.

ఫురోక్తు = విక్రియము.

ఫైసలా = ఫయిసలా; ఫైసల్; Settlement, Adjustment; Decision.

ఫౌజు, ఫవుజు = దళము; సైనిక పోలీసుదళము; Host; Troop; Army.

ఫౌజుదారు = క్రిమినలు ఉద్యోగి; సైనికాధికారి.

ఫౌజుదారీ = క్రిమినలు; మిలిటరీశాఖ; అటి అధికారము; హోదా.

బంగాళా = పెద్దయిల్లు; Bungalow.

బంగి = టపామీదవచ్చు వస్తువులకట్ట; A Parcel.

బంజరు = బీడునేల. బందగి = దాస్యము; బానిసత్వము.

బందరు = రేవు; Sea Port.

బంది = బందిఖానా; నిర్బంధము; చెఱసాల.

బందు = మూసివేయు; కాగితములో $\frac{1}{4}$ వంతు.

బందుకట్టు = జాతికట్టుబాటు; సమ్మె; Strike or Lock out.

బందూకు = తుపాకి.

బందోబస్తు = ఏర్పాటు; భద్రము; పరిష్కారము; గట్టిచేయు; Settlement & Regulation; Security; Good repair; Arrangement.

బకాయ = వెనుకటిబాకి; నిలువసొమ్ము; Arrear; Old balance.

బకాల్ = మైనపువత్తు లమ్మువాడు: కోమటి.

బక్షీ = ఒక డిపార్టుమెంటు అధ్యక్షుడు; అంచబక్షీ; పోస్టుమాస్టరుజనరల్.

బక్షిస్ = యీనాం, ఉచితార్థవేతనము; Bonus; Gratuity.

బఖేడా, బఖేడు = రానిబాకీలవలని నష్టము.

బఖైరు = చరిత్ర; History, Chronicle.

బచావు = సంరక్షణ; మోక్షము; Protection; Defence; Preservation.

బజంత్రి = మేళము; మేళగాడు.

బట్వాడా = (కూలి) పంచియిచ్చుట; Distribution of money (among servants or labourers.)

బడాయి = గర్వము; అతిశయము. బడాయించు = అభివృద్ధియగు.

బతాయి = సగముపంట యిచ్చు పద్ధతిని సాగుచేయుట.

బత్తా = బత్తెము; Subsistence.

బదనామి; బదలాము = అవమానము; చెడుపేరు.

బదలు; బదులు = మారు; ప్రతి; అప్పు; Exchange, Compensation Equal in value to other, thing in lieu of, Stead, Retaliation, Substituted, Exchanged.

బర్తరఫు = పనినుండి తొలగించుట; డిస్మిసు; Discharged, Dismissed.

బయానా = సంచకరువు; కంట్రాక్టు అడ్వాన్సుసొమ్ము; Earnest money.

బయానారి = విశదమైన.

బరాతము = లిఖితపూర్వకమైనను ఆజ్ఞ; హుండీ; Cheque: Bill of Exchange.

బరాబరి, బరాబరు = సరాసరి; సరియైన; మంచి; సమ; Right; Just; Proper Equal, Good order or arrangement.

బరావర్దు = ఉజ్జాయింపు; మదింపు. బరిశ; బరిచ = ఈటె.

బలాదూరు = దిగనుడుపు. బస్తా = కట్టు; మూట. బస్తీ = పట్టణము.

బహాణె = నెపము; ఉపాయము; Pretence, Excuse, Contrivance, Evasion.

బహాలు; బహాలి = మరల నియమించు; (Reinstatement)

బహాదరు, బహాద్దరు = ఘనసూచన, బిరుదు.

బాంది = పనికత్తె, బాకా = కొమ్మళము; ఊదునది.

బాకీ = నిలువ; శేషము; (Balance). బాకీయుండుట.

బాజా = డోలు; తప్పెట మొ॥ వాద్యములు.

బాపతు=తత్సంబంధపు; అరికము; అపద్దు; దానికి సంబంధించిన; Account, head, article, item; (2) business, affair, kind, Species, way, manner.

బాబువారు = అయిటముల లెక్క; పద్దులజాబితా; Belonging to, An account of items.

బాతాఖాని = వదరుబోతు; వాగుట.

బాతిమ, బాతుమ; బాతిని = వేగు; గూఢముగా; ఎదిరిబలమును కనిపెట్టుట Spying; Espionage.

బారకచేరీ = బారకాసు; (Barracks) సైనికులుండు వసారాయిండ్లు.

బాలబంధు = దేవనాగరలిపివంటి వ్రాత.

బారుచేయుట = తుపాకి బారుచేయుట; (2) పుస్తకములో నెక్కించుట.

బావిడీ = బావి; దొరువు; నుయ్యి బావుటా = ధ్వజపటము.

బిచానా = పడక; పక్క. బిడాయించు = ఒకదానిలోనొకటియుంచు.

బిఘా = 3025 చదరపు గజములు; $\frac{1}{3}$ యకరముగాని ఒక యకరముగాని వైశాల్యముగల భూమి.

బిల్మక్తా = మొత్తముగా, గుత్తగా; According to Agreement.

బిసాతు = శక్తిబలము; గౌరవము; (తృణప్రాయము అనిభావుక.)

బురకా = గవిసెన; ముఖమును కప్పువస్త్రము.

బురజు = కోటగోడయందుండు దిబ్బ; గడ్డి; Bastion.

బులాకి = ముక్కుక్రిందనుంచుకొను నగ; అడ్డబాస.

బేగారి = నిర్బంధముగా పనిచేయించుట; వెట్టి; Compulsory unrequited labour.

బేడీలు = సంకెలలు; Fetters; Hand cuffs, Chains.

బేబాకు = బాకిలేకుండ.　　బేజరూరు = అనగత్యమైన.

బేజారు = అలయిక; Disgust; Offence, Displeasure, Annoyance.

బేడౌలు = వికారమైన.

బేమరమ్మతు = చెడిపోయిన, శిథిలమైన; Disrepair.

బేరీజు = (రాజుకిచ్చుపన్ను) మొత్తము; లెక్కవివరము; వెరసి; Total, An account of assessment, the total assessment of a district.

బేలాయకు = తగియుండని.　బేవారసు = నాథుడులేని; హక్కుదారుడులేని.

బేసుమారుబాకి = అంతులేనిబాకి, మిగులు; Interminable debt.

భోగుబందాకౌలు = ప్రతిఫలమొత్తము తీరువరకు స్వాధీనతనఖాగా చెల్లుబడియగు కౌలు; Usufructuary (mortgage) lease.

భరంతు = ఇంటిమట్టము; ఇంటిమట్టమునకు మెరకచేయుట.

భరవస = నమ్మకము, విశ్వాసము.

భర్తీ = సంపూర్తి, నిండు; Full, Replete, Complete; Nourished.

మంజూరు = అంగీకారము; అనుమోదన; Sanction, Approval.

మకాము = ప్రయాణమందు నిలుచుస్థలము; Camp.

మక్తా = గుత్త, లైసెన్సు; Monopoly, Licence.

మగ్దూరు = అధికారము; శక్తి.

మజిలీ = ప్రయాణములోని మకాము; Stage, Camp.

మజుకూరు = పైనచెప్పిన; ఈ; Before mentioned, Aforesaid.

మజూబూత్ = మజూబతు; గట్టి; గట్టిపని.

మజూరి = దినకూలి, కూలి; Hire; wages.

మణేదారు = గ్రామవ్యవహారి. మద్ధతు = సహాయము; Aid.

మన్సబు = గౌరవము, దర్జా (Dignity) గౌరవవేతనము.

మరమ్మతు = బాగుచేయుట; Repair.

మత్రబు = పరిష్కారమైన; ముగిసిన; ముగింపు; Dissolution.

మలాము. ములాము = (Ointment) పైనపూయుమందు.

మలీకు = అధికారి: రాజు; Proprietor, King.

మల్ఫాఫు, మాల్ఫాఫు = జతపరచి పంపుకాగితము; Enclosure.

మల్గుజారి = రివిన్యూశాఖ; రివిన్యూశెక్రిటేరియట్.

మసాతు = భూమినికొలుచుట.

మసాల్చి = దివిటీలు పట్టువాడు; దీపములు వెలిగించువాడు.

మసాలా = సంబారము; గుఱ్ఱమునకు మందు. మస్తీ = కైపు; పొగరు.

మస్విదా, ముసాయిదా, మసోదా = చిత్తు; చిత్తుచట్టము, Bill, Draft,

మస్తు = పూర్తిగా, పుష్కలముగా.

మహంతు = దేవస్థాన ధర్మకర్తృత్వముగల బైరాగి.

మహజర్నామా = బహుజనుల వ్రాతపూర్వక విజ్ఞాపన.

మహాలు = దేశములోని భాగము, రాజమందిరము.

మహసూలు = పంట; That which is produced, Harvest, Crop, Produce, మహసూలు కమ్మి = తక్కువపంట.

మాజుం = గంజాయి, బెల్లము మొ॥ చేర్చిన మత్తుపదార్థము.

మాఫు = మన్నింపు, క్షమింపు, రాయితీ, తగ్గింపు, వదలివేయు, తీసివేయు; Exemption from payment, Excusing, Forgiving, permission

మామలేదారు = జిల్లాయొక్క ప్రధాన (అమలుదారు) శిస్తువసూలు అధికారి.

మామలె = రాజ్యవ్యవహారములు. మామిలీయతు = నిర్వాహకత్వము.

మామూలు = వాడుక, Usage, Ancient or established custom.

మారీఫత్తు = గుజారు; వశము; ద్వారా; Charge, Possession.

మాల్జామీను = నగదుసెక్యూరిటి; రొక్కపుజామీను; Money security.

మాలీకు = సప్లయిదారు; వారసు; యజమాని.

మాలు = ఆస్తి; సంపద; శిస్తు.

మాలీషు = గుఱ్ఱమును తోముట; ఒళ్లుపట్టుట.

మింజుమలె = దానిలో నొకపాలు; కొంతభాగము క్రింద.

మిరా = చిన్నపాలెము.

మినహాయింపు,మినహా=తగ్గింపు; Prohibition,Subtraction, Deduction

మిరాసి =పారంపర్యముగా వచ్చుసొత్తు హక్కు; Inheritance; Inherited property or right.

ముక్తసరు = సంగ్రహమైన; Brief, To the point.

ముక్త్యారు = స్వతంత్రుడు; అధికారము పొందిన ప్రతినిధి.

ముక్త్యారునామా = ప్రతినిధికిచ్చు అధికారపత్రము; Power of Attorney.

ముచ్చిలిక, ముచ్చలకా = సెటిల్మెంటు; ఒడంబడిక; రైతు భూఖామందుకు వ్రాసియిచ్చు ఖత్తు. Kabuliyat.

ముజరా,ముదరా= తిరిగిరావలసినసొమ్ము; తగ్గింపు అలవెన్సు; Allowance, Subtraction, Reduction, Remission.

ముజుముదారు = లెక్కలను పరీక్షించు ఉద్యోగి; Auditor.

ముద్దతు = కాలపరిమితి; ముద్దతుకాలు, కరారునామా, క్రియము, అవధి క్రియము; షరతు కాలమువరకు చెల్లుబడియగు క్రియము.

మునసఫు, మునసబు = న్యాయముతీర్చు అధికారి.

మునిషీ = చదువుచెప్పువాడు; లేఖకుడు; Secretary, Teacher, Writer.

ముఫర్జు = అవర్జాబుక్కు; Ledger.

ముసద్దీ = లెక్కవాడు; లేఖకుడు; Writer; Accountant; Clerk.

ముసాఫరు = మార్గస్థుడు. ముసద్దీ = లెక్కలవాడు; లేఖకుడు.

ముస్తాము, ముస్తాబు, ముస్తీబు = సిద్ధమైన; తగియున్న; అలంకారము.

మూజువాణీ = నోటిమాటగా; Oral.

మెహనతు = పాటు; కష్టము; బహుమతి.

మెహర్బానీ = మెప్పు. మొకద్దమ = వ్యవహారము; Affair.

మేజువాని = విందు; వేడుకసభ.

మేర = ధాన్యములో నివ్వబడు రుసుము; మామూలు.

మొహాసలు = కావలిలోనుంచు మనుష్యుడు. పారిపోకుండ నిర్బంధములో నుంచుట; సొమ్ముయిచ్చుకొనుటకు నిర్బంధించుట; Restraint placed on a person, To enforce payment of a demand.

మొహతాదు = గ్రామనౌకరు.

మోజు = అభిలాష; ఆశ. మొహరు = ముద్ర; Seal.

మోగుంజాస్తి = హెచ్చుశిస్తుకట్టుకొనుట కంగీకరించుట; Out-bidding.

మోతర్ఫా = పారిశ్రామికులపైనపన్ను; Tax on Artisans and Trades.

మోతాదు = ఔషధప్రమాణము; ఒకమారు ఇచ్చుఔషధము; Dose.

మోతుబరు = ఘనతగల; గొప్ప; నమ్మతగిన; Substantial, Rich.

మోయిను = బత్తెము. మోరా = కాలిపీట.

మోర్సింగు = పళ్ళసందున తీగెనుంచి చేతితో మీటు సంగీతవాద్యము.

మోసుబ = నేరారోపణము; Charge or Accusation.

మోళా = రీతి; తరగతి.

మౌజా; మౌంజే = గ్రామముక్రింద చేరినపల్లె; శివారుపల్లె.

యకాయకి = వేగముగా; అకస్మికముగ; ఆగకుండా.

యాదాస్తు; యాదస్తు = ఆజ్ఞాపూర్వకమైన యుత్తరము; జ్ఞాపకార్థ వివరణము; Memorandum; Minute.

రోజుయు = రోజుకింతయని ఇవ్వబడు ఈనాము; సొమ్ము.

రంగు = వర్ణము; Paint, Dye, Tinge, Colour.

రజా; = సెలవు; అనుజ్ఞ Leave, Permission.

రద్దు = కొట్టివేత; తీసివేత; మార్పు = Repeal, Erasure; Abrogation, Rejection, Setting aside, Rendering null and void.

రవాణా = పంపుట: Sending; Sent off; Dismissed, Passport.

రస్తా; రాస్తా = దారి.　　　రసీదు = (Receipt) చెల్లుపత్రము.

రహదారి = సామాన్యముగా నందరు పోతగినది: Thorough fare, Collection of duties on the High road;

రహదారిచీటి = పాస్‌పోర్టు, రాకపోక సెలవుచీటి. A Pass port

రాజీ = ఇష్టము; సమాధానము.　　　రివాజు = వాడుక; ఆచారము.

రుజువు = సాక్ష్యము; దృష్టాంతము; ధ్రువపరచబడినది; చేవ్రాలుచేయుట; (1) Signature (2) Conviction (3) Proof, Established.

రుసుము = లంచము; లాభము; మామూలుగా నిచ్చుసొమ్ము; Customary fees or allowances.

రకాబు = గుఱ్ఱము జీనుక్రింద కాళ్లుపెట్టుకొను సాధనము; Stirrup.

రుబరు, రుబరుబు = సమక్షమున; ఎదర్పడి; ముఖాముఖి.

రోజి = పని; సేవ; Work; Employment.

రోజుబకీరు = దినచర్య నివేదనము; Daily memo.

రైతు, రయతు, రహితు = సేద్యగాడు; Cultivator, Farmer.

లంగరు = ఓడను వద్దుననుంచు కొక్కెము; Anchor.

లకోటా = ఉత్తరము లోననుంచు కాగితపు సంచి; కవరు; అంటించినసంచి.

లగాము = గుఱ్ఱపు నోటికళ్ళెము; Briddle.

లగాయతు = మొదలుకొని; Beginning; Commencement.

లడాయి = యుద్ధము.

లవాజుమా = గ్రామసేవకుల జీతములపై తీసికొనబడు కొద్దిపన్ను; ఆవశ్యములు; Necessary things.　　　లష్కరు = దండు; Army.

లాచారీ = అసహాయస్థితి; దిక్కులేని; నిరాధారము.

లాదు = వంపులు కట్టునప్పుడు దాని కాధారముగా గట్టు కట్టడము.

లాయఖు = తగిన; ఉపయోగార్హమైన; Useful; Proper.

లాయము = గుఱ్ఱపుసాల; Horse stable. లాయిలాసా = శ్రమ.

లాలూచి = అత్యాశ; నైచ్యము; లోపాయికారీ ఏర్పాటు; Covetous; Avaricious; Collusion.

లావణి = List of Soldiers (2) Profits of Customs house.

లావాదేవి; లేవాదేవి = ఇచ్చిపుచ్చుకొను వడ్డీ వ్యాపారము.

లిగాడు, లిగులిగాడు = నష్టపరిహారము; Compensation for damage.

లిఫాఫా = కవరు; జాబునుంచు సంచి. పాకెట్టు Envelope.

లూటీ = దోపిడి; దుష్ప్రవర్తనము. లుకసాను = నష్టము.

లుచ్ఛా = నీచుడు; నీచము; Low; Mean; Base; Worthless.

లేనాదేనా = పుచ్చుకొను, ఇచ్చు; ఇచ్చిపుచ్చుకొను.

లోపైనము = (తె) కడచినది; లోగడ.

లోసబురు = ఒడ్డుకు దూరమున వెలిసబురు సముద్రయానము చేయుట.

వకాలతు; వకాల్తీ = ప్లీడరీ; Legal profession.

వకీలు = న్యాయవాది, పక్షవాది. వగైరా = మొదలైనవి; Etcetera.

వజీరు = మంత్రి; ప్రధానమంత్రి. Premier.

వతను = సర్కారుకుగాని, గ్రామవాసులకుగాని సేవచేసినందులకు అనుభవించు భూమి, సొమ్ము. వరఖు = Gilt; గిల్టు.

వసీలా = ఆశ్రయము: Asylum, Refuge. Shelter, Protection.

వసూలు = సంపాదించు; వసూలుపరచు: రాబట్టుట; జమప్రోగుచేయుట. Collection, especially of revenue (2) Acquisition,

వాపసు = మార్పు; ఒకవస్తువుతీసికొని మఱియొకటి యిచ్చు.

వారసు = ఆస్తికర్త; Heirship; Ownership.

వాయిదా = గడువు, కిస్తీ; Adjournment; Instalment.

వస్తాదు = ప్రొఫెసర్; ఉపాధ్యాయుడు; యజమానుడు.

విలియా = ఒప్పందము చేయుట, అవాలిచేయుట.

విలె, విలేవారి = పంచిపెట్టుట, వంతులవారి విభజన; Distribution, Apportion, Arranging.

వీసబడి = గ్రామమునందు భాగప్రకారము గలిగిన భూస్వాతంత్ర్యము.

శాయిది, శాయిడి = సాక్షి.

శాశ్వతఫైసలా (యతి) = పర్మనెంటు సెటిల్మెంటు.

శాశ్వతబేరీజు = సెటిల్మెంటు (చూ: బందోబస్తు.)

శికస్తు = మరమ్మతు లేకుండుట, జాబువ్రాయుటకు కాగితమును మణచుట.

శిఫారసు, సిపారసు = యోగ్యతావచనము, Recommendation.

శివాయి = గాక తలిమ్మా; గాక; తప్ప; Besides; Except.

శివాయిజమ = జుల్మానాల మొత్తము; వారసు లేక చనిపోయినవారి ఆస్తి సర్కారుకు చెందుట: Amount of fines: Lapse to Government.

శివారు; సివారు = గ్రామమునకు చేరియుండు.

శిస్తు, సిస్తు = పన్ను, గురి; అలంకారము = Land tax, mark, aim (2) ornament; decoration.

శేకడా = నూటికివంతులు; శాతము; Percent; Hundred.

శేకదారు = చాలాగ్రామములపై యధికారి.

షరతు = ఒడంబడిక; నిబంధన; Condition.

షరా = అనుబంధము; రిమార్కు: తాజాకలము; గమనింపు; నోటు.

షరాఖత్తు = పాలికాపుతనము.

షరాఫు = చిల్లరమార్చువాడు; కోతిదారుడు.

షరీఖు = సలహాసహాయములు; Connivance.

షహారు = పట్టణము; నగరము; City.

షికారీ = వేటకాడు. షికారు = వేట, సంచారము.

షుమారు = రమారమి; ఉజ్జాయింపున; Guess; rough estimate.

షురువు = ఆరంభము.

షజావలి = మనిషి పారిపోకుండగను సొమ్ము చెల్లించుటకును నిర్బంధము.

సబబు = కారణము; హేతువు; Cause; Reason.

సఖ్తు – అత్యధికముగా; విశేషముగా; తీవ్రముగా; Excessive; Much.

షదరహి; సదరు = పైనచెప్పిన; Aforesaid, Abovementioned.

సన్నదు = లిఖితఆజ్ఞ; పట్టా; An order; (Conferring land or office)

సబురు = ఓడప్రయాణము; సముద్దారు = సముతుకు అధికారి.

సరంజాము = సామానులు; సరకులు; సప్లై Furniture; Goods, Tools Implements; Furnish, Supply.

సరదారు; సర్దారు = గొప్పఅధికారి; గౌరవ్యుడు; Superior officer or man of rank. సరఫరా = సప్లయి.

సరవరాజా = పైయధికారి క్రిందివారికి జూపించుదయ; అనుగ్రహము.

సరకు = వస్తుసముదాయము; Commodity; Goods.

సరిహద్దు = పొలిమేర.

సర్కారు = ప్రభుత్వమువారు; Government; A Province.

సర్వమంబాలా = పన్నులేని మాన్యము; Rent free, Tax free Inam

సలహా = ఆలోచన, సమ్మతి. సలీసు = సులభమైన; న్యాయమైన.

పంజాయిషి = సమాధానము; నెమ్మదిపరచు; జవాబుచెప్పు; తప్పీలు.

సల్లా = శాంతి. సలీసు = సులభమైన; న్యాయమైన.

సవారి = పల్లకి; గుఱ్ఱముయెక్కిపోవుట.

సవాలు = ప్రశ్న; విచారణ; క్రాసుపరీక్ష.

సాదా = తెలుపులేని; అలంకారములేని; Plain.

సాదరు = ఉత్తరపుచేయు; జారిచేయుట; చిల్లరఖర్చు,

సాఫు = తేట; శుభ్రమైన: వంకరలేని; Level; Pure; Clean; Entirely;
సాబితు = రుజువు చేయబడినది; నేరస్థాపనము; Proved; Established as guilt;
సామాను = సామాగ్రి; వస్తువులు. Baggage; Goods and chattels; (2) Things; Articles, Furniture; Tools; instruments.
సాయరు = సుంకము; Land Customs duties, Taxes.
సాలు = సంవత్సరము. సాలుగుజస్తా = క్రిందటి సంవత్సరము.
సావుకారు = షాహుకారు; సాహుకారు; Banker; Wholesale dealer.
సావరం = (తె) జమీందారు స్వంతకమతం భూములు.
సాహుకారు = పెట్టుబడి దారుడు: వడ్డివ్యాపారి; టోకువ్యాపారి; Banker; Wholesale dealer. సిద్ధీ = నీగ్రోజాతివాడు.
సిఫాయి = కాలిబంటు.
సిఫారసు = యోగ్యతాపత్రిక; యోగ్యతావచనము; Recommendation.
సిబ్బంది = బంట్రోతులు; ఉద్యోగివర్గము; Establishment (of peons.)
సిరస్తాదారు = లెక్కలుచూచువారికి గుమాస్తాలకు పైయుద్యోగస్తుడు.
సిరా = వ్రాయుటకుపయోగించు ద్రవము: Ink.
సిలుకు; శిలుకు: చిలుకు = మిగిలిన; మిగతా చిల్లర; శిలుకుబాకీ; మిగిలిన బాకీ; Remaining; To Obtain; to be fixed; Caught in: And odd.
సీదా = పూర్తిగా; తిన్నగా. సివాయి, శివాయి = తప్ప; కాక.
సివారు = గ్రామమునకు చేరియుండు.
సిస్తు = మక్తా; పన్ను గురి; (1) Taking aim (2) A fixed assessment of money; (3) Out-standing debt; Money uncollected as opposed to దస్తు (money on hand).
సుబా = పరగణా; A province or District.
సుబేదారు = సుబా; అధికారి; పరగణాపరిపాలకుడు; గవర్నరు.
సుస్తీ; సుస్తు; ఆలస్యము = జాగు. సిసల్ = విధారణమైన.

సుమారు; షుమారు = కొంచెమెచ్చుతగ్గు; Conjecture; Guess Estimate, About. సుల్తాను = తురుష్కప్రభువు.

సుస్తీ = అలస్యము; Leisure; Delay; Sloth or laziness

సెబాసు = బళీ. సైతాను = పిశాచముల యధిపతి.

సోబతు; సోబతి = తోడు; సహవాసము; సహచరుడు; Comrade.

స్వారీ = (1) గుఱ్ఱమెక్కి యుండుట. (2) గొప్పవారి పరివారము (3) గుఱ్ఱపు సవారి. హంగామ = గడబిడ; Uproar; Hubub.

హంరహా, హమరహా = కలిసి; తో; సహ; With: together

హంసాయి = ఇరుగుపొరుగువాడు, Neighbour.

హకీకత్తు = వివరణము; కథనము; జరిగిన సంగతులు చెప్పుట; Account; Statement; Narration or proceedings; Events; Right; Title; Justness of claim; (2) Share, portion, province; Peculiar office or business హక్కాను = పగ.

హకీము = యూనానివైద్యుడు. హక్కు = బాధ్యత; అధికారము.

హజరతు, హజ్రతు = గౌరవార్థపదము.

హజారు = The royal Court or presence; Hall of audience.

హద్దు = Limit; Boundaries; Border; (2) Rule; Authority; Charge or management. హమాంబాబతు = మొత్తము.

హమేషా = ఎల్లప్పుడు; అవశ్యకముగ.

హయాము = కాలము; ఏలుబడి; Regime; Time.

హరకత్తు = ప్రతికూలత్వము; అడ్డు; ఆటంకము.

హర్కారా = దూత; సందేశహారుడు; వేగులవాడు.

హరం, హరాం = అక్రమము; నిషిద్ధము; దుర్మార్గము; పాపకార్యము. Vicious wicked Iniquitous; Unlawful, Bad.

హవల్దారు = (1) సార్జెంటువంటి సైనికోద్యోగి.

(2) సుబేదారుక్రింద యధికారి; జిల్లాఉద్యోగి. (3) కోటలోనుండు ఉద్యోగి, గస్తులనియమించువాడు.

హవాలా; హవాల్తీ = అప్పగింత; నియామకము; ఒకని పూచీక్రింద వదలుట; అధీనము; పరము; Charge, trust, care, commission, conferred trust; to execute, to transact, conduct, Responsible custody

హవాల్తీదారు = పూటకాపు; (Surety)

హవేలీ = నగరు; రాజుకుచెందినది.

హాజరీ = మస్తరుపట్టీ; హాజరైన వారిలెక్క; Attendance roll.

హాజరు = వచ్చియున్న, ప్రత్యక్షము; Present; Ready.

హాజరు జామీను = హాజరగుటకు హామీ. హామీ = జామీను.

హాల్; హాలు = State, condition, case (2) Business, affair, present circumstance; times, present. హాలుసాలు = ఈ సం॥రం.

హాస్సీలు; హాసలు = పన్ను; Customs; Toll, Duty, Postage.

హికమత్తు = నేర్పు; కౌశలము; సూక్ష్మబుద్ధి; ఒడుపు.

హిజిరి = మహమ్మదీయశకము; మహమ్మదువారు మెక్కానుండి మెదినాకు వెళ్లినరోజు (15-7-622 సం॥) హిస్సా = భాగము.

హిస్సేబు; హిస్సాబ్ = లెక్క; Account.

హుండీ = సొమ్మిచ్చుట కాజ్ఞాపత్రిక; బరాతము; Bill, Cheque.

హుకుము; హుకుం = ఆజ్ఞ; ఉత్తరువు; హుకుంనామా; వ్రాతపూర్వకాజ్ఞ; An order, Command, Written order. (2) Award or decision upon a suit settled.

హుజూరు = సముఖము; సమక్షము; In the presence of a superior.

హుషారు = జాగ్రత్త; తెలివి; అవదాను; Smartness, Sharpness. intelligence, attentiveness, freshness.

హైరాణా = ఆయాసము; కష్టపడుట; మనోవైకల్యము;

హోదా = పదవి; ఉద్యోగము. హౌదా = ఏనుగు అంబారీ.

# ప్రపంచ రాజ్యములు.

| దేశము. | ఖండము. | రాజ్యాంగ స్వభావము. | విస్తీర్ణము. చ. మై. | జనసంఖ్య. | ముఖ్యపట్టణము. | నాణెము పేరు. | ఇంగ్లీషు చలామణి విలువ. షి. — పె. |
|---|---|---|---|---|---|---|---|
| ఆఫఘనిస్తానము | ఆశియా | రాజరికము | 245000 | 6500000 | కాబూలు | రూపాయి | 1 — 4 |
| అర్జెంటైన్ | ద. అమె. | ప్ర. స్వా. | 1132000 | 10522085 | బ్యూనసైరిస్ | పెసో | 3 — 11½ |
| ఆస్ట్రియా | ఐరోపా | ప్రి. స్వా | 32175 | 6678527 | వియన్నా | షిల్లింగ్ | 0 — 6 7/8 |
| బెల్జియం | ఐ. | రాజరికము | 11752 | 8129824 | బ్రిసెల్సు | ఫ్రాంకు | 0 — 9½ |
| బొలీవియా | ద. అమె. | ప్ర. స్వా. | 594460 | 3000000 | లాపాజ్ | బొలీవియానో | 4 — 0 |
| బ్రెజీలు | ద. అమె. | ,, | 3298870 | 39103856 | రియోడిజనిరో | మిలేరిస్ | 2 — 3 |
| బల్గేరియా | ఐ. | రాజరికము | 39824 | 5944000 | సోఫియా | లేవ్ | 0 — 9½ |
| చిలీ | ద. అమె. | ప్ర. స్వా | 289798 | 4287445 | శాంటియాగో | పెసో | 0 — 6 |
| చైనా | ఆశి | ప్ర. స్వా | 4277000 | 449085958 | నాన్కింగు | యూవాన్ | 2 — 8 |
| జెకోస్లావకియా | ఐ. | ప్ర. స్వా | 54877 | 14726158 | ప్రేగ్ | క్రౌన్ | 0 — 10 |
| డెన్మార్కు | ఐ. | రాజరికము | 15042 | 3500000 | కోపెన్హాగన్ | క్రౌనర్ | 1 — 1⅛ |
| యూకేడర్ | ద. అ. | ప్ర. స్వా. | 276000 | 2000000 | క్విటో | సుకర్ | 0 — 9 7/8 |
| ఈజిప్టు | ఆఫ్రి | రాజరికము | 363181 | 14168756 | కెయిరో | పౌను | 20 — 6¼ |
| ఫ్రాన్సు | ఐ. | ప్ర. స్వా. | 207076 | 40745874 | ప్యారిసు | ఫ్రాంకు | 0 — 1 7/8 |

| | | | | | | | | |
|---|---|---|---|---|---|---|---|---|
| జర్మని | ఐ. | ,, | 182200 | 62592575 | బెర్లిను | మార్కు | 0 — | $11\frac{3}{4}$ |
| గ్రీసు | ఐ. | ,, | 50271 | 6204684 | ఏథెన్సు | డ్రాచ్మా | 0 — | $9\frac{1}{2}$ |
| హాండూరాస్ | ఉ. అమె. | ,, | 44275 | 775000 | టెగుసిగాల్పా | పెసో | 4 — | 0 |
| హంగెరీ | ఐ. | రాజరికము | 86000 | 8500000 | బుడాపెస్టు | పెంగో | 0 — | $8\frac{3}{8}$ |
| హాలెండు (నెథర్లాండ్సు) | ఐ. | రాజరికము | 12761 | 7938114 | హేగ్ | గిల్డెన్ | 1 — | 8 |
| ఇండియా | ఆశి | సామ్రాజ్య | 1805332 | 352986876 | ఢిల్లి | రూపాయి | 1 — | 6 |
| ఇరాకు (మెసపొటేమియా) | ఆశి | రాజరిక | 116000 | 2849282 | బాగ్దాదు | దీనార్ | 20 — | 0 |
| ఇటలీ | ఐ. | రాజరిక | 120000 | 41000000 | రోము | లైరా | 0 — | $9\frac{1}{2}$ |
| జపాను | ఆశి | సామ్రాజ్య | 260000 | 83400000 | టోకియో | యెన్ను | 2 — | $0\frac{1}{2}$ |
| మెక్సికో | ఉ. అ. | ప్ర. స్వా. | 768888 | 16404030 | మెక్సికో | డాలరు | 2 — | $0\frac{1}{2}$ |
| నార్వే | ఐ. | రాజరిక | 124964 | 2809564 | ఓస్లో | క్రోన్ | 1 — | $1\frac{1}{8}$ |
| పెర్షియా | ఆశి | రాజరిక | 628000 | 10000000 | టెహెరాన్ | క్రాన్ | 0 — | 4 |
| పెరూ | ద. అ. | ప్ర. స్వా. | 358000 | 550000 | లైమా | లిబ్రా | 2 — | 0 |
| పోలెండు | ఐ. | ప్ర. స్వా. | 150000 | 30937448 | వార్సా | జ్లోటీ | 0 — | $5\frac{1}{2}$ |
| పోర్చుగల్లు | ఐ. | సోవియట్ ప్ర. స్వా. | 35490 | 6082991 | లిస్బన్ | ఎస్క్యుడో | 4 — | $5\frac{1}{4}$ |
| రుమేనియా | ఐ. | రాజరిక | 122282 | 17400000 | బుకారెస్టు | లియూ | 0 — | $9\frac{1}{2}$ |
| రష్యా | ఐ. | ప్ర. స్వా. | 8241673 | 147000000 | మాస్కో | రూబులు | 2 — | $1\frac{1}{3}$ |
| సయాము | ఆశి | రాజ | 195100 | 11506207 | బంగ్‌కాక్ | టికల్ | 1 — | 10 |
| స్పెయిను | ఐ. | ప్ర. స్వా. | 196700 | 21763000 | మాడ్రిడు | పెసెటా | 0 — | $9\frac{1}{2}$ |
| స్వీడెను | ఐ. | రాజరిక | 178157 | 6141571 | స్టాక్‌హోమ్ | క్రోనా | 1 — | $1\frac{1}{8}$ |

| | | | | | | | |
|---|---|---|---|---|---|---|---|
| స్విజర్లాండు | ఐ. | ప్ర. స్వా. | 15976 | 4066400 | బెర్నే | ఫ్రాంకు | 0 — 9½ |
| టర్కీ | ఆశి | ప్ర. స్వా. | 410000 | 13660275 | అంగోరా | లిబ్రా | 18 — 0 |
| అమెరికా సం॥ రాష్ట్రములు | ప్రి. స్వా. | | 3027000 | 119300000 | వాషింగ్టన్ | డాలరు | 4 — 1⅓ |
| యుగోస్లావియా | ఐ. | రాజ | 94280 | 13930918 | బెల్గ్రేడ్ | దనార్ | 0 — 9½ |
| ఇంగ్లాండు | ఐ. | రాజ | 50327 | 37354917 | లండను | పౌను | 20 — 0 |
| స్కాట్లాండు | ,, (బ్రిటిషుదీవులు) | ,, | 30405 | 4842554 | ఎడింబరో | ,, | ,, |
| వేల్సు | ,, | ,, | 8016 | 2593014 | — | ,, | ,, |
| ఉత్తరఐర్లాండు | ,, | ,, | 5237 | 1250000 | బెల్ఫాస్టు | ,, | ,, |
| ఐరిషుఫ్రీస్టేటు | ,, | అధినివేశము | 26600 | 3000000 | డబ్లిను | ,, | ,, |
| ఆస్ట్రేలియా | ద్వీప. | ,, | 3000000 | 6488707 | కాన్బెరా | ,, | ,, |
| న్యూజిలాండు | ,, | ,, | 105155 | 1463278 | వెల్లింగ్టన్ | ,, | ,, |
| దక్షిణాఫ్రికా | | ,, | 472347 | 7600000 | కేప్టౌన్, ప్రిటోరియా | | ,, |
| కెనడా | ఉ. అ. | ,, | 3654000 | 9500000 | ఒటావా | డాలరు | 4 — 1⅓ |
| న్యూఫౌండ్లాండ్ | ,, | ,, | 162750 | 276000 | సెయింట్ జాన్సు | ,, | ,, |

క్యూబా, కోస్టారైకా, డొమినికను రిపబ్లికు, గాటెమాల, హాయటి, నైకరాగ్వా, శాల్వడార్, లు ఉ. అమెరికా రిపబ్లికులు, కొలంబియా, యురుగ్వే, వెనిజూలా రిపబ్లికులు దక్షిణ అమెరికాలోనివి.

ఆఫ్రి = ఆఫ్రికా; ఆశి = ఆసియా, ఉ. అ. = ఉత్తర అమెరికా; ద. అ. = దక్షిణఅమెరికా.

ప్రి. స్వా. = ప్రెసిడెంట్ స్వామ్యము. రాజ = రాజరికము. సామ్రా = సామ్రాజ్యము.

# The Scientific Glossary.

# శాస్త్ర పరిభాష.

## A

Abcess=విద్రధి; కురుపు, వ్రణము.

Abdomen=పొత్తికడుపు.

Abdominal cavity=ఉదరగుహ; గర్భకుహరము.

Aberration=అస్పష్టత; (ప్రకాశ) భ్రంశము; చంచలబుద్ధి.

Abortion=గర్భస్రావము.

Abrasion=కొట్టుకొనిపోవుట; (చర్మము) గీకుకొనిపోవుట.

Abscissa=ప్రథమభుజ; కోటిభుజ; కోభుజ; ప్రథమసంబంధము; మట్టపు భుజము; నిరూపకము.

Absolute expansion=నిజవ్యాకోచము.

Absolute scale=నిస్తర; నిరాధారమానము; తారతమ్యరహితమానము.

Absolute terms=అసంబంధిక పదములు.

Absolute temperature=తారతమ్యరహితోష్ణత.

Absolute zero=నిరుష్ణస్థితి.

Absolutism=అనన్యసంబంధితము; కేవలత; విముక్తి.

Absorption=పీల్చుట; శోషణము.

Acceleration=వేగాధిక్యత.

Accelerated motion=వర్ధమానగతి.

Accelerated velocity=వర్ధమానవేగము.

Accentus=స్వరదోషము.

Accidens=ఘటనాలక్షణము.

Accident=వికారము.

" Separable=విభాజ్యవికారము.

Accident Inseparable=అవిభాజ్యవికారము.

Accidentalism=అకారణవాదము. (తర్క-)

Acclimitization=అన్యదేశస్థితిగతుల కలవాటుపడుట; అన్యదేశ శీతోష్ణమున కలవాటుజెందుట.

Accomodation=సర్దుబాటు.

Accoustics=ధ్వనిశాస్త్రము.

Accretion=పటలవృద్ధి, వృద్ధి.

Accumulator=(అక్యూమిలేటరు) సంగ్రహణయంత్రము.

Accurate=సరియైన.

Acetic acid=అశితామ్లము, సౌరికామ్లము.

Achlamydeous=నగ్నపుష్పము.

Achromatic lens=నిర్దుష్టమగు కటకము.

Achromatin=అవర్ణేషి; రంగుసేనట్టిది.

Acid=పులుసు; కాడి; ఆమ్లము.

Acid Boric=టంకామ్లము.

Acid Commercial=కల్తీద్రావకము.

Acid Hydrochloric=హైడ్రోక్లోరిక్ ఆసిడ్, ఉదజహరికామ్లము.

Acid Hydriodic=హైడ్రియాడిక్ ఆసిడ్.

Acid Lime=నిమ్మ.

Acid Nitric=నత్రికామ్లము; పెట్లుప్పుద్రావకము.

Acid Oxalic=ఆగ్జాలిక్ ఆసిడ్.

Acid Pure=నిర్దుష్టామ్లము.

Acid Sulphuric=గంధికామ్లము, గంధకధృతి.

Acid Sulphurous=గంధకామ్లము; గంధకద్రావకము.

Acid Tartaric=తింత్రిణికామ్లము; చింతపండు ద్రావకము.

Acidity=అమ్లపిత్తము; పులితేన్పులు.

Acidulated=అమ్లకృతమైన; పులిసిన.

Acne=మొటిమలు.

Aconite=నాభి; వసనాభి.

Acre=ఎకరము.

Action=కర్మ; క్రియ.

Acuminate=వాలముగల.

Acuteness=తీవ్రత; తీక్ష్ణత.

Acute angle=లఘు కోణము.

Adams apple=కంఠమణి; కుత్తిక కాయ.

Add=కూడు; సంకలనముచేయు.

Addend (addendum)=అనుబంధము; కూడవలసినసంఖ్య (ధనము).

Addition=కూడిక; సంకలనము.

Adhesion=ఆశ్లేష; అంటుకొనుట.

Adhesive force=స్నేహశక్తి; అంటుకొనుగుణము.

Ad-infinitum=అపరిమితము; అపారము; అనంతము.

Adipose tissue=క్రొవ్వు.

Adjacent=చెంతనుండు; చేరియుండు; అనుకొనియుండు; ప్రక్కనున్న; సంలగ్న; ఆసన్న; సన్నిధి; నికటవర్తి.

Adventitious buds=అంటుమొగ్గలు.

Adventitious roots=అబ్బురపువేళ్లు; అంటువేళ్లు; ఊడలు.

Adze=బాడిస; బాడిద; వడ్రపుపనిముట్టు.

Aequivocatio=వాక్ఛలము. (తర్క)

Aerated waters=వాయుమిళితాంబువులు; సోడాపానీయములు.

Aerial Hyphae=ఊర్ధ్వతంతువులు.

Aerial Roots=గాలివేళ్లు; ఊడలు.

Aeriation=వాయుప్రచారము.

Aetiology=వ్యాధి నిదానము; రోగకారణము.

Afferent=అంతర్వాహిని; అంతర్ముఖి.

Afferent Nerves=స్పర్శనాడులు.

Affinity=అనురాగము; స్నేహాకర్షణము; రాసాయని కాకర్షణము.

Affirmation=భావము; భావకథనము, స్థిరపరచుట.

Affirmative proposition=భావవాక్యము.

Agaricus=కుక్కగొడుగు.

Agave=కిత్తనార.

Agency=కారకత్వము; కర్తృత్వము; కారణము.

Agent=కార్యసాధని; కర్త; కారకుడు.

Aggregate=జెరశి; మొత్తము; కూడినది.

Aggregation=సముదాయము; కూడదీయుట.

Air=గాలి; వాయువు.

Air, Complimental=సంపూరక వాయువు; ఊపిరితిత్తులలోని గాలి; బయటనుండి లోపలికి పీల్చుకొను గాలి.

Air, Residual=అవశిష్టవాయువు; ఊపిరి బయటికి విడిచినతరువాత లోపల మిగిలినగాలి

Air, Supplemental=పరిశిష్టవాయువు; బయటికి విడువబడగల గాలి.

Air breathers=వాయుశ్వాసములగు ప్రాణులు.

Air cells=వాయుగోళములు.

Air pump=వాయువ్యాకర్షణయంత్రము; వాతరేచకము; దేనిలోనుండిగాని గాలిని పీల్చివేసి యుత్తదిగాచేయుటకుగాని హెచ్చుగాలిని నింపుటకు గాని ఉపయోగించుయంత్రము.

Alabaster=చంద్రకాంతశిల; చలువరాయి.

Albumen=శ్వేతధాతువు; అల్బ్యామిను; కోడిగుడ్డులోని తెల్లనిభాగము.

Albuminous=అంకురచ్ఛదసాయుత.

Albuminuria=లాలా మేహము.

Alcohol=మద్యసారము.

Alcoholism=మదాత్యయము, (మద్యపాన) మాంద్యరోగము.

Alexandrian laurel=పొన్న (చెట్టు).

Algae=ఏటి పాచి.

Algebra=బీజగణితము, అక్షరగణితము.

Alimentary canal=అన్న వాహిక; మహాస్రోత, జీర్ణకోశము.

Aliquot parts=ఏకాంశభాగములు; నిశ్శేషభాగములు; సమభాగములు; సరిపాళ్ళు.

Alkali=క్షారము; కారము.

Alkali potash=పొటాసియక్షారము.

Alkali soda=సోడియక్షారము.

Alligation=మిశ్రమగణితము; సువర్ణగణితము; రకములచేర్పు, మిశ్రమ నియమము:

Allopathy=ప్రతిక్రియచికిత్స; రోగగుణములనుబట్టి చికిత్సచేయువైద్యము, (పాశ్చాత్యవైద్యము)

Allotrope=రూపాంతరము. Allotropy=బహురూపత.

Alloy=సమ్మేళనము; ధాతు సమ్మేళనము; మిశ్రలోహము.

Alluvial Soil=ఒండలినేల, పులినమయభూమి.

Almond=బాదము; కాయ బాదముచెట్టు; గొంతుకలోని గవదకాయ:

Aloe=కలబంద. Aloes Wood=ముసాంబరము; అగరు.

Alteratives=రూపాంతర కారకములు; శారీరక (రక్త) స్థితిని మార్చునవి;

Alternate=పక్షాంతర; ఏకాంతర; ఒకటివిడిచి ఒకటిగానున్న; వికల్పమైన.

Alternative=వికల్పము; రెంటిలో నొక దాని నెంచుకొనుట.

Altitude=ఉన్నతాంశము; లంబము; ఔన్నత్యము: ఉచ్చము; పొడవు; ఎత్తు.

Aluminium=అల్యూమినియము; స్ఫటము.

Aluminium Oxide=స్ఫటకామ్లజనిదము.

" Sulphate=స్ఫటకగంధకితము.

Alveolus=వాయుకోశము, వాయుగోళము, పల్లు కుదురు.

Alum=పటిక.

Amalgam=పారదమేళనము; రసమిశ్రలోహము; నవనీతము.

Amber=తృణస్ఫటికము; కర్పూరపూస (పచ్చనిది).

Ambiguous=సంశయాత్మక; సందిగ్ధమైన; అస్పష్టమైన; రెండర్థములుకల.

Ambiguous case=సందిగ్ధపు బాపతు (విషయము, సందర్భము).

Amenorrhea=క్షీణార్తవము; ముట్లుడుగుట; ఋతుస్రావముతగ్గుట.

American aloe=రాకాసిమట్ట.

Amethyst=నీలమణి, ధూమ్రవర్ణముగల మణి.

Ammonia=అమ్మోనియా; నవాసారము.

Ammonium Carbonate=అమ్మోనియాకర్బనితము, స్మెల్లింగు సాల్టు.

Ammonium Chloride=అమ్మోనియా హరిదము.

Ammonium Hydroxide=అమ్మోనియా ఉదజామ్లజనిదము

Ammonium Nitrate=అమ్మోనియానత్రితము.

Ammonium Sulphide=అమ్మోనియా గంధకితము.

Ammonium Tartarate=అమ్మోనియా తింత్రిణితము.

Amoeba=వికారిణి; ఇంద్రియరహిత పేశిమయ సూక్ష్మజీవి.

Amorphus=నిరాకారమైన; అనంగతమైన; స్ఫటికముగాఏర్పడని.

Amount=మొత్తము; వెరసి.

Amphibia=ఉభయచరములు; నీళ్లలోను, నేలనుగూడ జీవించు ప్రాణులు.

Amphibolia=శ్లేష్మదోషము.

Amplitude=విశాలము; విస్తీర్ణము; అంతరము; వ్యాప్తి; పరిమితము.

Anaemia=పాండురోగము, రక్తక్షయరోగము.

Anaesthetic=స్మృతి తప్పించుమందు; చేతనాహారకము; జ్ఞానశక్తిహారకము; క్లోరోఫారము, కొకెయిను మొదలగు ఔషధములు.

Analogue=సదృశము; సజాతీయ; సాదృశ్యముగలమాట.

Analogy=పోలిక; సామాన్యధర్మము: సాధర్మ్యము; ఉపమానము; సాదృశ్యము.

Analogical school=సారూప్య పంథ.

Analysis=విభజనము; అన్వయము; హేతుబోధక విభజనము; పృథక్కరణము; వ్యవచ్ఛేదము.

Anasarca=శారీరశోఫ; ఉబ్బుచూపుట.

Anatomy = శారీరనిర్మాణ శాస్త్రము; శరీరవ్యవచ్ఛేద శాస్త్రము.

Androeciam=కేసరావళి.

Androgynous=అర్ధనారీశ్వరాకృతిగల.

Andromeda=దేవయాని.

Andromede=ఉత్తరాభాద్ర.

Aneurism=ధమనిశోధ; శుద్ధరక్తనాళముల యుబ్బుదల.

Anemophylial pollination=వాయుసంయోగము; గాలివలన నవోన్య సంపర్కము కల్గించఁబడిన.

Aneroid Barometer=వాయుభారమితి.

Angina pectoris=హృద్గ్రహము; ఱొమ్ముశూల, ఎదఱొమ్మునొప్పి.

Angle=మూల; కోణము, కర్ణము.

Angle, acute=అఘు కోణము.

Angle, adjacent=ప్రక్క కోణము; ఆసన్న కోణము.

Angle alternate=ఏకాంతర కోణము.

Angle blunt=మొక్క కోణము.

Angle, circum=పూర్తిగాచుట్టుకొన్న కోణము; సంపూర్ణ పరికోణము.

Angle, corresponding=పోటీకోణము; సంగతకోణము; అనురూపకోణము.

Angle cosine of=కోటిజ్యా.

Angle obtuse=అలఘుకోణము; అధికకోణము.

Angle of depression=నిమ్నకోణము.

Angle of elevation=ఊర్ధ్వకోణము.

Angle of emergence=బహిర్గతికోణము.

Angle of friction=రాపిడికోణము.

Angle of incidence=తేజః పతన కోణము.

Angle of reflection=ప్రతిబింబకోణము.

Angle, plane=సమక్షేత్రకోణము; సమకోణము.

Angle, Reflex=తిరిగియున్నకోణము; వెనుకవంగినకోణము.

Angle, Right=లంబకోణము.

Angle, sine of=జ్యా.

Angle, solid=ఘనకోణము.

Angle, straight=సమరేఖకోణము, తిన్ననికోణము.

Angle, supplementary = పూరకకోణము; అనుపూర్ణకోణము; సమకోణద్వయపూర్తి.

Angle, vertical = అగ్రకోణము; శీర్షకోణము.

Angle, vertically opposite = అగ్రాభిముఖకోణము; మూలనుండు నెదుటి కోణములు.

Angle of vision = దర్శనకోణము.

Anglemeter = కోణమాని; కోణమాపకము.

Angular = కోణసంబంధ; కోణీయ.

Angular distance = కోణీయాంతరము.

Angular motion = సకోణగతి; కోణాత్మకగతి.

Angular point = కోణబిందు ; కోణాగ్రము.

Anhydride = నిర్జలామ్లము; అమ్లోషితము.

Animal charcoal = శల్యాంగారము.

Animal matter = జంతుద్రవ్యము.

Anion = ఆనయనము.

Anise seed = సోపు.

Anode = (ఆనోడు) ఊర్ధ్వగామిమార్గము; ధనధ్రువమునుండి విద్యుత్తుపోవుదారి.

Annuity = వర్షాశనము; వార్షికము; ఏటేట దొరికెడు ద్రవ్యము.

Annual motion = వార్షికగతి.

Annular = కడియపు; వలయాకారమైన.

Annular eclipse = కంకణగ్రహణము.

Anodyne = నొప్పితెలియకుండాచేయునది; వేదన శమనౌషధము.

Anopheles mosquito = చుక్కలదోమ.

Anorexia = అగ్నిమాంద్యము; ఆకలిలేకుండుట; అరోచకము; అరుచి.

**Antarctic region** = దక్షిణ ధ్రువమండలము.

**Antecedent** = పూర్వగామి; ముందటి; ముందు వచ్చినది; పూర్వధవము; ప్రథమనివృత్తి.

**Antelope** = కృష్ణమృగము; జింక; లేడి.

**Anther** = పుష్పముయొక్క కింజల్కము; పురుషాంగము; పరాగకోశము; పుప్పొడితిత్తి.

**Anthropoid** = మానుషాకారజంతువు; (కోతి).

**Anthropology** = మనుష్య వర్ణనశాస్త్రము.

**Anthrox bacillus** = దొమ్మరోగపు సూక్ష్మదండిక.

**Anticlockwise** = అప్రదక్షిణము.

**Antidote** = విరుగుడు; విషాపహారము; విషపరిహారకౌషధము.

**Antigonon** = తీగెగులాబి.

**Antilogarithm** = సంవర్గ మానప్రతిసంఖ్య; ఘాతాంక ప్రతిసంఖ్య.

**Antimony sulphide** = సుర్మా; సౌవీరము; అంజనగంధకిదము

**Antinode** = అంటినోడు.

**Antipodal cell** = ప్రతిపాదకణము; ఎదురుగానుండు కణము.

**Antipodes** = ప్రతిపదవర్తులు; గోళార్ధాంతరవాసులు.

**Anti pyretics** = జ్వరనివారిణులు.

**Antiseptics** = క్రిమిఘ్నములు; పూతినాశకము; కుళ్ళిపోకుండజేసెడునవి.

**Antitoxin** = శరీరజన్య విషఘ్నము; శరీరమునందు విషమునకు విరుగుడు.

**Anvil** = దిమ్మ; దాకలిరొముకి; కమసాలివాని దాగలిపట్టెడ.

**Anus** = గుదము.

**Aorta** = మహాధమని; బృహద్ధమని.

**Aperture** = సూక్ష్మరంధ్రము.

**Aperture silt** = సన్న బెజ్జము; చీలిక; అక్షవిస్తృతి.

Apex — కొన; శిఖరము; శిఖ; అగ్రము.

Aphelion — ఉచ్చ.

Aphonia — మూగతనము; (హిస్టీరియాలో) గొంతుబొంగురు; స్వరభంగరోగము.

Aphorism — సూత్రము; నీతిపలుకు.

Aphrodisiac — వాజీకరము; శుక్రలము; కామోద్దీపకము.

Apical bud — కొనమొగ్గ.

Apical cell — అంత్యకణము.

Apical meristem — అంత్యవిభాజ్యము.

Apiculture — మధుమక్షికాపాలనము.

Apocarpous ovary — విభక్తాండాశయము.

Apocarpous pistil — విభక్త పిండాశయము.

Apogee — మందోచ్చ; తుంగము.

Apoplexy — సంన్యాసము; అంగవికృతిరోగము; రక్తజమూర్ఛ.

Apparatus — ఉపకరణములు; ప్రయోగసాధనములు; పరికరములు.

Apparent Apogee — చలోచ్చ.

Apparent depth — దొంగలోతు.

Apparent expansion — కృత్రిమ వ్యాకోచము.

Apparent motion — దృశ్యగతి.

Appendicitis — క్రిమికశోఫ; అంత్రప్రదాహరోగము.

Appendix — ఉపుకపుచ్ఛము; క్రిమికము.

„ Vermiform — క్రిమికము; క్రిమికి.

Application — అన్వయము; ఉపనయము.

Appliances — పరికరములు; ఉపకరణములు.

Approximation = సన్నిహితము; రమారమి; ఉజ్జాయింపు; ఇంచుమించు; సుమారు; స్థూలఫలము; మదింపు లెక్క.

Approximate value = ఉజ్జాయింపు; అందాజా కొలత; అందాజా విలువ.

Apricot = జల్దారుపండు.

Apthae = నోటిపుండు.

Aqua fortis = బంగారు మొదలగువాని కరిగించు ద్రావకము.

Aqua marine = పచ్చరాయి.

Aqua Regia = ద్రవరాజము; బంగారుకరిగించు ద్రావకము.

Aquarii = శతభిషము.

Aquarium = జలచర పరిదర్శనశాల.

Aquarius = కుంభరాశి.

Aquatic = జలసంబంధమైన; జలసంచరమైన.

Aquative = జలచర.

Aqueduct = కాలువ; పొర్లుమదుము.

Aqueous humour = జలాకార రసము.

Aqueous rocks = జలజశిలలు.

Aquila = గరుడుడు.

Aquilae = శ్రవణ.

Aquiline = గరుడపక్షివంటి; గరుడపక్షి సంబంధమైన; వంగిన.

Ara = పీఠము; వృశ్చికరాశికి దక్షిణమునగల నక్షత్రమంజరి.

Arable = దున్నదగిన.

Arable land = సాగునేల; కృషియోగ్యభూమి.

Arbitrary = తనకిష్టమైన; నిబంధనలేని; స్వచ్ఛందమైన; నిర్హేతుకమైన.

Arboriculture = తరుకృషి.

Arc = జ్యా; వర్తులములో నొకభాగము: వంపు; చాపము; ధనురాకారము.

Archeology = పురాతన వస్తుశాస్త్రము.

Archetype = మూలమూర్తి; ఆదర్శము.

Archipelago = ద్వీపసమూహముగల సముద్రము.

Architecture = శిల్పిశాస్త్రము; వాస్తుశాస్త్రము.

Arctic = ఉత్తరధ్రువపు.

Arcturus = స్వాతీనక్షత్రము.

Area = క్షేత్రఫలము; విస్తీర్ణము.

Areca = పోకచెట్టు.

Argent = వెండిలోచేసిన.

Argol = బంకమన్ను.

Argon = అర్గాను; ఆర్గనము (ర)

Argument of a function (independant variable) = స్వతంత్ర చలరాశి.

Argumentum ad hominium (cavil) = వితండవాదము.

Arid = జలశూన్య ప్రదేశము.

Aries = మేషరాశి.

Aril = బీజపుచ్ఛము.

Arithmetic = అంకగణితము.

Arithmetical first term = అంకగణిత సంబంధమైన ఆదిపదము.

Arithmetical last term = అంకగణిత సంబంధమైన అంత్యపదము.

Arithmetical middle term = అంకగణిత సంబంధమైన మధ్యపదము.

Arithmetical progression = అంకశ్రేఢి.

Arithmetical term = పదము; ధనము.

Arm = బాహువు; శాఖ.

Armadillo = నఖమృగము; ఘుణము.

Armature = కవచము.

Arm hole = చంక. Arm-pit = చంక.

Arms of an angle = కోణభుజములు.

Arrestment = నిరోధము.

Arrow point = అమ్ముకొన; బాణాగ్రము; బాణపుటలుగు.

Arsenic = పాషాణము; తాలము (ర)

Arsenic sulphide = మణిశిల; తాలగంధకిదము.

Artery = ధమని.

Artesian wells = నీటిబుగ్గలు; గొట్టము నూతులు.

Arthritis = కీళ్లవాపు; సంధిశోఫ.

Articulata = సంధియుతములు; కీళ్లుకలవి. (జీవ)

Artificial classification = కృత్రిమవర్గనిరూపణము.

Artificial magnet = కల్పితాయస్కాంతము.

Artificial respiration = కృత్రిమశ్వాస; పరియత్నపూర్వకముగా ఊపిరి అడునట్లు చేయుట; ఆగిపోయినశ్వాసను కల్పించుట.

Asafoetida = ఇంగువ.

Asbestos = అస్బెస్టాస్; రాతినార.

Ascertainment = నిర్ణయము.

Ascites = జలోదరము.

Asexual = నిర్లింగము.

Asp = కట్లపాము.

Asparagus = తోటకూరదినుసు.

Asphyxia = శ్వాసబంధము; శ్వాసావరోధము; ఊపిరి తిరుగకపోవుట.

Aspirator bottle = శోషణపాత్ర; వాయుగ్రాహణపాత్ర.

Assimilation = గ్రాహణము; జీర్ణముచేసికొనుట.

Assimilation of fractions = అంశసవర్ణము; భాగజాతి.

Associative law = సంయోగన్యాయము.

Asterism = స్థిరముగానుండు నక్షత్రసమూహము.

Asteroids = అల్పగ్రహావళి; అణుగ్రహములు; నక్షత్రాకారముగల చిన్న గ్రహములు.

Asthma = తమకశ్వాసము; ఉబ్బసము.

Astigmatism = నేత్రావరోధము; దృష్టిలోపము.

Astral = నక్షత్రసంబంధమైన.

Astral body = లింగదేహము; లింగశరీరము.

Astringents = స్తంభనములు; కషాయములు; రక్తనాళములను ముకుళింపచేయునవి; అవయవములను ముడుచుకొనునట్లు చేయునవి.

Astronomy = ఖగోళశాస్త్రము; జ్యోతిశ్శాస్త్రము.

Asylum = రక్షితస్థానము; శరణాలయము.

Asylum, Lunatic = పిచ్చివాండ్ర వైద్యశాల.

Asymmetry = ఈడుజోడులేమి; అసమ విభక్తాంగత్వము; అసమానయవత్వము; అసౌష్ఠవము.

**Athermnous** = ఉష్ణకిరణహారి.

**Atlas** = అట్లాసు; దేశపటముల పుస్తకము.

**Atlas (bone)** = కంధరపూస; (వెన్నుపూసలలో మొదటిది); చూడా కశేరుకము.

**Atmosphere** = వాతావరణము; ఆకాశము.

**Atom** = పరమాణువు; అణువు; కణము; లేశము.

**Atomic theory** = పరమాణువాదము.

**Atomic weight** = పరమాణుభారము.

**Atrophy** = కార్శ్యము; క్షయము; అపోషణక్షయ; పోషణలేనందున క్షీణించి నిరుపయోగమగుట.

**Attraction** = ఆకర్షణము.

**Attraction sphere** = ఆకర్షణబింబము.

**Attribute** = ధర్మము; లక్షణము; గుణము.

**Auditory canal** = కర్ణనాళము; కర్ణరంధ్రము.

**Auditory nerve** = కర్ణనాడి.

**Auger** = బరమా; కరత్రము; తొలుచు పనిముట్టు.

**Auricle** = కర్ణిక (అలిందము)

**Auriculate** = కర్ణాకారము.

**Auriculo-ventricular orifice** = కర్ణికాజఠరికాద్వారము.

**Auriga** = సారధి.

**Aurist** = కర్ణవ్యాధులను బాగుచేయువాడు; కర్ణవైద్యుడు.

**Aurora Borealis** = సుమేరుజ్యోతి; ఉత్తరధ్రువమండలమందు కనబడు జ్యోతి.

Auscultation = హృదయధ్వనులను వినుట; హృదయధ్వనిపరీక్ష.

Austral = దక్షిణపు.

Autares = జ్యేష్ఠ.

Autograph = స్వహస్తలిపి; స్వహస్తాక్షరి.

Automatic movement or Automatism } = తనంతట తాను చలించునది; స్వయంగతికము.

Autumn = శరదృతువు; ఆకురాలుకాలము.

Autumnal Equinox = తులాసంపాతము.

Avalanche = హిమావసరణ; కొండమీదునుండి దొర్లిపడెడు మంచుగడ్డ.

Average = సరాసరి; అసమరాశులకు సమప్రతినిధి; (ఔసత); సగటు; దామాషా.

Average velocity = సగటువేగము; దామాషావడి.

Aves = పక్షులు.

Avicennia = మాద.

Avoirdupois = (అవార్డు పాయిస్) భారవస్తు తులామానము.

Awl = ఆరె; మాదిగవానికదురు.

Axil = ఆకుమూల; చంక; కణుపుసందు.

Axial bundle = నడిమికట్టు.

Axillary or Axile placentation } = స్తంభసంయోగము; కుడ్యసంయోగము.

Axillary bud = పంగమొగ్గ.

Axil of leaf = ఆకుపంగ.

Axiom = నిష్కృష్టన్యాయము; స్వయంసిద్ధము; ఆధారన్యాయము; శాస్త్రత్వప్రతిపాదక సిద్ధాంతము.

Axis = అక్షము; అక్షరేఖ; భ్రమణాధారము; మేరువుపూస; దంతచూడ.

**Axis of co-ordinates** = సంబంధాక్షము.

**Axis major** = దీర్ఘాక్షము.

**Axis of a mirror** = దర్పణమధ్యరేఖ.

**Axis of symmetry** = అవయవానురూపత్వ అక్షరేఖ; సమవిభక్తాక్షము; సౌష్టవాక్షము.

**Axle** = ఇరుసు.

**Azimuth** = దక్షిణదూరము; గ్రహముల సమాంశ.

## B

**Bacillus** = సూక్ష్మదండిక; జీవాణువు; బీజాణువు.

**Backbone** = వెన్నెముక.

**Bacteria** = బాక్టీరియా: సూక్ష్మజీవులు.

**Bacterial diseases** = సూక్ష్మజీవులవల్ల కలుగువ్యాధులు;.

**Bacterium aceti** = సూక్ష్మసారిక.

**Bacterium lacto** = సూక్ష్మక్షీరిక.

**Bacterium termo** = సూక్ష్మతర్కువు.

**Balance** = త్రాసు. **Balanced** = సరితూగు.

**Balance Sheet** = ఆదాయవ్యయశేషపత్రము; అవశిష్టపత్రము; శేషపత్రము; అంకజాబితా; ఆడవాపట్టిక; బాకీహిస్బు.

**Balancing Wheel** = సమీకరణ చక్రము.

**Balancing point** = సరితూగుచోటు.

**Baldness** = బట్టతల; ఇంద్రలుప్తము.

**Ball and socket joint** = బంతిగిన్నెకీలు.

**Ballast** = పడికట్టు (బరువు); నిలకడకొఱకు వేయు భారము.

**Balloon** = విమానము; గాలివిమానము.

Balsam = నీలిగోరింట; సాంబ్రాణితైలము, చిలుకముక్కుపువ్వు; కాశి తుమ్మి.

Banana = ఒకవిధమైన అరటిచెట్టు; లేక పండు.

Bandage = (గాయము) కట్టు; బంధనము.

Banian tree = మఱ్ఱిచెట్టు.

Barbs = కర్ణికలు.

Barium = భారము (ర)

Barium chloride = భారహరిదము.

Barium sulphate = భారగంధకితము.

Bark = బెరడు; చెట్టుపట్ట.

Barley = (పచ్చ) యవలు.

Bar magnet = దండాయస్కాంతము.

Barnacle = ఒక విధమైన నత్తగుల్ల; ఒక జాతి గుల్లగూబ.

Barograph = భారలేఖని; ఒత్తిడిచూపుయంత్రము.

Barometer = వాయుభార మాపకము; భారమాపకము; వాయుమాత్రి; భారమితి.

Baroscope = భారదర్శిని.

Basal = పీఠసంయోగము.

Basalt = బసాల్టుశిల.

Base = భస్మము; లవణమూలము పీఠము; పునాది.

Base level = అడుగుమట్టము.

Base line = ఆధారరేఖ; మట్టపుగీత.

Base of logarithm = సంవర్గమానమూలము.

Base of a triangle (e.g.,) = మూలము; భూమి; అడుగు; ఆధారము.

Basic = లవణాధార; భస్మిశ్ర.

Basil = రుద్రజడ. Basil, holy = తులసి.

Basin of a stream = ప్రవాహ ప్రదేశము.

Bastard saffron = కుసుంబా.

Bastard teak = మోదుగ.

Battery = విద్యుద్ఘటము; విద్యుజ్జనకము: విద్యుద్ఘటమాల.

Bay = వియుక్తాగ్ర గుడము; అఖాతము, ఉపసాగరము.

Bayonet = తుపాకికొసను తగిలించుబాకు; తుపాకిమొన.

Bdellium = గుగ్గిలము.

Beacon light = గుఱుతుదీపము.

Bead = పూస.

Beak = ముక్కు; వాక్పుటములజత.

Beam = దండెము;దూలము.

Beam of light = తేజఃపుంజము.

Beagle = చిరువేటకుక్క.

Bean = చిక్కుడుకాయ (గింజ)

Bearing = దిశ; దిక్కు; (చెట్టు) కాపు; కానుపు; ఈనుట.

Beats = శృతిసంకరము.

Bed-sore = అధికకాలము మంచముపట్టుటచే కలుగు పుండు; శయన వ్రణము.

Beech-Indian = కానుగ.

Bee-hive-shelf = వాయుసంగ్రహణ సాధనము.

Beetle = కుమ్మరి పురుగు; పేడపురుగు.

Bel-fry గంట (గల) గోపురము; ఘంటాలయము.

Bell-jar = ఘంటాకారపాత్రము; గంటజాడి.

Bell-metal = కంచు.

Bellows = కొలిమితిత్తులు.

Bench mark బెంచిమార్కు; సర్వేగుఱుతు.

Bending of light rays = కిరణ కుటిలిత.

Bent-grass = దూర్వ; ఒకదినుసుగడ్డి.

Bent-tube = వక్రనాళిక.

Benzoin = సాంబ్రాణి.

Bergamot = కమలా; నారింజజాతి చెట్టు.

Beriberi = తిమురువాయువు; ఉబ్బువాతవ్యాధి.

Berny = కండకాయ.

Berry = గుటిక; గింజ.

Beryllium = విదురము (ర).

Betel = తమలపాకుతీగె.

Betel-nut = వక్క; పోకచెక్క.

Bevel = కోణములను కొలిచి సరిపుచ్చెడి సాధనము.

Beverages = పానీయములు.

Bezoar = గోరోచనము.

Bhang = గంజాయి.

Bicarbonate = రెండుపాళ్లు అంగారక్షారము గలది; ద్వికర్బనితము.

Biceps muscle = ద్విశిరకండము; ద్విశిరస్కం; ద్విశిరస్క్యపేశ్యము.

Bicompound leaf = ద్విభిన్నపత్రము.

Bicuspids = చీలిక పండ్లు.

Bicuspid valve = కిరీట పిధానము; ద్విపత్రిక సాటము.

Bicycle = సైకిలు, తొక్కుడు బండి.

Bilberry = కొండపండు.

Bile = పైత్యరసము.

Bile duct = పైత్యరసపు నాళము (గొట్టము); పైత్యవాహిక; పిత్త నాళిక.

Biliousness = పైత్యోద్రేకము.

Bill = లెక్క-చీటి; హుండి.

Billion = మహాపద్మము; లక్షకోట్లు.

Binary fisson = రెండుగా చీలుట.

Binary stars = జంటతారలు.

Binocle = జంటదుర్భిణి; జమిలిదుర్భిణి.

Binomial = బీజగణితమందు రెండు సంఖ్యలరాశి; ద్విపద, ద్వినామి.

Binominal = ఉభయాంగ; ద్వినామిక; ద్విపద; రెండు పేర్లుగల.

Biogenesis = జీవోత్పత్తి క్రమము.

Biology = జీవశాస్త్రము.

Biological treatment = జీవసాహాయ్యక చికిత్స.

Biquadratic = చతుర్ఘాత; ద్వివర్గము.

Birth wort, Indian = ఈశ్వరవేరు.

Bisection = ద్విఖండనము; రెండు సమభాగములు చేయుట, సగము జేయుట.

Bisector = విదళనరేఖ; సమభాగిని.

Bishops weed = ఖురసానివాము; ఓమపుచెట్టు.

Bismuth = బిస్మతు; తగరమువంటి ఒక లోహము.

Bison = కారెనుము; ఎనుబోతు.

Bissextile = దినాధిక సంవత్సరము; 'లీపు' వత్సరము.

Bistury (Bisterre) = " బిస్టూరీ " శస్త్రచికిత్సయం దుపయోగింపబడు వంకరకత్తి.

Bitch = ఆడుకుక్క.

Bite = దంశము; కాటు.

Bitnoben = బిడాలవణము.

Bitter = చేదు.

Bittern = తుంపాడియను పక్షి.

Bitter apple = పాపరబుడమ.

Bitter orange = నారదబ్బ.

Bitter wild melon = చేదుపుచ్చ.

Bitumen = శిలాజిత్తు తైలము; మట్టితైలము.

Black cumen = నల్లజీలకర్ర.

Black mustard = సన్న ఆవాలు;

Black pepper = మిరియములు.

Black plum = నేరేడు.

Black-oil = మాల్కంగిని తైలము.

Black wood = విఱుగుడుమ్రాను.

Bladder (gall) = పిత్తాశయము; (పసరు తిత్తి).

Bladder (urinary) = మూత్రాశయము (ఉచ్చబుడ్డ); వస్తి.

Blade = ఆకు; కత్తిఅరు.

Blade-bone = రెక్కఎముక.

Blain = చీముకురుపు; బొబ్బ.

Bleaching = విరంజనము; స్వచ్ఛీకరణము; బట్టలు చలవచేయుట.

Bleaching powder = చలువసున్నము; విరంజనచూర్ణము.

Blear = పుసికట్టిన; మసకగా నున్న (కన్ను).

Bleb = పొక్కు;

Blepharitis = పక్ష్మశోథ; రెప్పవెంట్రుకలూడుట; కనురెప్పలుబ్బుట.

Blind spot = గుడ్డిచుక్క.

Blizzard = హిమపవనము; హిమసహితఝంఝామారుతము; చీకటికలిగించు హిమవర్షము.

Block pulley = కప్పీచట్రము.

Block tin = తగరపు ముద్ద.

Blood corpuscles = రక్తకణములు.

" red corpusles = ఎఱ్ఱ రక్తకణములు.

" white corpuscles = తెల్ల రక్తకణములు.

Blood poisoning = రక్తగతవిషదోషము.

Blood-sucker = తొండ; ఊసరవెల్లి; రక్తముపీల్చుజంతువు (జలగ).

Blood-vessel = రక్తవాహిక; రక్తనాడి; రక్తనాళము.

Bloody-flux = నెత్తురు విరేచనములు.

Blotch = మచ్చ; చెమటకాయ.

Blue litmus = నీలి లిట్మసు.

Blue-stone (Blue vitriol) = మైలుతుత్తము.

Blunderbuss = పొట్టిమూతివెడల్పు తుపాకి.

Boar = మగపంది.

Bobtail = మొండితోకగలజంతువు.

Boa (Boa-constrictor) = కొండచిలువ.

Bodkin = దబ్బనము; పెద్దసూది.

Boel = మారేడు.

Bog = బురదనేల.

Boil = పుండు; కురుపు.

Boiler = బాన; కాగు.

Boiling point = ఎసరువేడిమి.

Bolter = జల్లెడ,

Bolus = పెద్ద మాత్ర; గుటిక.

Bonduc-nut = గచ్చకాయ.

Bone (frontal) = లలాటాస్థి.

Bone meal = ఎముకపొడి.

Bone (occipital) = శిరఃపృష్ఠాస్థి; పశ్చిమకపాలము.

Book-worm = చిమ్మట పురుగు; రామబాణము.

Bootes = భూతపము; స్వాతి.

Bootes, Arcturus = స్వాతి; తారకపుంజము.

Borax = వెలిగారము.

Bordeaux = ద్రాక్షారసము.

Boron = టంకము.

Bostryx (Helicoid cyme) = శంసమధ్యారంభ మంజరి.

Botany = వృక్షశాస్త్రము; ఓషధీశాస్త్రము.

Bottle gourd = సొరకాయ; అనపకాయ.

Boulder = గండశిల.

Boundaries = ఎల్లలు; సరిహద్దులు.

Bowels = ప్రేవులు; అంత్రములు.

Bracket = కుండలీకరణము; అనగా ( ) నిట్టిగురుతు; వలయితము; వృంతదళము.

Bract = తొడిమ; ఉపపత్రము; చేటిక.

Brail = తెరచాపగుడ్డ.

Braille = గ్రుడ్డివారికొరకు వ్రాసినవ్రాత.

Brain = మెదడు; మస్తిష్కము.

Brain-pan = తల పుఱ్ఱె ఎముక.

Bramah Press = ఉత్పీడన యంత్రము.

Bramble = ముండ్లచెట్టు.

Brass = ఇత్తడి; పిత్తలము.

Braze = ఇత్తడి టంకపు అతుకు.

Bread-corn = రొట్టెలధాన్యములు (గోధుమలు మొ॥)

Bread-fruit = పనసవంటి చెట్టు.

Break-water = సేతువు; ఆనకట్ట.

Break-waters = ఆహతి తరంగములు.

Bright's disease = బ్రైట్సువ్యాధి; మూత్రపిండరోగము.

Bristol stone = పుష్యరాగము.

Brittleness = భిదురత ; పెళుసుదనము.

Broad axe = గండ్రగొడ్డలి.

Brokerage = తరుగు ; కమీషను ; (కోత) కాయిదా ; దలాలీ.

Bromine = స్రంభము (ర)

Bronchii = వాయు నాళములు; శ్వాసనాళములు.

Bronchial tubes = వాయునాళములోనియున్నగొట్టములు ; వాయునాముల శాఖలు; సూక్ష్మశ్వాసనాళములు.

Bronchitis = శ్వాసనాళీపరిదాహము ; సూక్ష్మ శ్వాసనాళికారోగము తోణ్ముపడిసెము.

Bronchocele = కండమాలరోగము.

Broncho-pneumonia = (బ్రాంకోన్యూమోనియా) సూక్ష్మశ్వాసనా పుప్ఫుస పరిదాహజ్వరము; తోణ్ము పడిసెము, ఊపిరితిత్తులవాపు జ్వరవ

Bronchus = శ్లోమశాఖ; (శ్వాసకోశములకు పోవు రెండు ప్రత్యేకనములు) వాయునాళము.

Bronze = కంచు.

Broth = చారు; రసము; (కంది) కట్టు.

Brooding = పొదుగుట.

Bruise = నలుగుట ; గాయమగుట ; చితుకుట.

Bryology = నాచు జాతి మొక్కల శాస్త్రము.

Bryony = దొండవంటి తీగ ; ఏటిపుచ్చ ; బుడమ.

Bryophyllum = రణపాల ; పత్రిజీవి.

Bubbly jock = టర్కీకోడి.

Bubo = వడిసెగడ్డ; చంకలోగాని, గజ్జలలోగానివచ్చుబిళ్ల (సంకటము).

Bubonocele = గజ్జలలోపుట్టు ఒటుబీజము ; అంత్రవృద్ధులలో నొకటి.

Buccal = నోరు; దవుడ సంబంధమైన.

Buck = మగలేడి, చెవులపిల్లి.

Buck - thorn = రేగు చెట్టు.

Budding = స్ఫోటనము ; మొగ్గతొడుగుట.

Buff = గేదెతోలు.

Bulb = గోళకము; లోపల బోలుగా నుండు ఉండ; లశునము; గడ్డ;

Bulb-tube = కందనాళిక.

Bulbul = పిగిలిపిట్ట.

Bullace = కోరిందకాయచెట్టు.

Bull-rush = జమ్ము.

Bum = పిఱుదులు.

Bumble-bee = తుమ్మెద.

Bunion = మడమకురూల.

Buoy = ప్లవలు; తేలుడుగుండ్లు; బోయాకట్టె.

Buoyancy = తేలుడుగుణము.

Burner = బర్నరు; దీపములో వత్తిగలభాగము.

Burns = కాలినపుండ్లు.

Burr = గుండ్రని అంపము.

Burrow = బొరియ; బిలము.

Bushel = బుషలు, ఇంగ్లీషు కొలతవిశేషము.

Butcher-bird = చెగురుకొంగ; దూడేకులపిట్ట.

Butter-fly = సీతాకోకచిలుక; ఆకుచిలుక.

Butter-tree = ఇప్పచెట్టు.

By-compound = ద్విభిన్నము.

Byre = ఆవులశాల.

## C

Cabbage = కోసుకూర.

Cable-gram = సముద్రతంతి; నావవాకు.

Cacao = కోకోచెట్టు సంబంధమైన.

Cactus = నాగదారి; బ్రహ్మజెముడు; నాగజెముడు జాతి.

Cachalot = ఒకవిధమైన తిమింగలము.

Cadaverous = పీనుగువంటి; మృతప్రాయము; ప్రేతసదృశము.

Cadjan = తాటిఆకు.

Cadmium = కాడ్మియము (ర) తగరమువంటి లోహము;

Caecum = పురీషోష్ణకము; ఉష్ణకము. ఏకముఖనాళము.

Caesal pinia = కురాయిచెట్టు.

Caesium = క్యాసము (ర)

Caffeine = కాఫీన్; కాఫీగింజలలోనుండు విషపదార్థము.

Calabash = నాగస్వరపు బుర్రకాయ; గుమ్మడివంటి తీగె.

Calcaneum = మడమయెముక.

Calcination = సున్నముచేయుట; భస్మీకరణము.

Calcined mercury = రసభస్మము.

Calcium = ఖటికము; సున్నపుభస్మము.

Calcium Carbide = ఖటిక కర్బనిదము.

Calcium Carbonate = ఖటిక కర్బనితము.

Calcium Chloride = ఖటిక హారిదము.

Calcium Phosphate = ఖటికభాస్వరితము.

Calculus = మూత్రకృచ్ఛ్రము; అశ్మరి (2) కలన (గణిత) పద్ధతి.

,, Biliary = పిత్తాశ్మరి; పైత్యకృచ్ఛ్రము; పిత్తాశయమునందు రాళ్ళేర్పడుట.

,, Differential = శూన్యలబ్ధి; చలనకలనము (గ)

,, Imaginary = కల్పితకలనము (గ)

,, Integral = మూలఫణితి; సమాహార గణితము; చలరాశికలనము.

,, Intestinal = అంత్రాశ్మరి.

,, Renal = మూత్రపిండాశ్మరి.

,, Urinary = మూత్రాశ్మరి; అశ్మరి; మూత్రాశయమునం దేర్పడురాళ్లు

,, Vesical = వస్తిగత అశ్మరి; మూత్రాశయాశ్మరి.

Calendar = పంచాంగము, తారీకులదర్శని.

Calender = కాగితముల నునుపుచేయు యంత్రము.

Calibre = అడ్డకొలత ; వృత్తద్వారముయొక్క అంతరవ్యాసము.

Calibration = స్ఫుటముచేయుట.

Callipers = రెండుదిమ్మలమధ్య దూరమును కనుగొను పనిముట్టు.

Callosity = కాయ ; కిణము.

Callus = శరీరముపైన (పెరుగు)కాయ.

Calomel = రసకర్పూరము ; రసభస్మము.

Caloric = ఉష్ణము; వేడిమి. Calorimetry = ఉష్ణనిర్ణయము.

Caltrop - small = పల్లేరు.

Calx of iron = లోహభస్మము.

Calyx = పుష్పపాత్రము; పుష్పకోశము, పూవుయొక్క రక్షకపత్రావళి.

Cambrium = విభాజ్యకణములవరుస ; వరకావళి.

Camelopard = ఒంటెవలెనుండు నొకజంతువు.

Camelo pardalis = కరభము.

Camera = (కెమిరా); ఛాయాపటగ్రహణయంత్రము.

Camomile = చేమంతి జాతి.

Camphor = కర్పూరము.

Cancel = కొట్టివేయు; రద్దుచేయు.

Cancer = కర్కటరాశి; ఎండ్రకాయ; పీత (2) దుష్టగ్రంధి; మాంసార్బుదము.

Canori = పుష్యమి, ఆశ్రేష.

Candle = క్రొవ్వువత్తి; మైనపువత్తి.

Canes Venatici = విశ్వకద్రువు.

Canine teeth = కోరపండ్లు.

Canis major = బృహల్లుబ్ధకము.

Canis minor = లఘులుబ్ధకము.

Canker = కొఱుకుపుండు; కుళ్లు.

Canna = మెట్టతామర.

Canopus = అగస్త్యుడు.

Canvas-back = బుడ్డకోడి.

Capacity = పట్టెడుశక్తి; గ్రహణశక్తి; ధారణశక్తి.

Capacity, electricity = విద్యుద్ధారణశక్తి.

Capacity, heat = ఉష్ణగ్రహణశక్తి.

Cape = అగ్రము.

Capella = బ్రహ్మహృదయము.

Capillaries = కేశ (రక్త) నాళికలు.

Capilarity = అభిసర్పణము; ద్రవపదార్థములను ఎగబీల్చుకొనుశక్తి.

Capillary attraction = ఎగలాగుశక్తి; సూక్ష్మనాళికాప్రవృత్తి.

Capital = మూలధనము; పెట్టుబడి; పరిపణము (2) ముఖ్యపట్టణము.

Capitulum = బంతి.

Capricorn = మకరరాశి.

Capsicum = మిరెపచెట్టు.

Capsule = బీజకోశము; బహువిదారణఫలము; ఔషధగుటిక.

Carat = బంగారముయొక్క వన్నె, 24 వ భాగము; వజ్రపుతూనిక, ఒకరతి నాలుగువడ్లగింజల యెత్తు.

Caravan = బిడారు; సార్థవాహము; బాటసారుల సమూహము.

Caraway = సీమసోపు విత్తులు.

Carbide = కర్బనిదము.

Carbo-hydrate = పిండిపదార్థము; కర్బనోజ్జనితము.

Carbolic acid = కార్బాలిక్ ద్రావకము.

Carbon = అంగారము, బొగ్గు, కర్బనము (ర)

Carbon assimilation = కర్బనగ్రహణము.

Carbonates = కర్బన మిశ్రమములు; కర్బనితములు.

Carbonates of Calcum and magnesium = ఖటికమగ్న కర్బనితములు.

Carbonate of potash = మానుప్పు.

Carbon dioxide = కర్బనద్వ్యమ్లజనిదము.

Carbon-di-sulphate = కర్బనద్విగంధకిదము.

Carbonic acid gas = అంగారక్షారవాయువు, బొగ్గుపులుసుగాలి.

Carbuncle = రాచపుండు ; సూర్యకాంతమాణిక్యము.

Carcase (Carcass) = పీనుగు; డొక్కు; కళేబరము.

Cardamom = ఏలకికాయ.

Cardiac = గుండెకాయ సంబంధము.

Cardialgia = హృదయమునందు మంట ; గుండెమంట.

Caret = హంసపాదము; "∧" ఇట్టి గురుతు.

Caries = ఎముకపుచ్చు రోగము.

Cargo = సరకు; ఓడపై కెక్కించు సరకు.

Carminatives = జీర్ణకారులు; వాయుహార ఔషధములు.

Carnivorous = మాంసభక్షక; మాంసాహారి.

Carnissals = కత్తెరపండ్లు.

Carotid artery = మన్యధమని; మెడగుండపోయెడి పెద్దధమని; గళ ధమని.

Carp = గండుచేప; బెడిసమీను; శఫరము.

Carpal bones = మణికలములు.

Carpel = పుష్పగర్భము; స్త్రీపత్రము; ఫలదళము; కమలాపండు.

Carpus = మణిబంధాస్థి.

Carrier-ball = శోధనగోళము.

Carrion crow = కాకి.

Carron oil = కారన్ నూనె.

Carrot = కారటిదుంప; గర్జర; గాజర; పచ్చముల్లంగి.

Cartilage = ఉపాస్థి; తరుణాస్థి; కోమలాస్థి; కూర్చ.

Caruncle = కోడిమెడకిందవ్రేలాడు మాంసపుకండ.

Casein = పాలవిరుగడలోనిమాంసకృత్తులు; పాలవిరుగు.

Cassia = కసింద చెట్టు.

Cassiopea = శర్మిష్ఠ.

Cast-iron = పోతలోహము.

Causation = కారణత్వము.

Casuarina = చవుకుచెట్టు; సరుగుడు చెట్టు;

Catadromous = గుడ్లుపెట్టుటకు ఏటిలోనికి పోవుజీవులు.

Catalepsy = అపస్మారము.

Catamenia = రజస్సు; స్త్రీ ఋతువు; మైల.

Catarrh of bladder = మూత్రాశయ స్రావరోగము.

Caterpillar = ఆకుపురుగు.

Caterpillar, hairy = గొంగళిపురుగు.

Catchew nut = ముంతమామిడి; జీడిమామిడి.

Catchment area = పట్టుబడి ప్రదేశము.

Categorical proposition = అనధీనవాక్యము; అపస్యవాక్యము.

Categories = పదార్థములు; వర్గములు.

Cat's eye = వైడూర్యము.

Cauli flower = ముట్టుకోసుకూర

Caustics = పొక్కునట్టివి (మందులు).

Caustic Potash = దాహకపొటాష్.

Caustic soda = దాహకసోడా.

Cedar = దేవదారు చెట్టు.

Celery = ఒకదినుసు తోటకూర.

Cell = కణము; జీవాణువు; (జీవ) ఘటము; జీవకణము.

Cell division = కణవిభాగము.

Cell multiplication = కణగుణనము.

Cell sap = కణరసము; పేశీరసము.

Celluloid = (సెల్యులాయిడ్) వృక్షజీవాణువులతో చేసినది.

Cellulose = సెల్లులోస్; దూదియొక్క గుణవిశేషముగల.

Cement = సిమెంటుగచ్చు.

Cent = శతము; నూఱు.

Centage = శాతము; నూటికిచొప్పున.

Centaurus = నరాశ్వము.

Centigrade = శతవిభాగి; శతవిభాగిని.

Centimetre = శతాంశమీటరు.

Centi pede = జెఱ్ఱి; శతపది.

Central = కేంద్రము; మధ్యగత.

Centre (center) = మధ్య; కేంద్రము.

Centre of curvature = వక్రిమధ్యము.

Centre of gravity = గురుత్వమధ్యము; గరిమనాభి.

Centre of inerta = జడనాభి.

Centre of mass = ద్రవ్యనాభి.

Centre of oscillation = భ్రమణమధ్యము; డోలననాభి.

Centre of percussion = సంఘట్టననాభి.

Centre of pressure = ఒత్తిడినాభి.

Centre of similitude = సారూప్యకేంద్రము; సాజాత్యకేంద్రము.

Centre of suspension = డోలాధారము.

Centrifugal = సాధారణ మధ్యారంభి; ధ్రువోత్సారము.

Centripetal = మధ్యపటుల; ధ్రువాకర్షణము.

Centroid = గురుత్వకేంద్రము; భారమధ్యము.

Centuple = శతగుణమైన.

Cephalics = శిరస్సంబంధమైన.

Cepheus = వృషపర్వుడు.

Ceramics = కుమ్మరపని.

Cerebellum = గోధ్రిము; చిన్నమెదడు; అనుమస్తిష్కము.

Cerebrum = బృహన్మస్తిష్కము; పెద్దమెదడు.

Cerium = శ్రీకము (ర)

Cerumen = గులిమి; చెవిలోని గులిమి.

Ceruse = సీసభస్మము.

Cervical Vertibrae = మెడపూసలు.

Cetaceous = తిమింగిలసంబంధమైన.

Cetus = తిమింగిలము.

Chaff = పొట్టు; (ఊక) ఊముక.

Chain = గొలుసు ; సర్వేగొలుసు; 22 గజములు.

Chain rule = పాశవిధి; శృంఖలాసూత్రము; పరంపరాసంబంధము.

Chalcography = రాగిపట్టాలపై వ్రాయుపద్ధతి; తామ్రశాసన లేఖనము.

Chalk = సీమసున్నము.

Chameleon = ఊసరవెల్లి; చిత్రబింబము.

Chamois = కొండజింక.

Chamomile = సీమచేమంతి; చేమంతి.

Chancore (Syphilitic) = ఉపదంశము; (సవాయి) కొఱుకుడుపుండు.

Chancre = సవాయిపొక్కు.

Change = మార్పు; వికారము.

Change of phenomena = దృగ్విషయ వికారము.

Change of state = స్థితిభేదము.

Channel = కాలువ; జలసంధి.

Chaotic state = యథేచ్ఛాస్థితి; అస్తవ్యస్తస్థితి.

Chara = వారిపర్ణి.

Characteristic of log = (సంవర్గమాన) పూర్ణము.

Charcoal = అంగారము; కర్బనము; బొగ్గు.

Charcoal, animal = కల్యాంగారము.

Charcoal, wood = ద్రుమాంగారము.

Charles swain = సప్తఋషులరాశి.

Charts = (సముద్రగోళ) పటములు.

Chay root = చిరివేరు.

Cheetah = చిఱుతపులి.

Chemical = రసాయన; రాసాయనిక.

Chemical affinity = రసాయనానురాగము.

Chemical attraction = రసాయనాకర్షణము.

Chemical change = రాసాయనిక వికారము; మార్పు.

Chemical combination = రాసాయనిక సంయోగము.

Chemical compound = రాసాయనిక సమ్మేళనము.

Chemical decomposition = రసాయన వియోగము.

Chemical equivalent = సంయోగప్రమాణము; రసాయనిక తుల్యశక్తి.

Chemist = రసాయన శాస్త్రజ్ఞుడు.

Chemistry = రసాయన శాస్త్రము.

Chicken pox = శీతాళములు; పొంగు; చిన్నమ్మవారు.

Chick-pea = సెనగగింజ.

Chick-weed = దొగ్గలికూర.

Child welfare = శిశుసంరక్షణ.

Chiliad = వేయి; వేయి సంవత్సరములు.

Chillies = మిరపకాయలు.

Chime = సమతాళము ; ఏకతాళము.

China-root = పరంగిచెక్క; ఫిరంగిచెక్క.

China-rose = మందార.

China-ware = పింగాణిసామాను.

Chin-cough = కుక్కదగ్గు ; మాందదగ్గు.

Chiretta = భూనింబ ; నేలవేముచెట్టు.

Chirographist = సాముద్రికశాస్త్రజ్ఞుడు.

Chiromancy = సాముద్రికము.

Chloral = స్మృతిఠప్పించు.

Chloride = హారిదము.

Chlorate = హారితము.

Chlorite = హారాయితము.

Chlorine = హారినము (ర)

Chloroform = శస్త్రము చేయునప్పుడు నొప్పితెలియకుండుటకు స్మృతి తప్పునట్లు చేయుఔషధము; క్లోరోఫారము.

Chlorophyl = పత్రిహారితము; పైరుపచ్చన.

Chloroplast = హారిద్వర్ణ శరీర.

Chlorosis = ఋతుదోషజన్య పాండువు.

Cholera = వాంతిభేది; విషూచి; కలరా.

Choleric = పైత్యకారియైన.

Cholerine = (వేసవికాలమున గల్గు) అతివిరేచనములు.

Cholum = జొన్నలు.

Chord = వృత్తభాగము; అల్లెత్రాడు; జ్యా.

Chord of Contact = సంపర్క జ్యా; స్పర్శజ్యా.

Chorda tendonae = సూత్ర కండరీకములు.

Chorda tympani = కపాలము 7 వ నాడినుండి చెవిగూబకు పోవునాడి శాఖ.

Chorea = వికృతనృత్యవాతము; కొంకరులు పోవువాతము; కంప (వాత) రోగము.

Choroid = (అక్షి) మధ్యపటలము; నేత్రనాడి మధ్యపటలము.

Chorion = శిశు పిండము పైపొర.

Chough = ఎఱ్ఱకాళ్ల కాకి.

Chromatic aberration = వర్ణదుష్టాస్పష్టత.

Chromatin = వర్ణేషి.

Chromatophores = హారితకము.

Chrome leather = క్రోముతోలు ; క్రోముచర్మము.

Chromium = క్రోమము (ర)

Chromograph = లేఖనయంత్రము.

Chronometre = (క్రొనొమీటరు) సూక్ష్మ కాలమాపకము.

Chrysolite = చంద్రకాంతమణి.

Chunam frog = ఎండుకప్ప.

Chyle = ధాతుపరసము; ధాతుపోషకసారము; అన్నరసము.

Chyluria = పిష్టమేహము.

Chyme = ఆమాశయపాకము.

Cicatrice (cicatrix) = గాయపుమచ్చ; పుట్టుమచ్చ.

Cidar = సీమరేగు సారాయి

Cilia = నూగు.

Ciliary muscle = సిలియరీపేశ్యము.

Cinchona = క్వైనా చెట్టు.

Cinnabar = ఇంగిలీకము.

Cinnamon = లవంగపట్ట; దాల్చినచెక్క.

Cincinus = వృశ్చిక మధ్యారంభ మంజరి.

Cipher = పూజ్యము; సున్న; శూన్యము.

Circle = వృత్తము; మండలము; వర్తులము; వలయము; చక్రము.

Circle auxiliary = విక్షేపవృత్తము.

Circle, circumsribed = పరివృత్తము.

Circle, great = మహావృత్తము.

Circle, inscribed = అంతర్వృత్తము.

Circle, nine-point = నవబిందు వృత్తము.

Circle, Semi = అర్ధవృత్తము.

Circular = వృత్తాకారమైన.

Circular measure = చాపమానము.

Circular motion = మండలగతి; వర్తులగతి; గుండ్రముగ తిరుగుట.

Circulation of blood = రక్తప్రసరణము: రక్తముప్రవహించుట. రక్తాభిసరణము; దేహమందలి రక్తచలనము.

Circulatory organs = ప్రసరణావయవములు.

Circulatory system = ప్రసరణమండలము; నాడీవ్యూహము.

Circum-centre = పరివృత్తకేంద్రము; పరికేంద్రము.

Circum-centre, ex = బాహ్యవృత్తకేంద్రము.

Circum-centre, in = అంతర్వృత్తకేంద్రము; అంతఃకేంద్రము.

Circum-centre, line of = కేంద్రముల రేఖ; ఏకసూత్రము; కేంద్రరేఖ.

Circum-centre, mean = భువమధ్యము.

Circum-centre, ortho = లంబసంధి ; లంబకేంద్రము.

Circumcission = సున్తి (సున్నతి) చేయించుకొనుట.

Circumference = పరిధి; వర్తులముయొక్క చుట్టుకొలత; కైవారము.

Circumnavigation = భూప్రదక్షిణ నౌకాయానము.

Cirques = స్వాభావికమగు తిన్నెలు.

Cirrhosis of liver = యకృత్సంకోచము; కాలిజము క్షయించుట.

Cissus = నల్లేరు.

Citron = మాదీఫలము; దబ్బకాయ.

Civil Day = వ్యవహారిక దినము.

Clair voyance = యోగదృష్టి; జ్ఞానదృష్టి; దివ్యజ్ఞానము.

Classification = వర్గీకరణము; వర్గనిరూపణము.

Clavicle = మెడకొంకి; జత్రువు ; బోరయెముక ; అక్షకాస్థి.

Claw = గోరు; పాదము.

Clearing-nut = చిల్లగింజ, ఇండుపగింజ.

Cliff = ఎత్తైనకొండ.

Climacteric = తత్వముమారుట; ముట్లుడుగుట.

Climate = శీతోష్ణస్థితి.

Climatology = శీతోష్ణస్థితి శాస్త్రము.

Climber = ప్రాకుడుతీగ.

Climber, hook = కొక్కిలత.

Climber, rootlet = అంటు వేళ్ళలత.

Climber, tendril = మెలిబీగలత.

Clinical thermometre = వైద్యకోష్ణమాపకము; జ్వరమానము.

Clock = పెద్దగడియారము; గంటలగడియారము.

Clock-wise = ప్రదక్షిణ; సప్రదక్షిణ; కుడితట్టు తిరుగు.

Clot = గడ్డ; కదుము; నల్ల.

Clove = లవంగము.

Clunch = సున్నపురాయి.

Cluster-beans = గోరుచిక్కుడు.

Clyster = వస్తికర్మ; పిచికారి; ఎనిమా.

Coagulation = (రక్తము) పేరుకొనుట; గడ్డకట్టుట.

Coal = రాక్షసిబొగ్గు; రాతిబొగ్గు

Coal-gas = శిలాంగారవాయువు.

Coal-tar = తారు; వాడకీలు.

Coalesce = చేరిపోవుట; లీనమౌట; ఐక్యమగుట.

Coastal trade = కోస్తావర్తకము.

Coaster = తీరపునావ; కోస్తాపడవ.

Coaxial = ఏకాక్షక.

Coaxial circles = ఏకాక్షకవృత్తములు.

Cobalt = మణిశిల; నల్లకావిరాయి; కోబల్టు (ర)

Cocculus = దూసరితీగ; విషబొద్ది; కాకమారి.

Coccyx = కోత్రికటిక; అనుత్రికము; గుదాస్థి.

Cobes = చ-మ.

Cochlea = కర్ణావృత్తము; చెవిలోనిభాగము.

Cock-roach = బొద్దింక.

Coelenterata = జీర్ణాశయబిలవంతములు.

Cod = గండుమీను.

Coecum = ఉండుక; పురీషోన్ముకము.

Coefficient = గుణకసంఖ్య; గుణకము; సహకారి; కారణాంశము; విశేషణము.

Coefficient, Detached = ప్రత్యేకగుణకము.

Coefficent, Literal = అక్షరగుణకము; బీజగుణకము.

Coefficient, Undetermined = అనిశ్చితగుణకము.

Coeternity = సమనిత్యత.

Coextension = అభివ్యాప్తి; సమవ్యాప్తి.

Cognate genera = సవర్గజాతి.

Cognation = సజాతీయత్వము.

Cohesion = సంశ్లేష; పరమాణ్వాకర్షణ.

Coil = తీగచుట్ట.

Coincide = ఏకీభవించు.

Coincident = ఏకీభవించిన; అనురూప.

Coinherence = సమవాయ.

Coke = కారుబొగ్గు; సీమబొగ్గుసతము; బొగ్గుయొక్క యడుగుబొడుగు.

Colic = శూలనొప్పి; కడుపునొప్పి.

Collapse = నిస్త్రాణ; దుర్బలత; శక్తిపాతము.

Collar bone = బోరయెముక; కంఠెయెముక; మెడకొంకులు.

Collective names = సముదాయవాచకములు.

Collinear = ఏకరేఖీయ; సమరేఖాస్థితమైన.

Colloid = ప్రతిస్ఫటిక

Colocynith = వెర్రిపుచ్చ; చిట్టిపాపర.

Colon = బృహదంత్రము; పెద్దప్రేగు (2) న్యూనబిందువు. ':'

Colour blindness = వర్ణనిర్ణయాశక్తత.

Colour disc = వర్ణచక్రము.

Colt's-foot = కాసమర్దము; కాసఘ్నియను మూలిక.

Columba Noachi = పారావతము.

Columbium = కొలంబము (ర).

Column of liquid = ద్రవస్తంభము.

Colure = భిన్నపుచ్ఛ యామ్యోత్తరము; భిన్నపుచ్ఛ వృత్తము.

Coma = అపస్మారనిద్ర; మూర్ఛ; ధూమకేతుపుశిఖ; చుట్టుభాగము; అరుంధతి.

Combination = కూడిక ; మేళనము ; సంయోగము అంకయోగము ఏకీకరణము.

Combination in definite propotion = స్థాయిభాగసంయోగము.

,, multiple proportions = అపవర్త్య భాగసంయోగము.

Combination of digits = అంకపాశము.

Combined state = సంయోగస్థితి.

Combining state = సంయోగస్థితి.

Combining proportion = సంయోగభాగము.

Combining weight = సంయోగభాగము.

Combustion = మంట; జ్వాల; అహుతి.

Comet = ధూమకేతువు; తోకచుక్క.

Comma = వాక్యాంశ బిందువు ‘ , ’ ఇట్టిగుఱుతు.

Commensurable = సమపరిమాణ; గణ్యాపరిచ్ఛిన్న మేయ; కచ్చితముగా లెక్కింపదగిన.

Commission = తరుగు; సుంకము.

Common cucumber = దోసకాయ.

Common denominator = సమచ్ఛేదము.

Common difference = చయము.

Common factor = అపవర్తనము.

Common Hydrometer = సాధారణ ద్రవమాపకము.

Common measure = సామాన్య ప్రవర్తకము. సామాన్యప్రమాణము.

Common multiple = సామాన్యాపవర్త్యము; సామాన్య నిరుద్ధాంకము.

Common ratio = గుణోత్తరము; గుణోత్తరచయము.

Commutative law = మార్పున్యాయము; స్థిత్యంతరన్యాయము.

Compass, mariner's = (నావికా) దిక్సూచి; దిగ్దర్శక యంత్రము; మచ్ఛ యంత్రము.

Compasses = వృత్తలేఖిని.

Complement = పూరకము; సమకోణపూర్తి (కోటిపూరక).

Complex = మిశ్రమైన; సంమిశ్రమైన.

Complex constructive = మిశ్రస్థాపనము; కల్పనా గౌరవము.

Complexity = సంమిశ్రణము.

Componendo et divedendo = యోగాంతరనిష్పత్తిక్రియ.

Component = అంశీభూతము.

Composite = మిశ్రమైన; చేరియున్న.

Composition = సంఘట్టనము.

Composition of forces = శక్తిసమీకరణము.

Composition of individuality = స్వత్వము.

Compound = మిశ్రద్రవ్యము.

Compound interest = చక్రవడ్డి; వడ్డీకివడ్డీ; చక్రవృద్ధి.

Compounding = ఔషధమేళనము; మందులు కలుపుట.

Compound leaves = మిశ్రమ పత్రములు.

Compound motion = మిశ్రగతి.

Compound quantities = మిశ్రరాశులు.

Compound rules = మిశ్రరాశుల సూత్రములు.

Compressibility = సంకలనయోగ్యత; నొక్కుటకు నణచుటకు వీలుగల.

Concave = పుటకారమైన (నతోదర); ఉత్తానమైన; పల్లమైన; గోళాంతరము; ఖాతోదరమైన; సొట్ట; పల్లము.

Concave-lens = మధ్యనిమ్నబింబము.

Concave mirror = పుటాకారదర్పణము.

Concavity = పుటాకారము; నతోదరత్వము; ఉత్తానము; పల్లము.

Concentrated = నిర్జల; గాఢ.

Concentric = ఏకకేంద్రముగల.

Concentric circles = ఏకకేంద్రవృత్తములు.

Conception = సవికల్పము.

Conchology = శంఖపరీక్ష; శంఖశాస్త్రము.

Conclusion = సిద్ధాంతము; తీర్మానము; నిష్పాదనము; ఉపసంహారము; నిగమనము; నిర్ణీతార్థము.

Concrete = అనుపలక్షిత; మిశ్ర; సంయుక్త; (2) కంకరరాళ్లు.

Concrete terms = అమూర్తపదములు.

Concur = చేరు; కూడు; సంగమించు; అనుషంగికమగు.

Concurrent = ఒకటిగా చేరు; అనుమక్తమగు; సంగమించునట్టి.

Concussion of the brain = (మెదడుకు కలిగిన) సంఘట్టనము

Concyclic = ఏకవృత్త: పరిధిస్థితమైన.

Condensation = ఘనీభవించుట; దృఢీకరణము.

Condenser = ద్రవీకరణయంత్రము; ఆవిరిని చిక్కబరచు యంత్రభాగము.

Condition = స్థితి; నియమము; నిబంధన.

Conditional equality = నియమముగల (సమము)

Condor = గూళి; సాళువడేగ.

Conduction = ఉష్ణప్రసరణము; వహనధర్మము.

Conductors = వాహకములు.

Conductor, bad = వాహకాశక్తత.

Conducter of heat = ఉష్ణవాహకము.

Cone = అధోవృత్తోర్ధ్వాగ్రము; శంకు; గోపుచ్ఛాకృతి; సూచియైన యాకారము; దేవదారుఫలము;

Cone-guage = కోణమాపక.

Confluence = (నదీ) సంగమము.

Congruence = తాదాత్మ్యము; సంగతము; అవిరుద్ధత.

Congruence of equal circles = సమవృత్తముల సమానత్వము.

Congruent = తాదాత్మ్యమైన.

Conic; Conical = సూచ్యాకార; శంఖాకార.

Conic section = సూచీచ్ఛేదము; శంఖచ్ఛేదము.

Conjoined = సంయుక్త.

Conjugation = సంయోగము; క్రియారూపనివృత్తి.

Conjunctiva = కంటిగుడ్డుపైపొర; నేత్రశుక్లము.

Conjuctivitis = కండ్లకలక.

Connective = సంయోజక; కలిపెడు.

Connective tissue = ఆధారపుకణజాలము.

Connotation = లక్షణబోధకత.

Consecutive = క్రమాగత; వరుసగానున్న.

Consequent = పరధనము; ద్వితీయనివృత్తి. ఉత్తరగామి; అనుషంగికము.

Conservancy = పాకీపని; శుభ్రముచేయుట; మురుగుదొడ్లను శుభ్రపరచుట.

Conservation of energy = శక్తినిత్యత్వము.

Constant = నిరంతర; మార్పులేని; స్థిర; స్థిరపరిమాణము; స్థిరపదము.

Constellation (Cluster of stars) = రాశి; నక్షత్రపుంజము.

Constipation = మలబంధము; మలబద్ధము.

Constituent = అంగమైన; అంగము; అంశభూతము, అవయవభూతము.

Constrictor = కొండ చిలువ; అజగరము; (2) సంకోచకస్నాయువు.

Consumption = క్షయవ్యాధి.

Contact = తాకు; స్పర్శము.

Contact, point of = తాకుడు బిందువు; స్పృశ్యబిందువు.

Contagion = అంటు; సోకుడు; సాంక్రామికము; రోగవ్యాపనము.

Conterminous = ఒకచోట చేరునట్టి; సమీపవర్తి; ఏకాంతముగల.

Contiguous = చేరియున్న; తాకియున్న ; సమీపస్థ.

Continence = జితేంద్రియత్వము.

Continuity = అవిచ్ఛిన్నత్వము; అవిరామము; అఖండత.

Continuous = అవిచ్ఛిన్న; అవిరామ.

Contours = నిమ్నోన్నతరేఖలు; రూపరేఖలు: పరిధాకృతి.

Contraceptive = సంతాన నిరోధక సాధనము.

Contraction = సంకోచనము; ముణుచుకొనుట.

Contractibility = సంకోచనశక్తి.

Contradiction = విరుద్ధము; విరోధము.

Contractile vacuole = సంకోచనావకాశము.

Contraposition = విపరీతావస్థ; విపర్యయము.

Contrariety = వ్యతిరేకము; వ్యతిక్రమము; పరస్పర విరోధము.

Contusion = లొప్పి; కముకుదెబ్బ.

Convalescence = రోగముపోయి స్వస్థముగుచున్న స్థితి; ఆరోగ్యస్థాపన కాలము.

Convection = ప్రాపణధర్మము; ద్రవములలోను వాయువులలోను ఉష్ణాదులు వ్యాపించు విధము.

Convention = రూఢి; ఆచారము; సమయము; మరియాద.

Converge = ఏకకేంద్రాభిముఖమగు; ఒకచోటకూడు; కలియు.

Convergency = ఏకకేంద్రాభిముఖత.

Convergent = కూడు; చేరు; కలియు; కేంద్రాభిముఖ; పరిచ్ఛిన్న.

Convergent rays = సంగమకిరణములు.

Converse = విపర్యయము; ఫిరాయింపు. తలక్రిందు చేయబడినది.

Conversion = పరివర్తన; వ్యుత్క్రమము.

Conversion, simple = సరళపరివర్తన.

Conversion, per accidence; or conversion by limitation = విశ్రుత పరివర్తన.

Conversion by contraposition and negation = ప్రతియోగద్వారా పరివర్తన.

Convert = వ్యుత్క్రమించుట.

Convex = ఉన్నతోదర; ఉబుకు; న్యుబ్జ; గోళబాహుళ్యము; ఉబ్బెత్తు; గూను.

Convexity = ఉన్నతోదరత్వము; న్యుబ్జత; ఉబ్బెత్తుగా నున్నవైపు.

Convex lens = మధ్యోన్నతబింబము.

Convex mirror = కుంభాకార దర్పణము.

Convexo-concave = కుంభీపుట; బాహ్యాంతరగోళము.

Convulsions (child) = ఉత్తేజకము, చంటిబిడ్డగుణము; కంపము; కొంకరలు పోవుట.

Convulsions (puerperal) = అపస్మారము (బాలింతగుణము).

Convulvulus = తెగడ; కాశీరత్నము.

Co-ordinates = సంబంధకములు; (భుజములు) నిరూపకములు; భుజయుగ్మము; నిర్ణయకభుజము; స్థాననిర్ణాయక వృత్తములు.

Co-ordinates, system of = సంబంధకక్రమము.

Copeck = కోపెక్కు; రష్యాదేశపు రాగినాణెము.

Copernican theory = సూర్యునిచుట్టును భూమి మొదలగు గ్రహములు తిరుగుచున్న వనుసిద్ధాంతము; కోపర్నికసుసిద్ధాంతము.

Coplanar = ఏక సమక్షేత్రి.

Copperas = అన్నభేది.

Copper oxide = తామ్రభస్మము.

Copper pyrites = మాక్షికము; తామ్రగంధకిదము (ర)

Copper sulphate = మైలుతుత్తము.

Copula = విశేష్య విశేషణ సంజ్ఞాపదము; కర్తను ఆఖ్యాతమును చేర్చుపదము; అస్థిబంధనము.

Coral = పగడము; ప్రవాళము.

Coral polyps = పగడపుజీవులు.

Coral tree, Indian = పారిజాతము.

Cord = రజ్జు.

Cord, Spinal = పృష్ఠమజ్జా రజ్జు; కశేరునాడి.

Cordate = హృదయాకృతిగల,

Coriander = ధనియములు; కొత్తిమెర.

Cork = బెండు.

Cork layed = బెండుపొర.

Corn = కదర; చెప్పుకొట్టు; కాయగాయుట.

Corn-Indian = మొక్కజొన్నలు.

Cornea = కాచబింబము; శుక్లమండలము.

Cornellian = కురువిందము.

Corolla = అకర్ణపత్రావళి; దళవలయము.

Corollary = అర్థాపత్తి; ఉపసిద్ధాంతము.

Corm = కంధము; చెట్టు మొదలు.

Coromilla Picta = సోమింత.

Corona = కాంతి చక్రము; జ్యోతిర్మండలము; (2) పుష్పముకుటము.

Coreona Borlalis = ఉత్తరముకుటము.

„ Glandis = మణిమండలము (శ).

„ Veneris = ఉపదంశమండలము (శ).

Corporeality = సశరీరత; దేహిత్వము; జడత.

Corpuscles, blood = రక్తకణములు; రక్తగోళకము.

Corpuscles, red = ఎఱ్ఱ రక్తకణములు.

Corpuscles, white = తెల్ల రక్తకణములు; (శ్వేతకణములు).

Correct to an inch = అంగుళమునకు సవరింపబడిన.

Correspond = జతగా నుండు; అనుగుణముగా నుండు.

Correspondence = అనురూప్యము; సాదృశ్యము; ఏకైకసామ్యము.

Corresponding elements = ఒప్పిన; అనురూపపు (అంశములు)

Corrosive = తినివేయునట్టి (పదార్థము.)

Corrosive sublimate = ఛాండవకర్పూరము.

Cortex = పట్ట; వల్కలము.

Corti, organ of = కర్ణనాడులు ; గొట్టములు ప్రవేశించి నిలిచెడి కణముల పొర;

Corundum = కురువిందము; కురంజిరాయి.

Corvi = హస్త.

Corvus = ధ్వాంక్షము.

Coryza = ప్రతిశ్యాయము; పడిసెము; పీనసవ్యాధి; జలుబు.

Cosmetic = అంగరాగము (ముఖ) కాంతివర్ధకము.

Cosmogony = జగత్సృష్టి; విశ్వోత్పత్తి.

Cosmology = సృష్టివిషయకశాస్త్రము.

Costal = పార్శ్వ కాస్థులు; ప్రక్కయెముకల సంబంధమైన.

Costiveness = మలబంధము.

Co-tidal lines = సమభాట రేఖలు.

Cotton-gin = ప్రత్తిలోనుండి విత్తులను వేరుచేయు యంత్రము.

Cotyledon = అంకుర దళము; బీజదళము; విత్తులనుండి పొందటవచ్చు పత్రము.

Cough = దగ్గు; కాసము.

Coulter = నాగలి కఱ్ఱు.

Counter-lockwise = అప్రదక్షిణ.

Counterpoise = ప్రతిసామ్యకరణము; సరితూగుటకై బరువువేయు.

Country arrow-root = పాలగుండ.

Country fig = అత్తి.

Country senna = తంగేడు.

Couple = జంట; జత; మిథునము.

Cover glass = మూత అద్దము.

Cowage; Cowhage = దూలగొండి; దురదగొండి.

Cow-pox = గోస్తనవ్యాధి; ఆవుల అంటురోగము.

Cowrie; Cowry = గవ్వ.

Crab = పీత; ఎండ్రికాయ; కర్కాటము.

Cramp = తిమ్మిరివాయువు; తిమ్మిరులు.

Crane = ఓదెకొంగ; బరువుల నెత్తి దించు యంత్రము.

Cranial nerves = మెదడు నాడులు.

Craniology = కపాలపరీక్షక శాస్త్రము.

Cranium = శిరఃసంపుటము; కపాలము; పుఱ్ఱె.

Crater = జ్వాలాముఖము; గర్తము; అగ్నిపర్వత శిఖరమునందలి బిలము.

Crator = చషకము.

Craw = జంతు అన్నాశయము.

Creat = నేలవేము; భూనింబ.

Creationism = పరిణామ వాదమునకు విరుద్ధమైన వాదము; ప్రతిమానవుడు సృజింపబడినప్పుడే అతని యాత్మకూడ సృజింపబడునను మతము

Credit = నాణ్యము; లాభము; అప్పు కిచ్చుకెల; పరపతి, అరువు.

Creek = సముద్రపుచీలిక; చిన్ననది.

Creeping panic grass = గరిక.

Creeping puslan = గచ్చులి.

Crenate = వలయ దంతములు గల.

Creosote = క్రియోసోటు

Crests and troughs = హెచ్చుతగ్గులు.

Cricket = కీచురాయి; ఇలకోడి.

Cricoid = వలయాకారపు; గొంతునరము.

Cricoid cartilage = గొంతునందున్న నొకతరుణాస్థి; కంఠకూర్చ.

Crisis = సంధిగ్ధస్థితి; విషమస్థితి.

Criterion = లక్షణము; సూత్రము; నిర్ణయప్రమాణము.

Crocodile = మొసలి; మకరము; నక్రము.

Crocus = కుంకుమపువ్వు.

Crore = కోటి; నూరులక్షలు.

Cross-division = సంకీర్ణభాగము; విలోమవిభేదకరణము.

Cross multiplication = వజ్రాభ్యాసము.

Cross-pollination = పరసంపర్కము; పరస్పర సంపర్కము.

Cross-section = అర్ధభాగము; తిర్యక్ ఛేదము.

Crotalaria = గిలిగింత చెట్టు; గిల గిల చెట్టు.

Croton = నేపాళము; క్రోటను చెట్టు.

Croup = స్వరఘ్న కాసము; కింకవాయువు; గుఱ్ఱముయొక్క వెనుకభాగము.

Crown = క్రౌను; 2½ షిల్లింగులు (రు 2.) విలువగల నాణెము.

Crucial instance = అవశ్యతత్వనిర్ణయకాంశము.

Crucible = పింగాణీ పాత్ర; ఆవర్తని; మూస.

Crucible tongs = పటకారు.

Crural = కాలికి సంబంధించిన.

Crux = క్లిష్టాంశము; గూఢాంశము.

Cryptogam = బీజరహితము.

Cryptogram; Cryptogragh = గూఢలిపి.

Crysanthemum = చేమంతి.

Crystalline lens = స్ఫటికాకార బింబము; స్ఫటిక బింబము.

Crystallization = స్ఫటికీకరణము.

Crystallization of water = స్ఫటిక జలము.

Crystals = స్ఫటికాదులు.

Cube = ఘనచతురస్రము; ఘనము.

Cubebs = తోకమిరియములు; చలువమిరియములు.

Cube-root = ఘనమూలము.

Cubical expansion = ఘనవ్యాకోచము.

Cubical mass = ఘనసముదాయము.

Cubic measure = ఘనమానము.

Cubit = మూర, మూరెడు.

Cuboid = దీర్ఘఘన చతురస్రము.

Cuckoo = పికము; కోకిలజాతిపక్షి.

Cucumber, common = దోసకాయ.

Cucumber, sharp-edged = బీర.

Culex musquito = గూమదోమ.

Cullender = జల్లెడ; చిల్లులసిబ్బి.

Cumin; Cummin = జీరకము; జీలకఱ్ఱ.

Cuneate = కీలాకార; ఉలి ఆకారముగల.

Cupel = లోహములు కరిగించుమూస.

Cupric Chloride = తామ్రికహారిదము.

Cupric Compounds = తామ్రికమిశ్రద్రవ్యము.

Cupric oxide = తామ్రికామ్ల జనిదము.

Cuprous chloride = తామ్రహారిదము.

Cuprous Compound = తామ్ర మిశ్రద్రవ్యము.

" Oxide = తామ్రామ్ల జనిదము.

Curcuma = పసుపు.

Current, continuous = నిరంతర ప్రవాహము;

Current electricity = ప్రవాహిక విద్యుత్తు.

Current, momentarv = క్షణిక ప్రవాహము,

Curry-leaf = కరివేపాకు.

Curve = వంపుగీత; వక్రరేఖ.

Curvature = వంపు; వంకర.

Curvature, centre of = వక్రియకేంద్రము.

Curvature, circle of = వంకర (వంపు) వృత్తము; వక్రిమాన వృత్తము.

Curved mirror = వక్రదర్పణము.

Curvi lineal; Curvi linear = వక్రియ; వక్రరేఖావృతమైన.

Cusp = (కోరపన్నుకొన) పంటికొన.

Cuspidate = శిరోదంతి.

Cuss-cuss = కురువేరు; వట్టివేరు.

Custard apple = సీతాఫలము.

Custom = ఆచారము; అలవాటు,

Cuticle = అవభాసిని; చర్మముయొక్క పైపొర; బాహ్యత్వక్కు.

Cutis = స్థూల త్వక్; చర్మము; వేదని.

Cutter = నాగేటికఱ్ఱు.

Cyclic = చక్రియ; వృత్తస్థిత.

Cyclone = గాలివాన; తుపాను; మహాచక్రవాతము.

Cylinder = వర్తుల స్తంభాకారము; స్తూపకము.

Cylindrical = స్తంభాకారమైన: వర్తులాకారమైన.

Cylindrical excavation = సమాఖాతము;

Cyme = మధ్యారంభ మంజరి.

Cymose inflorescence = మధ్యారంభమంజరి; సంజరీ పుష్పవిన్యాసము.

Cypress = చీకటిమ్రాను; తమాలవృక్షము.

Cystitis = మూత్రాశయశోఫ; (మంట)

## D

**Dactylology** = కరపల్లవభాష; మూగవాండ్రు ఉపయోగించు హస్తసంజ్ఞా పద్ధతి.

**Daily motion** = దైనం దినగతి.

**Dairy products** = పాడిదినుసులు; గవ్యములు; మాహిషములు.

**Dalphini** = ధనిష్ఠ.

**Daltonism** = ఎఱుపునుండి ఆకుపచ్చను గుర్తింపలేని దృష్టిలోపము.

**Dandruff** = చుండు.

**Data** = నిర్దిష్టాంశములు; దత్తాంశములు.

**Dates** = ఖర్జూరము.

**Datum** = మూలసిద్ధాంతము; దత్తాంశము.

**Datura** = ఉమ్మెత్తచెట్టు.

**Dawn** = అరుణోదయము.

**Day-star** = వేగుచుక్క.

**Deaf-mute** = చెవిటిమూగ.

**Deafness** = బాధిర్యము; చెవుడు.

**Debacle** = ఆకస్మికప్రవాహము; మంచుగడ్డపగిలి వరదలగుట.

**Debility** = దుర్బలత్వము; నిస్త్రాణ; నిస్సత్తువ.

**Debit** = ఖర్చువ్రాయు ; సెలవువ్రాయు ; అప్పు ; ఋణము.

**Decade** = దశసంఖ్య: పదిసంవత్సరములు.

**Decagon** = దశకోణము; దశాస్రము.

**Decameter** = దశమీటరు.

**Decantation** = తేర్చుట ;

**Decillion** = పదిలక్షలకు పదికోట్లయినసంఖ్య; కోటి.

**Decimal** = దశాంశము, శతాంశము; దశగణకసంఖ్య.

Decimal, pure = శుద్ధ దశాంశము.

Decimal, recurring = ఆవర్త దశాంశము.

Decimalise = దశాంశీకరించు.

Decomposition, Chemical = రసాయన వియోగము.

,, Double = ద్వివియోగము.

Decimetre = దశాంశమీటరు.

Declination = పతనము.

Decoction = కషాయము.

Decomposition = వియోగము; పృథక్కరణము; కుళ్లుట.

Decomposition, Chemical = రసాయనవియోగము.

,, double = ద్వివియోగము.

Decorticator = గింజలు (పై తోలు) ఒలుచు యంత్రము.

Decrement = క్షయము.

Deduction = అనుమానము; అనుమితి; అపగహాయము (తర్క) వ్యవకలనము; తీసివేత, తగ్గింపు.

Defecation = మల విసర్జనచేయుట.

Define = నిర్వచించు; లక్షణము చెప్పు.

Definite properties = పరిచ్ఛిన్న ధర్మములు; నిశ్చితార్థక ధర్మములు.

Definite proportions = స్థాయి భాగములు; నియమిత ప్రమాణములు.

Definition = నిర్వచనము.

Definition Complete and final = పూర్ణ అచలలక్షణము; స్థిరనిర్వచనము.

Definition provisional = చలలక్షణము.

Deflagrator = దాహకయంత్రము.

Defoliation = ఆకులు రాలుట.

Deglutination = మ్రింగుట; కబళనము.

Degree = అంశభాగము.

Degree of angle = పరిమాణము; భాగ; అంశము; డిగ్రీ.

Degree of equation = సమీకరణముయొక్క వర్గము.

Dehiscence = విదళనము.

Delirium = చిత్తభ్రమ; సన్నిపాతము.

Delirium Tremens = మద్యోన్మాదము.

Deliquiscent = చెమర్చు.

Delphinus = శార్ఙ్గపాణి.

Delta = డెల్టా; △ ఆకారముగల; నదీముఖభూమి.

Demagnitization = కాంతత్వవిమోచనము.

Demonstrate = నిరూపించు; ప్రత్యక్షముగా చూపు.

Demonstration = నిరూపణము.

Dene = ఇసుకపఱ్ఱ.

Dengue fever = సంధిగతజ్వరము; కీళ్ళనొప్పులతో వచ్చుజ్వరము.

Denotation = వస్తుబోధకత.

Denotative = వస్తుబోధక.

Denotative terms = వ్యక్తినిదర్శకపదములు.

Denomination = హారము; భేదము; జాతి.

Denominator = ఛేదకము; హారము.

Density = సాంద్రత; సాంద్రత్వము.

Dentate = దంతములుగల.

Dentine = దంతకారి; పండ్లుఏర్పడునట్టి మెత్తనిపదార్థము.

Dentist = దంతవైద్యుడు.

Dentition = దంతనిర్మాణము.

Deodorent = దుర్గంధనాశని; నిర్గంధకారిణి; వాసనలేకుండ చేయునది.

Dependent = అనుసరించిన; ఆశ్రయించిన; పరతంత్ర.

Depletion = రక్తమోక్షణము చేయించుట.

Depression = పల్లము; దిగియుండుట; గుంట; ఖాతోదరము.

Dermis = స్థూలత్వక్కు; వేదని; లోపల చర్మము; లోపలిపొర; దేవని అనుచర్మము.

Dermotogen = బాహ్యాలింగము.

Dermotology = త్వక్శాస్త్రము.

Desert plant = నిర్జలక్షేత్రవృక్షము.

Desiccation = నిర్జలకరణపాత్ర.

Detector = పరిశోధని.

Determinism = నియతి వాదము.

Dew-lap = గంగడోలు.

Dew-worm = వానపాము.

Diabetes-insipidus = అతిమూత్రవ్యాధి; ఉదకమేహము.

Diabetes-mellitus = మధుమేహము.

Diadelphous = ద్విబంధక.

Diagnosis = (రోగ) నిదానము; నిర్ణయము; రోగనిర్ణయ శాస్త్రము.

Diagonal = కర్ణము.

Diagram = ఆకృతి పటము; పరిరేఖ; ప్రతిమ.

Dial = నీడ గడియారము.

Dialysis = కరిగెడు పదార్థములు కరగగ వానినుండి వడపోతవలన విడదీయుట; హంసక్రియ; అభిసరణమూలక భిన్నీకరణము.

Diameter = వ్యాసము; మధ్యరేఖ; నడిమికొలత; విష్కంభము.

Diaphoretics = స్వేదవర్ధకములు; చెమట నధికము చేయునవి.

Diaphragm = విభాజకము; క్లోమకము; మహాప్రాచీర.

Diarrhoea = అతిసారము; అతివిరేచనములు.

Diastase = బీజశర్కరాకారకము.

Diastole = హృదయ వ్యాకోచము.

Diathermanous = ఉష్ణకిరణవాహి.

Dichlamydeous = ద్వికోశయుక్త.

Dicotyledon = ద్వివృంత; ద్విబీజదళము.

Dielectric = విద్యుచ్ఛక్తికి లోబడని వస్తువు.

Diet = ఆహారము; పథ్యము.

Dietetics = పథ్యపానములు; ఆహారవిధులు.

Difference = వ్యత్యాసము; భేదము; అంతరము.

Difference, common = సామాన్యాంతరము.

Differentia = విశేషలక్షణము; లింగము; వ్యావర్తకము.

Differential calculus = శూన్యలబ్ధి.

Differentiation of structure = నిర్మాణవ్యత్యాసము;

Diffusion = వ్యాపన; వ్యాపించుట.

Digestion = జీర్ణము; అఱుగుట

Digit = అంకె; అంకము; వ్రేలు.

Digitalis = డిజిటాలిస్; విషౌషధము.

Dilatation = ఉబుకుట; ఉబ్బుట; ప్రసరణము; విస్తరణము.

Dilemmas = ఉభయ సంభవములు; అవినిగమములు.

Dill = శతపుష్ప; పెద్దసదాప; సోయికూర

Dilute = పలుచనచేయు; సజల.

Dimension = పరిమాణము; వ్యాప్తి; కొలత.

Dioecious = ఏకాంగి; ఒకచెట్టుపైన స్త్రీ పురుషాంగములలో నేదైన నొకటియుండుట.

Dioptrics = కాంతికిరణములు; కిరణవక్రీభవనశాస్త్రము.

Dipper = సప్తర్షి.

Dipsomania = తాగుబోతుకు తాగుడు లేనప్పుడు వచ్చుపిచ్చి.

Diptheria = వలయురోగము; ఘటసర్పిరోగము; అంగిట (నోటిలో) కలిగెడు అంటురోగము.

Direct = సవ్యమైన; సరియైన.

Direct ratio = అనులోమానుసంబంధము.

Director of Public Health = పబ్లికుహెల్తు డైరెక్టరు; రాష్ట్రీయ ప్రజారోగ్య శాఖాధికారి.

Disc = బింబము; పళ్లెము.

Discharge = వదలుట; విసర్జించుట; స్రావము.

Discontinuity = విచ్ఛేదము; చేరియుండమి; విరామ.

Discontinuous = చేరియుండని; విచ్ఛేదముగల; విరామముగల.

Discount = త్రోపుడు; వట్టము; కోత; అడితి.

Discriminant = నిర్ణయరాశి.

Disinfectant = క్రిమిభరితవాయువిధ్వంసిని; శుచికరి; సూక్ష్మక్రిమిఘ్ని; శుద్ధికారిణి; దుర్వాయువులను పోగొట్టుమందు; సూక్ష్మజీవులను నశింపజేయు పదార్థము.

Dis-junctive proposition = వియోగివాక్యము.

Dislocation (of joint) = (కీలు) జారిపోవుట; సంధిముక్తము; సంధిచ్యుతము; కీలుతప్పుట.

Dispersion = చెదరజిమ్ముట.

Dissipation = వ్యర్థపఱచుట; వృథావ్యయము.

Dissolution = విలీనమగుట; కరఁగిపోవుట.

Distance = దూరము.

Distillation = పరిస్రుతక్రియ; సంధానము చేయుట.

Distinct vision = స్పష్టదృష్టి.

Distorted image = వికృత బింబము.

Distributed term = వ్యాప్తపదము.

Distribution = వ్యాపన; వ్యాప్తి.

Distribution of population = జనాభా వితరణము; వివరము.

Distribution of terms = పదవ్యాపన; పదములవ్యంశనము.

Distributive law = విభాగన్యాయము.

Diuretic = మూత్రవర్ధకము; మూత్రలము.

Diverge = అనేకమార్గములుగా చీలు; వెడల్పు-తోవలగు.

Divergence = వ్యాపనము; ప్రసారము; చెలిపోవుట.

Divergent pencil of rays = వ్యాపకకిరణకలాశ.

Divide = భాగించు; విభజించు.

Dividend = విభాజ్యము; భాజ్యము.

Dividers = విభాగిని.

Divisibility = విభజనీయత; భాగింపదగియుండుట: విభాజ్యత.

Division = భాగహారము; విభజనము, విభేదీకరణము.

Division of labour = శ్రమవిభాగము.

Divisor = విభాజకము: భాజకము; భాగహారించెడు సంఖ్య.

Dizziness = కళ్లుతిరుగుట.

Dockyard = నావలదొడ్డి; నౌకానిర్మాణస్థానము.

Doctrine = సిద్ధాంతము.

Dodecagon = ద్వాదశాస్రము; ద్వాదశభుజము; ద్వాదశ కోణాకృతి.

Dogma = సిద్ధాంతము.

Dog's cane = కాకిగన్నేరుచెట్టు.

Dog-star = శ్వేష్టానక్షత్రము; లుబ్ధకనక్షత్రము.

Doldrums = భూమధ్యనిర్వాతమండలములు; భూమధ్యరేఖ దగ్గరనుండు సముద్రస్థితి.

Dollar = డాలరు అను అమెరికాదేశపు నాణెము; రమారమి రు $2\frac{1}{2}$.

Dolphin = గండు మీను; బేడిసచేప.

Dome = డోము; కలశము.

Donjon = కోటబురుజు

Dorsal vertebrae = వెన్నుపూసలు.

Double decomposition = ద్వివియోగము.

Double-stars = జంటతారలు.

Downs = పల్లములు.

Downward displacement = అధోముఖ చలనము.

Downward pressure = అధోపీడనము; అవపీడనము.

Draco = కాళీయము.

Dram, Drachm = డ్రాము; ($\frac{1}{8}$ ఔన్సు)

Dredging = అడుసుతీయుట; మెరకలు తీయుట.

Dredger = త్రవ్వి ఎత్తుయంత్రము.

Dredjuice of aloe = ముసాంబ్రము.

Drone = మగ తేనెటీగ.

Dropsy = నంజు; శోఫవ్యాధి; ఒళ్లు వాపు.

Dropsy, renal = మూత్రాశయ సంబంధపు నంజు.

Drum of ear = చెవిగూబ; కర్ణదుందుభి; కర్ణభేరి.

Drum-stick = మునగకాయ.

**Drupe** = టెంకగల పండు; లోపెంకు కాయ; కండకాయ.

**Dry-ginger** = శొంఠి.

**Duct** = వాహిక; నాళము; గొట్టము.

**Ductility** = తంత్రీకరణీయత; (తీగ) సాగదు గుణము.

**Duodecimal** = ద్వాదశాంశము; పండ్రెండవ భాగము.

**Duodenum** = ముద్రికాద్వారము; అంత్రమూలము; పేగుమూలము; పక్వాశయము; ప్రథమాంత్రము; లఘ్వాంత్రము.

**Dykes** = (ప్రవాహము కోయకుండచేయు) ఇసుక కట్టలు; కందకములు.

**Dynamical** = సగుణ.

**Dynamical state** = సగుణస్థితి.

**Dynamics** = గతిశాస్త్రము.

**Dynamo** = డైనమో యంత్రము.

**Dysentery** = రక్తగ్రహణి; నెత్తురుబంక; ప్రవాహిక; బంక విరేచనములు.

**Dysentery, children** = ఆమశంక.

**Dysmenorrhea** = ఆర్తవశూలం; పీడితార్తవము; ఋతుస్థానమునందునొప్పి.

**Dyspepsia** = అజీర్ణవ్యాధి; మందాగ్ని; అపచనరోగము.

**Dysphagia** = (ఆహారాదులను) మ్రింగలేక పోవుట.

**Dyspnoea** = శ్వాసావరోధము

**Dystocia** = కష్టప్రసవము.

**Dysuria** = మూత్రకృచ్ఛ్రము; నీరుకట్టు; నీరుచురుకు.

## E

**Eagle** = రాబందు; గూళి; పక్షిరాజు.

**Eagle-wood** = అగరుచెట్టు.

**Ear-drum** = చెవిగూబ.

Ear, external = వెలుపలిచెవి.

Ear, internal = లోపలిచెవి.

Ear, middle = మధ్యచెవి.

Earth-nut = వేరుసెనగకాయ.

Earth-worm = వానపాము; ఏలికపాము.

Earthy matter = జడద్రవ్యము.

Ebony = తుమికిచెట్టు; కోవిదారుద్రుమము; తిందుకవృక్షము.

Ebullation = మసలుట; కళకళకాగుట.

Eccentricity = కేంద్రచ్యుతి.

Ecdysis = (పాము) కుబుసమువిడచుట.

Echites = మాలతి.

Eclipse = గ్రహణము.

Eclipse, partial = అసంపూర్ణగ్రహణము.

Ecliptic = క్రాంతివృత్తము; క్రాంతివలయము; సూర్యునిచుట్టి భూమి తిరుగు మార్గము; సూర్యగమనమార్గము.

Economics = గృహకృత్య శాస్త్రము; అర్థశాస్త్రము.

Ectoderm = బహిశ్చర్మము.

Ectosarc = బహిఃపలలము; బహిర్జీవకము.

Eczema = పామ గజ్జి; కరాపాణి; ఏనుగుగజ్జి.

Eduction = ఉద్ధారము.

Eel = పాముచేప; కొమ్ముచేప; బుక్కడము; పామువంటిచేప.

Efferent nerves = చలననాడులు.

Effervescence = బుస్సుమని పొంగుట.

Efficiency = సమర్థత.

Efflorescent = జలదాన; పుష్పించిన.

Eft = నీమబల్లి. Egret = తెల్లకొంగ.

Elastic = స్థితిస్థాపకత్వముగల; రబ్బరువంటి లక్షణము.

Elasticity = స్థితిస్థాపకశక్తి; సాగిముడుచుకొనుశక్తి.

Elbow-joint = మోచేతికీలు; కూర్పరసంధి.

Electricity = విద్యుచ్ఛక్తి; విద్యుచ్ఛక్తిశాస్త్రము.

Electric current = విద్యుత్ప్రవాహము.

Electric induction = విద్యుత్ ప్రేరణ.

Electric machine = విద్యుత్ యంత్రము.

Electric shock = విద్యుద్ఘాతకంపము.

Electric spark = విద్యుత్ చణుకు.

Electrolysis = విద్యుత్కరణము.

Electron = విద్యుత్పరమాణువు; విద్యుత్కణము.

Electrophorus = విద్యుజ్జనకము.

Electroscope = విద్యుత్ సూచకము.

Elementary = ఆదిభౌతిక; ప్రధానవస్తువైన.

Elementary colour = మూలవర్ణము.

Elementary mathematics = ప్రారంభగణితము; ప్రథమగణితము; సరళగణితము.

Elementary property = ఆదిభౌతికగుణము.

Element of figure = ఆకారముయొక్క అంశము.

Elements = మూల పదార్థములు; ద్రవ్యములు; ఆదిధాతువులు; తత్వ ద్రవ్యములు; మూలతత్వములు. మూల భాగములు; ఉత్పత్తులు.

Elenchus = వాదఖండనము.

Elephant-apple = వెలగ.

Elephantiasis = బోదకాలు; శ్లీపదము; ఏనుగుకాలు.

Elevator = ఎలివేటరు; పైకెత్తు యంత్రము.

Eliminate = విసర్జించు; తీసివేయు; లోపింపచేయు.

Elimination = తీసివేయుట; విసర్జనము; అపనయనము (తర్క).

Eliminent = అపనయనఫలము; లుప్తశేషము.

Ellipse = అండవృత్తము; వృత్తాయతము; దీర్ఘవృత్తము; త్రిసాభిచక్రము

Elliptical = విషమకేంద్రము.

Ellision = లోపము. (వ్యాకరణము).

Emaciation = కార్శ్యము; శరీరకృశత్వము.

Emarginate = ఖనితము.

Emblic Myrobalan = పెద్ద ఉసిరికాయ.

Embryo = (గర్భమందలి) పిండము; అంకురము.

Embryology = పిండోత్పత్తివృద్ధుల శాస్త్రము.

Embryo-sac = పిండతిత్తి.

Emerald = మరకతము; పచ్చ.

Emetic = వమనకారి; వాంతిమందు.

Emetic-nut = మదనఫలము; మంగకాయ.

Emissions, Nocturnal = స్వప్నస్ఖలనము.

Emmet = చీమ.

Empirical = ప్రయోగసిద్ధ; శాస్త్రజ్ఞానములేని.

Empirical formula = పామర సూత్రము.

Empyrean = తేజోమండలము.

Emulsion = ఔషధరసాయనము; క్షీరరూపౌషధము

Enamel = ఎనాములు; పింగాణి; మలాము

Enamel of teeth = పింగాణివంటి పదార్థము; దంతిక ; పంటిపై నిగనిగలాడు పదార్థము.

Encroachment = స్థలమును ఆక్రమించుకొనుట.

Endemic = ఒకే దేశస్థులకు మాత్రము వచ్చెడురోగము; దేశప్రాధాన్యమగు వ్యాధులు.

Endive = కాసిని చెట్టు.

Endocardium = హృదయాంతస్త్వక్కు; గుండెకాయ లోపలిపొర.

Endo-carp = టెంక.

Endoderm = అంతశ్చర్మము; అంతస్త్వక్కు.

Endodermis = లోఁదోలు; అంతరత్వక్కు; అంతశ్చర్మము.

Endosarc = అంతఃపలలము; అంతర్జీవకము.

Endoscope = మూత్రాశయాది పరీక్షాసాధనము.

Endosperm = బీజపోషక వస్తువు; పిండపుకండ; అంకురచ్ఛదము.

Enema = ఎనీమా; వస్తి; వస్తికర్మ.

Energy = శక్తి.

Energy, kinetic = చలనశక్తి.

Energy, potential = అచలశక్తి.

Engineering = వాస్తుశాస్త్రము; శిల్పవిద్య; యంత్రసాధక శాస్త్రము, యంత్రములను నడుపుటను తెలుపుశాస్త్రము.

Enlarged glands = మాంసగ్రంధులవాపు.

Enormity = రాక్షసీకృత్యము.

Enthymeme = లుప్తావయవము; (తర్కశాస్త్రములో) పూర్వసిద్ధాంతముల రెంటిలోను ఒకటి చెప్పకుండుట.

Entity = సత్వము; తత్వము; పదార్థము.

Entomology = కీటకశాస్త్రము.

Enunciate = వివరణచేయు; వివరించు.

Enunciation = వివరణ; తెలియచేయుట.

Environment = పరిసరస్థితులు; పరిసరప్రభావము.

Enzyme = తైలము.

Eon = యుగము.

Ephemera = అల్పాయుష్యి; ఏకదిన జీవులగు పురుగులు

Ephicarp = తొక్క; పైతోలు.

Epicene = ఉభయలింగ; స్త్రీ పురుష లక్షణములు గలవాడు.

Epicentrum = భూకంప కేంద్రము.

Epicycle = పార్శ్వచక్రము; పరిధి; నీచోచ్చవృత్తము; ఉపచక్రము.

Epidemic = బహుళవ్యాపకవ్యాధి; సంక్రామికవ్యాధి; మహామారి అమ్మవారు రోగములు; ఏకకాలమందు అనేకులకు వచ్చెడి రోగము.

Epidermis = ప్రభాసిని; చర్మముపైపొర; పైతోలు; బహిశ్చర్మము.

Epiglottis = ఘుటిక; స్వరపేటిక పైనతొలు మూత; గోజిహ్వక; అధిజిహ్వక.

Epilepsy = అపస్మారము; మూర్ఛరోగము; పాతమయబ్రము.

Epipetalous = ఉద్వల్కలము.

Epiphytic = అంటు; పవనోపజీవి.

Epispastic = స్ఫోటజనకమైన; పెట్లునట్టి.

Epistamology = జ్ఞానము సాధనసామగ్రిశాస్త్రము.

Epithelium = ఆమత్వచపుపైపొర; అవయవములలోపలి శ్లేష్మకళపైపొర; దేహములోపలి భాగముమీది పొర; త్వచపితేలియం.

Epsom salt = భేది ఉప్పు.

Equal = సమ; సమమైన.

Equality = సమత; సామ్యము.

Equation = సమీకరణము; సామ్యము.

Equation, Adfecteal — సంకరసమీకరణము; సంయుక్త సమీకరణము.

Equation, Conditional — నియమముగల; నియమిత సమీకరణము.

Equation, Cubic — ఘనసమీకరణము.

Equation, Identical — అభిన్న సమీకరణము.

Equation, In one variable of first degree — ఏకవర్ణ సమీకరణము.

Equation, Intermediate — కుట్టకము.

Equation, Linear — ఏకగణ సమీకరణము.

Equation, Literal — అక్షర సమీకరణము.

Equation, Member of an — సమీకరణభాగము.

Equation, Pure — శుద్ధ సమీకరణము.

Equation, Quadratic — వర్గసమీకరణము; అవ్యక్త సమీకరణము.

Equation, Side of an — పక్షము.

Equation, Simple — ఏకవర్ణసమీకరణము.

Equation, Simultaneous — అనేకవర్ణ సమీకరణము.

Equation, Solution of an — సమీకరణమును; వ్యక్తపరచుట; సమీకరణసాధన.

Equation, Solvena — సమీకరణసాధన; వ్యక్తపరచుట, సాధించుట.

Equator — భూమధ్యరేఖ; నాడీమండలము; విషువద్వృత్తము.

Equator, Celestial — వ్యోమకక్ష; నాడిమండలము.

Equiangular — సమానకోణములుగల; సమాశ్రాసి.

Equidistant — సమదూరముగల; సమాంతర.

Equilateral triangle — సమత్రిభుజము.

Equilibrium — స్థిరత్వము; సరితూనిక; సమత్వము; తులసామ్యము.

Equilibrium-stable — నిశ్చంచలత; సమతోలత్వము; స్థాయిసమతోలత్వము.

Equimultiple = సమగుణితము.

Equinoctial = నాడీమండలము; విషుమండలము; వ్యోమకక్ష.

Equinox = విషువత్తు; సమరాత్రిం దివకాలము.

Equinoxes = క్రాంతిపాతములు, విషువత్తులు; సమరాత్రిందివకాలము.

Equinox, Antumnal = విషుపదము; తులావిషువత్తు.

Equinox, Circle of = విషువచ్చక్రము.

Equinox, Line of = విషువద్రేఖ.

Equinox-node = సంపాతము.

Equinox-Vernal = మహావిషువము; హరిపదము; మేషవిషువత్తు.

Equivalent = తుల్యమైన; సమానాధికారియైన.

Equiteus = అశ్వముఖము.

Erbium = అర్వము (ర)

Erector penis = శిశ్నహర్షిణి.

Ergot = గర్భాశయ సంకోచకౌషధము.

Eridanus = యమున.

Erodent = కోతమందు.

Erotomania = మదపిచ్చి.

Eructation = త్రేనుపు; ఉద్గారము.

Erysipelas = విసర్పిరోగము; విషదద్దురురోగము.

Erythema = చలితము; దద్దురోగము.

Escapement = తప్పుకొనుమార్గము.

Esophagus = అన్నవాహిక; ఆహారాదులు లోపలికిపోవు మార్గము.

Estuary = నదీసముద్రసంగమము; ఉప్పుకయ్య; ఉప్పుటేరుముఖము; పాటు పోటులు తగులు నదీముఖము.

**Ether** = వైహాయసము; ఆకాశము; హిమద్రవము.

**Ether waves** = ఆకాశ తరంగములు.

**Etheric double** = లింగశరీరము; లింగదేహము; ప్రాణమయకోశము.

**Ethics** = నీతిశాస్త్రము.

**Etymology** = మానవజాతిశాస్త్రము; మనుష్యుల తెగలను గురించిన శాస్త్రము.

**Etymology** = శబ్దవ్యుత్పత్తిశాస్త్రము.

**Etymon** = ధాతువు; ప్రాతిపదికము.

**Euchlorine** = హారినము.

**Eudaemonism** = సుఖైకోద్దేశవాదము; సుఖైకపురుషార్థవాదము.

**Eugenics** = మర్మశాస్త్రము.

**Euglena** = రక్తాక్షి.

**Eunuch** = నపుంసకుడు; కొజ్జా.

**Euphorbia** = బొంతజెముడు; బొమ్మజెముడు; ఆకుజెముడు.

**Eustachian tubes** = కంఠకర్ణనాళములు.

**Evacuant** = మలమూత్ర విసర్జకౌషధము; భేదిమందు.

**Evaluation** = ఫలము కనుగొనుట; ఫలితము తేల్చు; విలువకట్టుట.

**Evaporation** = ఆవిరియైపోవుట; ఇగిరిపోవుట; పొగయై యెగసిపోవుట

**Even** = యుగ్మ; సమమైన; సరి; బేసికాని.

**Evening star** = సంధ్యాకాలతార; శుక్రుడు; శుక్రగ్రహము.

**Evolution** = వికాసము; విస్తారము; మూలక్రియ; ఘాతమూలమును కనిపెట్టుట; ఘాతమూలక్రియ లేక కర్మ.

**Evolution theory of** = పరిణామ సృష్టివాదము.

**Exacerbation** = రోగ ప్రకోపము; ఉద్రేకము.

**Exception** = నిషేధము; అపవాదము.

Exchange = వినిమయము; మార్పు చేసికొనుట.

Ex-circum-centre = బాహ్యవృత్తకేంద్రము; బాహ్యకేంద్రము.

Exclamation mark = రాగచిహ్నము '!'

Excluded middle = మధ్యమాభావము.

Excrement = మలవిసర్జనము.

Excretory organs = బహిష్కార్యావయవములు ; మలోత్సర్జకావయవములు.

Exhatalogy (Doctrine of Death judgment Heaven and Hell) = పరలోకశాస్త్రము; ప్రళయశాస్త్రము.

Exhaustion = శోషణము.

Exhaustion-pump = నిష్పీడన యంత్రము.

Existance = అస్తిత్వము; ఉనికి.

Existential Judgment = అస్తిత్వ ప్రతిపాదక వాక్యము.

Exophthalmus = కంటిగుడ్డు పైకుబుకుట; గుడ్డుమీదికివచ్చుట.

Expansion = పెంపు; వృద్ధి; వికాసము; వ్యాకోచము.

Expectorant = కఫహరులు; శ్లేష్మమును బయటకుంపునవి.

Experiment = శోధన; ప్రయోగము.

Expiration = నిశ్వాసము; ఊపిరి విడుచుట.

Explanation = సమాధానము; స్పష్టీకరణము.

Exploration = అన్వేషణము ; భూగోళమునందు క్రొత్తక్రొత్తసంగతులను వెతకుట; దేశాంతరాన్వేషణము.

Explosion = విదారణము; పేలుట.

Explosives = పేలు పదార్థములు.

Exponent = ఘాతమాపకము; ఘాతాంకము.

Exposure = తెఱచియుంచుట; ప్రకాశనము; ప్రకాశీకరణము.

Expression = ఉక్తిసమాసము; సముచ్చయము.

Expression (Algebraical) = బీజగణితోక్తి; బీజసముచ్చయము.

Extension = పరిమేయత; పొడిగించుట; వ్యాకోచము; వైశాల్యము,

Extensive syllogism = విస్తారకానుమానము.

Extensor = వ్యాకోచకములు.

Exterior; External = బాహ్య; బయటి.

External Forces = బాహ్యశక్తులు.

Extract = ధృతి; సారము; సత్తు; కషాయము; ద్రావకము.

Extract of Indian Barbery = రసాంజనము.

Extrapolation = అతినిక్షేపము.

Extreme positions = పరిమితి స్థానములు.

Extremes = అంత్యములు; పరమావధులు; పరమములు.

Exudation = కారుట; స్రవము.

Exuvial = కుబుసము; పొర.

Eyeball = కన్నుగుడ్డు; నేత్రగోళము.

## F

Fabaceous = చిక్కుడు (కాయ) వంటి.

Facial nerves = ముఖనాడులు,

Facial paralysis = అర్ధితవాతము; ముఖవాతము.

Fact = భూతార్థము; స్తంభము; సత్యము; వాస్తవికాంశము.

Factor = లబ్ధమూలము (గుణావయవ); కారణాంకము.

Factor,Prime = ఆదిమలబ్ధమూలము; ఉత్తమాంకము; దృఢగుణావయవము.

Factorise, Factorisation = లబ్ధమూలమును కనిపెట్టుట; విభజన గుణావయవసాధన.

Factory = కార్ఖానా; కర్మాగారము; పరిశ్రమాలయము.

Faeces = మలము.

Fainting = స్మృతి తప్పుట; మూర్ఛ.

Faloon = బైరిపక్షి; డేగజాతి పక్షి.

Fallacy = హేత్వాభాసము; దోషము; ఆభాసము; మిథ్యాహేతువు.

Fallacy, Formal = విధిగత హేత్వాభాసము.

Fallacy, Logical = తర్కాభాసము; శబ్దహేత్వాభాసము.

,, Material = వస్తుగత హేత్వాభాసము.

Fallacy of ambiguous terms = సందిగ్ధపద హేత్వాభాసము.

,, ,, Accident = సోపాధిక ,,

,, ,, Composition = సమాహారక ,,

,, ,, Division = విభేదక ,,

,, ,, Four terms = చతుష్పదమిథ్యానుమానహేత్వాభాసము.

,, ,, ignoratio Elanchi = అప్రకృతానుమితి ,,

,, ,, illicit major = సాధ్యదోష హేత్వాభాసము.

,, ,, illicit minor = పక్షదోష ,,

,, ,, many questions = అనేక ప్రశ్నాత్మక హేత్వాభాసము.

,, ,, negative premisis = మిథ్యానుమాన ,,

,, ,, Petitio principepii = అసాధారణ హేత్వాభాసము.

,, ,, undistributed middle = అవ్యాప్తహేతుక లేక అవ్యాప్త సాధనహేత్వాభాసము.

Fall line = పతనరేఖ.

Fallow = సాగుచేయని భూమి; 'బీడు' గానున్న.

Fallow-deer = సీతు దుప్పి.

**False fruit** = దొంగకాయ.

**Falsity** = అయథార్థము.

**Fan palm** = తాటిచెట్టు.

**Farad** = విద్యుత్కణము.

**Farina** = నూకలు; పొడి; పిండి.

**Far point** = దూరపు స్థలము; దూరపు చుక్క.

**Farthing** = ఫార్తింగు; రెండు దమ్మిడీల వెలగల ఆంగ్లేయనాణెము.

**Fat** = క్రొవ్వు; చమురు పదార్థము.

**Fat globules** = క్రొవ్వు పదార్థపు గోళములు.

**Fatalism** = దైవికవాదము; సర్వము పూర్వనిర్ణీతమేయనువాదము,

**Fathom** = వ్యామము; నిలువు; 6 అడుగుల కొలత; ఒక మనుష్యుని పొడుగు లోతు కొలత

**Fauces** = కొండనాలుక దగ్గరభాగము.

**Fauna** = జంతువర్గము.

**Febrifuge** = జ్వరహరౌషధము.

**Fecundation** = గర్భాదానము; గర్భోత్పత్తి.

**Feelers** = స్పర్శాంగములు; పురుగుయొక్క మీసములు.

**Feline** = పిల్లిజాతి (సంబంధమైన).

**Fell-spar** = భూస్ఫటికము.

**Femur** = ఊర్వస్థి; ఊర్వికి; తొడయెముక.

**Fennel** = సోపు; పెద్దజీలకర్ర.

**Fenny** = పల్లభూమిగా నున్న.

**Fenu greek** = మెంతులు; మెంతిచెట్టు.

**Ferment** = పొంగు; పులియు; విభేదకము; విపాకముచేయు.

**Fermentation** = పులియుట; మంథము; విపాకము.

**Ferns** = ఫెరనులు; అడవిమొక్కలు.

**Ferrum** = ఉక్కు.

**Ferrus sulphate** = అన్నభేది.

**Fertilization** = పిండోత్పత్తి, ఫలించుట; ఫలీకరణము.

**Fetus** = పిండము; భ్రూణము; గర్భములోనిశిశువు.

**Fester** = చీముపట్టుట; పుండు; కుళ్ళు.

**Fibrin** = గడ్డకట్టిన రక్తములోని నారవంటి పదార్థము; తాంతవము.

**Fibrous** = నారగల.

**Fibula** = జానుక; బహిర్జంఘాస్థి.

**Fidelity of reproduction** = అనువాదయథాతథ్యత.

**Field of conciousness** = సంవిత్క్షేత్రము.

**Field of touch** = స్పర్శాక్షేత్రము.

**Field of vision** = దృష్టిక్షేత్రము.

**Fig** = అంజీర; అత్తి; మేడి.

**Figure** = రూపము, ఆకారము; పటము; క్షేత్రము; చక్రము; న్యాసము

**Figure, escribed** = బాహ్యాస్పర్శరూపము.

**Figure, geometrical** = క్షేత్రీయరూపము.

**Figure, regular** = సమభుజకోణములుగల రూపము.

**Figure, significant** = సార్థకాంకము; ముఖ్యమైన యంకె.

**Filament** = పోగు; కేసరదండము; పొర; ఈనె.

**File** = ఆకురాయి.

,, **Rat tail** = గుండ్రాకురాయి.

,, **Triangular** = పలకాకురాయి.

**Filmy** = ఉల్లిపొరవంటి.

**Filter-Paper** = జలశోధనపత్రము; వడపోతకాగితము.

Filteration = వడపోత.

Fin = మత్స్యపక్షము; రెక్క.

Fin, Anal = క్రిందిరెక్క.

Fin, Candal = తోకరెక్క.

Fin, Dorsal = వెన్నురెక్క.

Fin, Pelvic = కటిపక్షము; వెనుప్రక్కరెక్క.

Fin, Pectoral = ఉరోజపక్షము; ముందుప్రక్క రెక్క.

Fin, Ventral = పొట్టక్రిందిరెక్క.

Finite = పరిమితమైన; ఆద్యంతములుగల.

Fiords = ఫ్యోర్డులు; ఇరుకుమూతి సముద్రశాఖలు.

Fir = దేవదారు.

Fire damp = పంకవాయువు.

Fire Engine = ఫైర్ యింజను; అగ్నిసంహారక యంత్రము.

Fire extinguisher = అగ్నిసంహారిణి.

Fire fly = మిణుగురు పురుగు.

Fire stone = చెకుముకిరాయి.

Firmament = ఖగోళమండలము; ఆకాశమండలము.

First intention = ఆదిమభావన; ఆదిహేతువు.

First term = ఆదిపదము; ముఖపదము.

First term, measure of(argument) = ప్రమాణము.

Fission = కణవిభాగము; విదారణము; పగులు; బీట.

Fissure ana = గుదములో బీటిక; పగులుట.

Fistula (et ano) = భగందరము.

Fixed stars = అచలతారలు.

Flake = పొర; పెచ్చు; చెక్క.

Flame = మంట; వెలుగు; జ్వాల.

Flap = దళము; రెక్క.

Flash = మెఱపు; భగ్గుమను వేడిమి.

Flask = గాజుకుప్పె.

Flat = బల్ల బరుపు.

Flatulence (Flatulency) = కడుపుబ్బరము; వాయురోగము.

Flax = అవిసెనార; ఎల్లగిసెనార.

Flesh = మాంసము; కండ.

Flexors = సంకోచకములు.

Flint, = చెకుముకిరాయి.

Float = తేలుట:

Flora = వృక్షవర్గము; ఉద్భిజ్జవర్ణనము.

Floral diagram = పుష్పాంగముల పొందిక.

Flour-spar = నాపరాయి.

Flower deluce = కలువపువ్వు.

Fluctuations of attention = అవధాన తరంగములు.

Fluorine = ప్లవము (ర).

Flux = కరుగుడు సాధనము; కరుగుట; స్రవించుట.

Fly-catcher = దాసరిపిట్ట.

Focal length = కేంద్రాంతరము.

Focus = తేజఃకేంద్రము.

Focussing = కేంద్రీకరణము.

Foetus = (గర్భములోని) పిండము; భ్రూణము.

Fog = పొగ; మంచు.

Follicle = ఏకవిదారుణఫలము.

Fomentation = కాపడము; ఒత్తడము.

Fontanelle = మాడు; శిశువు శిరముమీదనుండు మెత్తనిభాగము.

Food = ఆహారము; మేత.

Food vacuole = ఆహారావకాశము.

Foot and mouth disease = గాళ్లు.

Foot rule = కొలత బద్ద.

Force = శక్తి.

Forced vibration = బలవత్కంపనము.

Forceps = సాగ్రహణము; పటకారు.

Forces of association = సాహచర్యశక్తి.

Forces of asttraction = ఆకర్షక శక్తులు;

Forces of Repulsion = ప్రతిసారకశక్తి; ప్రతిసారణశక్తి.

Fore arm = ముంజేయి.

Fore ordination = నియతి; విధి.

Fore-skin = శిశ్నాగ్రచర్మము; ముందోలు.

Formal = విధ్యుక్త; వ్యావహారిక; అనుసారిక.

Forms of intellect = బుద్ధి ఆకారములు, స్వరూపములు.

Forms of thought = విచార స్వరూపములు.

Form, standard = క్రమరూపము.

Formula = సూత్రము; నియమము.

Fossil = శిలాజము; శిలారూపము చెందిన చెట్లు, జంతువులు; ప్రస్తరీభూత వనస్పతి పాషాణము; పాషాణాంతర్గతమగు మానవవృక్షశిథిలములు.

Fraction = భిన్నము; భాగము; అంశము; అపూర్ణము; కలాసవర్ణము.

Fraction,Complex = సంశ్లిష్ట భిన్నము; సంమిశ్ర, చిక్కైనభిన్నము.

Fraction,Compound = సంయుక్త భిన్నము.

Fraction, Continued = అవిరామభిన్నము; వితతభిన్నము.

Fraction, Decimal = దశాంశ ,, ;

Fraction, Improper = అక్రమ ,, ; విషమభిన్నము.

Fraction, Mixed = మిశ్రభిన్నము; సంకరభాగాను బంధభిన్నము.

Fraction Proper = క్రమభిన్నము; సమభిన్నము; సవ్యభిన్నము.

Fraction, Representative = అంశబోధక భిన్నము; చిహ్నభిన్నము.

Fraction, Vanishing = లుప్తభిన్నము.

Fraction, Vulgar = సాధారణ భిన్నము.

Fractional = భిన్నాత్మక.

Fractional decrease = భాగాపవాహము.

Fractional increase = భాగానుబంధము; అంశానుబద్ధము.

Fracture = ఎముక విరుగుట; అస్థిభంగము.

,, Compound = మిశ్రమ అస్థిభంగము; గాయముతోసహా ఎముక విరుగుట.

,, Simple = ఎముకమాత్రము విరుగుట; సామాన్య అస్థిభంగము.

Fragrant leaf, dried = పచ్చాకు.

Fragrant screw pine = మొగలి

Francoline patridge = తీతువ.

Free central placentation = మధ్య సంయోగము.

Free electricity = స్వేచ్ఛావిద్యుత్తు.

Free state = అసంయోగస్థితి.

Friction = ఘర్షణ; రాపిడి; ఘర్షణశక్తి.

Frictional Electricity = ఘర్షణ విద్యుత్తు.

Frigid Zone = శీతమండలము.

Frith (Firth) = చిన్న సముద్రశాఖ.

Frontal bone = లలాటాస్థి; పురఃకపాలము.

Frontal lobe = లలాట క్షేత్రము.

Frontiers = సరిహద్దులు; పొలిమేరలు.

Fruit sugar = ఫల శర్కర.

Frustum = ఖండము; ముక్క.

Fulcrum = ఆధారము; (త్రాసు; కొనడిబద్ద, మొ॥ వాని) సరితూగు చోటు; ఉపస్తంభము.

Fuller's earth = చవుడు; చవుటిమన్ను.

Function = ఉత్పన్న ఫలము; వ్యాపారము; ప్రకారము; (తర్క).

Functional disease = అవయవ (సహజ) వ్యాపార భేదజనితవ్యాధి; ఇంద్రియ వ్యాపార లోపమువలన కలుగువ్యాధి.

Function, Implicit = వివక్షితోత్పన్న ఫలము; గర్భితోత్పన్న ఫలము.

Function, Linear = ఏకవర్గోత్పన్న ఫలము.

Fundament = ఆసనము; గుదము.

Fungus = శిలీంధ్రము; కుక్కగొడుగు; పుట్టగొడుగు.

Funicle = తొడిమ; బీజబంధకము.

Funnel-tube = గరాటగొట్టము.

Fur = రోమము; దట్టపు బొచ్చు.

Fur-fur = చుండు.

Furmety; Frumenty = క్షీరాన్నము; గోధుమపాయసము.

Furnace = బట్టి; కొలిమి.

Furrows = నాగేటి చాళ్లు; చాళ్లు.

Fuse = వత్తి; జానికి త్రాడు.

Fusion = కరుగుట; కరగించుట; మేళనము.

# G

Gadfly = జోరీగ.

Gadolimum = గాదోలినము (ర).

Galana = సౌవీరాంజనము.

Galaxy = ఆకాశగంగ; నక్షత్రవీధి.

Gale = వడిగాలి; నిలుకడగాను, బలముగాను వీచుగాలి.

Galena = గెలీనా; సీసధాతువు; కచ్చానీసము.

Galingale = దుంప రాష్ట్రము.

Gall = పిత్తము; చేదు.

Gall-bladder = పిత్తాశయము; చేదుకట్టు.

Gall-duct = పైత్యవాహిక.

Gall nut (Gall-oak) = మాచికాయ.

Gall-stone = గోరోజనము; గోరోచనము.

Gallium = గాల్లము (ర).

Gallon = గాలను; కొలత.

Galvanize = వర్ణాచ్ఛాదనముచేయు; విద్యుచ్ఛక్తిని ప్రయోగించు; తుత్తనాగముపూయు.

Galvanized Iron = కళాయిచేసిన యినుము.

Gamete = శుక్లధాతువు; సంయోగి.

Gamopetalous = సంయుక్త దళసంబంధ.

Gamosepalous = సంయుక్త కోశపత్రము.

Ganglia; Ganglion = నాడి ముడులు; సిరాస్ఫోటము; స్నాయుపుచ్ఛగ్రంధి.

Gangrene = పూతిమాంసము; మాంస పాకము; శోథము; మాంసమును కుళ్ళచేయు-తినివేయు పుండు.

Garden Radish = ముల్లంగి.

Garden Rue = సదాపాకు.

Gargle = గండూషము; పుక్కిలించుమందు.

Garlic = లశునము; తెల్లుల్లిపాయ.

Gas = వాయువు.

Gas Carbon = వాయుకర్బనము.

Gaseous state = వాయురూపము.

Gasometer = వాయుమాపకయంత్రము.

Gastralgia = జఠరశూల; కడుపునొప్పి.

Gastric juice = జీర్ణరసము; జాఠర రసము; జఠరాగ్ని.

Gastritis = ఆమశూల; ఆమాశయశూల.

Gastrology = పాకశాస్త్రము.

Gauze = దోమ తెరగుడ్డ; 'గాజు' గుడ్డ.

Gazette = గెజెట్టు; దొరతనమువారి వార్తాపత్రిక.

Gelatin (Gelatine) = జెలిటిన్; (చర్మము, కండర బంధనములు మొదలైనవి కాచితీసిన, రుచిలేని, జిగురు పదార్థము); జాంతికము; ముద్దగానుండు జంతుపదార్థము.

Gemenorum = పునర్వసు.

Gemini = మిథునము; మిథునరాశి.

Genealogy = వంశావళి; వంశపరంపర; వంశచరిత్ర.

General gas equation = సామాన్య వాయుసమీకరణము.

Generalisation = జాతినిర్దేశము; సాధారణ ధర్మ కథనము (తర్క-)

Generalise = జాతినిర్దేశముచేయు; సామాన్యధర్మమును చెప్పు.

General properties = సామాన్యధర్మములు.

General rule = సామాన్య నియమములు.

General terms = అనేక వ్యక్తివాచకము; జాతివాచకము.

Generation of current = ప్రవాహోత్పత్తి.

Generative cell = ఉత్పాదక కణము.

Generator = ఉత్పాదకము; ఉత్పాదకయంత్రము.

Genetic form of definition = పరిణామవాదానుగుణ నిర్వచనము.

Genitals = జననేంద్రియములు; ఉపస్థ.

Genus = అంతర్గణము; జాతి.

Genus generalissimum = పరసామాన్యము.

Geodesy = భూగోళ గణితశాస్త్రము.

Geography = భూగోళ శాస్త్రము.

Geology = భూగర్భ శాస్త్రము; భూతత్త్వశాస్త్రము.

Geometrical progression = గుణోత్తర శ్రేఢి.

Geometrical reasoning = భూమితితర్కము; అనుమానపద్ధతి.

Geometry = క్షేత్రగణితము; రేఖాగణితము.

Geometry, Deductive = అనుమిత క్షేత్రగణితము.

Geometry, Demonstrative = నిరూపణ క్షేత్రగణితము.

Geometry, Plane = సమక్షేత్ర గణితము.

Geometry, Spherical = గోళగణితము.

Geotropism = భూమ్యాకర్షణ ననుసరించి చెట్లుపెరుగుట.

Germanium = జార్మన్యము (ర).

Germicide = క్రిమినాశకము;

Germination (of seeds) = (బీజ) స్ఫుటనము; జననము; విత్తనములు మొలకెత్తుట.

Germ-plasm = బీజద్రవ్యశోణితరజస్సు; స్త్రీవీర్యము.

Germs = బీజములు; సూక్ష్మజీవులు.

Gestation = గర్భధారణము.

Geyser = వేడినీటిబుగ్గ; ఉష్ణోదక స్రోతస్సు; తప్తఝరి.

Giddiness = తలదిమ్మర; దిమ్మర.

Gigantic Swallow wort = జిల్లేడు.

Gilding = మలామా; బంగారుపూత.

Gills = పువ్వారలు; మత్స్య శ్వాసేంద్రియములు.

Gizzard = అంతర్జఠరము; స్నాయుమయ పక్వాశయము: సదంత పక్వాశయము; అన్నకోశము చెంతనుండు గట్టి కొమ్మువంటి గది

Glabrous = నునుపైన చర్మముగల.

Glacial period = హిమానీనదకాలము.

Glacier = హిమశైలము; పెద్దమంచుగడ్డ.

Gland = గ్రంథి; మాంసగ్రంథి; అధిమాంసము.

Gland-cells = గ్రంథికణములు.

Glanders = క్షయధు; గుఱ్ఱములకు వచ్చెడు 'సేంబా' అనురోగము.

Glandule = అల్పగ్రంథి.

Glandulous = గ్రంథియుక్త; రసపేశీభవన.

Glass-flask = గాజుకుప్పె.

Glass-funnel = గాజుగరాట.

Glass-tubing = గాజుగొట్టము.

Glaucoma = కాచబిందువ్యాధి; కనుగుడ్డు పాడైన దృష్టిలోపము.

Gleet = తెల్లసెగ, రోగమువలన మూత్రద్వారమున పోవుతెలుపు; ఇక్షు, మేహము; మేహవికారము; దీర్ఘసెగసంకట రోగము.

Glen = కోన; ఇరుకులోయ.

Glottis = కంఠబిలము; ఉపజిహ్వ; తంత్రిద్వారము.

Glucose = ద్రాక్షచక్కెర; ద్రాక్షపండ్లలోనుండు చక్కెర పదార్థము.

Glue = సరేసు.

Glume = తుషము.

Glycerine = మధురిక; క్రొవ్వుతైలము.

Glycogen = జంతువుల కండలనుండి తీయు చక్కెర.

Glycosuria = మధుమూత్రరోగము.

Glyphtography = నగిషీపని; వజ్రములమీద చెక్కుడుపని.

Gnat = మశకము; చిన్నయీగ.

Gnomon = నీడ గడియారపు ముల్లు; శంకు (యంత్రపుముల్లు)

Goat-sucker = అసుర పైరగాడు-గుండుములుపుగాడు, అను పక్షి.

God-head; God-hood; God-ship = దైవత్వము.

Goitre = గళగండము; గొంతుకమీద పెరుగు కాయ.

Gold-finch = బంగారు పిచ్చుక; పయిడికంటి పిట్ట.

Gold-leaf electroscope = సువర్ణపత్ర విద్యుత్సూచకము.

Gold-rolled = రోల్డుగోల్డు; పూతబంగారము.

Gomphrena = బొగడబంతి.

Gonad = బీజాశయము.

Goniometre = ఘనకోణమాపకము.

Gonorrhoea = సెగ; పూయప్రమేహము; శుక్రదోషము; సెగసంకట రోగము.

Gonococcus = సెగరోగమును పుట్టించు సూక్ష్మదండిక (సెగగుటిక)

Gorge = కంధరము; గళము; ఇరుకుకొండ మార్గము.

Gourd, bitter = చేదుపుచ్చకాయ.

Gourd, bottle = అనపకాయ; సొరకాయ

Gourd, snake = పొట్లకాయ.

Gout = రక్తగతవాతము; వాతరక్తము.

Graafian follicle = అండాశయము (గర్భకోశము)లో ఉద్భవించిన స్త్రీలబీజము; అండముల సంచులు.

Grades of numbers = సంఖ్యల యంతస్థులు.

Gradient = ఏటవాలు పరిమాణము; దిగుడు; పాతము.

Graduated flask = కొలకుప్పె.

Graduated jar = విభాగింపబడిన జాడీ; కొలగ్లాసు.

Graduation = విభాగసంజ్ఞ; అంశీకరణము.

Graff (Graft)= అంటు (అంటుమొక్క).

Grain = గింజ; అణువు; కణము.

Gram = కాయధాన్యము; ఉలవలు; అపరధాన్యములు.

Gramme = గ్రాము; 15·432 వడ్లగింజల యెత్తు.

Granite = నల్లరాయి.

Granules = చిన్న అణువులు.

Grapes = ద్రాక్ష; అంగూరుపండ్లు.

Grape-sugar = ఫలశర్కర.

Grape-wine = ద్రాక్ష తీఁగ.

Graph = లేఖ్యము; గ్రాఫు; చిత్రగణితలేఖ్యము.

Graphic (Graphical) = పటరూప; తద్రూపమైన.

Graphite = గ్రాఫాయితము; పెన్సిలుమట్టి.

Grater = కోరాము; కోరము; తురుముపీట.

Gravel = కంకర; గులకరాయి,

Gravimetric Composition = పరిమాణ సంఘటనము.

vitation = ఆకర్షణము; ధాతిక గురుత్వాకర్షణ; భూమ్యాకర్షణశక్తి.

vity = భూమియొక్క ఆకర్షణశక్తి; గురుత్వాకర్షణము.

vy = మాంససారము.

Grease = వస; మేదస్సు; చమురు; క్రొవ్వు.

Great Bear = సప్తర్షి మండలము.

G. C. M. (Greatest Common Measure) = గరిష్ఠసామాన్య పరిమాణము; మహత్తమ, గరిష్ఠ, సామాన్య అపవర్తకము.

Green-room = నేపథ్యశాల; నాటకశాలలో వేషములు వేసుకొనుగది.

Green-vitriol = అన్నభేది.

Grid; Griddle = మంగలము; పెనము.

Grinders = ప్రక్కపండ్లు; నమలు దంతములు; దవుడపండ్లు.

Grind-stone = సాన; తిరుగలి; సన్నికల్లు.

Gripe = (కడుపు) పీకటు; నొప్పిపుట్టుట.

Gristle = తరుణాస్థి; ఉపాస్థి.

Grrist-mill = తిరుగలి.

roin = గజ్జ; ఊరుసంధి.

Grooves = చాళ్లు.

Gross-body = స్థూలశరీరము; స్థూలదేహము.

Ground-nut = వేరుసెనగ.

Growing point = వృద్ధికణము; పెరిగెడి కొన.

Grub = పురుగుకూన; పురుగుగుడ్డు.

Gruel = జావ; గంజి; అంబలి.

Guana = ఉడుము.

Guard-cells = రక్షకకణములు.

Guillotine = శిరశ్ఛేదనయంత్రము; ఫ్రాన్సు దేశములో నేరస్థుని తల తీసివేయుటకుపయోగించు గండ్రగొడ్డలి.

Guinea-fowl (Guinea-hen) = సీమకోడి.

Guinea-pig = సీమ పందికొక్కు.

Guinea-worm = స్నాయుకము; నారి కురుపు (పుండు).

Gulf = సంయుక్తాగ్రగుడము; మహాఖాతము.

Gulf-stream = గల్ఫ ప్రవాహము.

Gullet = కుత్తుక; గళస్రోతస్సు; అన్నవాహిక; అన్ననాళిక.

Gum of jaw = పంటి చిగురు.

Gum-boil = ఇగురు (చిగురు) వాపు.

Gumma = ఫిరంగి (ఉపదంశ) రోగము; సవాయిపుండు, కురుపు.

Gun-powder = తుపాకిమందు.

Gut = కడుపులోని ప్రేగులు.

Gymnosperms = నగ్నబీజములు; వివృత బీజవంతములు.

Gynaecology (Gynecology) = స్త్రీ రోగముల శాస్త్రము.

Gynoecium = అండకోశము; అండాశయము.

Gypsum = హారశోధము; హారకోశము.

Gyro carpus = పావురపు కాయ.

## H

Habit = అలవాటు,

Habitual = మూలస్థానము; ఉత్పత్తిస్థానము,

Haematite = రక్తాయితము.

Haematuria = శోణితమేహము.

Haemoglobin = రక్తరంజక ద్రవ్యము; రక్తములోని ఎర్రకణములకు రంగునిచ్చు పదార్థము.

Haemoptysis = రక్తకఫరోగము; ఊర్ధ్వగతరక్తపిత్తము; దగ్గులోరక్తమునుమియుట.

Haemorrhage = రక్తస్రావము; రక్తనాళముపగులుట.

Haemorrhhoid = అర్శస్సు; మూలవ్యాధి.

Hailstorm = వడగండ్లు.

Hair = రోమము. Hairy = రోమమయము.

Halo = పరివేషము.

Halogens = లవణజన్యములు.

Handle = చేయూత, పిడి.

Hand lens = భూతద్దపు బిళ్ల.

Harbour = నౌకాశ్రయము.

Hard bast = దృఢత్వక్కు.

Hardness = కాఠిన్యము.

Hardwater = ఖటికజలము; కఠినజలము; గడునీరు,

Harmonic progression = సమస్వరశ్రేఢి.

Harmony = మేళనము.

Harpoon = పంట్రకోల: రువ్వుడు ఈటె.

Head = తల; శిరస్సు.

Head cell = తలకణము.

Heart = హృదయము; గుండెకాయ.

Heart beat = హృదయప్రతిఘాతము; గుండెకొట్టుట.

Heart disease = హృద్రోగము; గుండెజబ్బు.

Heat = ఉష్ణము.

Heat-giving fuel-foods = ఉష్ణకృత్తులు.

Heat rigour = తాపకాఠిన్యము; ఉష్ణాధిక్యత.

Hectometre = శతమీటరు.

Heel = కాలి మడిమ.

Height = పొడవు; ఎత్తు; ఔన్నత్యము.

Height of an arc = బాణము.

Helianthus = సూర్యకాంత పువ్వు.

Heliotrope = గురుగుచెట్టు, తేలుమణి

Heliotropic negative = సూర్యవికర్షితము.

Heliotropism = సూర్యోన్ముఖత; సూర్యాకర్షితము.

Hellebora = కటుకరోహిణి.

Help cells = సహాయ కణములు.

Hemorrhage = రక్తస్రావము; రక్తనాళము బద్దలగుట.

Hemp = జనుము.

Hemicrania = అర్ధావభేదకము; ఒంటికణతనొప్పి.

Hemiphlegia = అర్ధాంగవాతము; పక్షవాతము.

Hemisphere = గోళార్ధము.

Henna = గోరింట.

Henotheism = అద్వితీయేశ్వరమతము.

Hepatic artery = కాలేయధమని.

Hepatic = పిత్తాశయసంబంధ; కాలేయ.

Hepatic congestion = యకృద్రక్త సంచయము.

Heptagon = సప్తాస్రము; సప్తభుజము.

Herb = గుల్మము.

Herbivorous = తృణాహారపు; తృణభక్షక; శాఖాహార.

Hercules = శౌరి.

Heredity = వంశపారంపర్యము.

Hernia = అంత్రవృద్ధి; బుడ్డ.

Herpes = బొబ్బలు; దద్దురులు.

Herpetology = సరీసృపజంతు శాస్త్రము; ప్రాకునట్టి జంతువుల గూర్చినది.

Heterogeneous = సంకర; నానాగుణభూయిష్ఠ; తిలతండుల పద్ధతి.

Heterogenesis, theory of = విజాతీయ సృష్టివాదము.

Heterospores = వివిధ బీజములు.

Heterostylism = వివిధకీలోత్పత్తి విధానము.

Hexagon, Regular = షడ్భుజము; షడ్భుజము; షట్కోణాకారము.

Hiccough = వెక్కిళ్లరోగము; ఎక్కిళ్ళవ్యాధి.

Higher plants = ఉన్నతజాతి వృక్షములు.

High lands = మెట్టనేలలు; కొండప్రదేశములు.

High power = ఘనదృక్శక్తి.

High tide = పూర్ణజ్వరభాట; పోటునీటి మట్టము.

High water = పోటు నీటిమట్టము.

Higher fixed point = అధికతర స్థిరస్థానము.

Hill = చిన్నకొండ; మిట్ట; దిబ్బ.

Himalayan cidar = దేవదారు.

,, silver = తాళిసపత్రి.

Hinge joint = మడతబందు కీలు.

Hip joint = తొంటికీలు; సదుగు.

Histogenesis = సూక్ష్మేంద్రియోత్పత్తి (production of organic tissues)

Histology = సూక్ష్మ నిర్మాణము; సూక్ష్మశరీర శాస్త్రము.

Hog-plum = మారేడు పండు.

Hog-weed = గలిజేరుపల్లిక.

Holophytic nutrition = కేవల వృక్షాహారము.

Holozoic nutrition = కేవల జంత్వాహారము.

Holy Basil = తులసి.

Homogeneous = ఏకజాతీయ; సగుణసమఘాతక; ఒకరీతి పద్ధతి.

Homogenesis, theory of = సజాతీయ సృష్టివాదము.

Hoof = డెక్క: గొరిజ.

Hook = కొక్కెము.

Horizon = దిఙ్మండలము; దిగంతము; క్షితిజము.

Horizontal = నీటిమట్టపు; జలోపరిభాగ; దిగంతసమ; క్షితిజసమాంతర; బల్లపరుపు.

Horse power = అశ్వశక్తి; గుఱ్ఱపు బలము; ఒకమినిటుకు 33,000 పౌనుల బరువును ఒక అడుగుపైకి ఎత్తగల శక్తి.

Horse radish = మునగ.

Horse shoe magnet = వక్రస్కాంతము.

Host = స్వాయత్త పరజీవిక.

Hule = చక్రముయొక్క నడిమిభాగము; పిడి.

Humus = ఆకుపెంట; మ్రగ్గిన ఆకులు.

Humerous = భుజాస్థి; దండ ఎముక; ప్రగండిక.

Humidity = ఆర్ద్రత; తేమ.

Hurricane = తుపాను; ప్రచండపవనము.

Husk = ఊముక; ఊక; పొట్టు.

Hydra = హైడ్రా అను నీటిపురుగు (2) గొసుకి.

Hydrate = ఉదజనిదము.

Hydraulics = చలజల శాస్త్రము; జలశక్తి శాస్త్రము

Hydride = ఉదజనితము.

Hydrocele = అండవృద్ధి బుడ్డ.

Hydrochloric acid = ఉదజ హరికామ్లము; లవణద్రావకము.

Hydrochlorate = ఉదజహరితము.

Hydrogen = జలవాయువు; ఉదజని; జలధాతువు.

Hydrogen peroxide = ఉదజని పర్యామ్ల జనిదము.

Hydrogen Sulphide = ఉదజగంధకితము.

Hydrometer = ద్రవసాంద్రతమాపక; జలగురుత్వమాపకము.

Hydrophobia = జలసంత్రాసరోగము ; నీటినిచూచినభీతి; పిచ్చికుక్క కాటువలని వ్యాధి.

Hydrotropism = ఆర్ద్రభ్రమణము.

Hydro phytes = జలవృక్షములు.

Hydrostatics = జలస్థితినిగూర్చిన శాస్త్రము; జలస్థితిశాస్త్రము.

Hydroxides = ఉదజామ్ల జనిదములు.

Hyena = సివంగి.

Hyoseyamus niger = కురాసానివాము.

Hyperbola = అతిపరవలయము.

Hypo = హైపో ధాతువు.

Hypophosphites = అధిస్ఫురాయితములు.

Hypophosphrousacid = అధిస్ఫురామ్లము.

Hyposulphites = అధిగంధకాయితములు.

Hypo cotyl = అతిదళ.

Hypostome = క్రివాయి.

Hypotenuse = కర్ణము; కర్ణి; విషమకర్ణము.

Hypothesis = ప్రతిజ్ఞ; సంభావితము; ఊహ; నిర్ణీతాభిప్రాయము; ప్రవచనము.

Hypothetical కల్పిత (నిర్మాణము) (Construction)

,, Proposition = ఉపన్యస్తవాక్యము.

,, Reasoning = ఉపన్యస్తతర్కము.

,, Hysteria = అపతంత్రకము; గర్భాశయోన్మాదము.

## I

Ibex = కొండగొఱ్ఱె.

Iceberg = హిమరాశి; హిమపర్వతము.

Ice floes = హిమఖండములు.

Ichor = రసి; కురుపురసి.

Ideation = ప్రత్యయనము; అవధారణము.

Identical = అభిన్న; ఐక్య.

Indentity = అభిన్నత; ఐక్యత; తాదాత్మ్యము; సరూపత.

Igneous rocks = అగ్నిజశిలలు.

Ignition = దహించుట; నిప్పు అంటుకొనుట.

Ignoratio Elenchus = అవిద్యాకల్పిత నిరాకరణము; విపర్యయ పర్యవసానము.

Iguana = ఉడుము.

Ilium = తుంటి ఎముక; కటికపాలము.

Illative = హేతుద్యోతకము.

Illicit process = అక్రమము.

,, ,, of major = సాధ్యదోషము.

Illogical = కుతర్కకరమైన; అతార్కికమైన.

Illuminating power = దీపనశక్తి.

Illusion = ఆరోపము; భ్రాంతి; భ్రమ.

Image = ప్రతిబింబము; ప్రతిరూపము.

Image worship = ప్రతిమాపూజ; మూర్తిపూజ.

Imaginary = భావ్య; మనఃకల్పిత; కాల్పనిక.

Imbricate = పెనవేయుట; అల్లుకొనుట.

Imitation diamond = మాయవజ్రము.

Immediate inference = విస్పష్టానుమానము.

Immunity = (రోగ) నిర్భయత; రాహిత్యము; విముక్తత.

Impenetrability = అభేద్యత.

Impennous = రెక్కలులేని; పత్రవిహీన.

Imporous = రంధ్రములులేని.

Impotency = నపుంసకత్వము.

Incandescent = జ్వలీకృత; మండెడు; అత్యుష్ణ.

In-circum-centre= అంతర్వ్యాప్తకేంద్రము: అంతఃకేంద్రము.

Incisors = కత్తెరపండ్లు; కొరుకుపండ్లు.

Inclination = ఒఱగియుండుట; వాలుట.

Incommensurable = అననుపరిమేయ; అపరిచ్ఛేదశీల.

Incompressibility = దుస్సంకోచ్యత; అసంకోచ్యత.

Inconsistent = అసంగతమైన; పరస్పర విరుద్ధమైన.

Incubation period = పొదిగెడుకాలము; అంతర్గతస్థితి; రోగోద్భూత కాలము.

Incus = దాకలి యెముక.

Indehiscent fruit = ఘటిన ఫలము.

Independent = స్వతంత్ర; స్వాధీన.

Indestructibility of matter = పదార్థసత్వము.

Indeterminate = అవినిర్ణేయ; నిర్ణయింపశక్యముగాని.

Index = ఘాతసూచి; ఘాతమాపకము; ఘాతాంకము,

Index of a power = ఘాతముయొక్క; ఘాతరూపకము; ఘాతాంకము.

Index of a root = మూలముయొక్క; ఘాతరూపకము: ఘాతాంకము.

India Rubber = ఇండియా రబ్బరు; సందర్శిణి.

Indian aconite = నాభి.

,, aloe = కలబంద.

,, Beech = కానుగ.

,, Birth wort = ఈశ్వరవేరు.

,, Butter tree = ఇప్పచెట్టు.

,, Coral ,, = పారిజాతము.

,, Gum arabic = తుమ్మ;

,, Hemp = గంజాయి.

,, Jalap = తెగడ.

Indian kino = వేగిస.

,, Lilac = తురకవేప.

,, Mulberry = తూతిక; మద్ది.

,, Olibarunum = పరంగి సాంబ్రాణి.

,, Penny wort = బ్రాహ్మి.

,, Sorrel = పులిచింత.

,, Spinnach = బచ్చలి.

Indigestion = అజీర్ణరోగము.

Indigo = నీలిమందు.

Indirect = అపసవ్య.

Indium = ఐందము (ర).

Individual terms = ఏకవ్యక్తివాచకము.

Induced current = ప్రేరేపితవిద్యుత్ప్రవాహము.

Induction = ప్రతిస్థాపనము; విశేషపరీక్షాపూర్వక సాధారణానుమానము; ఉదాహరణానుమితసిద్ధాంతము.

Inequality = అసమత్వము; వైషమ్యము.

Inertia = జడిమ; జడత్వము.

Inesse (in actual existence) = వస్తుతః.

In-extenso (At full length) = విస్తారముగా; విసరముగ.

Infection = సోకుడు; అంటు (వ్యాధి); సంసర్గదోషము.

Inference = అనుమానము; తర్కము; యుక్తి;

Inferior Vona Carva = అధోబృహత్సిర.

Infinite = అపరిమిత; అనంతర.

Infinity = అనంతము: అనంతరాశి; ఖహారము.

Inflammable = దహనశీలమైన.

Inflammation = వాపు; కంచుట; నొప్పి, మంటతోగూడినవాపు; శోఫ; దాహము.

Inflammation of the gums = పంటిచిగుళ్లవాపు.

Inflator = వాతకుంభకము.

Inflexible = వంగని; పెలుసైన.

Inflorescence = పూత; పుష్పగుచ్ఛము.

Influenza = ఇన్ఫ్లూయెంజా ; దుష్టప్రతిశ్యాయ జ్వరము; విషశైత్య జ్వరము.

Infundibulum = వాయుగొట్టము చివరనుండుగోళము.

Injection = ఇంజెకను; రక్తనాళములోనికి మందు పిచికారీచేయుట.

Inoculation = ఇనాక్యులేషను; రక్తనాళములోనికి రోగప్రతిబంధకరసము నెక్కించుట.

Inodorous = నిర్గంధ; వాసనలేని.

Inorganic = జడ; అచేతన; నిర్జీవ.

Inorganic rocks; = నిర్జీవశిలలు.

Insanity = పిచ్చి; వెఱ్ఱి; ఉన్మాదము.

**Inscribe** = అంతస్స్పర్శము; అంతర్గతము గావించు; ఇముడు; అంతర్లంబించు.

**Insect** = క్రిమి; కీటకము; పురుగు.

**Insecticide** = క్రిమిఘ్నము.

**Insipid** = చప్పని; రుచిలేని.

**Insomnia** = నిద్రలేమి రోగము.

**Inspiration** = ఉచ్ఛ్వాసము; ఊపిరి లోనికి పీల్చుకొనుట.

**Instance** = అంశము.

**Instrument** = పనిముట్టు; ఉపకరణము.

**Insular** = ద్వీపసంబంధము; జలావృతము.

**Insulator** = విద్యుద్బంధని.

**Insulation** = విద్యుద్బంధనము.

**Insurance** = భీమా.

**Integer** = పూర్ణాంకము; పూర్ణసంఖ్య; రూపము.

**Integral** = పూర్ణాంకముగల; పూర్ణాంకిక.

**Integrant of parts** = పూరక.

**Integument** = ఆవరణపొర; అండత్వక్కు.

**Intension** = గాంభీర్యత.

**Intensity** = తైక్ష్ణత.

**Intercellular Spaces** = కణాంతరావకాశములు.

**Intercept** = అడ్డగించు; అంతర్వర్తిని.

**Interdependent** = అన్యోన్యాశ్రయములు.

**Interest** = వడ్డీ; వృద్ధి.

" **Compound** = వడ్డీకివడ్డీ; చక్రవృద్ధి.

" **Simple** = బారువడ్డీ; అసలుకు వడ్డీ.

**Intermediate nitrate** = మధ్యతరగతి నత్రితము.

Intermittent = అంతరిత; మధ్యమధ్య ఆగిఆగి.

„ Fever = ఆగిఆగివచ్చు విషజ్వరము.

Internal forces = అంతశ్శక్తులు.

„ reflection = అంతర్ప్రతిబింబకరణము.

Internode = స్కంధము; గ్రంధిమధ్యము.

Interpolation = అంతరనిక్షేపము; ప్రక్షిప్తము.

„ method = అధ్యాహారపద్ధతి.

Interrogation mark = ప్రశ్నార్థక చిహ్నము.

Intersect = ఖండించు.

Intersection = ఖండన.

Interstitial cells = నడిమి కణములు.

Interstitial growth = నడిమివృద్ధి; పెంపు

Interval = అంతరాయము.

Intestinal juice = అంత్రరసము.

Intestines = పేగులు; ప్రేవులు; అంత్రములు.

Intestine, Large = పెద్దపేగు; బృహదంత్రము

„ Small = చిన్నపేగు; క్షుద్రాంత్రము.

Intestinal obstruction = బద్ధాంత్రోదరము.

Intimate relation = సమవాయ.

In toto = పూర్ణముగా.

Intoxicant = మైకము కలిగించునది. మత్తుపదార్థము.

Intracellular digestion = కణాంతర్గత జీర్ణము.

Intrastelar = స్తంభాంతర్గత.

Intrinsic = సహజ; స్వీయ; తన.

Intuition = సహజజ్ఞానము; అంతర్జ్ఞానము; ప్రమాణనిరపేక్షజ్ఞానము.

**Intus-susception, growth by** = అంతర్వృద్ధి.

**Invariable** = మారని.

**Invention** = అపూర్వ కల్పన.

**Inversion** = వ్యస్తవిధి; విలోమవిధి; విపర్యాకస్థ.

**Inverse ratio** = విలోమ నిష్పత్తి; విలోమ సంబంధము.

" **Square** = విలోమవర్గము.

**Invert** = త్రిప్పు; తలక్రిందు చేయు.

**Investigation** = పరీక్ష.

**Invisible rays** = అదృశ్యకిరణములు.

**Involution** = ఘాతమును కనిపెట్టు క్రియ; (2) మెలి; తిరుగుడు; మడత

**Involuntary muscles** = స్వతంత్ర కండరములు.

**Invoice** = జాబితా; పట్టీ.

**Iodine** = అయోడీను; అదము (ర)

**Ions** = అయములు.

**Ionization** = అయోనీకరణము.

**Iridium** = ఐంద్రము (ర).

**Iris** = కనీనికా పటలము; కనుపాపచుట్టునుండు మండలము; తారామండలము.

**Iritis** = కను గ్రుడ్డువాపు.

**Iron, Cast** = పోతయినుము.

" **Wrought** = వంట యినుము.

" **Pyrites** = తారమాక్షికము; లోహగంధకిదము.

" **Stills** = లోహపు ఘటములు.

" **Sulphate** = అన్నభేది.

**Irrational** = కరణిగత; సరియైన మూలములేని; యుక్తివిరుద్ధము.

Irregular = అపక్రిమ; అసమ; విషమ; అనియత.

Irresolvable = అభాజ్య; లబ్ధమూలములుండని; అవిశ్లిష్య.

Irrelevant Conclusion = అప్రస్తుత ఉపసంహారము; అప్రసంగిక ఉపసంహారము

Irritant = తాపజనకము; ఉత్తేజకము; మంటను నొప్పిని కలిగించునది.

Irritability = రేగుట; ఉత్తేజన; క్షోభ.

Isthmus = భూసంధి; రెండు భూభాగములు కలియు నడిమిప్రదేశము.

Isobars = సమభార రేఖలు.

Isoceles = సమద్విభుజమైన.

Isochronism = సమకాలికత్వము.

Isohel = సమసూర్యరశ్మి రేఖ.

Isohyetose = సమవర్ష పాత రేఖలు.

Isolation = సంపర్క రాహిత్యము; ప్రత్యేకించుట; వేరుచేయుట.

Isopermetrical = ఒకటే చుట్టుకొలత గల.

Isonephs = సమమేఘావృత రేఖలు.

Isotherms = సమోష్ణరేఖలు.

Italian millet = కొర్రలు.

Itch = గజ్జి; చిడుము.

# J

Jack = జాకీ; ఇరుసు ఖడ్డీని చక్రముఅను పైకెత్తు సాధనము. (2) పనసచెట్టు.

Jackquinie = పాకుడు.

Jalap, Indian = తెగడ.

Jasper = సూర్యకాంతి; పచ్చరాయి.

Jaundice = పసిరికలు (కామెరలు); కామిలారోగము; పాండురోగము.

Jaw = దవుడ; దౌడ.

Jejunum = మధ్యాంత్రికము; చిన్న పేగుయొక్క రెండవ భాగము.

Jelly = జిల్లిక.

Jelly fish = నీటికాయ.

Jequiriety = గురిగింజ.

Jews-harp = మోర్చింగు వాద్యము; మోర్సింగు.

Joint or Articulation = సంధి; కీలు.

Joint, Acromio Clavicular = అక్షకాంసఫలక సంధి.

,, Ankle = గుల్ఫ సంధి.

,, Arthrodia = ప్రతర సంధి.

,, Atlantic-Axial = చూడావలయ దంతచూడ సంధి.

,, Ball and Socket = ఉదూఖల సంధి; ఉఖలాముసలక సంధి.

,, Carpal = కరకూర్చాన్తరీయ సంధి.

,, Carpo Metacarpal = కరతల సంధి.

,, Condyloid (articulation) = ఖల్లకోర సంధి.

,, Costo vertebral = పరశుకాపృష్ఠకశేరుక సంధి.

,, Cranio Vertebral = శిరోగ్రీవ సంధి.

,, Elbow = కూర్పర సంధి.

,, Enarthrosis (Ball and Socket) = ఉదూఖల సంధి.

,, Ginglymus (Hinge like) = సందంశకోర సంధి.

,, Gomphosis (peg and nail) = దశనోదూఖల సంధి.

,, Hip = శ్రోణిసంధి.

,, Metatarsal = పాదతల సంధి.

,, Occipito-Atlantal = పశ్చిమకపాల చూడావలయ సంధి.

Joint Occipito-Axial = పశ్చిమకపాల దంతమూండా సంధి.

,, Phalangeal = కరాంగుళీ సంధి.

,, Radio ulnar = ప్రకోష్ఠాంతరీయసంధి.

,, Reciprocal reception (Saddle Joint) = పరస్పరకోర సంధి.

,, Schindylesis = గ్రసనీకని సంధి.

,, Shoulder = అంససంధి.

,, Sturno Clavicular = అక్షకోరకసంధి.

,, Tarsal = పాదకూర్చాంతరీయ సంధి.

,, Temporo Mandibular = హనుముండ సంధి.

,, Tibio Fibular = జంఘాను జంఘాస్థి సంధి.

,, Trachoides (Pivot) = చక్రకోర సంధి.

Judaism = యూదీయమతము.

Jugular Vein = కంఠసిర; మెడప్రక్కనుండు పెద్దసిర.

Julep = పానకము; కషాయము.

Jupiter = బృహస్పతి; గురుడు.

Jute = జనుపనార.

Juxtaposition = సాన్నిధ్యము; సంస్థితి.

## K

Kala-azar = కాలజార్; విషపాండుజ్వరము.

Kaleidoscope = చిత్రదర్శిని; చిత్రరూపదర్శిని.

Katabolism = అపచయక్రియ; ప్రతిలోమపృథక్కరణము; ప్రతిలోమ రూపభేదము.

Keck = వమనముచేయుట; డోకుట.

Keel = నౌతలము; ద్రోణోదరకము; ఓడక్రింది దూలము.

Kelp = సముద్రపుపాచి.

Kernal = గింజ; విత్తు; పప్పు; గుంజు; గుజురు.

Kibe = విపాదికా; చలివల్ల చర్మముపగులుట,

Kidneys = మూత్రపిండములు; మూత్రాశయము; ఉలవకాయలు; పక్కారగుండెలు; వృక్కలు; మూత్రముచేకూర్చుటకు ఉదరములోనున్న మాంస గ్రంధులు.

Kilogram = కిలోగ్రాము; వెయ్యిగ్రాములఎత్తు.

Kilometre = కిలోమీటరు; సహస్రమీటరు.

Kinetic = గతిజన్య.

Kinetic theory of heat = గతికల్పితఉష్ణము.

King of metals = ధాతురాజము.

King's metal = గండమాలారోగము.

Kino-tree, Indian = వేగి; వేగిస; ఏగిసచెట్టు.

Kleptomania = చౌర్యరుచి; దొంగబుద్ధి.

Knee cap (Knee-pan) = మోకాటిచిప్పఎముక; జాను ఫలకము.

Knock-kneed = గాడిదకాళ్లు; ముట్టికాళ్లు; లోపలికివంగిన మోకాళ్లుగల.

Knowledge = జ్ఞానము; విద్య.

Knuckle = వ్రేలికణుపు; అంగులీపర్వము.

Koniscope = గాలిలోని ధూళినిగొలుచుయంత్రము.

Krypton = క్రిప్తము (ర)

## L

Laviate = దళవృత్త.

Laboratory = ప్రయోగశాల; రసాయన సంస్కారశాల.

**Lacerated wound** = విదారణక్షతము; చీలుకొనిపోయిన గాయము.

**Lacrymal glands** = బాష్పజల గ్రంధులు.

**Lactation** = స్తన్యోత్పాదనము.

**Lactation fever** = చనుబాల జ్వరము.

**Lacteals** = ధాతు ఉపవాహికలు; క్షీరవాహికలు; బిసనాళములు; పాల గొట్టములు; పయస్విన్యములు.

**Lactic acid** = క్షీరామ్లము; అమ్లక్షీర రసము.

**Lactometer** = దుగ్ధమాపకము

**Lagoon** = లోతులేని సముద్రశాఖ; మడుగు.

**Lake** = సరస్సు, చెరువు.

**Lamp black** = దీపపుమసి; దీపాంగారము.

**Land breeze** = భూమారుతము.

**Lanset** = నస్తర; శస్త్రాయుధము; అధ్యార్ధ్రాధారశస్త్రము.

**Land slip** = భూపాతము; భూపతనము.

**Lanthanum** = లంధనము (ర).

**Large intestine** = స్థూలాంత్రము; పెద్ద పేగు.

**Larva** = క్రిమిదశ. కోశాంతర్గతకీటము.

**Larvae** = లార్వే; దేహనిర్మాణమున తల్లిని బోలక స్వేచ్ఛావిహారము చేయు పిల్ల; అప్పుడే గుడ్డులోనుండి వచ్చిన పిల్ల; కీటసిథి.

**Laryngitis** = స్వరపేటికా వాపు; స్వరస్రోతదాహము.

**Larynx** = స్వరపేటిక; స్వరయంత్రము; గొంతుకోవి.

**Last term** = అంత్యధనము.

**Latent heat** = గూఢోష్ణము; అంతర్గతోష్ణము.

**Lateral pressure** = పార్శ్వపీడన.

**Lateral Surface** = ప్రక్కచోటు, పార్శ్వపరిభాగము.

Latex = దుగ్ధరసము.

Lathe = లేతు; తరుమోణయంత్రము; తత్తిలిపట్టు సాధనము.

Latitude = అక్షాంశ రేఖ.

,, of a planet = గ్రహాపతనము.

Latrines = మరుగుదొడ్లు; పాయిఖానాలు.

Laudanum = అభిని; నల్లమందు ద్రావకము.

Lava = అగ్నిపర్వతద్రవము; శిలాద్రవము.

Law = సిద్ధాంతము.

Laws of thought = ఆలోచన సూత్రములు.

Lead acetate = సీసాశితము.

,, Carbonate = సీసకర్బనితము.

,, red = గంగసిందూరము.

,, Stone = సిందూరము.

,, wort = చిత్రమూలము.

Leaf = ఆకు; పత్రము.

Leaf base = పత్రపీఠము.

Leaflet = చిన్న ఆకు; చిరుతయాకు.

Leaf mosaic = పత్రపటలము.

Leap year = లీపువత్సరము; దీర్ఘవత్సరము; 366 రోజులు.

L. C. M. (Least Common Measure) = కనిష్టసామాన్యగుణిజము; అఘుతమ సామాన్య అపవర్తకము.

Legal fiction = వ్యంగ్యపూరక కల్పన.

Legume = ద్వివిదారుణఫలము; కాయధాన్యము.

Leguminosae = చిక్కుడు కుటుంబము.

Lemma = అవలంబనము.

Lemon = నిమ్మ.

Lens = గాజుబిళ్ళ; కటకము; బింబము.

Leo = సింహము.

Leonis = పూర్వఫల్గుని; ఉత్తరఫల్గుని.

,, Regulus = మఖ.

Leprosy = కుష్ఠరోగము.

,, bacillus = కుష్ఠరోగ సూక్ష్మదండిక.

Lepus = శశము.

'Let the number be one' (false assumption) = ఇష్టకర్మము.

Leucocites = శోషకరసకణములు; శ్వేతరసకణములు.

Leucoderma = బొల్లి; శ్వేతకుష్ఠము.

Leucorma = కంటిలోని పొర.

Leucorrhoea = శ్వేతప్రదర; తెలుపు అగుట.

Level = మట్టము.

Lever = లివరు; తులాదండము; తోలదండము; మీట.

Levigation = దేవుట; మెత్తనిపొడి చేయుట.

Leyden jar = లేడెన్ గిన్నె.

Libra = విశాఖ; తుల (రాశి).

Lift = లేవనెత్తు యంత్రము.

Ligament = సంధిబంధనము; స్నాయువు.

Light = ప్రకాశము; వెలుతురు.

Light house = దీపస్తంభము.

Lightning stroke = పిడుగుపాతము; మెరుపువలని దెబ్బ.

Lignum = మ్రానిచేవ.

Ligule = తృణపుచ్ఛము.

Like = సమాన.

Like term = సమరాశి.

Lime = సున్నము; ఖటికామ్లజిదము.

Lime stone = సున్నపు రాయి.

" water = సున్నపు తేట.

Limit = హద్దు; మేర.

Limitative = అవచ్ఛేదక, వ్యవచ్ఛేద.

Limit, Superior = పైహద్దు.

Limit of perfect recovery = స్థితిస్థాపకత్వమర్యాద.

Limonite = లిమ్నాయసము (ర)

Line of vision = దర్శనరేఖ.

Linear = దీర్ఘాకృతి; నిడుపైన.

" Expansion = ఏకదిశావ్యాకోచము.

Liniment = మర్దనౌషధము; లేపము; తైలము.

Lingual nerve = జిహ్వానాడి.

Linguistic Science = భాషాశాస్త్రము.

Linseed = అవిసె.

Lint = దూది.

Liquids = ద్రవములు.

Liquid storax = శిలారసము.

Liquification = ద్రవీకరణము.

Liquorice = అతిమధురము.

Litharge = పచ్చసీసము.

Lithium = గ్రావము (ర).

Litmus = లిట్మసు కాగితము; (నీలి; ఎరుపు.)

Libre = లీటరు ఫ్రెంచి కొలత 1.76 ఇంగ్లీషు పైంట్లు.

List = జాబితా; పట్టీ.

Liver = కాలేయము; యకృత్తు; నురుగుదబ్బ; కార్జము.

Liver abscess = కారిజపు పుండు; యకృద్దాహము; యకృద్గుల్మము.

Liver enlargement = యకృద్ధాల్యోదరము.

Living = సజీవ.

Lobe = వృత్తము.

Lock = లాకు; ప్రవాహబంధము; కాలువలలాకులు.

Lock-Jaw = అంకెల్లు పట్టుకొనిపోవుట; నక్కిళ్లుపట్టుట; హనుస్తంభము.

Locomotion = చలనము; గమనము; గమనశక్తి.

Locus = నిధానము; బిందుపథము; జాడ.

Locust pest = మిడుతలదండు; కీటకబాధ.

Lodicule = పుంకేసరబాహ్యవల్కము; ఉన్మదత్రికము.

Logarithm = సంవర్గమానము; ఘాతాంకగణన.

Logic = తర్కము.

Logical = తార్కిక; న్యాయమైన.

,, abacus = న్యాయపట్టిక.

,, argument = ఋజు అనుమానము.

,, Chain of argument = శృంఖలానుమానము.

,, philosophy = న్యాయదర్శనము.

Logwood = తొగరు చెక్క.

Longitude = మధ్యాహ్నరేఖ; రేఖాంశవృత్తము; రేఖాంశము.

,, of heavenly bodies = భోగము.

Longitudinal dehiscence = అను దైర్ఘ్యవిదళన.

„ Section = అను దైర్ఘ్యవిచ్ఛేదనము.

Long sight = చత్వారము.

Loop = పాశబంధము; మెలి; వంపు.

Lotion = ధావనౌషధము; కడుగుట కుపయోగించుమందు.

Lower fixed point = అల్పతర స్థిరస్థానము.

Lower jaw bone = క్రింది దవుడ రొమ్ముక.

Low power = హీనశక్తి; తగ్గుదృచ్ఛక్తి.

Low pressure = లఘు పీడనము.

Low tide = లఘుజ్వార భాట; తగ్గుపోటు.

Low water = తగ్గుపాటు నీటిమట్టము.

Lubricant = కందెన; నున్నగచేయునది; స్నిగ్ధీకరణ సాధనము.

Lumbago = కటివాతము; నడుముశూల.

Lumbar vertibrae = నడ్డిపూసలు; కటిమణి.

Luminous = స్వయంప్రకాశ, ప్రకాశమగు.

Lunar month = చాంద్రిమాసము.

Lunar year = చాంద్రి వర్షము.

Lungs = శ్వాసకోశములు; శ్వాసాశయములు; పుప్ఫసములు; ఊపిరి తిత్తులు

Lupus = వృకము; వృకవికార రోగము; ముక్కు చర్మము తినివేయు జబ్బు.

Lymph = శోషరసము; లసికా; శుభ్రధాతువు; శ్వేతధాతువు; ఉదక ధాతువు; జీవజంతువుల శరీరములందుండు రక్తమువంటి ద్రవము.

Lymphatics = శోషవాహికలు; రసవాహికలు.

Lymphatic gland = శోషరసగ్రంధి; లసికావాహక గ్రంధి; ఓషరరస గ్రంధి.

Lynx = గవయము.

Lyri = అభిజిత్.

## M

Mace = జాపత్రి.

Machine = యంత్రము.

Macrobiote = చిరజీవి.

Macrocephalic = దీర్ఘశిర (ముగల).

Macrodactyl = పొడవగు కాలివ్రేళ్ళుగల.

Malabar nut = అడ్డసరము.

Magic Lantern = యక్షిణీ దీపము.

Magnesia = మగ్నామ్ల జిదము.

Magnesium = మగ్నము (ర).

Magnesium sulphate = మగ్నగంధకితము.

Magnet = సూక్రాంతము; అయస్కాంతము; సూదంటురాయి; చుంబకము; లోహచుంబకము; లోహాకర్షకము.

,, artificial = కృత్రిమలోహచుంబకము.

,, Polarity of a = చుంబకత్వములోని దక్షిణోత్తరాభిముఖత.

Magnetic = చుంబక; చుంబకీయ; ఆకర్షక.

,, Attraction = చుంబనాకర్షణ; లోహాకర్షణ.

,, Battery = చుంబకమాల.

,, Curve = చుంబకవక్రము.

,, Declination = అయస్కాంత క్షీణత.

**Magnetic Dip; Inclination** = చుంబకీయసూచీపతనము.

,, **Elements** = చుంబకీయమూలతత్వములు.

,, **Equator** = చుంబనవిషువవృత్తము.

,, **Field** = చుంబకబలక్షేత్రము; కాంతప్రదేశము.

,, **Fluid** = చుంబనద్రవము.

,, **Induction** = చుంబకప్రవర్తన.

,, **Meridian** = చుంబనభూమధ్యవృత్తము.

,, **Needle** = చుంబకసూది.

,, **Polar** = చుంబకధ్రువములు.

,, **Saturation** = చుంబకీయసంపృక్తత.

,, **Separation** = చుంబక వియోగము.

**Magnetization** = స్కాంతీకరణము.

**Magnetite** = స్కాంతాయితము.

**Magnetism** = లోహచుంబకత్వము;

**Magneto** = విద్యుత్ జనకచుంబక యంత్రము.

**Magnifying power** = (బింబ) విస్తరణశక్తి.

**Magnitude** = కొలత పరిమాణము.

**Maize** = మొక్కజొన్న.

**Major axis** = దీర్ఘాక్షము; బృహదక్షము.

**Major premises** = గుర్వవయవము.

,, **Term** = గురుపదము; వ్యాపకము.

**Malar bone** = గండాస్థి.

**Malaria** = మన్నెపు జ్వరము; చలి జ్వరము.

**Malleability** = విస్తార్యత, సాగెడు గుణము.

**Mallet** = కొయ్యగూటము; సుత్తి; సమ్మెట.

Malleus = సుత్తిఎముక.

Mammal = క్షీరదము; పాలిచ్చు జంతువు.

Mammalia = స్తనపాయిలు; పిల్లలకు పాలిచ్చిపెంచు జంతువర్గము.

Mammary glands = క్షీరరస గ్రంథులు.

Mandible = చిబుకాస్థి; హన్వాస్థి

Manganese = మాంగనము (ర)

Mania = ఉన్మాదము.

Mantissa = అపూర్ణభాగము; (సంవర్గమానములోని).

Manure = ఎరువు.

Marble = చలువరాయి.

Margosa = వేప.

Marigold = బంతి.

Mariner's Compass = నావికాదిక్సూచి.

Marjoram = మరువము.

Marrow = మూలుగ; ఎముకసొన. (2) దవ్వ.

Mars = అంగారకుడు.

Marsh gass = పంకవాయువు.

Marsh mint = పుదీనా.

Marsh plant = పంక వృక్షము.

Marsuapial = తిత్తిలో బిడ్డలను పెంచు జంతువులు.

Martynia = తేలుకొండికాయ.

Mass = రాశి; ద్రవ్యరాశి.

Massage = ఒళ్లుపట్టుట; తోముట.

Mastication = నమలుట; చర్వణము.

**Masturbation** = ముష్టిమైధునము.

**Mastitis** = స్తనశోఫ.

**Matches** = నిప్పుపుల్లలు.

,, Safety = నిర్భయపు అగ్గిపుల్లలు.

**Maternity** = ప్రసూతి; ప్రసూతి వైద్యము.

**Mathematics** = గణితశాస్త్రము; గణితము.

,, Abstract or Pure = శుద్ధగణితము.

,, Applied or Mixed = మిశ్రగణితము.

Mathematical; Mathematically = గణితశాస్త్రానుసార; గణితానుసార.

**Mathematics**, Catenary = (దురాకృతి); శాతవ్యాలి గణితము.

,, Cycloid = చక్రాభాస ,,

,, Envelope = అన్వాలేప; అచ్ఛాదక ,,

,, Epicycloid = అపచక్రాలద ,,

,, Harmonic = హరాత్మక ,,

,, Hyperbola = అతిపరవలయ ,,

,, Hypocycloid = అతిచక్రాలద ,,

,, Hypotrochoid = అతిత్రిచ్ఛేద ,,

,, Lemniscate = ఇలామూల ,,

,, Parabola = పరవలయ ,,

,, Radical = కరణి ,,

**Matter** = పదార్థము; జడము.

**Mattock** = గుద్దలి; తొల్లిక; (Pickaxe).

**Maw-worm** = నులి పురుగు.

**Maximum** = అత్యుచ్ఛ్రాయదశ; మహ్మరము; ఉచ్చము.

Maximum = గరిష్ఠము; పరమము

Mean = మధ్యమము; సగటు.

Mean Circum-centre = ఘనమధ్యము.

,, Distance = మధ్యమాంతరము.

,, Position = విశ్రాంతిస్థానము.

Mean Solar day = మధ్యమసౌరదినము.

Measles = చిన్న అమ్మవారు; తట్టు; పొంగు; రోమాంతిక.

Measure = కొలత; కొలబద్ద; మానము; ప్రమాణము; భాజకము; అపవర్తకము; సామాన్యాపవర్తకము.

,, Common = సామాన్య ప్రమాణము.

,, Greatest common (G. C. M.) - గరిష్ఠ సామాన్యప్రమాణము.

,, Linear = దైర్ఘ్యమానము.

,, of capacity = ద్రవమానము.

,, of weight = భారమానము.

,, Square = భూఫలమానము; వర్గమానము.

,, Cubic = ఘనమానము.

Measurement of length = పొడవుకొలత.

,, of surface = చతురపుకొలత.

Mechanical mixture = సామాన్యమిశ్రణము; శుద్ధమిశ్రణము.

Mechanics = యంత్రగతి శాస్త్రము; యంత్రనిర్మాణ శాస్త్రము; యంత్రవిద్య.

Median = మధ్యస్థరేఖ; మధ్యగత.

Medium = యానము; యానకము.

Medulla = దవ్వ; దూట.

Medulla oblongata = మజ్జాముఖము; సుషుమ్న శీర్షకము.

Medullary rays = దూటరేఖలు; దవ్యసంబంధమైన కిరణములు.

Mega-cephalus = పెద్దకపాలముగల.

Megagamete = స్థూలసంయోగి.

Mega-nucleus = స్థూల జీవస్థానము.

Mega spore = స్థూల బీజము.

Melody = శ్రావ్యగుణము.

Melon = కర్బూజా.

Melting point = కరుగు వేడిమి.

Membrane = కలా; కళ; పొర; త్వచ; ఆవరణత్వచము; అంతరావరణ త్వక్కు; వేష్టనము; ఆవరణత్వక్కు; అంతః స్త్వక్కు.

" Adventitious = ఆగంతుకత్వచము.

" Fibrous = తాంతవత్వచము.

" Mucous = శ్లేష్మత్వచము.

" Serous = రక్తజలత్వచము.

Membraneous = మృదు; ఆవరణత్వఙ్మయము.

Menses (Menstruation) = ముట్టు; అంటు; ఋతుస్రావము.

Mensuration = క్షేత్రమితి; కొలత శాస్త్రము.

Meningitis = మస్తిష్కవేష్టన దాహరోగము.

Menopause = రజోనివృత్తి; వార్ధక్యమున ఋతుస్రావము నిలుచుట.

Menorrhagia = అత్యార్తవము; అత్యధిక ఋతుస్రావము.

Menstrual Disorders = ఋతుస్రావ వ్యాధులు.

Mercury = పాదరసము (2) బుధుడు.

Mercuric Chloride = భాండుణ కర్పూరము.

Mercuric Oxide = పారదామ్ల జనిదము.

Mercurous Chloride = రసకర్పూరము.

Mercuric Sulphur = కజ్జలి.

Mercury Sulphide ఇంగిలీకము.

Meridian = మధ్యాహ్న రేఖ.

Meridian circle = యామ్యోత్తర రేఖ

Meristem cells = విభాజ్యకణములు.

Mesentery = అంతర్బంధని; అంత్రిక.

Mesocarp = గుజ్జు.

Mesophytes = సాధారణ వృక్షములు.

Metabolism = చయాపచయక్రియ.

Meta carpals = కరాంగుళ్యాధారాస్థులు; సాణికములు.

Meta carpus = కరాంగుళ్యాధారాస్థి.

Metal = ధాతువు.

Metallurgy = ధాతుశాస్త్రము.

Meta morphosis = రూపభేదము.

Meta phosphoric acid = మితస్ఫురికామ్లము.

Metaphysical science = ఆధ్యాత్మిక శాస్త్రము.

Metatarsus; Metatarsals = పాదాంగుళ్యాధారాస్థులు.

Meteorology = అంతరిక్షశాస్త్రము; పవనస్థితిశాస్త్రము; వాతావరణశాస్త్రము

Metecrs = ఉల్కలు.

Method = విధి; మార్గము; పద్ధతి.

" analytical = అన్వయవిధి; విభజనమార్గము.

" of argument = అభ్యుపగమ పద్ధతి; కేవలాన్వయపద్ధతి.

" of difference = విసంవాదపద్ధతి; కేవల వ్యతిరేకపద్ధతి.

" of exclusions = అన్వయవ్యతిరేకపద్ధతి.

" of substitution = పరిత్యామ్నాయ పద్ధతి.

Meter; Metre = మీటరు; మాపకము.

Metric system = మీటరు మానము.

Mexican poppy = బ్రహ్మదండి; బలురక్కాస.

Mica = అభ్రకము.

Micro coccus = సూక్ష్మగుటిక.

Microcosm = సూక్ష్మ ప్రపంచము.

Micrometre = సూక్ష్మదైర్ఘ్యమాన యంత్రము.

Micro nucleus = సూక్ష్మజీవస్థానము,

Micro organisms = సూక్ష్మసంయోగి; సూక్ష్మజీవులు.

Micro phyle = సూక్ష్మరంధ్రము; అణుద్వారము.

Microscope = సూక్ష్మదర్శిని.

Microspore = సూక్ష్మబీజము; మగబీజము.

Middle ear = మధ్యకర్ణము; నడిమిచెవి.

Middle term = మధ్యధనము; మధ్యపదము; వ్యాప్యము; హేతువు(తర్క)

Midge = సన్నదోమ; తోటిపెంరపురుగు.

Migration = వలస; నిర్గమనము.

Mild alkali = సజ్జలక్షారము.

Mildew = బూజు.

Milk hedge = జెముడు చెట్టు.

Milky way = ఆకాశగంగ.

Milk supply = పాల సరఫరా.

Milk teeth = పాలపండ్లు.

Millet = జొన్నలు, (ఒక రకము.)

Millimetre = సహస్రాంశమీటరు.

Million = పది లక్షలు.

Mineral matter = లోహపదార్థము; ఖనిజపదార్థము.

Mineralogy = ఖనిజ శాస్త్రము.

Mining = గనులు త్రివ్వుట.

Minim = మినిము; ద్రవపదార్థపు చుక్క లేక బొట్టు; డ్రాములో 1/60 వంతు (2) సిందూరము.

Minimum = కనిసము; కనిష్ఠము; నీచము; న్యూనతమము; అధమము.

Minor Axis = లఘ్వక్షము.

,, Premises = లఘ్వవయవము (తర్క).

,, Term = లఘుపదము. పక్షము.

Minuend = తీసివేత లో పైసంఖ్య.

Minus = ఋణము; తగ్గిన; తీసివేత.

,, Sign = ఋణసంజ్ఞ; తగ్గించుసంజ్ఞ.

Minute = మినిటు; కల; లిప్త; నిముషము.

Mirage = ఎండమావులు.

Miscarriage = గర్భపాతము.

Mist = మంచు; తుషారము.

Mite = తవుటి పురుగు.

Mitral Valves = కిరీట పిధానములు.

Mixture = మిశ్రితౌషధము; సమ్మిశ్రణము; సంయోజనము.

Mnemonic lines = స్ఫోరక వాక్యములు.

Mobility = పారుదల; చంచలత.

Model = ప్రతిరూపము; వసునమూనా; మేల్బంతి.

Modus Tollens = నిషేధావస్థ.

Molars = విసరుపండ్లు; నమలుపండ్లు; ప్రక్కపండ్లు.

Molasses = బెల్లపుసిరు.

Molecule = అణువు; కణము; రజము.

Molecular = అణుసంబంధము; అణుజన్య; అణుమయ.

,, Attraction = అణ్వాకర్షణ.

Molecularity = అణుజన్యత.

Moleculism = అణుత్వము,

(పరమాణువు = Atom, అణువు = Molecule. అణీయ = Electron.)

Mollusc = గుల్లజంతువు.

Mollusca = మృదుశరీరవంతములు.

Molybdenum = సోలదము, (ర).

Momentum = ఊరవడి; గతిబలము.

Monadelphous = ఏకబంధ.

Monochasial helicoid = శంఖునకమధ్యారంభమంజరి.

,, Scorpiod = వృశ్చికమధ్యారంభమంజరి.

Mono Cotyledonous = ఏకబీజదళముగల; ఏకాంకురదళబీజ సంబంధ.

Monoecius = ద్విలింగపు.

Monocros = శృంగాశ్వము.

Monominal = ఏకనామిక; ఏకనామోక్తి; ఏకపద.

Mono stellic = ఏక స్తంభి.

Monsoon = వర్ష ఋతువాయువు.

Mono stroma = ఏకపత్రిము.

Mood = అవస్థ.

Morass = చిత్తడినేల; బాడవనేల.

Morning star = ప్రాతఃకాల తార.

Morphology = రూపనిర్మాణ శాస్త్రము; ఆకారవిజ్ఞానము.

Motion = గతి; చలనము; గమనము.

Mortar = గారః ఖల్వము; రోలు.

Moss = నాచు; పాచి; పాకుడు.

Moth = చిమ్మటపురుగు; శలభము; బట్టలుకొట్టు పురుగు.

Mother of Pearl = ముత్యపు చిప్ప.

Motor nerves = చలన నాడులు.

Mould = అచ్చు.

Mouth piece = పీక.

Mucus = అపుము; శ్లేష్మము; చీమిడి; కం॥ పదార్థము.

Mucus membrane = శ్లేష్మత్వక్కు; తడిచర్మము; అమత్వచము; శ్లేష్మపొర; కళ.

Mulberry = పూత్రిక చెట్టు; పట్టుపురుగు చెట్టు.

Multicostate = బహుకోష్ఠము.

Multinominal = బహునామిక; బహుపద.

Multiple = గుణిజము; భాజ్యము; అపవర్త్యము.

,, Common = సామాన్యగుణిజము.

,, Least Common = కనిష్ఠసామాన్య గుణిజ .

Multiple images = బహుబింబములు.

Multiplication = గుణకారము; హెచ్చవేత;

,, Cross = అడ్డగుణకారము; వజ్రాభ్యాసము; అభిగుణకారము.

Multiplier = గుణకము.

Multiply = గుణించుట; పెంచుట.

Multipolar cell = బహుధ్రువకణము.

Multivulvular = బహుకవచి.

Mumps = గవదలు; గాలి బిళ్లలు.

Muscle = స్నాయువు; పేశీ; కండరము; మాంసరజ్జు.

Muscle Abductor = అపకర్షక (బహిఃక్షేపక) స్నాయువు.

„ Abductor Magnus = మహాపకర్షకస్నాయువు.

„ Abductor Pollicis = అంగుష్ఠాపకర్షకస్నాయువు.

„ Accelerator Urinae = ఎవనిస్నాయువు.

„ Acromio Clavicular ligament = అంసాక్షక సంయోజక స్నాయువు.

„ Adductor Magnus = గరిష్ఠఊరువ్యూహస్నాయువు.

„ Anconeus = కఠోత్తానకస్నాయువు.

„ Attrahens Aurem = కర్ణప్రాక్ స్నాయువు.

„ Azygos Uvulae = కాకలీస్నాయువు.

„ Biceps = ద్విపద; ద్విశిరస్నాయువు.

„ Brachialis = కూర్పరద్వారికా స్నాయువు.

„ Brachialis Anticus = ప్రాక్కూప్రగండ స్నాయువు.

„ Buccinator = కపోలికాస్నాయువు; వేణువాదకస్నాయువు.

„ Coccygeus = గుదాస్థిస్నాయువు.

„ Complexus = శిరోగ్రీవపృష్ఠీయస్నాయువు.

„ Compressor Naris = నాసాసంకోచకస్నాయువు.

„ Compressor Urethrae = మూత్రనాళికాశ్లేషక స్నాయువు.

„ Concoid Ligament = త్రికోణికాఖ్య స్నాయువు.

„ Constrictor of pharynx = కంఠసంకోచికస్నాయువు.

„ Coraco-brachialis = కాకాష్ఠికా స్నాయువు.

„ Corrugator supercilius = భ్రూసంకోచకస్నాయువు; భ్రూకుటి స్నాయువు.

„ Crureus or Vastus intermidis = ఊరుప్రసారకస్నాయువు.

„ Deltoid = అంసప్రచ్ఛదస్నాయువు; అధిస్కంధస్నాయువు.

Muscle, Depressor anguli oris = సృక్కావనమక స్నాయువు.

,, Depressor labi inferioris = అధరావనమక స్నాయువు; అధరోష్ఠనికర్షక స్నాయువు.

,, Digastric = ద్విగుంఫిక స్నాయువు.

,, Dilator Naris = నాసాప్రసారక స్నాయువు.

,, Dorsal Interossei = ప్రత్యక్ కూర్చ మధ్య స్నాయువు.

,, Erector clitoridis = యోనికందోత్థాపక స్నాయువు.

,, Erector Penis = శిశ్నపహర్షక స్నాయువు.

,, Extensor = ప్రతానక స్నాయువు; వితానక స్నాయువు.

,, Extensor Carpi = కరప్రసారక స్నాయువు.

,, External hallucis longus = పాదాంగుష్ఠప్రసారక స్నాయువు.

,, External pterygoid = హనుమూలకర్షక స్నాయువు.

,, Flexor = సంకోచక స్నాయువు.

,, Flexor Carpi (radials and ulnaris) = పాణిసంకోచక స్నాయువు.

,, Flexor hallucis brevis = పాదాంగుష్ఠసంకోచక స్నాయువు.

,, Flexor Sublimis digitorum = అంగులీసంకోచక స్నాయువు.

,, Gastrocnemius = పిండకగత స్నాయువు; పిండక స్నాయువు.

,, Gemelli = యమల స్నాయువు.

,, Genio-hyoglossus = చిబుక జిహ్వాకంఠిక స్నాయువు.

,, Gluteus = నితంబపిండక స్నాయువు.

,, ,, Maximus = అధినితంబపిండక స్నాయువు.

,, Hyo glossus = జిహ్వాకంఠిక స్నాయువు.

,, Iliacus = శ్రోణిపక్షీయ స్నాయువు; అధికటీర స్నాయువు.

**Muscle**, Inferior oblique (muscle of the eye) = అధస్తిర్యక్ స్నాయువు.

,, Infra-spinatus = అధరాంసపృష్ఠిక స్నాయువు.

,, Inter Costal = పర్శుకాంతరిక స్నాయువు.

,, Inter Coastal, external = బహిః పార్శుక స్నాయువు.

,, ,, Internal = అంతః పార్శుక ,,

,, Inter-occeus Membrane = కలారూప స్నాయువు.

,, Latissimus dorsi = కటిపార్శ్వ పరిచ్ఛద స్నాయువు.

,, Levator anguli Scalpulae = అంసోన్నమక స్నాయువు.

,, Levator ani = గుదోత్కర్షక స్నాయువు.

,, Levator labii inferioris = హనూత్కర్షక స్నాయువు.

,, Levator labii Superioris = ఓష్ఠపుత్కర్షక స్నాయువు.

,, ,, ,, ,, Alequi Nasi = ఊర్ధ్వోష్ఠనాసాపుట స్నాయువు.

,, Levator menti = చిబుకోత్క్షేపణి స్నాయువు.

,, Levator palati = తాలూత్తోలక స్నాయువు.

,, Levator Palpebrae = ఉన్మీలిక స్నాయువు.

,, Linea aspera = ద్విధారాప్రాకారిక స్నాయువు.

,, Longissimus Capitis = పృష్ఠదండిక స్నాయువు.

,, Lumbricales = మార్దంగిక స్నాయువు.

,, Lymphatic = రసాయని; రసవహ స్నాయువు.

,, Manubrium = ఉరఃఫలక గ్రీవేయక స్నాయువు; ఉరోగ్రీవేయక స్నాయువు.

,, Masseter = హనుకూటకర్షక స్నాయువు; చర్వక స్నాయువు.

,, Medulla oblangata = సుషుమ్నాశీర్షక స్నాయువు.

Muscle, Middle Constrictor of pharynx = మధ్యమకంఠ సంకోచక స్నాయువు.

,, Mylo-hyoid = ముఖభూమి కంఠిక స్నాయువు.

,, Obliquus externus = బాహ్యవక్రికాక్షిక స్నాయువు.

,, ,, Internus = అంతర్వక్రికాక్షిక స్నాయువు.

,, ,, Oculi inferioris = అధస్తిర్యక్ స్నాయువు.

,, ,, ,, Superioris = ఊర్ధ్వతిర్యక్ స్నాయువు.

,, Obturator internus = అంతరస్థశ్రోణి గవాక్షీయ స్నాయువు.

,, Obturator externus = బహిఃశ్రోణిగవాక్షీయ స్నాయువు.

,, Occipito-frontalis = లలాట సంకోచక స్నాయువు; శిరచ్ఛద స్నాయువు.

,, Omo-hyoid = అంసకంఠక స్నాయువు.

,, Orbicularis oris = ముఖముద్రిణిపేశి; కపోలికాపేశి; ఆస్యవలయ స్నాయువు.

,, Orbicularis Palpebrarum = నేత్రనిమీలిక స్నాయువు; అధోభ్రుకుటిస్నాయువు; నేత్రనిమీలినిపేశి.

,, Palmaris Interossei = పార్శ్వకూర్చమధ్య స్నాయువు.

,, Palmaris Longus = కరతల ప్రసారక స్నాయువు.

,, Pectoralis Major = ఉరోజ స్నాయువు; గరిష్ఠ ఉరః ప్రచ్ఛద స్నాయువు.

,, Pectoralis minor = లఘు ఉరఃప్రచ్ఛదస్నాయువు; క్షుద్రోరస స్నాయువు.

,, Peroneus = పాదవివర్తక స్నాయువు,

,, Popliteus = జానుపృష్ఠిక స్నాయువు.

Muscle, Pronator = బహిరావర్తక స్నాయువు.

,, Pronator radii teres = దీర్ఘకర వివర్తక స్నాయువు.

,, Psoas magnus = దీర్ఘ కటిలంబి స్నాయువు.

,, Pyramidalis Nasi = నాసామూల స్నాయువు.

,, Pyriformis = శుండిక స్నాయువు.

,, Quadratus femoris = ఊరుచతురస్ర స్నాయువు.

,, Quadratus lumbrorum = కటిచతురస్ర స్నాయువు.

,, Quadriceps = చతుష్పద స్నాయువు.

,, Rectus = ఋజుస్నాయువు; ఋజుపేశీ.

,, Rectus abdominis = ఉదరదండిక స్నాయువు.

,, Rectus Externus = బహిరపాంగస్నాయువు; బహిర్దర్శిని స్నాయువు.

,, ,, Inferioris = ఋజ్వధః స్నాయువు.

,, ,, Internus = అంతర్దర్శినిస్నాయువు; అంతరపాంగ స్నాయువు.

,, ,, Superioris = ఊర్ధ్వదర్శినిస్నాయువు: ఋజుఊర్ధ్వ స్నాయువు.

,, ,, Capitis anticus = శిరఃపూర్వదండిక స్నాయువు.

,, Rectus Capitis Lateralis = శిరఃపార్శ్వదండిక స్నాయువు.

,, Rectus Capitis Posticus = శిరఃపృష్ఠదండిక స్నాయువు.

,, Retrahens aurem = కర్ణపృష్ఠిక స్నాయువు.

,, Rhomboideus = అంసాపకర్షక స్నాయువు.

,, Sartorius = దీర్ఘయామస్నాయువు.

,, Scalenus anticus and medius = పురోగఅణిమధ్యమపార్శ్వ కర్షక స్నాయువు.

,, Scalenus posticus = పృష్ఠకపర్శుకాకర్షక స్నాయువు.

,, Semi-membranosus = కలాకల్ప స్నాయువు.

Muscle, Serratus magnus = మహా అరిత్రాకారస్నాయువు.
కరపత్రికస్నాయువు; రంపపుఆకారస్నాయువు.

,, Soleus = సుతలస్నాయువు.

,, Sphincter Ani = గుదసంకోచకస్నాయువు.

,, Splenius Capitis = శిరోగ్రీవవివర్తకస్నాయువు.

,, Stapedius = కర్ణాంతరికస్నాయువు.

,, Sterno hyoid = ఉరఃకంఠికస్నాయువు.

,, Sterno mastoid = ఉరఃకర్ణమూలికస్నాయువు.

,, Stylo-glossus = శిఖారసనికస్నాయువు.

,, Stylo hyoid = శిఖాకంఠికస్నాయువు.

,, Stylo-pharyngeus = శిఖాగళాంతరీయస్నాయువు.

,, Subclavian = అక్షకాధరస్నాయువు; అధోజత్రుస్నాయువు.

,, Subcostales = అధఃపార్శ్వకస్నాయువు.

,, Subscapularis = అంసాంతరికస్నాయువు.

,, Superior oblique (muscle of the eye) = ఊర్ధ్వతిర్యక్ స్నాయువు.

,, Supinator = అంతరావర్తికస్నాయువు; ఉత్తానకస్నాయువు.

,, Supra Spinatus = ఊర్ధ్వఅంసపృష్ఠీయస్నాయువు.

,, Temporalis = శంఖచ్ఛదస్నాయువు.

,, Tensor Palati = తాలూత్తంసకస్నాయువు.

,, Tensor Tarsi = అక్షివిసర్జనిపేశీ; పక్ష్మస్నాయువు.

,, Tensor tympani = పటహోత్తంసిస్నాయువు.

,, Teres major = బృహత్ అంసాధరికస్నాయువు; మహావృత్త స్నాయువు.

,, Teres minor = లఘుఅంసాధరికస్నాయువు; లఘువృత్తస్నాయువు.

**Muscle** Tibialis anticus = అంతర్జంఘుస్నాయువు; జంఘాపురోగ స్నాయువు.

,, Tibialis posticus = జంఘానుగస్నాయువు.

,, Transversalis abdominis = ఉదరచ్ఛద స్నాయువు.

,, Transversus perineum = గుదకర్షక స్నాయువు.

,, Trapezoid ligament = చతురస్రిక స్నాయువు.

,, Trapezium = పృష్ఠచ్ఛద స్నాయువు.

,, Triceps = త్రిపద (త్రిశిర) స్నాయువు.

,, Vertebral border = పృష్ఠవంశానుగాధార పేశీ.

,, Zygomaticus (major) = బృహత్సేతు స్నాయువు.

,, ,, Minor = లఘుసేతు స్నాయువు.

**Muscles, Voluntary** = స్వతంత్రకండరములు; ఐచ్ఛిక పేశ్యములు.

,, Involuntary = పరతంత్రకండరములు; అనైచ్ఛిక పేశ్యములు.

**Muscular fibre** = కండర తంతువులు; స్నాయుపక్ష్మము.

**Muscle rings** = స్నాయు చక్రములు.

**Musca** = భరణి.

**Music** = శ్రావ్యధ్వని.

**Mutual dependence** = అన్యోన్యాశ్రయము.

**Mycelium** = బూజు.

**Myocarditis** = హృదాస్నాయుదాహము.

**Myology** = స్నాయువర్ణన.

**Myopia** = హ్రస్వదృష్టి.

**Myosin** = మాంసకండరములలోని మాంసకృత్తులు.

**Mytilus** = నత్తగుల్ల పెంకు పురుగుజాతి.

## N

Nadir = అధోబిందువు.

Narcotic = నిద్రనుకలిగించునది; మాదకము; నిద్రాకారి.

Nasal = నాసికసంబంధమైన; Nasal bone = నాసికాస్థి.

Nascent = అణురూపమైన.

Natural Classification = స్వాభావికవర్గనిరూపణము;

,, heat = స్వాభావికోష్ణము.

,, properties = స్వభావజన్యధర్మములు.

,, Sciences = భౌతికశాస్త్రములు; ప్రకృతిశాస్త్రములు.

,, Variation — నైసర్గికవ్యత్యాసము.

Nature = ప్రకృతి.

Nausea = వికారము; వాంతి; Nauseant = వాంతికారకౌషధము.

Nautical almanac = నావికపంచాగము.

Naval base = నావికాశ్రితము.

Nebula = నక్షత్రమేఘము; శుక్లపటలము; తేజోమేఘము.

Necrosis = అస్థిశోథము; పేశీసంఘాతము (Tissue) చచ్చుబడుట.

Nectar = మకరందము; పూదేనె.

Nectary = మకరందకోశము;

Negation = అభావము.

Negative = ఋణాత్మక.

,, electricity = ఋణవిద్యుత్.

,, Pole, Cathode = ఋణధ్రువము.

,, proposition = నిషేధవాక్యము.

,, Quantity = ఋణరాశి.

,, Sign = ఋణసంజ్ఞ.

**Negative Terms** = నిషేధవాచకములు.

**Nemato cyst** = తంతి తిత్తి.

**Neodymium** = న్యోదిమము (ర) ఒక ధాతువు.

**Neon** = న్యూనము (ర). ,,

**Nephritis** = మూత్రకోశపువాపు; వృక్కశోఫ; మూత్రపిండదాహము.

**Neptune** = నెప్ట్యూన్‌గ్రహము; ఇంద్రగ్రహము.

**Nerium** = గన్నేరు.

**Nerve** = మజ్జాతంతువు; జ్ఞానతంతువు; నాడి.

,, **Accelerator** = గతివర్ధక మజ్జాతంతువు.

,, **Excitatory** = క్షోభక ,,

,, **Inhibitory** = నియామక ,,

,, **Motor** = గతివాహక ,,

,, **Secretory** = రసవిమోచక ,,

,, **Sensory** = జ్ఞానవాహక ,,

**Nerve cell** = మజ్జాగోళకము; నాడీకణము.

,, ,, **Distributing** = ప్రేరణాంశదాయక మజ్జాతంతు గోళకము.

,, ,, **Intermediary** = మధ్యస్థితమజ్జాగోళకము.

**Nerve disease** = మజ్జావికారము; మజ్జాతంతురోగము.

**Nerve fibre** = మజ్జాపక్ష్మము; నరము.

,, ,, **Afferent** = అభిగామిమజ్జా పక్ష్మము.

,, ,, **Inter-central** = పీఠాంతరీయ మజ్జా ,,

,, ,, **Non-medulated** = మజ్జాకవచహీనమజ్జా ,,

**Nerve force** = మజ్జాతంతుశక్తి.

,, **Ganglion** = మజ్జామండలము; మజ్జాకందము.

,, **Root** = మజ్జాతంతుమూలము.

Nerve, System = మజ్జాతంతు సంఘాతము; మజ్జారచన; నాడీవ్యూహము.
,, Tonic = మజ్జాతంతు పుష్టికారకౌషధము; మజ్జాతంతు తేజకౌషధము
,, Articular = సంధిస్థమజ్జాతంతువు.
,, Auditory = కర్ణేంద్రియ మజ్జాతంతువు.
,, Auricularis Magnus = బృహత్ కర్ణగామి మజ్జాతంతువు.
,, Auricula temporal = కర్ణశంఖీయ మజ్జాతంతువు.
,, Cardiac = హృద్గామి ,,
,, Cervical = గ్రైవేయక ,,
,, Cervico facial = గ్రీవాతుండీయ ,,
,, Chorda tympani = లాలోత్పాదక మజ్జాతంతువు.
,, Circum flex = భుజవేష్టని ,,
,, Coccygeal = గుదాస్థి ,,
,, Communicans noni = గ్రైవేయకసమ్మేళక ,,
,, Compound = మిశ్రి; సంయుక్త ,,
,, Cranial = మస్తక; శీర్షీయ ,,
,, Crural anterior = ప్రాగూరుత్వక్స్థ ,,
,, Cutaneous = త్వక్ ,,
,, Dental = దంత్య ,,
,, Digastric = మధ్యకండరాస్నాయుగామి ,,
,, Dorsal = పృష్ఠీయ మజ్జాతంతువు.
,, Facial = ముఖగామి ,,
,, Frontal = కాపాలిక ,,
,, Gastric = జాఠర ,,
,, Genito-crural = ఉపస్థోరుగ మజ్జాతంతువు.

Nerve, Glosso-pharyngial = సప్తపద రసజ్ఞ మజ్జాతంతువు; జిహ్వాగళగామి మజ్జాతంతువు.

,, Gluteal = నితంబీయ మజ్జాతంతువు.

,, Gustatory = రసజ్ఞ ,,

,, Hypo-glossal = బృహజ్జిహ్వాచాలక ,,

,, Infra-orbital = అధోక్షికోటీయ ,,

,, Inter-costal = పార్శ్వకాభ్యంతర ,,

,, Laryngeal recurrent = అవర్తకకంఠనాడీస్థమజ్జాతంతువు

,, Lumbar = కటిస్థమజ్జాతంతువు.

,, Masseteric = అధోదంతాస్థిక మజ్జాతంతువు.

,, Maxilliary, Superior = ఊర్ధ్వదంతాస్థిక ,,

,, ,, Inferior = కపోలగామి ,,

,, Median = మధ్యగత (మాధ్యమిక) ,,

,, Motor = గతివాహక ,,

,, Motor occuli = నేత్రమూలిక ,,

,, Musculo spiral = భుజగ ,,

,, Nasal = నాసాగామి ,,

,, Obturator = ఊరువంక్షణ సంధిస్థ ,,

,, Occipitalis = శిరఃపృష్ఠకపాలగామి ,,

,, Olfactory = ఘ్రాణేంద్రియ ,,

,, Opthalmic = చక్షుర ,,

,, Optic = చక్షురింద్రియ ,,

,, Palmar = కరతలస్థ ,,

,, Patheticus = నేత్రోర్ధ్వ స్నాయుగామి ,,

,, Petrosals = మేకల మండల ,,

Nerve, Pharyngeal = సప్తపది మజ్జాతంతువు.

,, Phrenic = మధ్యపటలీయ ,,

,, Pneumogastric = క్లోమ జఠరగామి ,,

,, Popliteal Internal = అంతర్జానుక ,,

,, ,, External = బహిర్జానుక ,,

,, Radial = ప్రకోష్ఠీయ ,,

,, Sacrals = త్రైక ,,

,, Saphenous, long = అంగుష్ఠదీర్ఘ ,,

,, Sciatic, great = మహా ఆసనాస్థి ,,

,, ,, Small = లఘు ఆసనాస్థి ,,

,, Sensory = జ్ఞానవాహక ,,

,, Spinal accessory = సహాయకపృష్ఠవంశీయ ,,

,, Spinal = పృష్ఠవంశీయ ,,

,, Splanchnic = వృక్కోర్ధ్వ పేశీగామి ,,

,, Supra orbital = ఊర్ధ్వోష్ఠక ,,

,, Supra trochlear = లాలాటిక ,,

,, Sympathetic = అనుకంపిక ,,

,, Thoraic = కరపత్రిస్నాయుక ,,

,, Tibials posterior = ప్రత్యగ్జంఘాస్థిక ,,

,, Tibials anterior = ప్రాగ్జంఘాస్థిక ,,

,, Trigeminus or Trifacial = త్రిముఖగామి ,,

,, Tympanic = మధ్యకర్ణిక ,,

,, Ulnar = అన్తః ప్రకోష్ఠీయ ,,

,, Vasomotor = ధమనీచాలక ,,

Nervous debility = నరములబలహీనత.

Net of Solid = ఘనాకారముయొక్క అల్లికపటము.

Nettle = దూలగొండి.

Nettle-rash = శీతపిత్తము.

Net value = నిలువఫలము; నికరఫలము.

Neuralgia = మజ్జాతంతువేదన.

Neurasthania = మజ్జాతంతుకార్యక్షీణత; మజ్జాతంతుక్రియాదౌర్బల్యము.

Neuritis = మజ్జాతంతుదాహము.

Neutral = తటస్థభావము.

New Radiation = నవప్రసరణము; అభినవకిరణవిసర్జనము; (రామనుగారి నూతన పరిశోధన).

Newt = నల్లికండ్లపాము.

Nickel = నికెలు; నికిలము (ర)

Night blindness = రేజీకటి.

Nimbus clouds = కారుమబ్బులు.

Nitrate = నత్రితము.

,, of potassium = సూరేకారము.

Nitre = పెట్లుప్పు; సూరేకారము.

Nitric Oxide = నైట్రికాక్సైడు; నత్రకామ్లజనిదము.

Nitrogen = నత్రిజని; సారజనకము; దహ్యాతరధాతువు; అవణ వాయువు.

Nitrogen monoxide = నత్రిజ ఏకామ్లజనిదము.

,, Dioxide = నత్రిజ ద్వ్యామ్లజనిదము.

,, Pentoxide = నత్రిజ పంచామ్లజనిదము.

,, Trioxide = నత్రిజ త్ర్యామ్లజనిదము.

Nitrogen tetroxide = చతురమ్లజనిదము.

Nitrogen trihidride = నత్రిజత్రియుదజనిదము.

Nitrogeoous = నత్రిజనసంబంధమైన; సారజనకసంబంధ.

Node = స్కంధశిఖరము; గంటు; పర్వము; కణుపు; (2) గ్రహపాతము; కక్షాపాతము.

Noise = కర్కశధ్వని.

Nomads = దేశదిమ్మరులు.

Nomenclature = పరిభాష.

Nonagon = నవాస్రము; నవభుజము.

Non-conductor of electricity = అవిద్యుత్వాహకము:

,, of heat = అనుష్ణవాహకము.

Non living = అజీవ; నిర్జీవ; జడ.

Non luminous = కాంతిరహిత.

Nonmetal = ఉపధాతువు; నిర్ధాతువు.

Nonmetallicoxides = ఉపామ్లజనిదములు.

Non Sequitor = నిరాధార (ముగు నిగమము).

Normal = ముఖ్యలంబము; ప్రమాణప్రకార; ప్రమాణిక (2) లంబరేఖ.

Normal motion = కేంద్రాకర్షణము: కేంద్రోద్గమము.

Normative Science = విధాయక శాస్త్రము.

Notation = సంకేతచిహ్నగణితము; సంజ్ఞామానము; అంకసంకేతము; సాంకేతిక గుఱుతులతో అంకెలువేయుట; సంఖ్యాలేఖనము.

,, abridged = సంగ్రహసంజ్ఞామానము; సంగృహీత; సంక్షిప్తసంజ్ఞ

Notch = పరిఖ; ఖాతము; ద్వారము.

,, Ethmoidal = నేత్రిమహాపరిఖ.

Notch Great Sacrosciatic = గృధ్రసీద్వరపరిఖ.

,, Lachrymal = అశ్రుపీఠఖాతము.

,, Sacrosciatic = కుకుందరద్వారము.

,, Spheno-Palatine = తాలుజాతుక ఖాతము.

,, Supra-Capsular = అంసశిరఃకోటరఖాతము.

,, Sigmoid = అర్ధచంద్రాకార ఖాతము.

Notion = అనుభవము.

Notional = మనఃకల్పితమైన.

Nourishing = పుష్టిచేయు; బలకరమైన.

Nuclear membrane = జీవస్థానకవచము.

Nucleolus = జీవస్థానగర్భము; అంతర్జీవస్థానము.

Nucleus = ఆద్యజీవకణస్థానము; జీవపరమాణువు; ప్రొటోప్లాసంలోని నిలుకడ పదార్థము. ఒకకణములోని మధ్యబిందువు, లేక చుక్క మూలబిందువు; (2) బీజము.

Numb = తిమ్మిరు పట్టిన; చచ్చుపడిన.

Number = సంఖ్య; రాశి; అంకము.

,, Abstract = వియుక్తసంఖ్య; శుద్ధసంఖ్య; సాధారణసంఖ్య; నిరుపాధికసంఖ్య.

,, Amicable = యుగళాత్మక సంఖ్య.

,, Cardinal = ముఖ్యసంఖ్య; ప్రత్యయరహితసంఖ్య; మూలాంకము; సంఖ్యార్థము.

,, Commersurable = మితసంఖ్య.

,, Composite = మిశ్రసంఖ్య; చేరియున్న; గుణజ.

,, Compound = యుక్తసంఖ్య.

,, Concrete = మిశ్రసంఖ్య; సమహితసంఖ్య; సంయుక్తసంఖ్య; సోపాధిక, పరిగణిత; వ్యావహారికసంఖ్య.

Number Directed = ఉపలక్షితసంఖ్య.

" Even = సమసంఖ్య.

" Evenly even = సమసమసంఖ్య.

" Evenly odd = సమవిషమసంఖ్య.

" Figurative = సంకలితసంఖ్య.

" incommensurable = భిన్నసంఖ్య.

" irrational = కరణి సంఖ్య.

" mixed = సంకీర్ణసంఖ్య; మిశ్రిత సంఖ్య.

" natural = ప్రాకృతిక; స్వతస్సిద్ధక్రమసంఖ్య; ఏకాదిక్రమసంఖ్య.

" Negative = ఋణసంఖ్య.

" Odd = విషమ సంఖ్య.

" Oddly odd = విషమవిషమ సంఖ్య.

" of terms = గచ్ఛము.

" Perfect = పూర్ణసంఖ్య; సంఖ్యనిధి.

" Prime = అదిమ, ఉత్తమ సంఖ్య; దృఢాంకము.

" Pologanal = బహుభుజాకారసంఖ్య.

" Positive = ధనసంఖ్య.

" Prime = ప్రధాన సంఖ్య.

" Proportional = సజాతీయ సంఖ్య.

" Pure = శుద్ధ సంఖ్య.

" Rational = మూలక సంఖ్య.

" Real = ప్రత్యక్షసంఖ్య; వాస్తవ్యసంఖ్య.

" Relation = సంబంధిసంఖ్య.

Number Triangular = త్రిభుజాకారసంఖ్య.

„ whole = పూర్ణసంఖ్య; అభిన్నసంఖ్య.

Numeration = సంఖ్యామానము; సంఖ్యావాచకము. సంఖ్యను చదువుట; శబ్దములతో వ్రాయుట.

Numerator = అంశము; లవము.

Numerical = సంఖ్యాసంబంధమైన; సాంఖ్య.

Nurse = రోగశుశ్రూషకురాలు; రోగులకు సేవచేయుస్త్రీ; దాది.

Nursing = రోగశుశ్రూష, చాకిరి, సేవ.

Nursery = శిశుసంరక్షణమందిరము.

Nutrition = జీర్ణపద్ధతి; పోషణము.

Nux vomica = ముషిణి.

## O

Oak = సిందూరవృక్షము.

Oasis = ఎడారిలోనివిశ్రాంతిస్థలము; సైకతాంతరఫలవంతప్రదేశము.

Obesity = అతిస్థూలత; మేదోవృద్ధి.

Oblique = వంకర; తిర్యక్; ఏమూలగానున్న.

Oblong = దీర్ఘచతురము; ఆయతము.

Observation = అవలోకనము; నిరీక్షణము; వేధ.

Observatory = వేధశాల; అవలోకనశాల; నక్షత్రావలోకనశాల.

Obturator Formen = శ్రోణిగవాక్షము.

Obtuse = బహిర్లంబ.

„ angle = లంబకోణము; గురుకోణము.

Obverse; Obversion = ప్రతిలోమ్యము.

Obvert = ప్రతిలోమించు.

Occipital = కపాలమూలిని; శిరఃపృష్ఠాస్థి.

Occurence = సంభవము; సంఘటనము.

Ocean bed = సముద్రశయ్య.

Ocean currents = సముద్రప్రవాహములు.

Octagon = అష్టాస్రము; అష్టభుజము.

Odd = ఓజ; బేసి; విషమ.

Odometer = శకటవేగ దర్శకయంత్రము.

Oesophagus = అన్ననాళిక; అన్నపథము.

Offensive trades = పీడాకరవ్యాపారములు.

Offset = లంబపరిమాణము; అంతరలంబము.

Okra = బెండ.

Oils = తైలములు.

Ointment = విలేపనము; విలేపనౌషధము; మలాము.

Olfactory Nerves = ఘ్రాణనాడులు.

Olive = జితవృక్షము.

Omniverous = సర్వభక్షక.

Oosicles (of ear) = శ్రుతిపటలములో నుండు మూడు చిన్న ఎముకలు.

Oospore = సంయుక్తబీజము.

Opaque = అపారదర్శక; ప్రకాశావరోధక; నిష్ప్రభము; అడ్డముగలె అవతలవస్తువు కనబడనిగుణము.

Operation = కార్యము; కృత్యము; పరికర్మ; (2) శస్త్రచికిత్స.

" Fundamental = ముఖ్యకార్యము; ప్రధానపరికర్మ.

Ophalian = భేకాంత్రికములు.

Operator = కారకము.

Ophiology = సర్పశాస్త్రము.

Opoisometer = వక్రరేఖాదీర్ఘమాని.

Opposite arrangement = అభిముఖమగు చేరిక.

Opposition of proposition = వాక్యవిరోధము.

Opthalmology = నేత్రవైద్యము; నేత్రవిద్య.

Optics = తేజశ్శాస్త్రము; వెలుతురు, దృష్టినిగూర్చినది.

Optical Centre = చక్షుర్మధ్యము.

Optcial instruments = దృగ్యంత్రములు.

Optic nerve = నేత్రనాడి.

Optimum temperature = తగువెచ్చన.

Orang-outang = అలకబోతు; వాలిడి; తోకలేనికోతి.

Orb = బింబము.

Orbit = అక్షిగోళము; కనుగుంట.

Orchitis = వృషణవృద్ధి.

Ordinal number = క్రమద్యోతసంఖ్య; క్రమాంకము.

Ordinate = ద్వితీయసంబాధకము; నిలువుభుజము; నిరూపకము.

Ore = ఖనిజము.

Organs = అవయవములు.

Organic = సేంద్రియ.

Organic chemistry = సేంద్రియరసాయనశాస్త్రము.

,, rocks = జీవజశిలలు.

Origin = మూలస్థానము; మూలబిందువు; (2) ఉత్పత్తి; (తర్క)

Orion = మృగశీర్షము.

Orionis = ఆర్ద్ర.

Ornithology = పక్షిశాస్త్రము.

Orris = వస.

Orthocentre = లంబకేంద్రము.

Orthocirumcentre = లంబసంధి; లంబకేంద్రము.

Orthogonal = లంబసంబంధమైన; సమకోణాకృతి.

Orthophosphates = ఋజుస్ఫురితములు.

Orthophosphoric acid = ఋజుస్ఫురికామ్లము.

Oscillation = ఊపు.

,, method of = డోలాయమానపద్ధతి.

Osmium = ఓస్మము (ర).

Osmosis = సూక్ష్మస్రవిని; పరస్పరసంబంధము.

Osteology = అస్థిశాస్త్రము.

Otorrhoea = కర్ణస్రావము; చెవిలో చీముకారుట.

Outline = ఆకారరేఖ, చుట్టుగీత; రూపురేఖ; గిరిగీత.

Outpost = కావలి స్థలము.

Outward Stimulus = బహిఃప్రేరణ.

Oval = అండాకార.

Ovary = అండకోశము; స్థూలబీజాశయము.

Ovate = అండాకృతిగల; గోళాకార.

Overhauling = తిరుగ వేత; మరమ్మతుకొరకు విప్పుట.

Overlapping = పరస్పరము వ్యాపించుట; ఒక దానిమీది [illegible] కొరటివచ్చుట.

Overtone = అతిస్వరము.

Oviparous animal = అండదము; గుడ్లనిడు జంతువు.

Ovule = పుష్పములోని స్థూలబీజాశయము; అండము.

Ovum = గుడ్డు; అండము; స్థూలబీజము.

Ounce = ఔన్సు.

Oxidation = అమ్లజనీకరణము; భస్మీకరణము.

Oxides = ఆమ్లజనిదములు.

Oxide of Carbon = కర్బనామ్లజనిదము.

,, Nitrogen = నత్రజామ్లజనిదము.

Oxide of iron = లోహామ్ల జనిదము.

Oxide of magnesium = మగ్నామ్ల జనిదము.

,, Phosphorous = స్ఫుగామ్ల జనిదము.

Oxides of Potassium-and Sodium = పొటాసియ సోడియామ్ల జనిదము

,, Sulphur = గంధకామ్లజనిదము.

Oxy-acids = ఆమ్లజనామ్లములు.

Oxy-salts = ఆమ్లజనిలవణములు.

Oxygen = ప్రాణవాయువు; ఆమ్లజని.

Oyster = శీపి; గుల్లచేప.

Oxalma = పీనసము.

## P

Pabchi = బావంచా.

Pad = మెత్త.

Paints = పూతరంగులు.

Palate = అంగుడు; అంగిలి; తాలుమండలము.

Palea = భుజములు.

Palisad tissue = స్తంభావళి.

Palladium = పలాదము (ర).

Palmate = తాళపత్రాయిత.

Palmyrah = తాటిచెట్టు.

Palpitation = గుండె అదరు; గుండెదడ.

Pancroas = అగ్న్యాశయము; వృక్వకములు; స్వాదుపిండము; అనామిక పిండము.

Pancreatic artery = స్వాదుపిండధమని,

Pancreatic duct = మధు (రస) వాహిక; స్వాదుపిండనాడి.

,, Juice = మధురసము; స్వాదుపిండరసము.

,, Dueodenal artery = స్వాదుపిండ పోషకధమని.

Pancreatitis = స్వాదుపిండదాహము; అగ్న్యాశయదాహము.

Panicle = ముళుకము; రెమ్మగెల.

Panoramic view = సర్వదిగ్దర్శక దృశ్యము.

Panotitis = చెవిపోటు.

Pans = పళ్లెములు.

Pantograph = పటప్రతిలేఖిని.

Papillae = కంటకములు; గుబ్బలు; చిన్న మొటిమలు.

Par = సరాసరి; సమము; బరాబరు.

Parabola = పరవలయము; బాణాకారకక్ష్య.

Park = ఉద్యానవనము.

Parallax = స్థానభేదభ్రమ; లంబనము.

Parallel = సమాంతర; సమరేఖాయిత; సమాంతరవ్యాప్త.

,, Lines = సమాంతరరేఖలు.

Parallelism = సమాంతరత్వము.

Parallelogram = సమాంతర చతుర్భుజము.

Parallelopiped = సమాంతర ఖాతము.

Parallel venation = సమానరేఖ పత్రము.

Parallels of latitude = సమాంతర అక్షాంశవృత్తములు.

Paralysis = పక్షవాయువు; పక్షవాతము.

,, Agitans = వేపధు; కంపవాయువు.

,, Genbal = అతత్వాభినివేశము.

Paraphymosis = నివృత్తమణి.

Paraphlegia = ఊరు స్తంభము.

,, Spastic = ఖంజవాతము.

Parasite = పరాన్నభుక్కు; అర్జవజీవి; ఇతరులపై జీవించునది.

Parasitic diseases = పరాన్నభుగ్జనితవ్యాధులు; శరీరము నాశ్రయించిన సూక్ష్మజీవులవలన కలుగువ్యాధులు; శరీరాశ్రిత క్రిమిజనితవ్యాధులు.

Para thyroid glands = నాలుగు కంఠ గ్రంధులు.

Parenchyma = మృదుసారము; మృదుకణసంహతి.

Parenthesis = వృత్తార్థము (వ్యాక).

Parietal bone = సీమంతాస్థి.

,, Placentation = కుడ్యసంయోగము.

Parotid = ఉమ్మిగ్రంధి.

Partial = కొంత భాగపు.

Particular = విశేష.

,, Proposition = విశేషవాక్యము.

Partnership = భాగస్వామ్యము; ఉమ్మడి.

Pass = కనుమ.

Pasteurisation = పాశ్చురైజేషను; పాలుపొరియకుండ 140 డిగ్రీలకు వెచ్చజేసియుంచు పద్ధతి; పాశ్చరుగారివిధానము.

Patella = మోకాలి చిప్ప; జాన్వస్థి.

Patient = రోగి; వ్యాధిగ్రస్తుడు.

Pathogenic bacteria = జబ్బులగలిగించు సూక్ష్మదండికలు.

Pathology = రోగనిదానము; వ్యాధినిర్ణయశాస్త్రము.

Pattern = మాదిరిచిత్రము; మచ్చు; నమోనా.

Pauses = విరతులు; విరామములు.

Peak = పర్వత శిఖరము; శృంగము.
Pear = బేరిపండు.
Peat = జీర్ణించినవేర్లు మొ॥ పదార్థములు.
Pebbles = గులకరాళ్లు.
Pedal = పాదసంబంధ.
Pedicel = ఉపవృంతము; పుష్పవృంతము.
Pedometer = నడచినదూరము దెలుపు యంత్రము.
Peduncle = కాడ, తొడిమ, వృంతము.
Peel = తోలు; పట్ట;
Peepul tree = చెట్టురావి.
Pegasi = పూర్వాభాద్ర.
Pegasus = ఉచ్చైశ్శ్రవము.
Pellate = పరిహారిత; పత్రమధ్యపత్రకోపి.
Pelvis = కూపకము; వస్తికము; కటి; పొత్తికడుపుచుట్టునుండు ఎముకల గూడు; శ్రోణిచక్రము.
,, Cavity = కూపకుహరము; శ్రోణిచక్రపుగది; వస్తిగుహ.
Pelvic Haematuria tumour = మర్కల్లము; రక్తగుల్మము.
Pencil = సీసలేఖని; పెన్సలు.
,, of rays = కిరణశలాక.
Pendulum = లోలకము.
Pentagon = పంచాస్రము; సమపంచభుజము,
Penumbra = ఖండచాయ.
Pepsin = జఠరకము; కొలకము; జాఠరరసవికారము; పాచకతత్వము.
Peptone = మాంస సారము.
Percent = నూటికి.

Percentage = నూటికిచొప్పు; శాతము.

Percent error = నూటికివచ్చు పొరపాటు. ప్రమాదశాతము.

Percept = నిర్వికల్పము.

Perception = ప్రత్యక్షము; ప్రత్యక్షానుభవము; నిర్వికల్పజ్ఞానము.

,, of senses = ఇంద్రియ గోచరత్వము.

Percolate = స్రవించు.

Percussion = ఘట్టన; ఢీకొనుట.

Pereblem = పరిలింగము.

Peretielion = నీచ.

Perianth = పుష్పవేష్టనము; పరిపత్రము.

Pericardium హృత్కోశము.

Pericarditis = గుండెనంజు; హృదయవేష్టదాహము.

Pericarp = బీజకోశము; విత్తనముపైపొర.

Pericycle = ఒడ్డాణము.

Perimeter = చుట్టుకొలత; కైవారము.

Perinaeum = గుదద్వారమునకు ఉపస్థేంద్రియమునకు మధ్యప్రదేశము.

Period = ప్రవృత్తికాలము; నియమితకాలము; అవర్తము; కాలము (2) బిందువు (వ్యాక.)

Periosteum = సేయుంకళ; అస్థికవచము; ప్రతియెముకను ఆవరించుకొని యుండు తెల్లనినారపొర.

Periostitis = పర్యస్థిదాహము.

Perisperm = గర్భపుకండ; అంకురబహిచ్ఛదనము.

Periscope = పరివీక్షణయంత్రము.

Peristolisis = మలోత్సర్జకచలనము; తినుటలోని పేగుల చలనము.

Peritoneum = అంత్రవేష్టనము; ఉదరాంత్రవేష్టనము; పర్యంత్రకము.

Peritonitis = అంత్రవేష్టన దాహము.

Permutation = అంకపాశవ్యవహారము.

Perpendicular = లంబము; నిలువురేఖ; లంబ: నిట్టనిలువుగానుండు.

,, axis of = పరాలోకాక్షము.

,, bisector = మధ్యగతలంబ; లంబద్విఖండనరేఖ.

,, line = లంబరేఖ.

Permanent hardness = శాశ్వతఖటికత్వము;

Perseus = యయాతి.

Personal God = మనుష్యరూపధారియగు ఈశ్వరుడు.

,, Hygiene = వ్యక్తిసంబంధశౌచము.

Perspective = యథాదర్శనము; క్షేత్రవిక్షేపము; పరాలోకము; ఘనాకారములను సమక్షేత్రముమీద వ్రాసెడురీతి.

Perspiratory glands = ఘర్మోత్పాదక (స్వేదోత్పాదక) గ్రంథులు.

Persulphuric acid = పరిగంధకికామ్లము.

Pessaries = గర్భాశయాధారవలయము.

,, check = సంతాననిరోధసాధనము; రబ్బరుయోనిమూతి.

Pestle = పోత్రము.

Petals = ఆకర్షణపత్రములు; రక్షకపత్రములు.

Petiole = ఆకుకాడ.

Petitio principii = ప్రకరణసమము.

Petroleum = శిలాతైలము; మట్టితైలము.

Phalanges = కర (పాద) అంగుళాస్థులు.

Pharma copoeia = భేషజకల్పసూత్ర సంహిత; ఔషధగ్రంధము;

(2) ఔషధ సంగ్రహము.

Pharaynx = సప్తపథ. Pharyngitis = సప్తపథదాహము.

Phases of the moon = చంద్రుని కళలు.

Phenol, Phenyle = ఫినైలు; దుర్గంధనాశక ద్రావకము.

Phimosis = లింగాగ్రమున చర్మము ఎగదీకొనిపోవుట; నిరుద్ధమణి.

Phlebitis = మజ్జాతంతుదాహము.

Phlegm = శ్లేష్మము; కఫము.

Phloem or Blast = త్వక్కు; చర్మము.

Phlogistic = అగ్ని సత్వ.

Phosphates = స్ఫురితములు.

Phosphate of lime = సుధాభాస్వరము.

Phosphaturia = క్షారమేహము.

Phosphite = స్ఫురాయితము.

Phosphoric acid = స్ఫురితామ్లము.

Phosphorus = స్ఫురము; స్ఫురితము; భాస్వరము.

Phosphorus trioxide = స్ఫురత్త్ర్యమ్ల జనిదము.

,, tetroxide = ,, చతురమ్ల ,,

,, pentoxide = స్ఫురత్పంచామ్ల ,,

Photography = ఛాయాపట గ్రహణము; ఫోటోగ్రాఫీ.

Photographic plates = ఛాయాగ్రాహక దర్పణములు.

Photons = తేజఃఖండములు.

Photo sphere = దీప్తి గోళము.

Photo Synthesis = కిరణజన్య సంయోగనక్రియ.

Physical change = భౌతిక వికారము; మార్పు.

Physical Geography = భౌతిక భూగోళము,

,, Mixture = భౌతిక మిశ్రణము.

Physical phenomena = భౌతిక దృశ్యవికారములు.

,, Properties = భౌతిక ధర్మములు.

Physics = పదార్థ విజ్ఞానశాస్త్రము.

Physiology = శరీర ధర్మశాస్త్రము; శారీరశాస్త్రము.

Phthisis = కఫక్షయము; పుప్పుసక్షయము.

Picture = ప్రతిమ; చిత్తరువు.

Piles = మూలశంక; అర్శస్సు; మూలవ్యాధి.

Pimple = మొటిమ.

Pincers = స్రావణము; తంచెసము.

Pinnate = పక్షవైఖరి; ఛేదిత.

Pint = పైంటు.

Pipe = గొట్టము.

Pippette = పిప్పెట్టు; సన్నని కొలగొట్టము.

Pisces = మీనము.

Pisces Australis = దక్షిణమత్స్యము.

Pisceum = రేవతి.

Piscivorous = మత్స్య భక్షక.

Pistachio = పిస్తా.

Pistia = అంతర తామర.

Pistil = అండకోశము.

Pistillate = స్త్రీ బీజయుక్త.

Piston = ముషలకము.

Piston rod = ముషలకదండము.

Pitch = స్థాయి; మరచీలయొక్క భ్రమణాంతరము; వాడకీలు.

Pith = బెండు; దూట; దంటు.

Pitted vessels = గుంటలుగల కాలువలు.

Pituitory body = పోషక గ్రంధి. (మెదడులోనిది)

Placenta = అండశము; జరాయువు; మావి (2) బీజబంధము; అండలంబిన స్థానము.

Plague = ప్లేగు; బొబ్బలరోగము; మహామ్మారి; శోఫగ్రంధియుక్త సన్నిపాత జ్వరము,

Plan = ప్లాను; కల్పన, మసలతు; ఉపాయము; చిత్రము; నమూనాఆకృతి.

Plan and Elevation = భూమిఆకృతినమూనా; (ఎత్తు)పై ఆకృతినమూనా.

Plane = సమతలము; ధరాతలము; సమక్షేత్రము; సమప్రదేశము.

Plane Geometry = సరళ (రేఖా) భూమితి.

Plane Trignometry = సరళ (రేఖా) త్రికోణమితి.

Plane, Directing = కాల్పనిక సమక్షేత్రము.

,, Ground = సమభూమి.

,, Horizontal = సమాంతరసమతలము.

,, Inclined = ఉతరణ సమతలము.

,, Intersecting = ఛేదక సమతలము.

,, Objective = పదార్థవిషయక సమతలము.

,, Oblique = తిర్యక్ సమక్షేత్రము.

,, Original = మూలసమక్షేత్రము.

,, Perpendicular = లంబ సమతలము.

,, Perspective = యథాదర్శ సమతలము.

,, Picture = చిత్రభూమిక సమక్షేత్రము.

,, Vertical = ఊర్ధ్వసమతలము.

Plane-mirrior = సమతల దర్పణము.

Planets = గ్రహములు.

Plano concave = ఏకపుట.

Plano 'convex = ఏకకుంభ.

Plaster of parris = ప్యారిసుజిగురు,

Plateau = పీఠభూమి.

Plasma of blood = రక్తము లోనిద్రవపదార్థము.

Platinum = ప్లాటినం (ర)

Pleides = కృత్తిక.

Pleorme = అంతర్లింగము.

Pleura = పుప్పుసవేష్టనము.

Pleurisy = ప్లూరసీ; శ్వాసకోశవేష్టనశోఫ; దాహము; ఊపిరితిత్తి పొరలోవాపు.

Pliers = సవాణము; ప్రావణము.

Plot points = బిందువులను గుర్తిడుట; స్థాపించుట.

Plumb Level = మూలమట్టము.

Plumb line = లంబరేఖ; వ్రేలాడుత్రాడుగుండు; ఓడంబము; మట్టపుత్రాడు.

Plumule = ప్రథమశాఖ; అంకురము; మొలక

Plures Interrogatories = బహుప్రశ్నకము; ప్రశ్నవైజాత్యము.

Plus sign = ధనసంజ్ఞ; కూడిక గుఱుతు.

Pluto = ప్లూటోగ్రహము; (1930 లో కనుగొనబడినది.)

Pneumatic trough = వాయు సంగ్రహణ తొట్టి.

Pneumonia = న్యూమోనియా; ఫుప్ఫుసజ్వరము; రక్తష్ఠీవి; సన్నిపాత జ్వరము; శ్లేష్మాధిక్య సన్నిపాత జ్వరము.

Point = బిందువు; కొన; చుక్క.

,, of application = శక్తిప్రయోగ (సమయము) స్థానము.

Point of incidence = పతన బిందువు.

Pointed = మొనదేరిన.

Pointer = చూపుకొయ్య; చూపునది; సూచకము; చూపుడు ముల్లు.

Poison gland = విషగ్రంథి.

Polar body = ధ్రువ రేణువు.

,, Circles = ధ్రువవృత్తములు.

,, Region = ధ్రువమండలము.

Polarity = ధ్రువ లక్షణము.

Pole measure = పోలుకొలత.

,, Star = ఉత్తర ధ్రువతార.

Polish = మెరుగు పెట్టుట.

Pollen = పుప్పొడి.

Pollen sac = పుప్పొడి తిత్తి.

Pollination = పుష్పసంపర్కము; పరాగసంపర్కము.

,, Self = ఆత్మ పరాగసంపర్కము.

Polyadelphous = బహుబంధక.

Polyandrous = విడికింజల్కములుగల.

Polyarthritis = కీళ్లవాపులు; సంధిశోఫ.

Polygon = బహుస్రము, బహుభుజము.

Polygonal cell = బహుభుజకణము.

Polyhedron = బహుక్షేత్రావృతఘనము; బహుక్షేత్రముఖి; బహుఫలకము.

Polynominal = బహునామిక; బహుపద; బహునామికోక్తి.

Polypetallous = బహుదళ.

Polypus in the Nose = నాసార్శ; పీనస రోగము.

Polypus of the uterus = గర్భాశయార్శ.

Polysephalous = విభక్తపాత్రిదళ సంబంధ.

Pome = సీతాఫలజాతి.

Pomology = ఫలవిజ్ఞాన శాస్త్రము.

Porcelain dish = పింగాణి గిన్నె.

Porcupine = ముండ్ల పంది.

Porocity = సచ్ఛిద్రత.

Portal vein = జీర్ణాశయసిర; ప్రతీహారిణి.

Position = స్థానము; స్థితి.

Positive = ధనాత్మకమైన.

Positive electricity = ధనవిద్యుత్.

,, Number = ధన సంఖ్య.

,, Quantity = ధనరాశి.

,, Terms = భావవాచకములు.

Postulate = ప్రమేయము; స్వీకృతపక్షము; అకామినాప్యంగీకారణీయము; ఆధార నియమములు; స్వీకృత సిద్ధాంతములు.

Potash = పొటాశియామ్ల జిదము.

Potassium = పొటాసియం.

,, Carbonate = యవక్షారము.

Potassium Chloride = పొటాశియహారిదము.

,, Nitrate = సూరేకారము.

,, Permanganate = పొటాశియ పరిమాంగనితము.

,, Phosphate = పొటాసియస్ఫురితము.

Potential energy = నిలువచేయబడినశక్తి; బీజరూపశక్తి.

Pound = పౌను (3 పౌను లొక వీసె).

Powder = చూర్ణము.

Power = శక్తి (2) ఘాతము.

,, 2nd = వర్గము; ద్వితీయఘాతము.

,, 3rd = ఘనము; త్రిఘాతము.

,, 4th = చతుర్ఘాతము.

Power conduction = వాహకశక్తి.

Practice method = ఆచరణ పద్ధతి; వ్యవహారగణితము.

Practical = ప్రయోగాత్మక; ప్రయోగవేద్య; అనుభవజన్య.

Praseodymium = ప్రాస్యుదిమము (ర).

Precipice = చరియ; ప్రపాతము.

Precipitate = అవక్షేపము; మడిదిగుట (2) పతనము: దిగజారుట.

Predicables = అభిధేయములు.

Predicate = నిర్దేశము; విశేషణము; వ్యాపకము (తర్క-).

Predication = కథనము.

Pregnancy = గర్భధారణము; గర్భిణీత్వము.

Premise, Premiss = పూర్వసిద్ధాంతము (2) ఆధారవాక్యము: అవయవములు.

Premium = ప్రీమియము; తోపుడు; అడితి; చెల్లించుపైకము.

Premolars = చీలిక పండ్లు.

Premonitary Symptoms = వ్యాధిపూర్వ గుణములు.

Preparation = సజ్జీకరణము.

Presbyopia = చత్వారము.

Prescription = చికిత్సాపత్రము; ఔషధయోగము.

Present worth = ప్రస్తుతమూల్యము; తత్కాలమదింపు.

Pressure = ఒత్తిడి; పీడనము.

Preserved foods = నిలువచేయబడిన తినుబండారములు.

Preventible diseases = నివారణయోగ్య వ్యాధులు.

Prickle = దూగరములు.

Prickly chaff = ఉత్తరేణి.

,, Pear = నాగ జెముడు.

Primary Bow = మధ్య ధనుస్సు.

,, Peduncle = వృంతము.

,, Stem = ప్రకాండము; తల్లికొమ్మ; బోదె.

Principal = అసలు; మొదలు.

,, axis = ముఖ్యాక్షము.

,, Star = యోగతార.

Principle = నియమము; నీతిసూత్రము; సారబీజము.

,, of excluded middle = నిరాకృత మధ్యతాసూత్రము.

,, of identity = తదాత్మ్యతాసూత్రము; కేవలాన్వయి.

,, of sufficient reason = కారణ సంపూర్ణతాసూత్రము.

,, of work = కార్యసూత్రము.

Prion = భరతుడు.

Prism = చదును పలకల (త్రికోణ)కడ్డీ; (2) సమపార్శ్వము; షట్కము.

,, excavation of the form of = సూచీఖాతము.

Probable duration of life = సామాన్య ఆయుర్దాయము.

Probability = సంభవమానము; సంభవనీయత.

Probe = గాయపరిశోధన శలాక.

Problem = ప్రశ్న; ఉపపాద్యము; సమస్య; నిర్ణయము.

Process = ప్రవర్ధనకము; ప్రవర్ధనము; కూటము; కూటకము; (2) మార్గము; విధాయకము; విధానము.

Process, Acromion = అంసకూటము.

,, Alveolar = దంతోలూఖలిక ప్రవర్ధనకము.

,, Clinoid = గులికా ,,

,, Coracoid = అంసతుండ ,,

,, Coronoid = హనుకూటము ,,

,, Ethmoidal = ఝర్ఝరకూటకము; ఝర్ఝరప్రవర్ధనకము.

,, External angular = బహిఃకోటి ,,

,, Infra orbital = నేత్రాధరీయ ప్రవర్ధనకము.

,, Internal angular = అంతఃకోటి ,,

,, Jugular = మన్యాప్రవర్ధనకము.

,, Lachrymal = అశ్రువాహినీకూటకము.

,, Malar = గండధర కూటకము.

,, Mastoid = గోస్తన ప్రవర్ధనకము.

,, Nasal = నాసాకూటము.

,, Orbital = అపాంగ ప్రవర్ధనకము; నేత్రకోటర భూమిశృంగము.

,, Palate = తాలుఫలక ,,

,, Pterygoid = జతుకాస్థి చరణ ప్రవర్ధనకము.

,, Sphenoidal = జతుకాస్థి సంధాయి శృంగము.

,, Styloid = శిఖాప్రవర్ధనకము.

,, Trochanter major = ఊర్వస్థిమహాశిఖరక ప్రవర్ధనకము.

Process of thought = ఆలోచన క్రమము.

Produce a straight line = సరళరేఖగా పొడిగించు; దీర్ఘించు.

Product = లబ్ధము; గుణకారలబ్ధము; గుణనఫలము.

,, Continued = వితతలబ్ధము; ఎడతెగని లబ్ధము; నిలువులేని లబ్ధము. అవిరామ లబ్ధము.

Product of variables of different natures = భావితము

,, Partial = భాగలబ్ధము.

Profit and Loss = లాభనష్టములు.

Profitless = లబ్ధిలేని; లాభములేని.

Prognosis = రోగగతిసూచన; రోగప్రవర్తనను చెప్పుట; భవిష్యద్జ్ఞానము; సాధ్యాసాధ్యవిచారజ్ఞానము.

Progression = శ్రేణి; శ్రేఢి; మాలిక.

,, Arithmetic = సమాంతర (గణిత) శ్రేఢి.

,, Geometric = సమసంబంధి శ్రేఢి; సమనిష్పత్తి శ్రేఢి.

,, Harmonic = హరాత్మక శ్రేఢి; ఏకస్వన (సమస్వర) శ్రేఢి.

Project = విక్షేపించు; ప్రలంబించు.

Projectile = విసురుడుగుండు.

Projection = విక్షేపము; ప్రలంబము.

Projective = విక్షేపిత; ప్రలంబిత.

Prolapse = భ్రంశము; చ్యుతి; దిగజారుట.

,, of Anus = గుదభ్రంశము; అంగపాతము.

,, Gut = పేగుజారుట.

,, Uteri = గర్భాశయభ్రంశము.

Prong = ముల్లుకోల; శూలము.

Proof = రుజువు; నిరూపణము; ఉపపత్తి; ప్రమాణీకరణము.

,, Analytical = విభాజక నిరూపణము; అన్వయనిరూపణము.

,, Indirect = విపరీతసిద్ధభావ నిరూపణము; కుటిలపరిచుర నిరూపణము; పరోక్షనిరూపణము.

,, Inductive = ఉదాహరణానుమిత సిద్ధాంతము.

,, Theoretical = శాస్త్రీయ నిరూపణము.

Propeller = ముందుకు త్రోయునది; నడుపునది.

Propernames = నామవాచకములు.

Property = ధర్మము; సొత్తు; ధనము.

Propagation of light = కాంతిప్రసరణము.

Proportion = సంబంధ సామ్యము; యుగ్మనిష్పత్తి; అనుపాతము.

,, continued = అవిచ్ఛిన్న సంబంధసామ్యము.

,, direct = సమసంబంధసామ్యము; అనులోమసంబంధ సామ్యము; అనులోమానుపాతము.

Proportion, Inverse = విలోమసంబంధసామ్యము; విలోమానుపాతము.

,, reciprocal = పరస్పరసంబంధ సామ్యము; పరస్పరసంబంధానుపాతము.

Proportional = సంబంధసామ్యముగల; అనుపాతముగల; విలోమానుపాతధనము.

,, mean = అనుపాతమధ్యము.

,, fourth = అనుపాతచతుర్థము.

Proposition = ఆకాంక్షా సిద్ధాంతము; ఉపపాద్యము; ప్రమేయము; సాధ్యప్రతిజ్ఞ (2) వాక్యము; ప్రతిజ్ఞ.

Proprium = సామాన్యలక్షణము.

Prostrate gland = శుక్రాశయపిండము.

Prostration = శక్తిపాతము.

Prostratitis enlargement = అష్ఠీలా.

Protective colouration = సంరక్షకవర్ణము.

Proteids = మాంసకృత్తులు.

Protonema = ప్రథమతంతువు.

Proton = పరమాణుకణము; ధనవిద్యుత్కణము.

Protoplasm = జీవపదార్థము; మూలపదార్థము; రంగులేని సూక్ష్మమైన ఆదిమ పదార్థము.

Protozoa = స్వతంత్రకణవంతములు; మూలరూపప్రాణులు.

Protractile tongue = సాగుడునాలుక.

Protractor = కోణమాని.

Prunes = ఆల్బుకారా.

Pruning = ఛేదనము; కత్తిరించుట.

Pruritis = గుదమునందు తీట.

,, vulvar = యోనికండూతి.

Prussian blue = ప్రష్యానీలము.

Psoriasis = విచర్చిక చర్మరోగము.

Psychology = మానసశాస్త్రము; మనోతత్వశాస్త్రము.

Ptyalin = లాలా శర్కరికము.

Pubis = భగాస్థి.

,, Body of = భగపీఠము; లింగపీఠము.

,, Ascending Ramus of = భగాస్థి ఉత్తరశృంగము.

,, Descending ,, ,, = భగాస్థి అధారశృంగము.

Public Health = ప్రజారోగ్యము.

,, ,, Survey = ప్రజారోగ్య విచారణ; అజ్మాయిషీ.

Public Health & Hygiene = ప్రజారోగ్యము, ఆరోగ్యశాస్త్రము.

Pudding = పిండివంట.

Pudding pipe tree = రేలచెట్టు.

Pulley = కప్పి; గిలక.

Pulmonary = ఫుప్ఫుసాభిగము; ఫుప్ఫుసీయము.

,, Artery = ఫుప్ఫుసధమని.

,, Veins = ఫుప్ఫుసోర్థసిర; ఫుప్ఫుససిర.

Pulp of teeth = నోటిపండ్లలోని మెత్తని పదార్థము.

Pulsation = ధాతువు.

Pulse = నాడి (2) కాయధాన్యము.

Pumelo = పంపనపనస.

Puncture = ఛిద్రము; చిల్లి.

,, Wound = చిల్లుపడిన గాయము.

Pupil of the eye = కంటిపాప.

Purchase and Sale = క్రయ విక్రయములు.

Purgatives = రేచకములు; భేదిమందులు; విరేచనకారులు.

Puerperal fever = ప్రసూతిజ్వరము; బాలెంతజ్వరము; సూతికాజ్వరము.

Pure spectrum = స్వచ్ఛమగు కిరణ పృథక్కరణము.

,, Syllogism = కేవలన్యాయము.

Purpose = ప్రయోజనము.

Pus = చీము.

Putamen = (పండ్లలోని గట్టి) గింజ.

Putrid = కృుళ్ళి; ముగిగిన; కుళ్ళిన.

Putrifaction = మురుగుట; చీకుట; కుళ్లుట.

Pylorus = అంత్రముఖము.

Pyorrhea = క్రిమిదంతము; పండ్ల చీము.

Pyramid = బహుభుజగోపురము; సూచ్యాగ్ర స్తంభము.

Pyro phosphoric acid = మధ్యస్ఫురకామ్లము.

Pyro sulphates = పరిగంధకితములు.

Pyro sulphuric acid = మధ్యగంధకికామ్లము.

Python = పైతను అను కొండ చిలువ.

## Q

Quack = కపటవైద్యుడు; కృత్రిమవైద్యుడు; కువైద్యుడు.

Quadrangle = అంకణము; చతుష్కోణము.

Quadrant = చతుర్థభాగము; వృత్తపాదము.

Quadrant, Even = ఓజపదాంతము.

,, Odd = విషమపదాంతము.

Quadranture = పదసంస్థానము.

Quadrilateral = చతురస్రము; చతుఃపార్శ్వము; చతుర్భుజము.

Quadrupeds = చతుష్పాదములు.

Quadruple = చతుర్గుణము; నాలుగంతలు.

Qualitative = గుణప్రధాన.

,, Composition = గుణసంఘట్టనము,

Quality of the proposition = వాక్యగుణము.

Quantitative Composition = పరిమాణ సంఘట్టనము.

Quantity = పరిమాణము; రాశి.

,, of the proposition = వాక్యరాశి.

Quantum = పరిమాణము.

,, Theory = తేజఃకణవాదము.

Quarantine = సంసర్గనిషేధము.

Quarry = ఖని; గని; కొండత్రవ్వుట.

Quartz = శిలాస్ఫటికము.

Quarter = పావు; చతుర్థభాగము.

Quick lime = పొడిసున్నము.

Quindecagon = పంచదశభుజము.

Quinine = క్వైనా.

Quorum = నిర్దిష్టసంఖ్య; పూరకసంఖ్య.

Quotation = కోలపుధర.

Quotidian = దైనందినము; అన్యేద్యుష్కము.

Quotient = లబ్ధి; భేదము; విభజనఫలము; భాగహారలబ్ధము; భాగఫలము.

## R

Rabbit = సీమకుందేలు.

Raceme = గెల; (2) మధ్యాభిసరణ.

Racemose = శతపత్రి; మధ్యాభిసారి.

Radial = వ్యాసార్ధ సంబంధమైన.

Radicle = ప్రథమమూలము; వేరుమొన.

Radian = త్రైజ్యకోణము.

,, Measure = త్రైజ్యకోణమానము.

Radiation — కిరణ విసర్జనము; ప్రసరణము; ప్రచారము; కేంద్రోత్సర్జనము.

,, of Electric heat — విద్యుదుష్ణపరిసరణ.

,, of Electro Magnetism = విద్యుత్ చుంబకపరిసరణ.

,, of heat = ఉష్ణప్రచారము.

,, of Light Rays = తేజఃకిరణపరిసరణ.

,, of Vibration of Electrons = అణీయకంపనపరిసరణ

,, of X rays = రాంజనకిరణపరిసరణ.

Radiator = ఉష్ణవిసర్జకయంత్రము; లోపలవేడియొక్క దానిని చుట్టు పరిక్కలకు పరిసరింపజేయు లోహసాధనము.

Radical = మూలసంబంధి.

,, axis = సంపాతాక్షము.

Radio, Active = క్షకిరణవిసర్జనము.

Radiograph = క్షకిరణలేఖనము.

Radio meter = కిరణభారదర్శకము.

Radio phone = ఉష్ణతాధ్వనియంత్రము.

Radio Set = రేడియోసెట్టు. విద్యుత్ చుంబకతరంగముల ద్వారా ఆకసమున ప్రసరింపజేయబడినధ్వనితరంగములను మరల గ్రహించి వానిని యథా స్వరూపములో వినుట కుపయోగించు విద్యుత్ యంత్రము. See Wireless.

Radish = ముల్లంగి.

Radium = రదము (ర)

Radius = మణిబంధాధారాస్థి; ప్రకోష్ఠాస్థి (2) వ్యాసార్ధము; త్రిజ్య.

,, circum = పరిత్రిజ్య.

,, in = అంతస్త్రిజ్య.

,, of curvature = వంపుయొక్క భుజము.

Radix = మూలసంఖ్య; మూలము.

Rainbow = ఇంద్రధనుస్సు.

Rain gauge = వర్షమితి, వర్షమాపకము.

Raisin = కిస్మిస్.

Raman Effect = రామనుపరిశోధన; అణురచనలోను కిరణప్రసరణములోను సి. వి. రామనుగారు చేసిన నూతనపరిశోధన.

Range = సంచారము; మేర; రంగస్థానము; (2) పంక్తి; శ్రేణి.

Rangoon creeper = గౌరీమనోహారి.

Rarefaction = విరళీకరణము.

Rarer media = అల్పతరయానము.

Rasp = పెద్దఆకురాయి.

Rate = చొప్పు; ప్రమాణము; మానము; రేటు

Ratio = సంబంధము; నిష్పత్తి; రెండుసంఖ్యలకుగల సంబంధము.

,, arithmetical = సమాంతరసంబంధము, నిష్పత్తి.

Ratio, Constant = నిరంతరసంబంధము.

,, Direct = సమసంబంధము; అనులోమనిష్పత్తి.

,, Duplicate = వర్గసంబంధము, నిష్పత్తి.

,, Extreme and mean = అంత్యమధ్య సంబంధము, నిష్పత్తి.

,, Geometrical = సమగుణక సంబంధము, నిష్పత్తి.

,, Inverse = విలోమ సంబంధము.

Rational = మూలసంజ్ఞరహిత; అకరణిమగత.

Rationale = న్యాయావలోకనము.

Rattan = పేపబెత్తము.

Ravine = కోన; ఇరుకుకొండకనుమ.

Ray = కిరణము.

Re-action = ప్రతీకరణము; సంఘట్టనము; ప్రతిక్రియ.

Ready reckoner = ఋణగణనసాధనము.

Re-agent = ప్రతీకారి.

Reason = హేతువు; కారణము.

Reasoning = అనుమానము; (తర్క-)

,, aposteriori = శేషవదనుమానము.

,, apriori = పూర్వవదనుమానము.

,, in a circle = చక్రికము.

,, inductive = ఉదాహరణానుమిత సిద్ధాంతము.

Recantation = తేల్చుట; నిర్ధారించుట.

Receiver = గ్రాహకము; గ్రాహకయంత్రము.

Reciprocal = అన్యోన్య; పరస్పర.

Reclamation = ఉద్ధరణము.

Reconciliation = పునర్ఘటనము.

Rectal injection = మలమార్గద్వారా పిచికారి.

Rectangle = దీర్ఘ చతురస్రము; అయతము.

Rectangular = దీర్ఘ చతురస్రరూప; అయత.

Rectilineal = సమరేఖావృత; సరళరేఖాత్మక.

Rectilinear = వంకరలేని; సరళరేఖావిశిష్టమైన.

Rectum = పురీషనాళము; గుదనాళిక.

Recur = తిరుగవచ్చు; పునరావృత్తి.

Recurring Decimal = అవర్తదశమాంశము.

Red corpuscles = ఎఱ్ఱ (రక్త) కణములు.

Red custard apple = రామాఫలము.

Red Litmus = ఎఱ్ఱలిట్మసు.

Red orpiment = మణిశిల.

Red oxide of lead = గంగసిందూరము.

,, of mercury = రససిందూరము.

Red sanders = రక్తచందనము.

Red Sorella = పుల్లగోంగూర.

Reduce = సంగ్రహించు; తగ్గించు; మార్చు.

Reducing agent = అమ్లజనిహారిణి.

Reduction = సంగ్రహణము; మార్పుట; లఘూకరణము (2) అపచయము.

,, of equation = జాతీకరణము; సమీకరణగణితక్షయము; సమీకరణ లఘూకరణము.

Reductio ad absurdum = దోషప్రకటనాత్మక నిరూపణము.

Reefs = తీరమునందలి కొండ గుట్టలు.

Reflection = పరావర్తనము; ప్రతిఫలనము.

,, Irregular = విక్షిప్రపరావర్తనము.

,, Regular = క్రమ ,,

Reflected ray = ప్రతిబింబరేఖ.

Reflector = దర్పణము; పరావర్తకము.

Reflex action = ప్రతీకారచర్య; ప్రతిఫలచర్య.

Refracted ray = వక్రీభవన కిరణము; వక్రీభూతకిరణము.

Refraction = వక్రీభవనము.

,, of rays = కిరణ వక్రీభావము.

Refractive index = వక్రీభవనగుణకము.

Refrangibility = వంగుట.

Refrigeration = శీతోపచారక్రియ; చల్లబరచుట.

Refrigerator = పదార్థములను చల్లబరచి నిలువచేయు యంత్రము.

Refuse = చెత్త; (వ్యర్థ) పదార్థము.

Regular = క్రమ; సమ; భుజకోణసమత్వముగల.

Regulator = యంత్రగతిని సరిజేయుసాధనము.

Rejuvenation = నవయౌవనీకరణము.

Relapse = (రోగము) తిరుగబెట్టుట.

Relapsing fever = పరివర్తి జ్వరము.

Relative = అపేక్షిత; సాపేక్షక.

Relative Density = తారతమ్యసాంద్రత.

,, error = సాంబంధికప్రమాదము; తారతమ్యదోషము.

,, Terms = ససంబంధికపదములు.

Relativity = సాపేక్షత్వము; సాపేక్షసంబంధత; పరస్పర సంబంధత; సాపేక్షదృష్టి.

Remainder = శేషము: మిగత.

Remittent = నడుమనడుమ హెచ్చుచుతగ్గుచునుండు.

,, fever = సంతతజ్వరము.

Renal = వృక్క-సంబంధ; మూత్రపిండసంబంధ.

Representation = ప్రదర్శనము; ఆకారము; ప్రాతినిధ్యము.

Representative = ప్రతినిధి.

Reproduction = పిల్లలుపెట్టుట; సంతానోత్పత్తి.

Reptiles = ఉరోగామి ప్రాణులు; ప్రాకునట్టివి; సరీసృపములు.

Repulsion = విముఖత్వము.

Reservoir = జలాశయము; తొట్టి.

Residue = శేషము; మిగులు.

Resin = గుగ్గిలము; అరపూస; సజ్జాకారము.

Resolution = లబ్ధమూలముల విభజనము; విశ్లేషణము

Resolve = విడదీయుట; విభజించుట.

Resonance = అనువాదిత్వము.

Respiration = శ్వాసించుట; ఉచ్ఛ్వాసనిశ్వాసములు.

Restaurant = ఉపహారగృహము; ఫలాహారశాల.

Resting point = విరామస్థలము.

Result = ఫలము; Resultant = ఫలితప్రేరణ.

Retarded velocity = క్షీయమాణవేగము.

Retention of urine = మూత్రావరోధము.

Retina = అంతఃపటలము; అక్షికము.

Retinitis = అంతఃపటలదాహము.

Reticulate = జలాకారము; వలయల్లిక వంటి.

Retort = బకయంత్రము.

Retractile claws = ముడుచుకొను నఖములు.

Reverse = విపరీతము: త్రిప్పివేయు; ముందు వెనుకలగు.

Reversible = త్రిప్పివేయదగిన; వచ్చినమార్గమే తిరిగపోగల.

,, Reaction = ద్విగతి సంఘట్టనము.

Revolution = భ్రమణము; చుట్టుతిరుగుట.

Rheumatism = ఆమవాతము; కీళ్లవాతము.

Rhinoceros = ఖడ్గమృగము.

Rhizoid = నులివేరు; మూలతంతువు.

Rhizome = నేలగొమ్మ; మూలవేరు.

Rhodium = హ్రిదము (ర).

Rhombus = వాలిన సమచతుర్భుజము.

Rhubarb = రేవలచిన్ని.

Ribs = ప్రక్క-యెముకలు; పర్శువులు.

Ricinus = ఆముదపు చెట్టు.

Rickets = అస్థిమార్దవరోగము.

Ridges = గట్లు; మిట్టలు.

Right angle = సమకోణము.

Right ascention = విషువాంశము.

Rigour = ఖండితము.

Rigor mortis = మరణ సంకోచము.

Rind = (కాయలు, పండ్లు, మొ॥ వాని) తొక్క; పైతోలు.

Rinder pest = కింక.

Ringworm = తామర; దమ్ము.

,, Shrub = మెట్టతామర.

Ripple = చిరియల.

Rock crystal = శిలాస్ఫటికము.

Rock oil = శిలాతైలము.

Rollers = కోడుపులు.

Rontgen rays; (X rays) = రాంజనకిరణములు; విద్యుత్ జన్య ప్రకాశ కిరణములు; క్ష కిరణములు.

Root = మూలము; ఘాతమూలము; సామ్యమూలము.

Root, cube = ఘనమూలము.

,, Extraneous = అన్యసామ్యమూలము.

,, Fourth = చతుర్మూలము.

,, Imaginary = భావనాసామ్య మూలము.

,, Irrational = అరాశిక సామ్యమూలము.

,, Real = నిజసామ్యమూలము.

,, Rational = రాశిక సామ్యమూలము.

,, Square = వర్గమూలము.

Root-cap = వేఱుబఱి.

Rootlet = ప్రక్క వేరు.

Root nodule = వేఱుగుంట్లు; వేఱుకణుపులు.

Rose apple = అల్లనేరేడు.

,, Malloes = శిలారసము.

Roselle = గోగు; తమరతచెట్టు.

Rose wood = నూకమాను.

Rotary machine = రోటరీ (చక్రగతి) యంత్రము.

Rotary motion = చక్రార్ధగతి.

Rotation = పరిభ్రమణము; చక్రగతి; పరిక్రమణము.

,, of earth = భూభ్రమణము.

Rotation of crops = సస్యపరివర్తనము.

Rotund = వర్తుల.

Round = గుండ్రము.

,, Zeodary = కచ్చూరము.

Rousa grass = కామంచి గడ్డి.

Rubber Cork = రబ్బరు బిరడా.

Rubidium = రూపదము (ర).

Rudiments = ప్రక్రమాంగములు.

Rules = రూళ్లు; పంక్తులు; నిబంధనలు.

Rule of three = త్రైరాశికము.

,, Double = పాంచరాశికము.

,, Inverse = వ్యస్తత్రైరాశికము.

,, Second term demand or requisition = ఇచ్ఛ.

,, Third term = ఫలము.

,, Fourth term = ఇచ్ఛాఫలము.

Rum = రమ్ము; సారాయి.

Ruminate = నెమరువేయు.

Russet viper = రక్తపొడపాము.

Rust = త్రుప్పు.

Ruthenium = రుథీనము.

## S

Saccharine = శాఖరైన చక్కెర.

Sacral region = త్రికాస్థిప్రదేశము.

Sacrum = త్రికాస్థి.

Safety lamp = భద్రదీపము.

Saffron = కుంకుమ పువ్వు; కేసరి.

Sagitta = శరము.

Sagittarii = ఉత్తరాషాఢ.

Sagittarius = ధనుస్సు.

Sagittate = బాణాగ్రాకారము.

Salad = పచ్చడివంటి పదార్థము; పచ్చికూరగాయలతో చేసినది.

Salammoniac = నవాసాగరము.

Sale, retail = చిల్లర బేరము; అమ్మకము.

,, Whole sale = టోకు బేరము.

Saliva = ఉమ్మినీరు; లాలా జలము.

Salivary glands = ఉమ్మినీటి గ్రంధులు; లాలా గ్రంధులు.

Salivation = ఉమ్మి ఊరుట; లాలాస్రావము.

Salpingitis = నాళికాదాహము; స్రోతదాహము; స్త్రీబీజములు గర్భాశయములోనికి పోవు నాళపువాపు.

Salt = లవణము.

,, of ammonia = నవాసాగరము.

Salt petre = సూరేకారము; పెట్లుప్పు.

Salve = లేపనము; గాయములకు పూయుమందు.

Samara = సపక్షఫలజాతి; రెక్కల గింజలు.

Sanitorium = ఆరోగ్య (రక్షణ) స్థానము.

Sanitation = పారిశుద్ధ్యము; శౌచము; ఆరోగ్యరక్షణము.

Sanitary Laws = శౌచవిధులు; ఆరోగ్యరక్షణోపాయములు.

Santonine = పాములమందు; నులిపురుగులమందు.

Sap = రసము; సారము; పిండరసము.

Saphire = నీలము.

Sapraemia = పూయజన్యతాపము.

Saprophytic nutrition = పూతికాహారము.

Sarcoma = సార్కోమా; నెత్తురుగడ్డవ్యాధి; మాంసార్బుదము.

Sarcosis = నెత్తురుగడ్డ; కంతి; మాంసార్బుదము.

Sardonyx = గోమేధికము.

Sarsaparilla = సుగంధిపాల.

Saturated Solution = సంపూర్ణద్రావణము.

Saturn = శని.

Sauce = నంజుకొను వ్యంజనము; పులుసు; పచ్చడి మొ॥

Scaleres = గజ్జి.

Scale = త్రాసు; త్రాసుతట్ట; (2) పరిమాణపుగీత; కొలబద్ద; కొలమానము (3) ప్రమాణము; మానము; పరిమాణము; (4) పొరలు; వల్కలములు; పొలుసు; (5) పక్కు; కురుపుపైన ఎండినపక్కు.

Scale, Diagonal = కర్ణకొలతబద్ద.

,, Drawn to = పరిమాణము ప్రకారము గీయబడిన.

,, Reduction to = పరిమాణమునకు తగ్గించుట; పరిమాణసంక్షేపము.

Scale pans = త్రాసుయొక్క పళ్లెములు.

Scalene triangle = అసమభుజత్రిభుజము.

Scalpel = శస్త్రవైద్యునికత్తి; చాకు.

Scandium = స్కాండము (ర).

Scapula = అంసఫలకము; రెక్కయెముక.

Scaraboous = పేడపురుగు.

Scarp = నిట్టనిలువు; ఏటవాలు; కోసుచరియ.

Scateriform = నిచ్చెనమెట్లవంటి.

Scattering of light = వెలుతురును చిందజేయుట; తేజోవికరణత; తేజోవిక్షిప్తత.

Scenery = దృశ్యపరిస్థితి.

Sciatica = కటినొప్పి; తుంటి నొప్పి; గృధ్రసీవాతము; జంఘాపృష్ఠశూల; గృధ్రసీనాడి దాహము.

Science = శాస్త్రవిజ్ఞానము.

,, Applied = వ్యవహారోపయుక్త శాస్త్రము.

,, Pure = ఔపపత్తిక శాస్త్రము; తాత్త్విక శాస్త్రము.

Scientific deductive method = ప్రతిజ్ఞావాదము.

,, inductive method = ఉదాహరణవాదము.

,, nomenclature = శాస్త్రపరిభాష.

,, testimony = శాస్త్రప్రమాణము.

Sclera = కంటిగుడ్డుపైనుండు తెల్లనిపొర; అక్షిబాహ్యపటలము.

Sclerenchyma = దృఢసారము; దృఢకణసంహతి.

Sclerotica = నేత్రబాహ్యపటలము; తెల్లగుడ్డు.

Scoliosis = మణిస్తంభనమనము; వెన్నెముకపక్కవంపు.

Scolopendra = జెర్రిజాతి.

Scoop = వంపు.

Scope = అవకాశము; మండలము.

Score = ఇరువది; వింశతి.

Scoria = లోహపుచిట్టెము

Scorpio = వృశ్చికరాశి.

Scorpionis = మూల; జ్యేష్ఠ; అనూరాధ.

Screen = తెర.

Screw = మరమేకు; చీల.

**Scrofula** = గండమాలాజనకరక్తవికారము; అపచిగండమాల.

**Scrotum** = అండకోశము.

**Scrub jungle** = పొదల అడవి; చిట్టడవి

**Scum** = పైనితేలెడు మలినము; తెట్టు.

**Scurvy** = శీతాదము; లవణరక్తవ్యాధి.

**Scythe** = వంకరకత్తి; కొడవలి.

**Sea-breeze** = సముద్రమారుతము.

**Sea-level** = సముద్రపు మట్టము.

**Sea-plane** = సముద్ర విమానము.

**Sea-sickness** = సముద్రయాన వికారము.

**Sea-weed** = సముద్రపు పాచి; శైవలము.

**Seal** = సీల్ అను క్రూర జలచరము.

**Search light** = అన్వేషణ జ్యోతి.

**Seasons** = ఋతువులు.

**Sebaceous glands** = రోమకూపములు; త్వక్ స్నేహోత్పాదక గ్రంథులు.

**Sebasten** = పెద్ద నక్కెరు.

**Second** = వికల; సెకను

**Secondary** = అప్రధాన.

,, Bow = ఉపధనుస్సు.

,, Growth = పునర్వృద్ధి.

,, Nucleus = ఉపజీవ స్థానము.

,, Peduncle = ఉపవృంతము.

,, Stem = ఉపకాండము; పిల్లకొమ్మ; ఉపశాఖ.

Secretion = గ్రంధిజనిత స్రావము; ఊట; అంతరోత్సర్జన; ఉత్సృజనము; గ్రంధులలో ఊరురసము.

Secretory organs = స్రావకావయవములు; అంతరోత్సర్జకావయవములు.

Section = ఖండము; బద్ద; ఛేదము; సంపాతము.

Cross = అడ్డ; బద్ద; తిర్యక్ఛేదము.

Sector = అరాంతరము; ద్విత్రిజ్యము.

Sedative = ఉపశమనౌషధము.

Sediment = మడ్డి; గసి; మస్టు.

Sedge = జమ్ము.

Seed coat = గింజపొట్టు.

,, Pod = కాయ.

Segment = ఖండము; వృత్తఖండము.

,, of a circle = చాపక్షేత్రము.

,, alternate = ఒండు విడిచిన చాపక్షేత్రము; ఏకాంతర ఖండము.

Segmentation of apical cell = అంత్యకణఖండనము.

Seismograph = భూకంపగ్రాహక యంత్రము.

Seismology = భూకంపశాస్త్రము.

Self contradiction = స్వవచన వ్యాఘాతము.

Self dependence = ఆత్మాశ్రయము.

Self fertilisation = స్వసంయోగము.

Self fertilising gamete = స్వసంయోగి.

Self luminous = స్వయంప్రకాశి.

Self pollination = ఆత్మపరాగ సంపర్కము.

Selenium = సోమము (ర)

Semen = శుక్రము.

Semi-circular canals = అర్ధవలయనాళములు.

Semi-colon = అర్ధబిందువు ‘ ; ’

Semi-lunar valve = అర్ధచంద్ర పిధానము; అర్ధేందు కవాటము.

Sensation = నిర్వికల్పజ్ఞానము; భావన; ఇంద్రియ వికారము.

Sense of hearing = శ్రవణేంద్రియము.

,, Sight = చక్షురింద్రియము;

,, Smell = ఘ్రాణేంద్రియము.

,, Taste = రసేంద్రియము; జిహ్వేంద్రియము.

,, Touch = స్పర్శేంద్రియము; త్వగింద్రియము.

Sense organs = జ్ఞానేంద్రియములు.

Sensibility = ఇంద్రియ గోచరత; సూక్ష్మగ్రాహ్యత.

Sensory nerves = స్పర్శనాడులు; జ్ఞాననాడులు.

Sepals = సంరక్షక పత్రములు.

Separating funnel = విడదీయు గరాటు.

Sepsis = క్రిమిజన్య విషదోషము; రోగవిషము; రక్తగత విషదోషము; వ్రణవిషము; వ్రణపూయవిషదోషము.

Septic = పూయయుక్త; పూయవిష; రోగవిష సంబంధ; రక్తగతవిష దోష.

Septic tank = కలుష జలతటాకము; విషజలతటాకము.

Septicidal = భిత్తిచ్ఛేదక (బీజ).

Septum = ముక్కురములను వేరుపరచు గోడ.

Sequence = క్రమము.

Series = శ్రేణి; శ్రేఢి; మాల; క్రమము; పరంపర.

,, Ascending = ఆరోహణశ్రేణి; ఉచ్ఛశ్రేణి.

,, Convergent = పరిచ్ఛిన్న శ్రేణి.

Series Descending = అవరోహణశ్రేణి.

,, Divergent = అపసృతశ్రేణి.

,, Infinite = అనంతశ్రేణి.

Serius = మృగవ్యాధుడు (జ్యోతి).

Serpenis = సర్పము.

Serpentaurius = భుజగధారి.

Serrate = క్రకచచ్ఛదము; అంపపు పళ్లుగల.

Serum = రసి; చీసు.

Sesame = నువ్వులు.

Setal = చిన్నముండ్లు.

Set square = మూలమట్టము.

Seville orange = నారదబ్బ.

Sewage = మురుగు.

Sexagesimal = షష్టిగుణితమైన; షష్ట్యంశగుణిత.

Shadows = నీడలు; ఛాయలు.

Shaft = కాండము.

Shark = మరచేప; సొఱచేప.

Sharp angled cucumber or gourd = బీరకాయ.

Sheath = ఒఱ; పిధానము.

Shoal = లోతులేని; మెరక; గాధము.

Shooting Stars = ఉల్కలు.

Shoot System = ప్రకాండ వ్యూహము.

Short sight = హ్రస్వదృష్టి.

Shoulder = భుజము.

,, Joint = భుజసంధి; భుజపుకీలు.

Shrubs = తుప్పలు.

Sialogogue = అధికముగా ఉమ్మి ఊరచేయుమందు.

Side = ప్రక్క భుజము; పార్శ్వము.

Siderial Day = నక్షత్రదినము.

Side ways pressure = తిర్యక్పీడన.

Sieve tubes = జల్లెడకాలువలు; త్వగ్వాహికలు.

Sight = దృష్టి.

Sight, Short = సమీపదృష్టి; హ్రస్వదృష్టి.

Sight, Long = చత్వారము.

Signal = గురుతు; Sign = గురుతు, చిహ్నము.

Significant = సార్థక; ముఖ్య; విశేష.

,, individual names = సాభిప్రాయైకవ్యక్తివాచకములు.

Signs of the zodiac = రాశిచక్రము.

Silicates = శైలికములు.

Silicon dioxide = శైలద్వ్యమ్లజనిదము.

Silk cotton = బూరుగు దూది.

Silver nitrate = రజతనత్రితము.

Similar = సమరూప; సజాతీయ; సరూప.

,, inversely = విపరీతసమరూప.

Similarity = సారూప్యత.

Similitude = సాజాత్యము.

Simple constructive = కేవలస్థాపనము; కల్పనాలాఘవము (తర్క.)

Simple cyme = సాధారణ మధ్యారంభి.

,, Machine = మూల యంత్రము.

,, Observation = కేవల పరిశీలనము (తర్క.).

Simplify = సూక్ష్మీకరించు; సూక్ష్మము చేయు.

Simple leaves = లఘుపత్రములు.

,, Nitrates = లఘునత్రితములు.

Sine = భుజజ్యా.

,, inversed = ఉత్క్రమజ్యా.

Sinew = స్నాయువు.

Sinus = నాడీవ్రణము: సిరాపరిఖ.

Size = పరిమాణము; ఆకారము; ప్రమాణము.

Skeleton = అస్థిపంజరము; కంకాళము; ఎముకలగూడు.

Sketch = రూపరేఖ; ఆకారలేఖనము; స్థూలవర్ణనము; రేఖాచిత్రము.

Skin = చర్మము; త్వక్కు.

Skull = కపాలము; తలపుఱ్ఱె.

Slag = లోహపుచిట్టెము; మలినము.

Slaked lime = తడిసున్నము.

Sleep-orchid = సాలామిశ్రి.

Sleet = తుషారము; తుషారవృష్టి; మంచువాన.

Slide-rule = జారుడుచట్టము.

Slope = ఏటవాలు.

Small caltrop = పల్లేరు.

,, circles = లఘువలయములు.

,, Intestines = చిన్నప్రేగు; సూక్ష్మాంత్రము.

,, Muscles = లఘుమాంసపేశులు; స్నాయువులు.

Small pox = పెద్దమ్మవారు; మసూరికము.

Smelling salts = ఆఘ్రాణించుటకు ఘాటువాసనగల లవణములు; అమ్మో నియాకర్బనితము.

Smelting = కరగుట.

Snake gourd = పొట్లకాయ.

Snail = నత్త.

Snant = ముట్టె; ముక్కు.

Snow line = హిమరేఖ.

Soap-stone = బలపపురాయి; పిండిరాయి.

Sociology = సాంఘిక శాస్త్రము.

Soda = చవుడు; సోడా ఉప్పు.

Soda Carbonate = సోడియ కర్బనితము.

Soda, Impure Carbonate = సజ్జాక్షారము.

Sodium Amalgam = సోడియ పారదసమ్మేళనము.

Sodium Carbonate = సోడియ కర్బనితము; సోడా ఉప్పు.

Sodium Chloride = ఉప్పు.

Sodium Phosphite = సోడియస్ఫురాయితము.

Soft water = నిర్ఖటికజలము.

Soil = నేల.

Solar day = సౌరదినము.

Solar system = సూర్యగ్రహమండలి.

Solstice = అయనము.

Solid = ఘన; ఘనరూపము; ఘనపదార్థము.

,, State = ఘనరూపము.

Solubility = సంపూర్ణద్రావణశక్తి; కరగుగుణము.

Solution = ద్రవీకరణము; ద్రావకరసము; ద్రావణము.

Solvent = ద్రవకారక; ద్రావకము; కరగించు ద్రవము.

Soot = మసి.

Sorites = న్యాయబంధము.

Sorrel = చుక్కాకు. Sorrel Indian = పులిచింత.

Sound = ధ్వని.

Sound-wave = ధ్వనితరంగము.

Sounding line = లోతునుకొలుచు త్రాడు.

Soup = పులుసు; అంబలి.

Sovereign = నవరసు; సవరసు; కాసు.

Space = అవకాశము; ఎడము; అంతరము; బయలు; చోటు.

Span = జేన; అర్ధమూర; అవకాశపరిమాణము.

Spark = తేజఃకణము; విద్యుద్విస్ఫులింగము.

Spasm = స్నాయువులయీడుపు.

Spathe = (తాడిచెట్టులోనగువాని) మొవ్వ.

Spawn = చేపలగుడ్లు; మీనాండము.

Species = అంతర్జాతి; ఉపజాతి; తెగ.

Specific gravity = తారతమ్యగరిమ.

,, heat = తారతమ్యోష్ణము.

Spectacle mark = విష్ణుపాదము.

Spectro meter = కిరణ పృథక్కరణమానము; విచ్ఛిన్న కిరణమాపకము.

Spectroscope = సప్తవర్ణదర్శిని; విచ్ఛిన్నకిరణదర్శిని.

Spectrum = విచ్ఛిన్నకిరణము; చిత్రవర్ణము; సప్తవర్ణపట్టిక; దృశ్యప్రతిమ.

Spectrum absorption = అపశోషిత విచ్ఛిన్నకిరణము.

,, Chromatic = సవర్ణ విచ్ఛిన్నకిరణము.

,, Continuous = అఖండ విచ్ఛిన్నకిరణము.

Speed = వేగము; గతి.

Sperm-cell = సూక్ష్మబీజ కణము; శుక్రగోళకము.

Spermary = సూక్ష్మబీజాశయము; శుక్రాశయము.

Spermatic filament = బీజతంతువు; శుక్రతంతువు.

Spermatorrhoea = వీర్యస్రావము; వీర్యనష్టము; శుక్రమేహము.

Sphere = గోళము; ఉండ; మండలము.

,, of influence = ప్రభావప్రదేశము.

Spherical = గోళాకార; ఉండగా నుండు.

,, Surface = గోళాకార ఉపరిభాగము.

Spica = చిత్ర.

Spinal = పృష్ఠవంశీయ; పృష్ఠవంశగత.

Spinal Canal = పృష్ఠవంశనాళిక.

Spinal Cord, Chord = మజ్జారజ్జువు; వెన్నుపాము; సుషుమ్నా నాడి; కశేరుక నాడి.

,, Column = వెన్నెముక; వీణాదండము; వంశము.

Spine = కణిక; ముల్లు; కంటకపత్రము (2) వెన్నెముక; కశేరుకము; పృష్ఠవంశము; మణిస్తంభము;

,, Concussion of the = పృష్ఠవంశ మాంద్యము.

,, Foramen = మణిరంధ్రము.

Spinous process = (కశేరుక) కొంకులు.

Spingles = దురద; దద్దురులు.

Spiral = శంఖాకృతి; సర్పిల.

,, arrangement = సర్పపరిసారము; మెలికలు దిరుగు.

Spirogyra = పసిరిక పోగు.

Spirillum = సూక్ష్మ వ్యావర్తక.

Spirit Lamp = స్పిరిటు దీపము.

,, Level = సారామట్టపు యంత్రము; స్పిరిటుమట్టము.

Spleen = ప్లీహము.

„ Affections = ప్లీహ రోగములు.

„ Enlargement = ప్లీహోదరము.

Sponge = స్పంజి; నీటినిపీల్చు పదార్థము.

Spontaneously = తమంతటతాము; సహజ.

Spoon = చంచా.

Sporangium = సిద్ధబీజాశయము; బీజకణకోశము.

Spore = సిద్ధబీజము; బీజకణము.

„ Mother cell = సిద్ధబీజమాతృక.

Spout = ఎగజిమ్ముధార.

Sprain = బెణుకు.

Spray = తుషార యంత్రము.

Spring balance = తీగె త్రాసు.

„ Water = ఊటనీరు.

Sprume = గ్రహణి.

Squall = గాలివాన.

Square = చతురస్రము; చదరము; సమచతుర్భుజము; వర్గము.

„ Root = వర్గమూలము.

Squared paper = చదరపు గళ్ళకాగితము.

Square foot = చదరపుటడుగు.

Squash gourd = గుమ్మడి కాయ.

Stability = స్థాయిత్వము; స్థిరస్థితి.

Stalk = తొడిమ.

Stamens = కేసరములు; కింజల్కములు; పురుషపత్రములు.

Standard = ప్రమాణము; ప్రమాణభూత; ప్రామాణిక; అంగీకృత(మానము.)

**Standard form** = నియమితరూపము; ప్రమాణభూతరూపము; ఆదర్శ స్వరూపము; ఉండవలసినరూపు.

,, **Time** = ప్రమాణభూతకాలము; అంగీకృతకాలము.

,, **Unit** = ఆదర్శప్రమాణము; అంగీకృతమానము.

**Stannic Salts** = వంగికి లవణములు.

**Stannous Salts** = వంగ లవణములు.

**Stapes** = అంకెవన్నె యెముక.

**Staphylococcus** = జంటలుగనుండు సూక్ష్మగుటికలు.

**Starch** = పిండి; పిండిపదార్థము: పిష్టసత్వము.

**Star-goose berry** = రాచయుసిరిక.

**Star mark** = తారకము '*'

,, **shaped** = నక్షత్రాకార.

**Starry Heavens** = నభోమండలము.

**Statical Electricity** = ఘర్షణ విద్యుత్.

**Steam Engine** = ఆవిరియంత్రము.

**Steel** = ఉక్కు.

**Stele** = స్తంభము.

**Stem** = కొమ్మ; శాఖ; కాండము.

,, **Tubular** = మూలవహము.

**Steppes** = స్టెప్పీప్రదేశము.

**Stereotype** = స్టీరియో అచ్చుకూర్పు.

**Sterility** = వంధ్యత్వము; గొడ్డుబోతుతనము.

**Sternum** = ఉరస్థి; రొమ్ము ఎముక; ఉరఃఫలకము.

**Sternutation** = తుమ్ముట.

**Stethoscope** = హృదయకుహర శ్రవణనాళిక; హృదయమును, శ్వాసకోశములను పరీక్షించు సాధనము; హృదయకుహరశోధిని.

**Stiff neck** = మన్యాస్తంభము; కుత్తిక పట్టుకొనుట.

**Stigma** = కీలాగ్రము; పుష్పయోని; శ్వాసరంధ్రము.

**Stile** = స్వేదనయంత్రము.

**Stimulent** = ఉత్తేజకౌషధము.

**Stipule** = ఉపపత్రము; కణుపుపుచ్ఛము.

**Stirrup** = రికాబు.

**Stoma** = త్వగ్రంధ్రము; గాలిని పీల్చుట కేర్పడిన పత్రరంధ్రము.

**Stomata** = నోరులు; సూక్ష్మపత్రరంధ్రములు; త్వగ్రంధములు.

**Stomach** = జీర్ణాశయము; ఆమాశయము; జఠరము; అన్నకోశము.

**Stock** = నిలువరాశి; మొత్తము సరకు.

**Stocks and shares** = పత్రములు; వాటాలు.

**Stomatitis** = నోటిపూత; ఆస్యపాకము.

**Stop cock** = రంధ్రపు బిరడా; మూత; నిరోధిని.

**Stone in bladder** = మూత్రకృచ్ఛ్రము.

**Storax** = శిలారసము; శిలాపుష్పము.

**Strain** = పిండుట; వెలివేయుట.

**Straight line** = సరళరేఖ; ఋజుపంక్తి.

**Stratified** = పొరలుగల.

**Stricture** = సంకోచము; ఆకుంచనము.

**Stricture of urethra** = మూత్రమార్గ సంకోచము.

**Strontium** = స్ట్రాంతము (ర)

**Structure Atomic,** = పరమాణునిర్మాణము, అణురచన.

,, **Crystal** = స్ఫటిక నిర్మాణము; రచన.

,, **Molecular** = అణునిర్మాణము; అణురచన.

Structure of matter = ద్రవ్యనిర్మాణము; ద్రవ్యరచన.

Strychnine = ముషిణి.

Stubble = దుబ్బు; కోయగా మిగిలిన మొదలు.

Stye = అంజననామికా; కంటి కురుపు.

Style = కీలము; పరాగవాహిని; స్త్రీకేసరనాళిక; శంఖు.

Subaltern = అధీనవాక్యము; పరస్పరావలంబి (తర్క-).

Subalternant = ప్రయోజకము. Subalternation = అధీనత.

Sub apical cell = ఉపాంత్యకణము.

Sub contrariety = అధీన వ్యతిక్రమము.

Sub division of a fraction = ప్రభాగము.

Sub head cell = ముందల కణము.

Subject = విశేష్యము; వ్యాప్యము.

Sublimation = ఉత్పాదము; ఊర్ధ్వపాతనము.

Submerged Hyphae = అధస్తంతువులు.

Sub soil = లోపలి నేలలు; అధోభూమి.

Substitute = బదులు; బదిలీ; ప్రతి; ప్రత్యామ్నాయి.

Substitution = ప్రక్షేపము; ఆదేశక్రియ.

Subtend = ఎదురుగానుండు; అభిముఖముగానుండు.

Subtract = తీసివేయు; వ్యవకలనము చేయు

Subtraction = తీసివేత; త్రోపుడు; వ్యవకలనము; వ్యుత్కలితము; శోధకపతనము.

Subtrahend = వ్యవకలితము; త్రోయబడు సంఖ్య.

Substratum = క్రిందిపొర; అడుగుపొర; క్రిందివరుస.

Suburbs = పరిసర ప్రదేశములు.

Succulence = రసము కలిగియుండు, రసభరిత.

Suction pump = పీల్పుపంపు; రిక్తావకాశీకరణ యంత్రము.

Sulphur = గంధకము. Sulphate = గంధకితము.

Sulphates of calcium and magnesium = ఖటిక మగ్న గంధకితములు.

Sulphate of copper = మైలతుత్థము; తామ్రగంధకితము.

,, of zinc = తుత్తనాగము.

Sulphide = గంధకిదము.

Sulphide of copper = తామ్రగంధకిదము.

Sulphite = గంధకాయితము.

Sulphur dioxide = గంధకద్వ్యమ్ల జనిదము.

,, trioxide = గంధకత్ర్యమ్ల జనిదము.

Sulphuric acid = గంధకధృతి.

Sum = మొత్తము, యోగము.

,, of the series = సర్వధనము.

Summation = సంకలనము.

Summer Solstice = ఉత్తరాయణము.

Sun dew = సూర్యబిందు చెట్టు.

Sun flower = సూర్యకాంత; పొద్దు తిరుగుడు పువ్వు.

Sun Stroke = ఎండ దెబ్బ; వడదెబ్బ.

Superficial area = ఉపరి వైశాల్యము.

Superficies = ఉపరిక్షేత్రము; ధరాతలము; ఎత్తు లేని చదరము.

Superphosphate of bones = శల్యాధిస్ఫురితము.

Superior vena Cava = ఊర్ధ్వబృహత్సిర.

Super position = ఉపరిస్థాపనము; ఆచ్ఛాదనము.

Supplement = సమకోణద్వయ పూరక; సంపూరక కోణము (గణి).

Supposition = ఇష్టకర్మము.

Suppuration = చీము పట్టుట.

Surd = కరిణి; కరణి: అమూలరాశి.

Surface = ఉపరిభాగము; తలము.

,, Developable = వర్ధనీయ తలము.

Surgical = శస్త్రసంబంధ.

Surrounding medium = ఆవరణ భూతము.

Survey = భూములకొలత; పైమాషీ.

Suspension = వ్రేలాడుట.

Suture = సీమంతిక; సీవని; సంధి; కుట్టు; చర్మముపైన కుట్టిన కుట్టు.

,, Basilar = మూలజాతుక (సీమంతిక) సీవని.

,, Continuous = అఖండ (అవిచ్ఛిన్న) సీవని.

,, Cranial = మస్తక సీవని; కర్పరసీవని.

,, Crucial = స్వస్తిక సీవని.

,, Dorsal = పశ్చాత్సీవని.

,, Interrupted = విచ్ఛిన్నసీవని.

,, Lamboidal = కపాల; (అక్షరాకృతి) సీవని.

,, Metopic = గూఢసీమంతిక.

,, Parietal = పార్శ్వసీవని (వృక్ష).

,, Petrosequamous = శంఖచక్రాశ్మకూట సీవని.

,, Sagittal = మన్యసీవని.

,, Twisted = వ్యావర్తిత సీవని.

,, Ventral = పురఃసీవని (వృక్ష).

Swamp = రొంపి; చిత్తడి నేల.

Sweat = చెమట; స్వేదము.

Sweat duct = స్వేదనాళిక; స్వేదనాళము.
Sweat glands = చెమట గ్రంథులు; స్వేదగ్రంథులు.
Sweet basil = సబ్జాగింజ.
,, Flag = వసచెట్టు.
,, Marjoram = మరువము.
,, Melon = కరిబూజ.
,, Negro Coffee = కమ్మకసింద.
,, Orange = నారింజ.
,, Potato = చిలగడ దుంప.
Swelling = వాపు.
Swing = ఊపు.
Switch = స్విచ్చి; విద్యుత్ ప్రవాహము మరలు్పు (బొత్తాము).
Syllogism = న్యాయము.
Symbol = చిహ్నము; లక్షణము.
Symbolic = లాక్షణిక; సాంకేతిక; చిహ్నసంబంధ.
Symmetry = అవయవానురూపత్వము; సౌష్ఠవము.
,, Axial = అక్షసౌష్ఠవము; కక్షసౌష్ఠవము.
,, Central = కేంద్రసౌష్ఠవము; మధ్యసౌష్ఠవము.
,, Lateral = పార్శ్వసౌష్ఠవము.
Sympathetic nerves = అనుకంపిక మజ్జాతంతువులు.
Symptomology = రోగలక్షణము.
Syncarpous = సంయుక్తదళాశయ.
Synovia = శ్లేష్మము; కీళ్లసందుల ద్రవము.
Synovitis of knee = క్రోష్టు; కశీర్షము; మోకాలి వాపు

Synthesis = సంశ్లేషణము; ఘటన, సమన్వయము; సంయోగీకరణము; సంపుటీకరణము; సంయోగము.

Syphilis = ఫిరంగిరోగము; కొరుకుసవాయివ్యాధి; ఉపదంశరోగము.

Syphilitic ulcers = కొరుకు సవాయి పుండ్లు; ఉపదంశము.

Syphon; Siphon = అంకుశనాళి; వక్రనాళిక.

Syringe = చిమ్మనగ్రోవి; పిచికారీ.

System = సంప్రదాయము; ప్రణాళిక; మాల; రచన; వ్యూహము.

Systole = హృత్సంకోచము; గుండెకాయ ముకుళించుట.

Syzygy = గ్రహసంయోగ (పర్వ) స్థానము.

## T

Table Lands = పీఠభూములు.

Tactile Corpuscles = స్పర్శాణువులు; స్పర్శనియుకణములు.

Tangent = తాకుడుగీత; స్పర్శరేఖ.

Tangental motion = కేంద్రోత్సారము.

Tantalum = తంతలము (ర).

Tanning drum = తోళ్ళు పదునుచేయు డోలు, తొట్టి.

Tap root = తల్లి వేరు.

Tape worm = నారికురుపు క్రిమి.

Tarnish = తగ్గుట; కాంతి విహీనమగుట.

Tarsals; Tarsus = చీలమండ; మడిమ యెముక; పాదాస్థులు.

Tartaric acid = తింత్రిణి కామ్లము.

Tauri Beta = అగ్ని. Tauri Gamma = రోహిణి.

Tauri Pie = కృత్తిక.

Taurus = వృషభరాశి.

Teeth = పండ్లు; దంతములు.

Tegmen = మస్తిష్కతంతుత్వచము.

Tegument = అంతస్త్వక్కు; ఆవరణ; వేష్టనము.

Telegraph = తంతివార్త; తీగెటపా; తారాసందేశయంత్రము.

Telephone = తారాసంభాషణ యంత్రము; శబ్దవాహకతారాయంత్రము.

Telescope = దూరదర్శన యంత్రము; దూరదర్శిని.

Teleson = తేలుకొండివ్రాస.

Temparature = ఉష్ణోగ్రత; శీతోష్ణపరిమాణము.

Temperate Zone = సమశీతోష్ణమండలము.

Temporals = కర్ణాస్థులు.

Temporal lobe = కర్ణవృత్తము.

Temporary = తాత్కాలిక.

Tenacity = ధారణశక్తి; జిగి.

Tend = వెళ్ళుట; ఒక దిక్కునకుపోవుట (2) కారణమగుట.

Tendency = ప్రవృత్తి; ఉన్ముఖత; బాడ; పోబడి.

Tendon = కండరబంధనము; స్నాయుబంధనము; కండరాగ్రము.

Tendril = నులి తీగెలు; లతాప్రతానములు.

Tenet = సిద్ధాంతము.

Tension = బిగువు; జిగి; పట్టు; బిఱ్ఱు.

Tentacles = (కీటకముల) మీసములు.

Terbium = టర్బియము (ర).

Term = కత్తెము; పదము; ధనము.

,, Absolute = శుద్ధ పదము.

,, Analogous = తుల్య పదము.

,, Antecedent = పూర్వ పదము.

,, Common = సాధారణ పదము (తర్క).

Term Collective Common = సమాహారక సాధారణ పదము.

,, Pure Common = శుద్ధసాధారణ పదము (తర్క).

Terminal = చివర; అంతము.

,, Bund = కొనమొగ్గ; శాఖాంతము.

,, Cell = అంత్యకణము.

,, Growth = కొన పెంపు.

Terrestrial Equator = నాడీమండలము.

Test = శోధన; పరీక్ష.

Test tube = శోధననాళిక; పరీక్షణనాళిక.

Testa = బీజకవచము; బహిర్త్వక్కు; గింజపొర; పొట్టు.

Testimony = సాక్ష్యము; శబ్దము; ఆప్తవాక్యము.

Testis = వృషణములు.

Tetanus = ధనుర్వాయువు; ఈడుపువాయువు; ధనుస్తంభవాతము.

Tetragon = చతుష్కోణము.

Tetrahedron = చతుస్త్రికోణముఖి; నాలుగు త్రిభుజముల ఘనాకృతి.

Textiles = నేత సరకులు.

Thalamus (Torus) = ఆశయము; పాత్రదళము; ఆధారము.

Thallium = థాల్లము (ర).

Theorem = సిద్ధాంతము; న్యాయప్రశ్నము; న్యాయోక్తి.

Theory = శాస్త్రసిద్ధాంతము; సిద్ధాంతము.

Therapuetics = రోగచికిత్సశాస్త్రము; వ్యాధిపరిహారకశాస్త్రము; ఔషధోపచార ప్రకరణము; భేషజ ప్రకరణము.

Thermometer = ఉష్ణమాపకము; ఉష్ణోగ్రతామాపకము; జ్వరమాపకము.

Thigh = తొడ; జంఘిక.

Thigh Bone = ఊర్వికాస్థి; జంఘికాస్థి.

Thoraic Cavity = హృదయకుహరము; ఉరఃకుహరము.

,, Duct = అమరసవాహిని; క్షీరశోషవాహిని; ధాతూపవాహిని; ఉరోనాళిక.

Thorax = ఉరఃపంజరము; వక్షస్థలము; హృదయకుహరము; ఉరఃకుహరము

Thorium = దురము (ర).

Throat affections = గొంతు రోగములు.

Thymol = వాముపువ్వు.

Thymus gland = వక్షాస్థివెనుక హృదయముదగ్గరి గ్రంథి.

Thyroid = డాలు ఆకారము.

,, Cartilage = కంఠకూర్చ.

,, Gland = కంఠగ్రంధి.

,, Foramen = నితంబజఘనచ్ఛిద్రము.

Tibia = జంఘిక; జంఘాస్థి; అంతర్జంఘాస్థి; పిక్క లోపైపు పెద్దయెముక.

Tide = అల. High tide = పోటు. Low tide = పాటు.

Tin = తగరము; వంగము,

Tin Stone = తగరపు రాయి.

Tincture = మద్యసార పూరిత ఔషధము.

Tissue = ధాతువు; కణసంహతి; కణసమితి; కణజాలము; కలా; శరీర ఘటకధాతువు; పేశీజాలము; పేశీసంఘాతము.

,, Adipose = మేదోమయ ధాతువు.

,, Areolar = సవివర ,,

,, Botanical = వనస్పతి ధాతువు.

,, Cancellus = సుషిరధాతువు; సుషిర సంఘాతము.

,, Cellular = త్వక్‌గత ధాతువు.

,, Compact = ఘనధాతువు; ఘనపేశీ సంఘాతము; ఘనసంఘాతము.

Tissue Connective = సంధాయక ధాతువు.

,, Epidermal = బాహ్యత్వచ ధాతువు; బాహ్యత్వగ్ధాతువు;

,, Epithetial = లేపక ,,

,, Elastic = స్థితిస్థాపక ,,

,, Fibrous = తంతుమయ ,,

,, Fibro Vascular = వాహినీమయ (పేశీ) ధాతువు.

,, Fundamental or Ground = సాలఉత్పన్నకరణధాతువు; ఆధారధాతువు.

,, Inter lobular = పుప్పుస కణధాతువు.

,, Jelly like = శ్లేష్మ ధాతువు.

,, Lymphoid = లసికామయ ,,

,, Muscular = స్నాయుమయ ,,

,, Nervous = మజ్జామయ ,,

,, Retiform = రంధ్రపూర్ణ; (సరంధ్ర) ధాతువు;

,, Spongy = స్పంజివంటి ధాతువు.

,, Tegumentary = సంరక్షక పేశీమయ ధాతువు.

,, Tracheal = స్రోతోత్పాదక ధాతువు.

Titana ferous Magnetite = తితనయుత అయస్కాంతాయితము.

Titana fucarms ,, = అజతలి తితనయుత అయస్కాంతాయితము.

Titanium = తితనము (ర).

Tomato = సీమవంకాయ; కర్పూర వంగ; రామ ములగ.

Tongs = పటుకారు.

Tongue = నాలుక; జిహ్వేంద్రియము.

Tonic = బలవర్ధకౌషధము; రసాయనము.

Tonsils = ఉపజిహ్వికా; గొంతులోని గవదలు.

Tonsillitis = కొండనాలుకవాపు; ఘంటాంతదాహము.

Tooth ache = పంటినొప్పి; పళ్లపోటు.

Tooth brush = పలుదోము కుంచె.

Topaz = పుష్యరాగము, గోమేధికము; పీతస్ఫటికము.

Topography = స్థలరూపవర్ణనము; నైసర్గికస్వరూపము.

Tornado = తుపాను; పశ్చిమ ఆఫ్రికాలోని తీవ్రమగు గాలివాన.

Torpedo = టార్పిడో; మత్స్యాస్త్రము.

Torrid zone = అత్యుష్ణమండలము.

Torsion = మెలిక.

Torus or Thalamus = ఆశయము; పాత్రిదళము; ఆధారము.

Town planning = పురనిర్మాణ క్రమము.

Toxemia = విషజన్యరక్తదోషము.

Toxicology = విషతత్వశాస్త్రము.

Toxin = శరీరజన్య విషము.

Trace, Tracing = నకలు; మీదనేగీచు (2) అన్వేషణము.

Trachea (wind pipe) = ఊపిరిగాలిగొట్టము; శ్వాసనాళము.

Trail = జాడ; జాలు.

Train = రైలుబండి. Tram = ట్రాముబండి.

Transformer = పరివర్తన యంత్రము.

Transfusion = రక్తాధాన ప్రయోగము; రోగికి క్రొత్తరక్తము ఎక్కించుట.

Transit = క్రాంతి.

Transluent = అర్ధపారదర్శక; అవలివస్తువు కొంతవరకు కనబడచేయు గుణము.

Transmission = వాహనము; పంపుట.

Transmitter = ప్రేషణయంత్రము; ప్రాపణ (వాహన) యంత్రము.

Transparent = కాంతి భేద్యము; పారదర్శకము.

Transpiration = ఉపశ్వాసము; అంతపరిచాలనము.

Transposition = చోటుమార్చుట; పక్షాంతరనయనము.

Transversal = ఖండించుగీత; తిర్యగ్రేఖ; తుల్యలంబకము.

Transverse section = వ్యత్యస్త విచ్ఛేదము.

Trapezium = విషమచతుర్భుజము; అతుల్యలంబకము.

Trapezoid = సమలంబచతుర్భుజము.

Triangle = ముక్కోణము; త్రిభుజము; త్రికోణము.

,, Acute angled = లఘుకోణ త్రిభుజము.

,, Equilateral = సమభుజ త్రికోణము.

,, Isoceles = సమద్విభుజత్రికోణము.

,, Obtuse angled = అలఘుకోణ (విశాలకోణ) త్రికోణము.

,, Right angled = త్రిస్రము.

,, Segment of the base of a = అబాధా.

,, Scalene = అసమ (విషమ) భుజ త్రికోణము.

,, Solid = ఘనత్రికోణము

Triceps muscle = త్రిశిర కండరము; త్రిశిరస్నాయువు.

Tricuspid valves = త్రిపత్రకపాటము; త్రిపిధానములు.

Tridax = కుక్కబంతి.

Trifoliate = త్రిభిన్నపత్రము; త్రిదళవంతము.

Trignometry = త్రికోణమితి.

Trinominal = త్రినామోక్తి; త్రిపదసమాసము.

Trisection = త్రిసమఖండనము చేయుట; త్రిఖండనము చేయుట.

Tropics = ఉష్ణమండలములు; అయనవృత్తములు (ఖగోళ).

Tropic of cancer = కర్కటక రేఖ; ఉత్తరాయన రేఖ

,, ,, Capricorn = మకర రేఖ; దక్షిణాయన రేఖ.

True fruit = నిజమైనకాయ.

Truncate = క్షిప్తము; అగ్రవిహీనము; కుండాకారము.

Trunk = మొండెము; మధ్యకాయము.

Truss = పటకా; అంత్రనిరోధక పటకా.

Truth = యథార్థము.

Tubercle bacillus = క్షయరోగసూక్ష్మదండిక.

Tuberculosis = క్షయరోగము.

Tuberose = గుల్లబు; నిశిగంధి.

Tubers = కంతులు; గడ్డలు; దుంపలు; గ్రంధికోష్టము.

Tuberous = దుంపసంబంధము; గ్రంథిలము.

Tungsten = తుంగస్థము (ర)

Tumor (Tumour) = గ్రంధి; శరీరముపైనికాయ; అర్బుదము; పొత్తురుగడ్డ.

„ Fibrous = తంతుమయ అర్బుదము.

„ Fibro Nucleated = కణతంతుమయ అర్బుదము.

„ Glandular = మాంసపిండమయ అర్బుదము.

Tundras = చెమ్మనేల.

Tunnel = సొరంగము.

Turgidity = జలదార్ఢ్యము; ఉబ్బుదల.

Turmeric = పసుపు.

Turner = చుట్టుకొను లత.

Turning point = క్రాంతికారకమర్యాద; వక్రగతిస్థానము;
మళ్లుసమయము; వెనుదిరుగుస్థానము.

Turpentine = కర్పూరతైలము.

Turpeth root = తెగడ.

Twig = రెమ్మ; చిన్నకొమ్మ.

Twilight = ఉషఃకాలము; సాంధ్యారాగము.

Tympanitis, Entric = సన్నిపాతజ్వరమున కడుపుబ్బు.

Tympanum = శ్రుతిపటలము; చెవిగూబ; కర్ణభేరి.

Typhoid bacillus = సన్నిపాతరోగ సూక్ష్మదండిక.

Typhoid fever = సన్నిపాత జ్వరము; క్షతాంత్ర విషజ్వరము.

Typhoon = టైఫూన్; తుపాను; చీనాలోని ప్రచండ పవనము.

Type = ముద్రాక్షరములు.

Type-Case = ముద్రాక్షరమంజూష.

Type, Lino = పంక్తికూర్పుఅచ్చు.

,, Mono = అక్షరకూర్పుఅచ్చు.

,, Stereo = స్టీరియో అచ్చుకూర్పు.

Type-writer = అక్షర విలేఖన యంత్రము.

,, Key-board = అక్షరవిలేఖన; కుంచికాఫలకము.

Type-writing = అక్షర విలేఖనము.

Typical vegetable cell = మాదిరి వృక్షకణము.

## U

Ulcer = పూయ వ్రణము; పుండు; సపూయక్షతము; కురుపు; విద్రధి.

,, Callous = ఖరవ్రణము.

,, Chronic = విలంబివ్రణము; జీర్ణవ్రణము.

,, Eczematous = పామావ్రణము.

,, Exuberant = సమృద్ధవ్రణము.

,, Fungous = అంకురితవ్రణము.

,, Gouty = వాతరక్తవ్రణము.

,, Healing = విరోపమాణవ్రణము; మానుచుండువ్రణము.

Ulcer, Idiopathic = రక్తాదిదోషవ్రణము; నిజవ్రణము.

,, Inflamed = దాహివ్రణము.

,, Inflammatory = శోధోత్పాదక (వాపు) వ్రణము.

,, Irritable = క్షుబ్దవ్రణము, క్షోభితవ్రణము.

,, Painful = సారూజవ్రణము.

,, Perforating = వేధకవ్రణము.

,, Phagedenic = ప్రసర్పివ్రణ.

,, Rodent = ధ్వంసక వ్రణము.

,, Scorbutic = రక్తపైత్తిక వ్రణము.

,, Simple = శుద్ధవ్రణము; సామాన్య వ్రణము.

,, Sloughing = శోధోత్పాదక వ్రణము.

,, Syphilitic = ఫిరంగోపదంశజ వ్రణము.

,, Tuberculous = క్షయజ వ్రణము.

,, Varicose = సిరాజ వ్రణము; సిరావృద్ధిజ వ్రణము.

,, Verulent = పూతి వ్రణము.

,, Weak = నిశ్శక్త వ్రణము.

,, Wide spreading = వ్యాపక వ్రణము.

Ulitis = పండ్లచిగుళ్ళనొప్పి.

Ulna = కూర్పరాస్థి; అంతఃప్రకోష్ఠాస్థి.

Ultra-marine = ద్వీపాంతరభవము.

Ultra violet ray = ఊదాకిరణము; అతినిలలోహితకిరణము.

Umbel = గుత్తి.

Umbilical = నాభియొక్క; బొడ్డుయొక్క.

Umbra = పూర్ణచ్ఛాయ; (గ్రహ) ఛాయ; నీడ.

Uncombined state = అసంయోగస్థితి.

**Unconcious** = అపగతచేతనము; స్మృతివిహీనత.

**Unconciously** = అనాలోచితముగా; అప్రయత్నముగా.

**Unction** = అంజనము; లేపనము.

**Undistributed-middle** = అవ్యాప్తహేతువు.

**Umdistributed-term** = అవ్యాప్తపదము.

**Undulate** = తరళితము.

**Ungual** = గోరు; (డెక్క) సంబంధమైన.

**Unguent** = అభ్యంజనము; అనువిలేపనము.

**Unicarpellary** = లఘ్వండాశయము.

**Unicellular embryo** = ఏకకణపిండము.

**Unicellular organism** = ఏకకణజీవములు.

**Unicostate** = ఏకకాష్ఠము;

**Unilocular ovary** = ఏకబిలబీజాశయము.

**Union** = మేళనము.

,, Granulation and Cicatrisation = అంకురోద్భవనము; సిధ్ర భవనము; మేళనము.

,, Immediate = తాత్కాలిక మేళనము.

,, Secondary = ద్వితీయమేళనము.

**Uniplanar** = ఏకతల; ఏకసమతల.

**Uniform velocity** = సమవేగము.

**Uniformly accelerated velocity** = సమవర్ధమానవేగము.

**Uniformly retarded velocity** = సమక్షీయమానవేగము.

**Unisexual** = ఏకలింగ.

**Unision** = మేళనము; స్వరైక్యము.

Unit = రూపము; ఒకటి; పరిమాణము; మూలమానము; మాత్ర; ప్రిమాణము; మానము.

Unit-derived = ఉత్పాదిత (మూల) మానము; ప్రిమాణము.

Unit of heat = ఉష్ణరాశిమానము.

Unity = ఏకము; ఏకత్వము.

Unity, Doctrine of = అద్వైతవాదము; అభేదము.

Unity of nature = ప్రకృతియొక్క ఏకత్వము.

Universal = సర్వసామాన్య.

Universal discourse = ప్రసంగవిషయము (తర్క).

Universal proposition = సాధారణవాక్యము.

Universal spirit = సర్వాత్మ; జగదాత్మ.

Universe = సృష్టి; విశ్వము.

Unknown Quantity = అవ్యక్తరాశి.

Unknown subject = ఆశ్రయాసిద్ధి (తర్క.)

Unlike term = విషమరాశి.

Unstable = తరలము; అస్థిర; చంచల.

Upper Area = ఉపరివైశాల్యము.

Upthrust = పైత్రోపు.

Upward pressure = ఉత్పీడనము.

Uraemia = రక్తగత మూత్రదోషము.

Uranium = వరుణము (ర).

Uranus = వరుణుడు.

Urdiea = పొలపండ్లు.

Urea = మూత్రిక.

Ureter = మూత్రనాళము.

Urethra = మూత్రమార్గము; మూత్రము బయలువెడలు ద్వారము.

Uric acid = మూత్రికరసము.

Urine = మూత్రము; ఉచ్చ.

Ursa major = బృహదృక్షము: సప్తర్షి యము.

Ursa minor = లఘుఋక్షము.

Urticaria = శీతపిత్తము.

Uterus = గర్భాశయము; యోని; గర్భకోశము;

,, Inversion of = గర్భాశయము తిరుగబడుట.

Utricle = అవృతఫలజాతి.

Uvula = కొండనాలుక; కాకలకము; చిరునాలుక; ఉపజిహ్వక.

Uvulitis = ఉపజిహ్వాదాహము.

## V

Vaccination = టీకాలు వేయుట.

Vaccum = శూన్య ప్రదేశము; రిక్తావకాశము.

Vagina = భగరంధ్రము; Vaginal douche = భగరంధ్రపిచికారి.

Valency = సంయోగ సామర్థ్యము.

Valency of the elements = మూలద్రవ్యముల సంయోగ సామర్థ్యము

Valid thought = ప్రమాణసిద్ధమైన ఊహ.

Validity = సప్రమాణత; ప్రాబల్యము.

Value = మదింపు; వెల; ఫలము; విలువ; మూల్యము.

,, Absolute = స్వీయఫలము; స్వతంత్ర మూల్యము.

,, Critical = అవధి మూల్యము.

,, Intrinsic = అసలువిలువ; స్వీయమానము.

,, Limiting = సీమాఫలము; విలువహద్దు.

Value Local = స్థానపరిమాణము; స్థానిక ధర.

,, Turning = విపరిణామి ఫలము; మారునట్టి విలువ.

,, Valvate = పరిసర స్పర్శము.

,, Valve = కపాటిక; కవాటము; మీటతలుపు; ఒకేతట్టు తీయుటకు వీలైన మరతలుపు.

Vandium = వనాటము (ర).

Vanish = హరించిపోవుట; అంతర్థానమగుట.

Vapour = ఆవిరి; సజలబాష్పము.

,, saturated = సంపృక్తబాష్పము.

Vapour bath = బాష్పనిమజ్జనము; ఆవిరిస్నానము.

Vapourisation = ఆవిరియగుట; బాష్పీకరణము.

Varicose Veins = వాచి త్రిడుబారిన నిరలు; అట్టి నరములు.

Variable = మారునట్టి; అస్థిరరాశి; వికారి; చలరాశి.

,, Dependent = పరాధీన చలరాశి.

,, Independent = స్వతంత్ర చలరాశి.

,, Quantity = అవ్యక్తరాశి.

Variation = మారుట; మార్పు; వికారము.

Variety = రకము.

Varnish = వార్నీషు; మెరుగునూనె.

Vascular bundle = నాళీసంఘము; నిరఃపుంజము.

Vaseline = వాసలీను.

Vegetable Colour = ఉద్భిజ్జవర్ణము.

,, Matter = ఉద్భిజ్జ ద్రవ్యము.

Vegetation = ఉద్భిజ్జసంపద.

Veins = సిరలు; మలిన రక్తనాళములు (2) ఈనెలు.

Vena Cava = బృహత్సిర.

,, ,, Inferior = అధోబృహన్నాళము; అధోబృహత్సిర.

,, ,, Superior = ఊర్ధ్వ బృహన్నాళము, సిర.

Vena Portae = జీర్ణాశయ సిర.

Ventilation = తెఱపి; వాయుప్రసారము; గాలి వెలుతురుల ప్రసరణము.

Ventricle = జఠరిక నిలయము; వివరము; మహాహృత్పుటము; జవనిక.

Venus = శుక్రుడు.

Verification = సరిచూచుట; ఋజువు; సంప్రతించుట (తర్క-).

Vermiform appendix = ఉణ్డుక పుచ్ఛము; పురీషోణ్డుక అనుబంధము; క్రిమిక; అంత్రపుచ్ఛము.

Vernal equinox = వసంత సంపాతము; మేష సంపాతము.

Vertebra (Vertebrae) = వెన్నుముక; కశేరుక; వెన్నుపూస; మణివ రక్తాస్థి.

Vertebra, Body of = కశేరుక పిండము.

,, Arch of = కశేరుక చక్రము.

,, Articulate process of = కశేరుకాసంధి ప్రవర్ధనకము.

,, Cervical = మెడపూస; గ్రైవేయ కశేరుకము.

,, Dorsal = పృష్ఠకశేరుకములు; పృష్ఠమణి; హృదయకుహరమందలి వెన్నుపూసలు.

,, Lamina of a = కశేరుక పత్రికము.

,, Lumbar = నడ్డిపూసలు; కటిమణి; కటి కశేరుక.

,, Spinous process of a = కశేరుకాపృష్ఠ కంటకము.

,, Transverse process of a = కశేరుకా బాహువు.

Vertebral = పృష్ఠమణివంశ విషయిక.

Vertebral arteries = మస్తిష్క-మాతృకాధమని; వ రక్తధమని.

Vertebral Column = పృష్ఠవంశము;

Vertebrata = వంశాస్థిమంతములు; పృష్ఠవంశప్రాణులు; వెన్నెముకగల జీవులు.

Vertex = శీర్షము; కోణబిందువు; అగ్రము.

Vertical = కోణసంబంధ; లంబముగా; నిలువుగాయున్న.

,, Line = లంబపంక్తి; లంబరేఖ.

Vertically opposite angle = అభిముఖ కోణము; చుక్కకెదుటికోణము మూలకెదుట కోణము.

Verticil (Verticel) = నిటప్రు మధ్యారంభి.

Verticillate = ఆవర్తకారి; గుండ్రముగా చుట్టుకొని పెరుగు.

Vertigo = తల తిరుగుట.

Vesication = పొక్కునట్లు చేయుట.

Vestibule = కుహరిక.

Vibration = కంపన; ప్రకంపన; వణకుట.

,, Longitudinal = దీర్ఘ కంపన.

,, Transverse = తిర్యక్ కంపన.

Vibrio = సూక్ష్మకంపన.

Villi = శృంగకము; రసాంకురికము.

Vinbulum = కైగీత.

Violet = ఊదా.

Virginis = అప; చిత్ర.

Virgo = కన్య.

Virtual image = మిథ్యాబింబము.

Virus = రోగసంబంధము; విషద్రవము; రసి.

Viscera = ఆమాశయాది శరీరభాగము.

Visible = గోచరమగు; కనబడు.

Vital organs = ప్రాణాధారావయవములు.

Vital statistics = ఆయురారోగ్యపు లెక్కలు.

Vitamins = విటమినులు; ప్రాణాధారద్రవ్యములు.

Vitis = నల్లేరు.

Vitreous humour = స్ఫటికాకారరసము.

Vitriol, white = పాలతుత్థము.

,, Green = అన్నభేది.

,, Blue = మైలతుత్తము.

,, Oil of = గంధకద్రావకము.

Viviporous animal = జరాయుజము.

Vocal chords = స్వరతంతులు.

Volatile = ఆవిరియగు; హరించిపోవు; చంచల; వాయుపరిణామి.

Volt = విద్యుచ్ఛక్తియొక్క అల్పతమప్రమాణము.

Voltaic battery = విద్యుద్ఘటమాల.

Volume = ఘనఫలము; ఆయతనము; పరిమాణము; సూత్రలత.

Volumetric Composition = పరిమాణసంఘట్టనము; ఆయతన సంఘట్టనము.

Voluntary muscles = ఇచ్ఛాధీనకండరములు; స్వతంత్ర స్నాయువులు.

Vomitings = వాంతులు; వమనములు.

## W

Waders = లోతులేనినీటిలో నడుచుజంతువులు; నేమునట్టిజంతువులు.

Warp = పడుగు; నేతలో నిలువుపోగు.

Warts = పులిపిరికాయలు; మశకకిణములు; చర్మకీలములు.

Wash bottle = వాయుశుద్ధిపాత్ర.

Washing soda = సోడాఉప్పు.

Water breathers = జలశ్వాసములగు జంతువులు.

Water Fall = జలపాతము.

Water level = నీటిమట్టపుయంత్రము.

Water pump = జలాకర్షణయంత్రము.

Watch glass = గడియారపుటద్దము.

Wave, Electro Magnetic = విద్యుత్ చుంబకతరంగము.

Wave length = తరంగపరిమాణము; తరంగదీర్ఘత; అలపొడవు.

Wave mechanics = తరంగయంత్రశాస్త్రము.

Wave theory = తరంగవాదము.

Wavy margin = తరళితపుటంచు.

Wax = మైనము.

Wax glands = పింజూషగ్రంథులు.

Weather = పవనస్థితి.

Web = బూజు; జాలము; పట్టు.

Web footed = కాలివేళ్లమధ్య చర్మముగలజీవులు.

Wedge = ముక్కోణము.

Wedge Shaped = ఉలివంటిరూపముగల.

Weed = కలుపుమొక్క; గడ్డి; గాదము.

Weight = బరువు; భారము; గరిమ; తూనిక.

Wharf = బందరు; రేవు.

Wheel = చక్రము.

Whey = పాలవిరుగు; పాలవిరుగుడునీళ్లు.

Whirl pool = సుడి గుండము.

Whirl wind = సుడిగాలి; చక్రపవనము.

White corpuscles = తెల్లకణములు.

,, Diamonds = వైక్రాంతములు.

,, Gourd melon = బూడిదగుమ్మడి.

,, lead = శ్వేతసీసము.

White oxide of lead = సఫేదు.

,, Sublimate of mercury = రసకర్పూరము.

,, Vitriol = పాలతుత్థము.

Whitlow = గోరుచుట్టు.

Whorl = తిరుగుడు; పర్ణమండలము; కాడచుట్టుబాడ.

Whorled arrangement = కిరణపరిసారము.

Whooping cough = కుక్కదగ్గు; కోరింతదగ్గు.

Width = వెడల్పు.

Wind pipe = శ్వాసపథము; శ్వాసనాళము.

Winter cherry = పెన్నేరు గడ్డ.

Winter Solstice = దక్షిణాయనము.

Wire gauze = తీగజల్లెడ; లతాజాలము.

Wireless and Radio = తంతువిరహితతారాప్రేషణము, రేడియో.

Wireless Telegraphy = తీగలేనిటపా; తంతువిరహిత తారాప్రేషణము.

,, Amplifier = ధ్వనిస్ఫుటీకరణసాధనము; పరివర్తనయంత్రము.

,, Broad casting = పరిప్రేషణము; భూమార్గటెలిఫోను తంతుల ద్వారా (శబ్ద) ధ్వనివ్యాపనము; సంగీతము ఉపన్యాసములు నలదెసల కంపుట.

,, Loud Speaker = లౌడ్ స్పీకరు; శబ్దపరిస్ఫుటనయంత్రము. తారస్వరయంత్రము: ధ్వనియథాతథముగా వినబడునట్లుచేయునది.

,, Microphone = మైక్రోఫోను; శబ్దోత్పాదనయంత్రము; సూక్ష్మశబ్దగ్రాహియంత్రము; వాయుతరంగములందలిధ్వనినే విద్యుత్ప్రవాహతరంగములందును కలిగించునది.

Wireless Radio Set = రేడియోసెట్టు; విద్యుత్తరంగములద్వారా వ్యాపింప జేయబడు ధ్వనులను మరలనిజరూపములో వినుటకుపయోగించు పరికరము.

" Receiver = గ్రాహకయంత్రము.

" Short wave = చిన్నఅల, హ్రస్వతరంగము,

" Transformer = పరిణామకయంత్రము; విద్యుత్ పరివర్తనయంత్రము; ఒక వోల్టుపట్టబడి విద్యుత్తు నింకొక వోల్టుపట్టుబడికి మార్చునది.

" Transmitting = విద్యుత్ ప్రాపణ; ప్రేషణ.

" Transmitter = విద్యుత్ ప్రేషణ (ప్రాపణ) యంత్రము.

" Transmitter Areal = అంతరిక్షమార్గ విద్యుత్ ప్రాపణతంతులు; ఎత్తుశిఖరములపై వేయబడు సమాంతరతంతులు.

" " Beam Areal = హ్రస్వతరంగప్రాపణతంతువులు.

Womb = గర్భాశయము.

Wood or Xylem = దారువు.

Wood charcoal = ద్రుమాంగారము.

Wood Vessel = దారువాహిక.

Working = న్యాసము.

World market = ప్రపంచపణ్యరంగము; ప్రపంచపు బజారు.

Worms = క్రిములు.

Worm Cast = క్రిమివిసర్జితము.

Worms, Round = ఏలికపాములు.

Worms, Thread = నులిపురుగులు.

Worm-wood = మాచిపత్రి.

Wrangling = జల్పము; (తర్క).

Wrist = మణికట్టు; మణిబంధము.

Wrong induction = ఉత్సర్గము (తర్క)

Wrought iron = చేతయినుము.

## X

Xenogenesis = తల్లిదండ్రులపోలికలేని సంతానముపుట్టుట.

Xenon = జెనన (ర)

Xerasia = వెంట్రుకలను పెరుగకుండ జేయురోగము.

Xerophthalmy (Xerophthalmia) = కండ్లకలక; కండ్లదురద.

Xerophyte = నిర్జలక్షేత్రవృక్షము

Xephoid cartilage = ఉరోస్థికి క్రిందనున్నతరుణాస్థి.

X rays = ఎక్సురే (క్ష) కిరణములు: రాంజనకిరణములు.

Xylem = దారువు.

Xylography = కొయ్యమీద చెక్కుట; కొయ్యమీద చిత్రించుట.

Xylophagous(Xylophilous) = కొయ్యనుతిని బ్రతుకు; దారుభక్షక.

## Y

Yak = చమర మృగము.

Yam = పెండలము.

Yard = గజము.

Yeast (Yest) = మధుశిలింధ్రము.

Yellow ochre = గోపిచందనము.

Yellow orpiment = హరిదళము; తాళకము.

Yellow thistle = బ్రహ్మదండి.

Yolk (Yelk) = గ్రుడ్డులోని పసుపు సొన; అండమధ్యము.

Ytterbium = యితర్బ్యము (ర).

Yttrium = యిత్రిము (ర).

## Z

Zebra = అడవి గాడిద; చారల గాడిద.

Zedoary = కచోరము; కచ్చూరగములు.

Zenith = ఆకాశమధ్యము; ఉచ్చ్రాయదశ; ఊర్ధ్వబిందువు; ఖస్వస్తికము; [ఉచ్చ.

Zeppelin = పొగచుట్ట ఆకారపు విమానము.

Zero 0 = శూన్యము; పూజ్యము; సున్న.

Zinc = యశదము; తుత్తునాగము.

Zinc sulphate = తుత్తునాగ గంధకితము.

Zinnia = బంగాళా బంతి.

Zirconium = జిర్కోనము (ర).

Zodiac = రాశిచక్రము; జ్యోతిశ్చక్రము; రాశిమండలము; భచక్రము.

,, Light = క్రాంతి తేజము.

,, Signs of = రాసులు.

| | |
|---|---|
| మేషము = Aries | తుల = Libra |
| వృషభము = Taurus | వృశ్చికము = Scorpio |
| మిధునము = Gemini | ధనుస్సు = Sagittarius |
| కర్కాటము = Cancer | మకరము = Capricornus |
| సింహము = Leo | కుంభము = Aquarius |
| కన్య = Virgo | మీనము = Pisces |

Zones = కటిబంధములు; మేఖలము; మండలము.

Zoography = ప్రాణివర్ణనము.

Zoology = జంతుశాస్త్రము; ప్రాణివిద్య.

Zoothamnium = అఖండావ ర్తకారి.

Zootamy = ప్రాణివ్యవచ్ఛేదము.

Zygomatic = దవుడ ఎముక సంబంధమైన.

Zygote (oospore) = సంయుక్తబీజము.

# Supplement - అనుబంధము

A. M. = పూర్వాహ్నము. P. M. = పరాహ్నము.

Abduction = మనుష్యాపహరణము; అపహరణము; ఎత్తుకొనిపోవుట.

Absenteeism = గైరుహాజరీ; హాజరు లేక పోవుట.

Absolute = పరము; కేవల.

Absorbent Cotton = శోషణ కార్పసము; పీల్చునట్టి దూది.

Actino therapy = కిరణ ప్రసారక చికిత్స.

,, Ultra violet ray = కేవల రక్తనీల కిరణచికిత్స; అతినీలలోహిత కిరణచికిత్స: ఊదాకిరణ ప్రసారకచికిత్స.

Adding and Listing Machine = సంకలన సూచీయంత్రము.

Adenoids = కంఠపథమున కొయ్యగండలు; ముక్కునకు నోటికిని మధ్య పెరుగు కొయ్యగండలు.

Adjust; Adjustible = సమాయోజనకరణము; వ్యవస్థితముచేయు; సమాయోజ్య; వ్యవస్థాప్య.

Adverse circumstance = ప్రతికూల పరిస్థితి; ప్రతికూల సందర్భము.

Advocacy, Power of = వాదకౌశలము; వాగ్వాదనైపుణ్యము.

A fortiori = ప్రబలయుక్తితః అధికతర (2) నిశ్చయ.

Ague = చలిజ్వరము; శీతజ్వరము.

Airbath = వాయుస్నానము.

Air bed = వాయుశయ్య.

Air bladder = వాయుకోశము.

Air bone = వాతాస్థి.

Air cell = వాయుకోశము.

Air chamber = వాయుకోష్ఠము.

Air compressor = వాయుసంపీడన (సంకోచన) యంత్రము.

Air cushion = గాలిదిండు.

Air engine = వాయుచలనయంత్రము.

Air filter = వాయుస్వచ్ఛకరణ యంత్రము.

Air furnace = వాయుకొలిమి, బట్టీ.

Air less = వాయువిహీన; వాయురహిత.

Air passage = వాయుమార్గము; పుపుసనాళిక.

Air pump = వాతాకర్షకయంత్రము; వాతరేచకము.

Air sac = వాయుకోశము.

Air tight = వాతనిరోధక; వాతాగమ్య.

Air spaces = వాయువ్యవకాశములు.

Air vessel = వాయునాళము.

All parties conference = సర్వపక్షసభ.

Albumen water = శ్వేతకల్క-క్షారజలము.

Algebraic = బీజీయ.

Amputation = అంగవిచ్ఛేదనము.

Anabolism = నిర్మాణజీవనవ్యాపారము; విఘటనాత్మకక్రియ.

Anarchist = అరాచకుడు.

Anode = అనోడు; ఊర్ధ్వగామి మార్గము; ధనధ్రువము.

Antiplague serum = ప్లేగుప్రతిబంధకరసము.

Apatite = సోహాయితము.

Arbitrary = అవిహిత; అనియంత్రిత.

Aposteriori = హేతుతః

Areola = రక్తమండలము.

Arterio Sclerosis = ధమని భిదురత; రక్తనాళములు బిరుసెక్కుట.
Artery = ధమని; శుద్ధరక్తవాహిని.
,, Hepatic = యకృద్ధమని.
,, Pulmonary = పుప్ఫుసధమని.
,, System = నాడీ చక్రము; ధమనీవ్యూహము.
Articulation = సంధి; కీలు; గ్రంధి; కాండము; పర్వము.
Artificial appliances = కృత్రిమ పరికరములు; కృత్రిమ సాధనములు.
Artificial methods = కృత్రిమోపాయములు.
,, Respiration = కల్పితశ్వాస.
Astigmatism = నిర్బింబతా వ్యాధి; దృష్టివైషమ్యము.
Batallion = పటాలము.
Bed pan = (శయ్యపైనుపయోగించు) మలపాత్రము.
Bed sore = శయన వ్రణము.
Bifocal = ద్వినాభిక.
Binding = అట్టకట్టుట.
Binocular = ద్వినేత్రి.
Biochemistry = ప్రాణిసంబంధ రసాయన శాస్త్రము.
Birth control = సంతాన నిరోధము; జన్మనిరోధము.
Blisters = పెట్లుట; శోఫ; స్ఫోటనము.
Bolshevism = సాంఘిక సమత్వవాదము; సర్వజన సమైశ్వర్యవాదము; సామ్యవాదము.
Bone = అస్థి; ఎముక.
Bone, Atlas = చూడావలయాస్థి.
,, Axis = దన్తచూడాస్థి.
,, Body of a = పిండము; అస్థిపిండము.
,, Body of the Sphenoid = జతుకాశరీరము.

Bone Carpal = పాణికూర్చాస్థి.

,, Coccyx = అనుత్రికాస్థి.

,, Cuboid = ఘనాకార అస్థి; ఘనాస్థి.

,, Cuneiform (Tarsal) = త్రికోణి పాదకూర్చాస్థి; కోణకాస్థి.

,, Cuneiform, External = బాహ్యకోణకాస్థి.

,, Cuneiform, Internal = అంతఃకోణకాస్థి.

,, Cuneiform, middle = మధ్యకోణకాస్థి.

,, Frontal = అగ్రకపాలాస్థి.

,, Humerus = ప్రగండాస్థి; (ప్రకోష్ఠాస్థి కాదు).

,, Hyoid = కంఠకాస్థి.

,, Ischium = కుకుందరాస్థి.

,, Lachyrimal = అశ్రుపీఠాస్థి.

,, Occipital = పశ్చిమకపాలాస్థి.

,, Os innominata = శ్రోణిఫలకాస్థి;

,, Os magnum = మధ్యకూటాస్థి.

,, Parietal = పార్శ్వకపాటాస్థి.

,, Pinbone = శల్యాస్థి; (సూదిరెముక).

,, Pisiform = బదరులాకార (బదరులక) అస్థి.

,, Pubis = భగాస్థి.

,, ,, Body of = భగపీఠము; లింగపీఠము;

,, ,, Ascending Ramus of = భగాస్థి; ఉత్తరశృంగము.

,, ,, Descending Ramus of = అధారశృంగము.

,, Sphenoid = జతూకాస్థి.

,, Squamous portion of temporal = శంఖ చక్రము.

**Bone Temporal** = శంఖాస్థి.

,, **Wormian** = కపాలచక్రాస్థి.

**Buoyancy** = ఉత్ప్లవనత్వము.

**Brady Cardia** = గుండె అతి నెమ్మదిగా కొట్టుకొనుట.

**Breast pump** = స్తన్యశోషక యంత్రము.

**Broad casting** = పరిప్రేషణము. (See Wireless)

**Bronchiectasis** = సూక్ష్మశ్వాసనాళికలు ఉబ్బుట.

**Bunion** = కాలిబొటనవ్రేలి గోరుచుట్టు.

**Calcarious soils** = ఖటిక భూములు.

**Calcite** = ఖటికాయితము.

**Capsular ligament** = స్నాయుకోశ బంధము.

**Carbuncle** = ప్రమేహపిటకము.

**Caruncle** = బీజవృద్ధి.

**Catarrh** = అభిష్యందము; శైత్యము; ప్రతిశ్యాయము.

**Catenary (Catenoid)** = రజ్జువక్రము; రజ్జువక్ర; కాతన్వలి.

**Catheter** = మూత్రోత్సర్జక నాళిక; మూత్రస్రావక యంత్రము; [మూత్రశలాక.

**Cathode** = కాతోడు; ఋణధ్రువము.

**Cell** = కణము; ఘటము; కోశము; అంతరగోళకము; పేశీగోళకము.

,, **Air** = వాయుకణము.

,, **Blood** = రక్తగోళకము.

**Celliferous** = అనేక పేశీమయ.

**Cellular** = సూక్ష్మగర్తప్రచుర; సూక్ష్మగర్తమయ; సూక్ష్మరంధ్రమయ; సూక్ష్మపిండమయ.

**Cell-Tissue** = జాలమయత్వచము.

Cellulose = పేశీమయ.

Cess pool = మురికికుండు.

Chiliblains = విపాదిక; శీతమువలన కాలుచేతులపైనపుండ్లుపడుట.

Choroid = నేత్రమధ్యావరణము.

Chromopathy = వర్ణజలచికిత్స; సూర్యకిరణములద్వారా రంగులను జలమున ప్రసరింపజేసి ఉపయోగించు పద్ధతి.

Centralization = ఏకోన్ముఖమునకు దెచ్చుట.

Cereals = తృణధాన్యములు.

Circumscribed = పరిగత; వృత్తాంతర్గత.

,, Circle = పరివృత్తము.

Circum = పరి.

Civilisation = నాగరికత; సభ్యత.

Civil list = సివిలులిస్టు; వార్లమెంటువారు రాజునకిచ్చువర్షాశనము.

Clitoris = యోనిలింగము; భగలింగము.

Club foot = వ్రూలచరణము.

Coaxial = సమాక్షీయ; ఏకాక్షక.

Colitis = బృహదంత్రదాహము.

Colloid clay = బంధకమృత్తిక.

Conlmunalism = కులతత్వము.

Communism = సామ్యవాదము; సర్వజనసమైశ్వర్యవాదము; సాంఘిక సమత్వసిద్ధాంతము.

Complex hyperbolic = మిశ్రకల్పిత అతిపరవలీయ.

Complementary = పూరక.

Comradeship = సాహచర్యము.

Concentric = సమకేంద్రిక; ఏకకేంద్రిక.

**Concussion** = సంఘట్టనము; వికంపము; సంక్షోభ; మాంద్యత; బధిరత.

**Condensed milk** = గడ్డపాలు; చిక్కబరచినపాలు.

**Conjugate** = సంబద్ధ; అనుబద్ధ.

**Co-normal** = సమాభిలంబ.

**Consanguinity** = రక్తసంబంధము; సగోత్రత; సపిండత్వము.

**Conservation of matter** = ద్రవ్యనిత్యత్వము.

**Contingent** = అనిశ్చిత.

**Contraceptive** = సంతాననిరోధక సాధనము.

**Conventions** = మరియాదలు.

**Convergent** = సంస్కృత; ఏకకేంద్రాభిముఖ.

**Co-ordinate** = నియామక.

**Co-parcener** = సహభాగి; సహాంశి.

**Corporative** = సమష్టిపూర్వక; పూగసంబంధ.

**Corpuscular** = కణమయ; కణిక.

**Corpuscular theory of light** = తేజోఘటిక (కణికా) సిద్ధాంతము.

**Council entry** = శాసనసభాప్రవేశము.

**Counter measure** = ప్రతీకారక్రియ; ప్రతీకారచర్య.

**Cousin** = జ్ఞాతి; సజన్ముడు.

" **German** = పితృవ్యపుత్రుడు.

**Co-variant** = అను పరిణామ్య; వ్యత్క్రమ చలస్పర్ధి.

**Coverture** = వైవాహికస్థితి.

**Crisis** = వ్యాధిసీమ; రోగసంధిగ్ధదశ; ముదురుటయో మళ్లుటయో జరుగు [కాలము.

**Cross fertilisation** = విలోమగర్భోత్పాదనము.

**Cyanosis** = గుండెలు బాగాపనిచేయనందున ప్రాణవాయువు తక్కువై శరీరము నీలివర్ణమగుట.

Cystitis = మూత్రాశయదాహము.

Dealings = ఇచ్చిపుచ్చుకోలు; ఆదానప్రతిదానములు; కాతావ్యాపారము.

Debility = శక్తిక్షీణత; నిర్వీర్యత.

Deflection = వ్యావృత్తి; విక్షేపము.

Density of population = జనసంకీర్ణము; జనసంఖ్య యొత్తిడి.

Depilation = కేశనిష్కాసనము; వికేశముచేయుట.

Determinant = సారిణిక ; (నిర్ణాయక) కనిష్టఫలము.

„ Functional = ఫలీయ సారిణిక.

„ Skew = కుటిల సారిణిక.

Developer (Photo) = వికాసకారక; వికాసక ద్రవ్యము.

Diaphragm = మధ్యపటలము; శరీరమధ్యదేశము.

Diaphoretics = ఘర్మోత్పాదకములు.

Diastole = రక్తాశయధమనిప్రసరణము; దీర్ఘ భవనము.

Diathermancy = ఉష్ణతావాహకశక్తి; ఉష్ణతాభేద్యగుణము.

Diffraction patterns = అపభావనదృశ్యములు.

Director = నియామక; గతినియామక.

Discontinue = విరమించు.

Discovery = ఆవిష్కారకరణము; ఆవిష్కృతి; శోధన; ప్రకాశనము; [ప్రకటీకరణము.

Discussion = చర్చ.

Disclaimer = వాక్యనిరాకరణము; పరిత్యాగము; ప్రత్యాదేశము.

Dis-infectant = రోగబీజరాహిత్యకారి; నిస్సంక్రామిక (శుద్ధికారిణి).

Diverticulitis = అంత్రదాహము; పేగుఉబ్బు; పేగులువాచి మలము చేరి సంచులుగా ఏర్పడుట.

Drawing = రేఖాలేఖనము; రేఖాచిత్రము.

Drawing Board = చిత్రఫలకము.

,, Mechanical = యంత్రగతరేఖాలేఖనము.

,, Pattern = ప్రతిమాలేఖన: నమూనాచిత్రలేఖన.

,, Scale = ప్రమాణరేఖాలేఖన.

Duodenum = స్నేహపచని.

Dyes = రంగులు.

Dye printing = రంగుఅద్దకము.

Dye thickener = రంగుజిగురు.

Dyes of a deep shade = ముదురుచాయరంగులు.

,, shade of = రంగులయొక్కచాయ.

,, Acid = ద్రావకపురంగులు.

,, Adjective or mordant = సోపాధికముగు రంగులు.

,, Aerographic = వాయువర్ణచిత్రపుఅద్దకము.

,, Basic = క్షారపురంగులు.

,, Developed = దోహదపురంగులు.

,, Fast = పక్కారంగులు.

,, Fugitive = కచ్చారంగులు.

,, Mineral = ఖనిజపురంగులు.

,, Mordant = కసటురంగులు.

,, Stencil printing = చిల్లులరేకు అద్దకము.

,, Substantive or Direct = నిరుపాధికముగురంగులు.

,, Vegetable = ఉద్భిజ్జపురంగులు.

,, White resists = వివర్ణనిరోధములు; శ్వేతనిరోధములు.

Dysentery = బంకవిరేచనములు, గ్రహణి.

,, Bacterial = క్రిమిజన్యగ్రహణి.

**Eclampsia** = మిరుమిట్లు గ్రమ్ముట.

**Economic equality** = ఆర్థికసామ్యము.

,, **Policy** = ఆర్థికనీతి.

,, **Reconstruction** = పునర్నిర్మాణము.

**Effusion** = దాహజన్యస్రావము.

**Electric** = విద్యుత్ సంబంధ; విద్యుద్విషయక; విద్యుజ్జాతి; విద్యుత్ గామి; విద్యుత్ జనక; విద్యుజ్జననక్షమ.

**Electric Battery** = విద్యుద్ఘటమాల; విద్యున్మాల.

,, **Cable** = విద్యుద్రజ్జు.

,, **Clock** = విద్యుత్ గడియారము.

,, **Current** = విద్యుత్ప్రవాహము.

,, **Fluid** = విద్యుత్ ద్రవము.

,, **Image** = విద్యుత్ ప్రతిమ.

,, **Light** = విద్యుద్దీపము; విద్యుత్ప్రకాశము.

,, **Machine** = విద్యుత్ యంత్రము.

,, **Motor** = విద్యుచ్చాలక; విద్యుత్ ప్రవాహజనకోపకరణము.

,, **Osmose** = విద్యుల్లేఖిని.

,, **Railway** = విద్యుత్ రైలు.

,, **Ray** = విద్యుత్కిరణము.

,, **Telegraph** = విద్యుత్ తారాప్రేషణయంత్రము.

,, **Volt** = వోల్టు; విద్యుచ్చలన శక్తిమాత్ర.

,, **Electrician** = విద్యుద్వేత్త; విద్యుచ్ఛాస్త్రజ్ఞుడు.

**Electricity** = విద్యుచ్ఛక్తి; విద్యుత్తు.

,, **Atmospheric** = వాతావరణ జన్యవిద్యుత్తు; ఆకాశస్థవిద్యుత్తు.

,, **Dynamical** = చలవిద్యుత్తు; గతివిశిష్ట విద్యుత్తు.

**Electricity, Frictional** = ఘర్షణ జన్యవిద్యుత్తు; ఘర్షణవిద్యుత్తు.

,, **Magnetic** = చుంబకీయ విద్యుత్తు; చుంబకజన్య విద్యుత్తు.

,, **Negative** = ఋణవిద్యుత్తు.

,, **Positive** = ధనవిద్యుత్తు.

,, **Resinous** = లాక్షవిద్యుత్తు.

,, **Statical** = స్థిరవిద్యుత్తు.

,, **Voltaic** = వాల్టేయిక విద్యుత్తు.

,, **Vitreous** = కాచవిద్యుత్తు.

**Electrification** = విద్యుత్పూరణము; విద్యుత్ ఘటనము.

**Electro dynamics** = విద్యుద్గతిశాస్త్రము.

**Electro magnet** = విద్యుత్ చుంబకము.

**Electro-biology** = విద్యుజ్జీవన శాస్త్రము.

**Electro Capillarity** = విద్యుత్ కేశికత; విద్యుత్ కేశాకర్షకత.

**Electro-Chronograph** = విద్యుత్ సూక్ష్మకాల దర్శకము.

**Electrode** = విద్యున్మార్గము.

**Electro dynamo meter** = విద్యుత్ప్రవాహమాపన యంత్రము.

**Electro gilding** = విద్యుత్ మలామ; విద్యుద్ధాత్వారోహణము.

**Electro kinetic** = విద్యుద్గతిస్థితి శాస్త్రము.

**Electrolysis** = విద్యుద్విచ్ఛేదనము.

**Electrolyte** = విద్యుత్ వికారము.

**Electro magnetic** = విద్యుచ్చుంబకీయ.

**Electro metallurgy** = విద్యుద్ధాత్వారోహణవిద్య.

**Electro meter** = విద్యున్మాపకము.

**Electro-metry** = విద్యున్మితి.

**Electro motion** = విద్యుచ్చలనము.

Electro motive = విద్యుచ్చలక.

Electro motive force = విద్యుచ్చలకశక్తి.

Electro motor = విద్యుచ్చలక.

Electron = విద్యుత్ పరమాణువు; (ఋణ)విద్యుత్కణము; అణీయము.

Electro negative = ఋణాత్మక విద్యుత్తు.

Electro phone = విద్యుత్స్వర యంత్రము.

Electro phorus = విద్యుత్ స్ఫురక.

Electro physiology = విద్యుదింద్రియ విజ్ఞానశాస్త్రము.

Electro plate = విద్యుత్ మలామా.

Electro polar = విద్యుత్ ధ్రువీయ.

Electro positive = ధనాత్మక విద్యుత్తు.

Electroscope = విద్యుద్దర్శకము; విద్యుద్దర్శిని.

Electro statics = విద్యుత్ స్థితిశాస్త్రము.

Electro therapy = విద్యుత్ వైద్యము; చికిత్స.

Electro tint = విద్యుత్తుతో రంగువేయు పద్ధతి.

Electro type = విద్యుత్ ముద్రణము.

Elliptic = దీర్ఘవృత్తీయ.

Embolism = రక్తప్రసరణావరోధము; రక్తనాళములలో గడ్డలుకట్టి రక్తము పారుదలకు అడ్డుట.

Embankment = కరకట్ట.

Embryology = గర్భవిజ్ఞానము; గర్భశాస్త్రము.

Emphysema = చర్మమధ్యమున గాలిచేరి యుబ్బుట.

Encephalitis = మస్తిష్కమూర్ఛ; మెదడువాపు.

,, Lethargica = మాంద్యమస్తిష్కమూర్ఛ.

**Endocrine** = నిర్వాహికగ్రంధులు; వాహికలు లేకుండగనే రక్తములోనికి తమరసములను విసర్జించు గ్రంధులు; ఉదా: థైరాయిడ్ కంఠగ్రంధి; క్లోమపిండగ్రంథి.

**Endometritis** = గర్భాశయాంతస్త్వక్కుదాహము.

**Entritis** = అభ్యాంత్రదాహము.

**Enthusiasm** = ఆవేశము; ఉత్సాహము.

**Epistaxis** = ముక్కువెంబడి రక్తముకారుట.

**Epithelium** = ఉపలేపక ధాతువు.

**Escribe** = బహిర్లేఖన; **Escribed** = బహిర్లిఖిత.

**Essential oils** = పుష్పసారములు.

**Excitement** = ఉద్రేకము; కలవరము.

**Explicit** = స్పష్ట.

**Exponent** = ఘాతాంక; ఘాతచిహ్నము.

**Exponental** = ఘాతీయ.

**Exposure (Photo)** = ఉద్ఘాటన; తెరచుట; ప్రకాశ దర్శనము; వివృతి.

**Eye salve** = అంజనము.

**Facial Nerves** = వక్త్రమజ్జా తంతువులు.

**Favus** = శిరోచర్మరోగము.

**Fertilization** = గర్భోత్పాదనము.

**Fever** = తాపము; జ్వరము.

" **Ardent** = తీవ్రజ్వరము.

" **Asthenic** = శక్తిహారక జ్వరము.

" **Ataxic** = సమ్మోహ సన్నిపాత జ్వరము.

" **Atypic** = అనియత జ్వరము.

" **Autumnal** = శరదృతు సన్నిపాత జ్వరము.

Fever Bilious = పిత్తజ్వరము; ఆమాశీయ వికారజ్వరము.
„ Brain (Meningitis) = మేదోసన్నిపాత జ్వరము.
„ Break bone (Dengue) = సంధిక సన్నిపాత జ్వరము.
„ Catarrhal = అభిష్యంద జ్వరము.
„ Catheter = మూత్రోత్సర్జక నాళికా జ్వరము.
„ Cerebro Spinal = మస్తిష్క దాహజన్య జ్వరము.
„ Common = సామాన్య జ్వరము.
„ Congestive = కర్దమజన్య జ్వరము.
„ Continued = నిరంతర జ్వరము.
„ Dengue = సంధిక సన్నిపాత జ్వరము.
„ Entric = అంత్రజ్వరము; తంద్రిక సన్నిపాత జ్వరము; ప్రలాపక [సన్నిపాతజ్వరము.
„ Ephemeral = లఘుజ్వరము.
„ Erruptive = కురుపుల జ్వరము; పీడికోత్పాదక జ్వరము.
„ Essential = నిజజ్వరము.
„ Hay = తృణగంధజన్య జ్వరము.
„ Heat = ఉష్ణాభిఘాతజన్య జ్వరము.
„ Hectic = క్షయజ్వరము; ప్రలేపక జ్వరము; అస్థిగతజ్వరము.
„ Inflammatory = దాహజన్య జ్వరము.
„ Intermittent = సవిరామ జ్వరము; అంతరితజ్వరము.
„ Jungle = కర్దమ జ్వరము; దూషిత జ్వరము.
„ Lingering = జీర్ణ జ్వరము.
„ Malarial = విషమజ్వరము; మర్జలజన్య జ్వరము.
„ Mountain = కొండ జ్వరము.
„ Panama = పెనామా జ్వరము.

**Fever Pernicious** = మహాసంతత జ్వరము; భయంకర జ్వరము.

,, Puerperal = సూతికాజ్వరము; బాలెంత జ్వరము.

,, Relapsing = పరివర్తి జ్వరము; ఆవర్తక సన్నిపాత జ్వరము.

,, Remittent = స్వల్పవిరామ జ్వరము; సంతత జ్వరము.

,, Scarlet = లోహితాంగ సన్నిపాతము.

,, Septic = శోథోద్భవజ్వరము; పూయమయరక్తజ్వరము; రక్తదోష జ్వరము; (పూయ) విషజన్యజ్వరము.

,, Slow = జీర్ణజ్వరము.

,, Typhoid = ప్రలాపకసన్నిపాతజ్వరము; అంత్రసన్నిపాతజ్వరము; క్షుతాంత్ర విషజ్వరము.

,, Typho malarial = ఆంత్రికజ్వరము; దూషితసంతతజ్వరము.

,, Typhus = తంద్రికసన్నిపాతజ్వరము.

,, Yellow = హారిద్రికసన్నిపాతము.

,, Prostration of strength in = శక్తిపాతము.

,, Hot paroxysm of = జ్వరాగ్ని.

**Fibre** = తీగ; తంతువు; నరము; పక్ష్మము; నార; పొర; నూలు మొదలగు వానిసన్నని పొట్టితునక.

**First aid** = ప్రథమ చికిత్స.

**Flashing point** = జ్వలన బిందువు.

**Flexors** = ఆకుంచక స్నాయువులు.

**Fluorescence** = ప్రతి దీప్తి.

**Fly leaf** = తెల్ల కాగితము.

**Focal** = నాభి (గణి).

,, Chord = నాభిగత జీవ.

,, Distance or length = నాభ్యాంతరము.

**Force** = బలము.

Forceps = శస్త్రస్రావణము; సందంశము; చిమట; సాంటసము.

,, Aural = ద్విశాల సందంశము.

,, Bull dog = శునకముఖస్రావణము.

,, Bullet = గోళీ చిమట.

,, Cranitomy = గర్భమస్తకస్రావణము.

,, Dressing = వ్రణశోధన స్రావణము.

,, Haemostatic or Artery = రక్తవాహిని స్రావణము.

,, Laryngeal = గళామధ్యోపయోగ స్రావణము.

,, Lion = సింహముఖ స్రావణము.

,, Lithotomy = మూత్రాశయ స్రావణము.

,, Midwifery = గర్భాకర్షక స్రావణము; ద్విఫణిప్రసవసందంశము.

,, Necrosis = మృతాస్థిఖండ స్రావణము.

,, Piles or Haemorrhoid = మూలవ్యాధి స్రావణము.

,, Ring shaped = తరఘుముఖ స్రావణము.

,, Sequestrum = రూక్షముఖ స్రావణము.

,, Sinus = నాడీవ్రణ స్రావణము.

,, Tongue = జిహ్వాస్రావణము.

,, Torsion = శిరః స్రావణము; ముచుండి సందంశము.

,, Urethral = మూత్రనాళి స్రావణము.

Fossa = ఖాతము; వివరము.

,, Anterior (of the skull) = దీర్ఘ కౌశిరా పరిఖా.

,, Anterior palatine = అగ్రతాలు ఖాతము.

,, Glenoid = హానుసంధి స్థలక ఖాతము.

,, Incisive = దంతమూల బిలాఖ్య ఖాతము.

**Fossa Infra Spinous** = అధర అంసఫలకా పృష్ఠతల ఖాతము.

,, **Lachrymal** = అశ్రుగ్రంధిధర ఖాతము.

,, **Middle** = మధ్యమ మహాఖాతము.

,, **Nasal** = నాశపృష్ఠ్య (నాసా) ఖాతము.

,, **Pituitary** = పోషణికాఖాతము.

,, **Posterior** = పశ్చిమమహాఖాతము.

,, **Supra Spinous** = అంసఫలికా పృష్ఠతలఖాతము; ఉత్తరంస పృష్ఠఖాతము.

,, **Temporal** = శంఖ ఖాతము.

**Freckles** = మచ్చలు; (చర్మముపైన పసుపు లేక గౌరవర్ణపు మచ్చలు)

**Freely joined** = ముక్తసంయుత.

**Function** = ఫలము (గణి)

,, **Hyper elliptic** = అతిదైర్ఘ్యఫలము.

**Fundamental rights** = మూలస్వత్వములు; ప్రాతిపదిక హక్కులు.

**Germinal Vesicle** = జననాశయము.

**Gingivitis** = దంతవేష్ట దాహము.

**Goitre (Goiter)** = కంఠగ్రంధి యుబ్బుట.

**Genorrhoeal Conjunctivitis** = ఔపసర్గిక మేహజన్య నేత్రాభిష్యందము; పూయప్రమేహజన్య నేత్రాభిష్యందము.

,, **Opthalmia** = పూయప్రమేహజన్య నేత్రదాహము.

,, **Rheumatism** = ప్రమేహజన్య సంధివాతము.

**Granulation** = అంకురోద్భవనము; మాంసాంకురములు పుట్టుట.

**Great nephew** = పితృవ్యపౌత్రుడు; తాత సహోదరుడు.

,, **Uncle** = ప్రపితామహుడు.

**Guage** = ప్రమాపకము.

Gyroscope = ఘూర్ణస్థాపకము; భ్రమణకయంత్రము; ఒంటి పట్టాలైలు నిలిచియుండునట్లు సమతోలనచేయుటకు అతివేగమున తిరుగుయంత్రము

Haemorrhage, Post partum = ప్రసవోత్తరరక్తస్రావము.

Hair follicle = రోమకూపము.

Hallucination = దృగ్భ్రమ; మానసికభ్రాంతి.

Harmonic motion = సరళావర్తగతి

Herpes = విసర్పిణి; సర్పి.

,, Brachialis = భుజగవిసర్పిణి.

,, Cervicalis = గ్రైవేయకవిసర్పిణి.

,, Circinatus = వలయకవిసర్పిణి.

,, Frontalis = లలాటికవిసర్పిణి.

,, Gestationis = గర్భకాలికవిసర్పిణి.

,, Iris = అధూమ్రికవిసర్పిణి.

,, Lablialis = ఓష్ఠికవిసర్పిణి.

,, Preputialis = మణిచ్ఛదికవిసర్పిణి.

,, Zoster = మేఖలికవిసర్పిణి.

Hip bath = కటిస్నానము.

Homoeopathy = అనుచికిత్స; వ్యాధి విపర్యార్థకారిచికిత్స.

Hormons = మాంసగ్రంధిరస ద్రవ్యములు.

Hydraulic lift = జలప్రేరిత ఉత్థాపక యంత్రము.

Hydrocephalus = జలశీర్షము; మస్తిష్కశోథః శీర్షబూదరము.

Hydrochloric acid = శంఖద్రావకము.

Hyperaemia = వికృతరక్తాధిక్యము; అతిరక్తసంచయము.

Hypermetropia = చత్వారము; దీర్ఘదృష్టి; దగ్గరవస్తువు కనుబడకపోవుట.

Hypochondria; Hypochondriasis = రోగభ్రమ; రోగగ్రస్తుడ నను
Hypotenuse = శీఘ్రకర్ణము. [భ్రాంతి.
Idiosyncracy = విలక్షణస్వభావము; చమత్కారికస్వభావము.
Ileum = కుండలిని.
Impressed force = నిహితబలము
Immunity = రక్షణశక్తి.
,, Isopathic or active = శరీరజన్యరక్షణశక్తి.
,, Antitoxic or passive = బహిర్జన్యరక్షణశక్తి.
Impulse = సంవేగ.
Impulsive force = సంవేగబలము.
,, pressure = సంవేగీయపీడన.
Incident ray = పతనకిరణము.
Indebtedness = ఋణగ్రస్తత.
Indignation = రోషము.
Inflexion = వివక్రియణ.
Inflexional tangent = వివక్రియణీయ స్పర్శారేఖ.
Inhalation = ఆఘ్రాణించుట; లోపలికిపీల్చుట; ఉచ్ఛ్వాసము.
Inhalation and Exhalation = ఉచ్ఛ్వాస నిశ్వాసములు.
Injection = ఇంజెక్షను; సూదితో మందునెక్కించుట; సూదిపిచికారి.
,, Hypodermic = చర్మముక్రిందికి మందుపిచికారి.
,, Intramuscular = స్నాయువులలోనికి మందుపిచికారి.
,, Intravenous = సిరలలోనికి మందుపిచికారి.
,, Syringe = మందునెక్కించు సూదిపిచికారి.
Inoculation = మందురసినెక్కించుట; టీకావేయుట.
,, Cholera = కలరామందుపిచికారి.
,, Plague = ప్లేగుటీకా.

Inter se = ఉభయులమధ్య; ఇరువురిమధ్య; వ్యక్తులమధ్య.

Intricacies = చిక్కులు, తికమకలు.

Intrigue = కుతంత్రము; కుట్ర.

Invertendo = ఉత్క్రమ నివృత్తి.

Kabuliyat = ముచ్చిలకా; ఖత్తు.

Kudimaramat = భూమి మరమ్మత్తు.

Kudivaram = కుడివారపుహక్కు; భూమిహక్కు; జిరాయితీహక్కు.

Labour Unions = కర్మకారుల కట్టడులు; కార్మిక సంఘములు.

League = సమితి సభ; కూటము.

,, of Nations = నానారాష్ట్రకూటము; నానారాజ్యసభ.

Legitimacy = ఔరసత్వము; దాంపత్యోద్భవత.

Light Corpuscles, (Corpuscules) = తేజోఘుటికలు.

Light Quanta = తేజఃకణములు

Livelihood = జీవనోపాధి. జీవిక.

Locus Poenetentiae = నిజానిజములుగాని, దోషమునుగాని నిర్ణయము చేయులోపల మాట మరల్చుకొనుటకుగల అవకాశము.

Locus Standi = స్థానాధికారము; సభ్యత; అధికారపూర్వక స్థానము కోర్టువారికి మనవి చేసికొనుటకు హక్కు కలిగియుండుట.

Logarithm = లఘుగణనము.

Loud Speaker = లౌడ్ స్పీకరు; శబ్దప్రస్ఫుటన యంత్రము; తారస్వర యంత్రము: ధ్వనిగ్రాహకయంత్రములోనికివచ్చు శబ్దములను స్ఫుటముగను యథాతథముగను ప్రతిధ్వనింపజేయు యంత్రము.

Mason's level = మూల మట్టము.

Materia Medica = ఔషధీగుణధర్మ విజ్ఞానము; ద్రవ్యగుణ విజ్ఞానము.

Mechanical industries = యాంత్రిక పరిశ్రమలు; యంత్రికళలు.

**Medical jurisprudence** = వైద్యసంబంధ ధర్మశాస్త్రము.

**Medicine** = వైద్యశాస్త్రము; ఆయుర్వేదము.

**Masses** = మంది; జనసామాన్యము.

**Maxima** = మహత్తమబిందువు.

**Melvaram** = మేల్వారపు వాక్కు; శిస్తువసూలు వాక్కు.

**Mensuration** = మహత్వమాపనశాస్త్రము; మాపనశాస్త్రము.

**Microphone** = మైక్రోఫోను; సూక్ష్మశబ్ద గ్రాహకయంత్రము; ధ్వనికి మూలకారణమగు గాలిఒత్తిడి తారతమ్యములను విద్యుత్ప్రవాహములో కలిగించి ప్రతిధ్వని కలిగించు యంత్రము.

**Midwifery** = ప్రసూతికాశాస్త్రము; గర్భవిమోచనవిద్య; మంత్రసానివిద్య.

**Mill owner** = మిల్లుదారు; యంత్రాగారాధికారి; కార్ఖానాయజమాని.

**Minuend** = వియోజ్య.

**Mismatch** = విజోడు.

**Motherhood** = మాతృత్వము.

**Neutralise** = నిర్బల కరణము; నిరాకరణము; ఉదాసీన కరణము.

**Normal** = అభిలంబ (2) ప్రమాణాంకిత; ప్రమాణయుక్త.

**No Confidence** = విశ్వాస రాహిత్యము.

**Obstetrics** = సూతికాశాస్త్రము; గర్భవిద్య.

**Opponent** = ప్రతిపక్షి; ఎదిరి; ప్రతికక్షి.

**Orthodoxy** = పూర్వాచార పద్ధతి; శ్రోత్రియ సంప్రదాయము.

**Orthogonal** = సమకోణఛిన్న; సమచతురస్ర సంబంధ;

**Osculation** = ఆరశ్లేషణము; అస్పృంధీయత.

**Over population** = జనభారము.

**Periodic** = ఆవర్త.

**Physiography** = భౌతికశాస్త్రము.

Physiology = ఇంద్రియవిజ్ఞానశాస్త్రము; శారీరశాస్త్రము.

,, Plant = వనస్పతీంద్రియ విజ్ఞానశాస్త్రము.

Planets, Primary = ప్రధాన గ్రహములు; సూర్యునిచుట్టు తిరుగు [గ్రహములు.

Mercury = బుధుడు; బుధగ్రహము.

Venus = శుక్రుడు;  Saturn = శని; శనిగ్రహము.

Earth = భూమి.  Uranus = వరుణగ్రహము.

Mars = అంగారకుడు.  Neptune = ఇంద్రగ్రహము.

Jupiter = బృహస్పతి; గురుడు.  Pluto = ప్లూటోగ్రహము.

Political knowledge = రాజకీయ పరిజ్ఞానము.

Profession = జీవిక; వృత్తి.

Prolitariat = పాటకప్రజనము.

Propeller = క్షేపణి.

Purchasing power = కొనుగోలు శక్తి.

Quadratic = వర్గాత్మక.

,, Equation = వర్గసమీకరణము; ద్విఘాతసమీకరణము.

,, ,, Adfected = అశుద్ధవర్గసమీకరణము.

,, ,, pure = శుద్ధవర్గసమీకరణము.

Quadratic Surd = వర్గాత్మక కరణి.

,, ,, Binomial = ద్విపాదివర్గాత్మకకరణి;

Rational = అకరణీగత. Rationalise = అకరణీగతకరణము.

Refrigerator = హిమీకారకము; హిమీకరణయంత్రము.

Recovery = కోలుకొనుట; తేరుట.

Repressive measures = నిరోధకప్రయోగములు.

Repulsion = ప్రతిసారణము; ప్రతిసారకశక్తి.

,, Capillary = కేశప్రతిసారణము.

,, Electric = విద్యుత్ ప్రతిసారణము.

Rest = విరామము; విశ్రాంతి.

Rise and fall = హెచ్చుతగ్గులు; నిమ్నోన్నతములు.

Satisfied legacy = పొందబడినఆస్తి;

Scientific knowledge = వైజ్ఞానికసంపత్తి; శాస్త్రవిజ్ఞానము.

Slave mentality = మనోదాస్యము.

Self adjustible = ఆత్మసమాయోజ్య.

Set Square = సమకోణకము.

Socialism = సామాజికవాదము; సామాజిక పద్ధతి.

Socialist policy = సామాజికనీతి; సాంఘికనీతి.

Solvency = ఋణతీర్మానశక్తి; తొతుబరితాహతు.

Sovereignty = సర్వాధిపత్యము.

Spirit of revolt = తిరస్కారభావము.

Spring = కమాను; మీటు; మర.

Standing Committee = స్థాయిసంఘము.

Statics = స్థితిశాస్త్రము.

Sterilise = నిస్సంక్రమణ కరణము; రోగక్రిమిశూన్య కరణము.

Sterilisation = నిస్సంక్రమణము; సంతానరాహిత్యక్రియ.

Sterility = వంధ్యత్వము; గొడ్డుబోతుతనము.

Sub division = ప్రవిభజన.

Successive = ఉత్తరోత్తర; పరంపరాగత; అనుక్రమిక.

Subjudice = వ్యాజ్యగ్రస్తము; విచారణలోనున్న; కోర్టువిచారణలోనున్న సంగతినిగూర్చి పత్రికలలో వ్రాయరాదు.

Subnormal = అవాస్త అభిలంబ; ఉపసంపర్కాలంబ; (2) హీనప్రమాణాంత.

Subpoena = సాక్షిసమను.

Surgery = శస్త్రవైద్యము; శస్త్రచికిత్స; శస్త్రవిద్య.

Tangential = స్పర్శీయ; స్పర్శారేఖీయ.

Telegraphy = తారాప్రేషణము.

,, duplex = ద్విముఖతారాప్రేషణము.

,, Multiplex = బహుముఖ తారాప్రేషణము.

,, Wireless = తారాహీనతారాప్రేషణము.

Terminal = అంతిమ (గణి)

Theorem = ప్రమేయము; నియమము.

,, continuant = వితాననియమము.

,, converse = విలోమనియమము.

,, Derived = వ్యుత్పన్ననియమము.

,, Existence = అస్తిత్వనియమము.

,, Mean value = మధ్యమాననియమము.

,, Multi nominal = బహుపదనియమము.

,, Reciprocity = ఉత్క్రమనియమము.

,, Remainder = శేషఫలనియమము.

Toxin = జీవాణువిషము. Anti toxin = ప్రతిజీవాణువిషము.

Traditions = (అనుశ్రుత) సంప్రదాయములు.

Traction (Tractive) = కర్షణము (కర్షక).

Transcendental = బీజాతీత (2) అత్యుత్తమ.

Translation = స్థానాంతరానయనము.

Translucent = ప్రకాశభేద్యము; స్వచ్ఛము: పారభాసకము.

Troy weights = ట్రాయితులామానము; వెండి బంగారుల తూనికలు. ఇతరవస్తువులకు అవార్డుపాయిస్ తూనికలు ఉపయోగింపబడును. చూ: తూనికలు, కొలతలు.

Trouble = అలజడి.

Unemployment = నిర్వ్యాపారస్థితి; నిరుద్యోగస్థితి.

Untouchability = అస్పృశ్యత; అంటరానితనము; తాకరాని.

Variable = పరిణామ్య; చల.

Velocity of separation = పార్థక్యవేగము.

Vendor = విక్రేత; విక్రయదారుడు.

Violent methods = దౌర్జన్యపద్ధతులు.

Want of Confidence = విశ్వాసరాహిత్యము.

Virtual = కాల్పనిక.

# సవరణలు.

| పుట. | పంక్తి. | తప్పు. | ఒప్పు. |
|---|---|---|---|
| 1 | 20 | Accidens | Accidence |
| 6 | 17 | క్షీణార్తవమూ | క్షీణార్తవము |
| 7 | 13 | సాద్దర్శ్యము | సాధర్మ్యము |
| 13 | 24 | అంకశ్రేణి | అంకశ్రేఢి |
| 22 | 7 | fisson | fission |
| 24 | 7 | corpusles | Corpuscles |
| 25 | 20 | Bracket=వృంతదళము. | Bract=వృంతదళము. |
| 31 | 21 | Calcum | Calcium |
| 49 | 24 | Cork layed | Cork layer |
| 50 | 10 | Coreona Borlalis | Corona Borealis |
| 57 | 14 | వ్యయకలనము | వ్యవకలనము |
| 68 | 5,7,8 | అంతర్త్వక్కు | అంతస్త్వక్కు |
| 69 | 5 | Ephicarp | Epicarp |
| 69 | 14 | హోమయుబ్రిము | బ్రిహోమయము. |
| 70 | 9 | సమీకరణాగము | సమీకరణాంగము |
| 72 | 5 | Etymology | Ethnology |
| 83 | 2 | Gadolimum | Gadolinum |
| 87 | 23 | Gonge | Gorge |
| 94 | 10 | Horizonta | Horizontal |
| 96 | 6 | ,, Hysteria | Hysteria |
| 98 | 5, 6 | యొక్క; ఘాతరూపకం | యొక్క ఘాతరూపకం |
| 99 | 20, 21 | రక్తనాళములోనికి | శరీరములోనికి |

| పుట. | పంక్తి. | తప్పు. | ఒప్పు. |
|---|---|---|---|
| 101 | 11 | నడిమికరణములు | నడిమికణములు |
| 104 | 22 | దళనోదూఖల | దళనేదూఖల |
| 106 | 23 | Laviate | Labiate |
| 107 | 13 | Lanset | Lancet |
| 122 | 17 | Monominal | Monomial |
| 132 | 24 | మజ్జామండములు | మజ్జామండలము |
| 133 | 13 | గ్రైవేయక | గ్రైవేయక |
| 139 | 14 | సంఖ్యనిధి | నిధిసంఖ్య |
| 139 | 16 | Pologanal | Polygonal |
| 142 | 9 | ఆలకబోతు | ఆలంబోతు |
| 153 | 3 | Parris | Paris |
| 153 | 22 | రక్తక్షీవి; | రక్తక్షీవి పస్ని పాత |
| 161 | 24 | పుష్పసాభిగము; పుష్పసీయము | పుష్పసాభిగము; పుష్పసీయ |
| 164 | 11 | త్రైజ్యకోణమానము | త్రైజ్యకోణమానము |
| 177 | 5 | cross = అడ్డ; బద్ద. | ,, Cross = అడ్డబద్ద; |
| 184 | 11 | సమామ్న నాడి; | సుషుమ్న నాడి; |
| 192 | 19 | తగ్గుట | కగ్గుట |
| 194 | 4 | Bund | Bud |
| 197 | 22 | Transluent | Translucent |
| 213 | 5 | Zeroo | Zero |
| 217 | 12 | Lachyrimal | Lachrymal |
| 217 | 22 | అధారశృంగము | భగాక్షి అధారశృంగము |
| 220 | 10 | సంస్కృత | సంస్కృత |

# Weights and Measures = తూనికలు; కొలతలు.

## ట్రాయి లేక వెండిబంగారు తూనికలు.

| | | పలములు-తులములు. |
|---|---|---|
| 24 గ్రెయినులు (ధాన్యపుగింజలు) | 1 పెన్నియెత్తు (dwt) | 0 - $\frac{2}{15}$ |
| 20 పెన్నియెత్తులు | 1 ఔన్సు (oz) | 0 - $2\frac{2}{3}$ |
| 12 ఔన్సులు | 1 (lb) పౌను | 10 - 2 |

షరా:— ఫారమిటి 30 అంగుళములును ఉష్ణమాపకము 60 డిగ్రీలును ఉన్నప్పుడు ఒక ఘన అంగుళము వర్షపునీరు 252.458 ట్రాయిగ్రెయినులు తూనిక ఉండును. దీనిబట్టి పౌనుయొక్క ప్రమాణతూనిక నిర్ణయింపబడును.

## అవార్డుపాయిజ్ (Avoirdupois) లేక వ్యాపారపుతూనికలు

(వెండిబంగారు గాక మిగతావస్తువులకు)

| | | | చిణుగులు-వీసెలు-పలములు. |
|---|---|---|---|
| $27\frac{11}{32}$ ట్రాయిగ్రెయినులు | = 1 డ్రాము (dr) | | ... ... ... |
| 16 డ్రాములు | = 1 ఔన్సు (oz) | | ... ... ... |
| 16 ఔన్సులు (7000ట్రాయిగ్రె) | = 1 పౌను (lb) | | 0 - 0 - $12\frac{26}{27}$ |
| 14 పౌనులు | = 1 రాయి (Stone) | | 0 - 4 - $21\frac{13}{27}$ |
| 28 పౌనులు | = 1 క్వార్టరు (qr) | | 0 - 9 - $2\frac{20}{27}$ |
| 4 క్వార్టరులు (112 పౌ) | = 1 హండ్రెడ్వెయిటు | | 4 - 4 - $11\frac{23}{27}$ |
| 20 హండ్రెడ్వెయిట్లు (cwt) | = 1 టన్ను | | 90 - 5 - $37\frac{1}{27}$ |

షరా:— (షుమారుగా (lb) పౌను = 13 పలములు.)

## Apothecaries' weights - వైద్యుల తూనికలు.

| | | పలములు-తులములు. |
|---|---|---|
| 20 గ్రెయినులు | = 1 స్క్రూపులు | 0 - $0\frac{1}{9}$ |
| 3 స్క్రూపులులు | = 1 డ్రాము | 0 - $0\frac{1}{3}$ |
| 8 డ్రాములు | = 1 ఔన్సు | 0 - $2\frac{2}{3}$ |
| 12 ఔన్సులు | = 1 పౌను (lb) | 10 - 2 |

షరా:— (ఈ పౌను, ఔన్సు, గ్రెయిను - ట్రాయి తూనికలే.)

# Apothecaries' Liquid measures

## వైద్యుల ద్రవమానపు కొలతలు

| | | |
|---|---|---|
| 60 మినిములు (చుక్కలు) | = | 1 ద్రవడ్రాము |
| 8 ద్రవడ్రాములు | = | 1 ద్రవఔన్సు |
| 20 ద్రవఔన్సులు | = | 1 పైంటు |
| 1 టీస్పూను (చంచా) | = | 1 ద్రవడ్రాము |
| 1 డెసర్టుస్పూను | = | 2½ ద్రవడ్రాములు |
| 1 టేబిలుస్పూను | = | 4 ద్రవడ్రాములు |

షరా:-(ఒక ద్రవఔన్సు వర్షపు నీరు ఒక ఔన్సు అవార్డుపాయిజ్ తూనిక.)

## దక్షిణభారతదేశపు తూనికలు.

### 1. చెన్నపురి గవర్నమెంటు తూనికలు.

| | పౌన్లు. | ఔన్సులు. | పెన్నివెత్తులు. |
|---|---|---|---|
| 3 తు. (320 గురిగింజలు) = 1 పలము = 1 ట్రాయిఔన్సు; 2½ పెన్నివెత్తులు | 0 | 1 | 3 $\frac{181}{175}$ |
| 8 పలములు = 1 శేరు = 9 ట్రాయి ఔ. | 0 | 9 | 13 $\frac{173}{175}$ |
| 5 శేర్లు (40 ప) = 1 వీసె = (8 ట్రాయి పౌనులు 9 ఔన్సులు) | 3 | 1 | 5 $\frac{33}{35}$ |
| 8 వీసెలు = 1 మణుగు = 30 ట్రాయి పౌ. | 24 | 10 | 15 $\frac{19}{35}$ |
| 20 మణుగులు = 1 బారువ (పుట్టి) (600 ట్రాయి పౌన్లు) | 493 | 11 | 6 $\frac{6}{7}$ |

1 వీసె = 2 పదలములు = 4 ఏబులము (సవాశేరు) లు =
8 పంపు (అర్ధశేరునవటాకు.)లు.

## 2. దొరల వ్యాపారతూనికలు.

1 పలము = $1\frac{1}{4}$ అవార్డుపాయిజ్ ఔన్సులు.

40 పలములు = 1 వీసె = $3\frac{1}{8}$ అవార్డుపాయిస్ lb పౌనులు.

8 వీసెలు = 1 మణుగు = 25 అవార్డుపాయిజ lb పౌనులు.

20 మణుగులు = 1 బారువ (పుట్టి) = 500 అవార్డుపాయిస్ పౌనులు.

## 3. సామ్రాజ్యపు తూనికలు, రైలుకోటాతూనికలు.

1 తులము = 180 ట్రాయి గ్రైయినులు (ఒకరూపాయి యెత్తు.)

5 తులములు = 1 చటాకు.

16 చటాకీలు (80 తులములు) = 1 శేరు = 2·0571 b పౌన్లు.

40 శేర్లు = 1 మణుగు = $82\frac{2}{7}$ అవార్డుపాయిస్ lb పౌన్లు.

## ఇంగ్లీషు (capacity) పరిమాణపు కొలతలు.

4 గిల్సు = 1 పైంటు. (1 pt) 2 పైంట్లు = క్వార్టు (qt)

4 క్వార్టులు = 1 గ్యాలను = 277.274 ($277\frac{1}{4}$) ఘనఅంగుళములు
= రమారమి 3 వీసెలు.

2 గాలన్లు = 1 పెక్కు; 4 పెక్కులు = 1 బుషెలు. } పొడిసరకులకు
8 బుషెలులు = 1 క్వార్టరు; 5 క్వార్టర్లు = లోడు } మాత్రము.

షరా:—ప్రమాణగ్యాలను (277·274 ఘనఅంగుళములు) = 10 lbs అవార్డుపాయిస్ పౌనులతూనిక వర్షపునీరుయొక్క పరిమాణముగ నిర్ణయింపబడినది.

## చెన్నపురికొలతలు, దేశవాళీకొలతలు.

8 అళాకులు = 1 పడి = 100 ఘనఅంగుళములు = 62·5 ద్రవఔన్సులు

8 పళ్ళు = 1 తూము; 5 తూములు = 1 పర; [పరిమాణము

12 తూములు = 1 కలము; 400 తూములు (80 పరలు) = 1 గరిసె;

22 అళాకులు రమారమి = 1 గ్యాలను; 1 తూము = 3 గ్యాలన్లు;

1 సేరు = 1·760 పైంట్లు; 1 పడి = 3 తవ్వలు = 3 అర్ధసేర్లు;

12 సేర్లు = 1 కుంచము; 4 కుంచములు = 1 తూము

20 తూములు = 1 పుట్టి; 600 కుంచములు = 1 గరిసె

## దైర్ఘ్యమానము, పొడవుకొలత.

12 అంగుళములు = 1 అడుగు

3 అడుగులు = 1 గజము

$5\frac{1}{2}$ గజములు = 1 రాడు (పోలు);

22 గజములు = 1 గొలుసు;

10 గొలుసులు = 1 ఫర్లాంగు

8 ఫర్లాంగులు = 1 మైలు

7.92 అంగుళములు = 1 లింకు

25 లింకులు = పోలు; రాడు

100 లింకులు = 1 గొలుసు

10 గొలుసులు = 1ఫర్లాంగు

9 అంగుళములు = 1 జేన

2 జేనలు = 1 మూర

2 మూరలు = 1 గజము

## ధరాతలమానము: చదరపుకొలత.

144 చతురపు అంగుళములు = 1 చదరపుఅడుగు

9 చ. అ = 1 చ. గజము; $30\frac{1}{4}$ చ. గ = 1 చ. పోలు;

44 చ. పోలులు = 1 చదరపురూడు;

4 చ. రూడులు (4840 చ.గ) = 1 ఎకరము

640 ఎకరములు = 1 చదరపుమైలు

62.7264 చదరపుఅంగుళములు = 1 చదరపులింకు

10,000 చదరపులింకులు = 1 చదరపుగొలుసు

10 చదరపుగొలుసులు = 1 ఎకరము = 100 సెంట్లు

## ఘ న మా న ము.

1728 ఘనఅంగుళములు = 1 ఘనఅడుగు

27 ఘనఅడుగులు = 1 ఘనగజము

42 ఘనఅడుగులు కలప = 1 (ఓడబరువు) టన్ను

## భూగోళ, నావికమానములు.

6 అడుగులు = 1 ఫాతము నిలువు; 110 ఫాతములు = 1 ఫర్లాంగు

$6075\frac{4}{5}$ అడుగులు = 1 నావికమైలు; 3 నావికమైళ్లు = 1 లీగు

20 లీగులు = 1 డిగ్రీ; 360 డిగ్రీలు = భూమిచుట్టుకొలత

$\frac{1}{60}$ డిగ్రీ ($1\frac{7}{45}$ సాధారణపుమైలు) = 1 భూగోళమైలు

3 భూగోళమైళ్లు = 1 నావికమైలు

## కోణమానము.

60 సెకనులు = 1 మినిటు; 60 మినిట్లు = 1 డిగ్రీ

30 డిగ్రీలు = 1 సైను; 90 డిగ్రీలు = 1 క్వాడ్రాంటు (సమకోణము)

4 క్వాడ్రాంటులు (360 డిగ్రీలు) = 1 వృత్తము (చుట్టుకొలత)

## దేశీయ కాలమానము.

60 విగడియలు (వినాడీలు) = 1 గడియ (నాగ్రి)

7½ గడియలు = 1 జాము; 8 జాములు (60 గడియలు) = 1 దినము

1 గడియ = 24 నిమిషములు (మినిట్లు)

2½ గడియలు = 1 గంట; 1 జాము = 3 గంటలు

## ఫ్రెంచిమానము - దశాంశమానము.

(మీటరు ధ్రువమునుండి భూమధ్యరేఖకుగల దూరములో కోటియవవంతు = 3.280843 అడుగులు).

| | | మై. | ఫర్లాం. | గజ. | అ. | అం. | |
|---|---|---|---|---|---|---|---|
| మిల్లిమీటరు | మీటరులో 1000 వంతు | ... | ... | ... | ... | 1/24 | రమారమి |
| సెంటిమీటరు | ,, 100 ,, | ... | ... | ... | 1/80 | ... | ,, |
| డెసిమీటరు | ,, 10 ,, | ... | ... | ... | 1/3 | ... | ,, |
| మీటరు | ,, ,, | ... | ... | ... | 3 | 3.37011 | ,, |
| డెకామీటరు | 10 మీటర్లు | ... | ... | 10 | 2.808 | | ,, |
| హెక్టామీటరు | 100 ,, | ... | ... | 109 | 1 | | ,, |
| కిలోమీటరు | 1000 ,, | ... | 4 | 213 | 1.8 | | ,, |
| మిరియామీటరు | 10.000 ,, | 6 | 1 | 156 | 0.4 | | ,, |

## ఫ్రెంచి పరిమాణపుకొలత

| | | | | | |
|---|---|---|---|---|---|
| మిల్లిమీటరు | లిటరులో 1000 వంతు | ఇంగ్లీషు | పైంటులో | 568 వ | వంతు |
| సెంటిలిటరు | ... 100 ,, | ... | ... | 56 | ,, |
| డెసిలిటరు | ... 10 ,, | ... | ... | 5½ | ,, |
| లిటరు | ,, | ... | ... | 1¾ | పైంట్లు |

## ఫ్రెంచి పరిమాణపు కొలత - ద్రవములు.

| | | | |
|---|---|---|---|
| డెకాలిటరు | 2.1998 గాలన్లు | హెక్టోలిటరు | 21.998 గ్యా. |
| కిలోలిటరు | 219.98 ,, | మిరియాలిటరు | 2199.8 ,, |

## ఫ్రెంచి ఘనద్రవ్యమానము.

| | | పరిమాణము |
|---|---|---|
| స్టేరు = 35.3148 ఘనఅడుగులు | | |
| సెంటీస్టేరు | 610.24 ఘనఅంగుళములు | డెకాలిటరు |
| డెసిస్టేరు | 3.53148 ఘనఅడుగులు | హెక్టోలిటరు |
| స్టేరు | 1.307954 ఘనగజములు | కిలోలిటరు |
| డెకాస్టేరు | 13.0795 ఘనగజములు | మిరియాలిటరు |

## ఫ్రెంచితూనికలు.

| | | అవాయిర్డుపాయిస్ |
|---|---|---|
| 1 మిల్లిగ్రాము (గ్రాములో 1000 వంతు) | = | 0.015 గ్రెయిన్లు |
| 1 సెంటిగ్రాము ,, 100 ,, | = | 0.154 ,, |
| 1 డెసిగ్రాము ,, 10 ,, | = | 1.543 ,, |
| 1 గ్రాము | = | 15.432 ,, |
| 1 డెకాగ్రాము (10 గ్రాములు) | = | 5.644 డ్రాములు |
| 1 హెక్టోగ్రాము (100 గ్రాములు) | = | 3.527 ఔన్సులు |
| 1 కిలోగ్రాము (1000 గ్రాములు) | = | 2.2046223 lb పౌన్లు<br>15432.3564 గ్రెయిన్లు. |
| 1 మిరియాగ్రాము (10 కిలోగ్రాములు) | = | 22.046 lb పౌన్లు |
| 1 క్వింటాల్ (100 కిలోగ్రాములు) | = | 1.968 హండ్రెడ్వెయిట్లు |
| 1 టన్ను (1000 కిలోగ్రాములు) | = | 0.984 టన్ను |
| 1 గ్రాము | = | 0.03215 ట్రాయిఔన్సు<br>15.432 ట్రాయిగ్రెయిన్లు |

| | | |
|---|---|---|
| 1 గ్రాము | = | 0.2572 డ్రాము (వైద్యమానము)<br>0.7716 స్క్రూపులు ,,<br>15.432 గ్రెయిన్లు ,, |